அ. மாதவையாவின் தமிழ் நாவல்கள்

ஓர் ஆழ்நிலைப்பார்வை

அ. மாதவையாவின் தமிழ் நாவல்கள்

ஓர் ஆழ்நிலைப்பார்வை

ராஜ் கௌதமன்

நியூ செஞ்சுரி புக் ஹவுஸ் (பி) லிட்.,
41-பி, சிட்கோ இண்டஸ்டிரியல் எஸ்டேட்,
அம்பத்தூர், சென்னை- 600 098.
☎: 044 - 26251968, 26258410, 48601884

Language: Tamil
A. Mathavaiyavin Thamizh Navalgal
Oor Aazhnilaipparvai
Author: **Raj Gawthaman**
First Edition: January, 2019
Copyright: Author
No.of Pages: 372
Publisher:
New Century Book House Pvt. Ltd.,
41-B, SIDCO Industrial Estate,
Ambattur, Chennai - 600 098.
Tamilnadu State, India.
email: info@ncbh.in
Online: www.ncbhpublisher.in

ISBN: 978 - 93 - 8805 - 095 - 1
Code No. A 4070

₹ 330/-

Branches
Ambattur (H.O.) 044 - 26359906, **Spenzer Plaza (Chennai)** 044-28490027
Trichy 0431-2700885 **Pudukkottai** 04322- 227773 **Tanjore** 04362-231371
Tirunelveli 0462- 2323990, 4210990, **Madurai** 0452 2344106, 4374106
Dindigul 0451-2432172 **Coimbatore** 0422-2380554 **Erode** 0424-2256667
Salem 0427-2450817 **Hosur** 04344-245726 **Krishnagiri** 0434-3234387
Ooty 0423 2441743 **Vellore** 0416-2234495 **Villupuram** 04146-227800
Pondicherry 0413-2280101 **Thiruvannamalai** 04175-223449

அ. மாதவையாவின் தமிழ் நாவல்கள்
ஓர் ஆழ்நிலைப்பார்வை
ஆசிரியர்: ராஜ் கௌதமன்
முதல் பதிப்பு: ஜனவரி, 2019

அச்சிட்டோர்: **பாவை பிரிண்டர்ஸ் (பி) லிட்.,**
16 (142), ஜானி ஜான் கான் சாலை, இராயப்பேட்டை, சென்னை - 14
☎: 044-28482441

All rights reserved. No part of this book may be reprinted or reproduced or utilised in any form or by any electronic, mechanical, or other means, now known or hereafter invented, including photocopying and recording, or in any information storage or retrieval system, without permission in writing from the publishers.

பொருளடக்கம்

	நன்றியுரை	7
	சுருக்கக் குறியீடு	9
	முன்னுரை	11
	நூலாக்கத்தின் என்னுரை	37
1.	மாதவையா வாழ்ந்த காலச்சூழல்	39
2.	மாதவையா நாவல்கள் கூறும் சமூக சீர்திருத்தக் கருத்துக்கள்	70
3.	மாதவையாவின் தமிழ் நாவல்களில் காணப்படும் மரபுக் கூறுகளும் சிறப்பியல்புகளும்	132
4.	மாதவையாவும் நடப்பியல் நாவலும்	194
5.	மாதவையா - தாக்கரே: ஓர் ஒப்பீடு	235
6.	மாதவையா: ஒரு மதிப்பீடு	270
	முடிவுரை	299
7.	துணை நூற்பட்டியல்	304
8.	பின்னிணைப்புக்கள்	
8.1.	மாதவையாவின் வாழ்வும் படைப்புக்களும்	309
8.2.	மாதவையாவின் தமிழ் நாவல்களின் கதைச்சுருக்கம்	318
8.3.	மாதவையாவின் தமிழ் மற்றும் ஆங்கில நாவல்களிடையேயுள்ள ஒற்றுமைகள்	323

8.4. மாதவையா, தமிழ் நாவல்களில் பயன்படுத்தியுள்ள
பழமொழிகளும், தமிழ்க் காவியம்,
நீதி இலக்கியங்களிலிருந்து மேற்கோள்களும் 327
8.5. வினா நிரல்: ஆய்வாளர் கேள்விகளுக்கு மா. கிருஷ்ணன்
எழுதித் தந்த பதில்கள் 345
8.6. மாதவையா படைப்புக்கள்: வெளியீட்டு விவரங்கள்
(மாதவையாவின் கடைசி மகன் கிருஷ்ணன் தந்தவை) 362
8.7. பெருங்குளம் பற்றிய மாதவையாவின் ஆங்கிலக் கவிதை
(கிருஷ்ணன் தந்தது) 366

நன்றியுரை

டாக்டர் (திருமதி) ர. விஜயலட்சுமி, D.Phil (Oxon) அவர்கள், நான் விரும்பிய தலைப்பில் ஆய்வு செய்ய அனுமதியளித்து, என்னை ஆய்வு மாணவனாக ஏற்றுக் கொண்டு நன்னெறிப்படுத்தினார்கள். இவ் ஆய்வில் நான் கண்ட கருத்துக்கள் துலக்கம் பெறுவதற்குப் பெரிதும் அவர்கள் உதவியதோடு, இவ் ஆய்வில் தற்போது காணும் ஆய்வு மொழிநடைக்கும் அவர்களே வழிகாட்டியாக அமைந்தார்கள். அவர்கட்கு என் நன்றியைப் படைக்கின்றேன்.

உலகத் தமிழாராய்ச்சி நிறுவனத்தில் பகுதிநேர ஆய்வாளனாக ஆய்வு செய்வதற்கு வாய்ப்பு வழங்கிய முன்னாள் இயக்குநர் டாக்டர் ச.வே. சுப்பிரமணியன் அவர்கட்கும், இவ் ஆய்வேட்டை அளிக்க ஒப்புதல் வழங்கிய இந்நாள் (பொறுப்பு) இயக்குநர் டாக்டர் அன்னி தாமசு அவர்கட்கும் என் நன்றி.

உலகத் தமிழாராய்ச்சி நிறுவனத்தில் பகுதி நேர ஆய்வு செய்ய எனக்கு ஒப்புதல் அளித்த பாண்டிச்சேரி கல்வித்துறை இயக்குநர் அவர்கட்கு என் நன்றி.

இவ் ஆய்வு செய்யுங்காலத்தில் இதற்குத் தேவைப்பட்ட அலுவலக, மற்றும் நூலகத் தொடர்பான உதவிகளைச் செய்த உலகத் தமிழாராய்ச்சி நிறுவன நூலகர்கள் மற்றும் அலுவலர்கள் அனைவர்க்கும் என் நன்றி.

இவ் ஆய்விற்குத் தேவைப்பட்ட நூல்களையும் இதழ்களையும் எளிதிற் பெறமுடியாத நேரத்தில், தாமே முன்வந்து தாம் பணிபுரிந்த மறைமலையடிகள் நூலகத்திலிருந்து தேடித்தந்த நண்பர் திரு. சலபதி அவர்கட்கு நன்றி கூறுவது என் தலையாய கடமையாகும்.

மேலும் சில மூல நூல்களும், இதழ்களும் கிடைக்க வழி செய்த திருவான்மியூர் உ.வே. சாமிநாதையர் நூலகம், அடையாறு பிரம்மஞான சங்க நூலகம் ஆகியவற்றின் பொறுப்பாளர்கட்கு என் நன்றி. நான் பணிபுரிந்த காரைக்கால் அறிஞர் அண்ணா கலைக்கல்லூரி நூலகர்

திரு. D. அன்பு அவர்கட்கும், பாண்டிச்சேரி, தாகூர் கலைக் கல்லூரி நூலகர்க்கும் என் நன்றி.

நான் தேடிச் சென்றபோதெல்லாம் அன்புடன் விருந்தோம்பி, தம் தந்தையார் அ.மாதவையா அவர்களைப் பற்றி மனம் நெகிழும் வண்ணம் நினைவுகூர்ந்த திரு. மா.கிருஷ்ணன் அவர்கட்கு என் பேரன்பையும், மரியாதையையும், நன்றியையும் தெரிவித்துக் கொள்கின்றேன். திரு. மா.கிருஷ்ணன், தன் குடும்பத்தாருக்காக மாதவையா பற்றித் தயாரித்த குறிப்புக்கள் அனைத்தோடும், மாதவையா படைத்த சில நூல்களையும் தந்துதவினார். இவை அனைத்திற்கும் மேலாக, நான் எழுதித்தந்த வினா நிரலுக்குத் தாமே கைப்பட விடைகளை விளக்கமுற எழுதி, அதில் இரண்டு நகல்களை எடுத்து எனக்கு அனுப்பி உதவினார். எனவே திரு. மா.கிருஷ்ணன் அவர்கட்கு நான் பெரிதும் நன்றிக்கடன் பட்டிருப்பதை இங்குக் குறித்துக் கொள்கிறேன்.

இவ் ஆய்வேட்டினை, கணினி வழியாக அழகிய முறையில் அச்சிட்டு, நகல் எடுத்து, பைண்டிங் செய்து தந்த 'IMPRINTS' Desk Top Publishers & Commercial Designers' உரிமையாளரும், என் சகோதரருமான திரு. எஸ். சுதர்ஸன் அவர்கட்கு என் அன்பையும், நன்றியையும் உரித்தாக்குகிறேன். உறுதுணையாக இருந்து உதவிய என் மனைவி பரிமளத்திற்கும் என் அன்பும் நன்றியும்.

ராஜ் கௌதமன்

சுருக்கக் குறியீடு

தமிழ்

ஆ.சீ.	'ஆசார சீர்திருத்தம்'
ப.ச.	'பத்மாவதி சரித்திரம்'
தி.கோ.	'தில்லை கோவிந்தன்'
மு.மீ.	'முத்து மீனாட்சி'
ச.ன்.	'சத்தியானந்தன்'
வி.மா.	'விஜய மார்த்தாண்டம்'
கி.தா.	'கிளாரிந்தா'
லெ.ப.	'லெப்ட். பஞ்சு'
பக்.	'பக்கம்'
பக்க்.	'பக்கங்கள்'
மே.நூ.	மேற்படி நூல்
மே.இ.	மேற்படி இதழ்
மொ.பெ.	மொழிபெயர்ப்பு
செ.கி.க.இ.	சென்னைக் கிறித்தவக் கல்லூரி இதழ்
கு.கு.க.	குசிகர் குட்டிக் கதைகள்

ஆங்கிலம்

ED	Edition
Ibid	In the Same work
p	page
pp	pages
vol	volume
M.C.C.M.	'The Madras Christian College Magazine'

முன்னுரை

அ. மாதவையா[1] (1872 - 1925) ஆங்கிலேயர்கள் தமிழகத்தை உள்ளிட்ட இந்தியப் பெரும் நிலப்பரப்பை ஆண்டபோது, மாபெரும் சமூகப் பண்பாட்டு மாற்றங்கள் ஏற்பட்ட காலகட்டத்தில் தோன்றி வாழ்ந்தவராவார். திருநெல்வேலி மாவட்டத்திலுள்ள பெருங்குளம் கிராமத்தில் பிறந்து, உயர்நிலைப் பள்ளிப் படிப்பைத் திருநெல்வேலி இந்துக் கல்லூரியிலும், பி.ஏ. பட்டப்படிப்பைச் சென்னைக் கிறித்தவக் கல்லூரியிலும் முடித்தார். பின்னர் அரசாங்கத்தின் உப்பு மற்றும் அக்பரி, துறையில் (Salt and Akbury Department) சேர்ந்து பணியாற்றினார். உரிய காலத்திற்கு முன்பே ஓய்வு பெற்றுச் சென்னையில் தங்கி, சொந்த அச்சுக் கூடமும், வெளியீட்டகமும், இதழும் தொடங்கி நடத்தினார். ஆயினும் இவற்றைத் தொடர்ந்து நடத்தவியலாதபடி மறு ஆண்டே எதிர்பாரா வகையில் இறந்தார்.[2]

1892ஆம் ஆண்டு முதல், 1925ஆம் ஆண்டு வரையுள்ள ஏறத்தாழ நாற்பதாண்டுக் காலமாகத் தமிழகத்தில் பண்பாட்டுச் சீர்திருத்தங்கள் பற்றிய புத்தாக்கங்களை ஆங்கிலத்திலும் தமிழிலும் படைத்தவர் மாதவையா. நாட்டின் அரசியல் விடுதலைக்கு முன்பாக, சமுதாயத்தின் விடுதலையே வேண்டப்படுவது என்னும் கொள்கையை உறுதியாக இறுதிவரை பற்றி நின்றவர் மாதவையா. சமுதாயத்தில், குறிப்பாகத் தாம் நன்கறிந்த பிராமண சமுதாயத்தில் காலத்திற்கொவ்வாத சில நம்பிக்கைகளையும், வழக்கங்களையும், மதிப்பீடுகளையும் மேற்கத்திய மறுமலர்ச்சிக் கருத்துகளின் அடிப்படையில் சீர்திருத்துவதே மாதவையாவின் முதற்கடமையாக இருந்தது.

இக்கடமையை நிறைவேற்றும் முகமாக எழுத்தை ஒரு சாதனமாகக் கொண்டார். நாவல்கள், சிறுகதைகள், பத்திரிகைக் கட்டுரைகள், பாடல்கள் வாயிலாக மாதவையா தம்முடைய சீர்திருத்தக் கருத்துக்களைப் படித்தவர்களிடையே பரவச் செய்தார். இவ்வகையில், மாதவையா, தமிழகத்தில் 19ஆம் நூற்றாண்டின் பிற்பகுதியில் உருவான அறிவு வட்டத்தினருள் ஒருவராக நின்று செயல்பட்டார்.

ஆய்வு நோக்கம்

ஆங்கிலேயரின் ஆட்சிக் காலத்தில் இந்தியாவெங்கும் தொன்மையான வாழ்க்கை முறையிலிருந்து, புதுமையை நோக்கிக் கிளர்ந்து எழுந்த பண்பாட்டு மறுமலர்ச்சி பரவியது. தமிழகத்தில் இவ் எழுச்சிக் காலகட்டமாக ஏறத்தாழ 1850 முதல் 1950 வரையுள்ள நூறாண்டு காலத்தைக் குறிப்பிடலாம். தமிழகத்தின் கடந்த நூற்றாண்டின் பிற்பகுதி முதல் இவ் எழுச்சியைத் தோற்றுவித்தவர்களாகப் படித்த அறிவு வட்டத்தினரைக் காணலாம். இவ் அறிவு வட்டத்தினுள், ஆங்கிலக் கல்விமுறையில் உயர்கல்வி கற்று அரசுப் பணிகளிலும், நீதி மன்றங்களிலும், கல்வி வட்டத்திலும், தொழில் துறைகளிலும் பணிபுரிந்த நடுத்தர வகுப்பினர் அடங்குவர். தமிழக மறுமலர்ச்சிக்கு இவர்கள் அளித்த கொடை குறித்து ஆய்வது பொது நோக்கமாக வரையறுத்துக் கொண்டு, இவர்களில் மாதவையாவின் பங்கினை ஆய்வது சிறப்பு நோக்கமாகக் கொள்ளப்படுகிறது.

தமிழகப் பண்பாட்டு மறுமலர்ச்சி பல நிலைகளில் ஏற்பட்டது. மேற்கத்திய பண்பாட்டுக் கூறுகளின் சிறப்பியல்புகளோடு இணையானவற்றைத் தமிழ் மரபிலிருந்து முன்னெடுத்து வைத்தது ஒரு நிலை; மேற்கத்தியப் பண்பாட்டை விடத் தமிழ்ப்பண்பாட்டு மரபு தொன்மை வாய்ந்தது எனப் பண்பாட்டுப் பெருமை பேசியது ஒரு நிலை; மேற்கத்தியப் பண்பாட்டின் சிறப்புக் கூறுகளையும், தமிழ்ப் பண்பாட்டின் சிறப்புக் கூறுகளையும் ஒன்றிணைத்து (synthesis), புதியதொரு பண்பாட்டினை முன்வைத்தது ஒரு நிலை. இந்துமத, சமுதாய சீர்திருத்த மாநாடுகள் நடத்துதல், பழந்தமிழ்ச் சுவடிகளை அச்சேற்றுதல், பழந்தமிழரின் நாகரிக வரலாற்றை ஆய்ந்து எழுதுதல், இந்நோக்கங்கட்காகப் புதிய தொடர்பு சாதனங்களாகிய பத்திரிகை, அச்சகம் போன்றவற்றைக் கையாளுதல், தமிழில் அதுவரை இல்லாதிருந்த புதிய இலக்கிய வகைகளாகிய நாவல், சிறுகதை, நாடகம் ஆகிய உரைநடை இலக்கியங்களை ஏற்படுத்துதல் ஆகிய முயற்சிகளை மேற்கூறிய பண்பாட்டு மறுமலர்ச்சிக்காக அறிவு வட்டத்தினர் மேற்கொண்டனர்.

இவ் அறிவு வட்டத்தைச் சேர்ந்த மாதவையா, மேற்கத்திய இலக்கிய வகைகளில் நாவல், சிறுகதை, ஓரங்க நாடகம் ஆகியவற்றைத் தமிழில் படைத்து, அவற்றின் வழியே புத்திலக்கியம் தோற்றுவித்தல், சமூக சீர்திருத்தக் கருத்துக்களைப் பரவச் செய்தல் ஆகிய மறுமலர்ச்சி நடவடிக்கைகளை மேற்கொண்டார். அவர் படைத்த புத்திலக்கியங்கள் தமிழிலும் ஆங்கிலத்திலும் அமைந்துள்ளன. தமிழில் அவர் படைத்த நாவல்களைக் குறிப்பான ஆய்வுக்குட்படுத்தி, அவ் ஆய்வுக்கு

வலுவூட்டுவதற்காக அவர் படைத்த ஆங்கில நாவல்களையும், சிறுகதைகளையும், கட்டுரை, பாடல்கள், தலைமையுரை போன்ற ஏனைய படைப்புக்களையும் பொதுவான ஆய்வுக்குட்படுத்துவதே ஆய்வின் நோக்கமாகும்.

மாதவையாவிடம் உருப்பெற்ற சமூக சீர்திருத்தக் கருத்துக்களையும் அவர் படைத்த நாவல்களில் காணக்கூடிய மரபுக் கூறுகள், நடப்பியல் முதலான சிறப்புக் கூறுகள் ஆகியவற்றையும், விக்டோரியகால ஆங்கில நாவலாசிரியரான தாக்கரே (Thackeray) என்பவருடன் அவர் கொண்ட ஒற்றுமையையும், விரிவாக ஆய்வது இவ் ஆய்வின் சிறப்பு நோக்கமாகக் கொள்ளப்படுகிறது. மேலும், இற்றைக்கு நூறாண்டுகட்கு முன் பிறந்து வாழ்ந்து செயல்பட்ட மாதவையாவின் தனிவாழ்க்கை பற்றியும், பொதுவாழ்க்கை பற்றியும் மதிப்பீடு செய்வது தற்காலச் சூழலுக்கு மிகவும் இன்றியமையாதலால், அத்தகைய மதிப்பீட்டு முயற்சியைச் செய்வதும் இவ் ஆய்வின் சிறப்பான நோக்கத்திற்குள் அடங்குவதாக உள்ளது.

மேலும், மாதவையா தமிழின் முன்னோடி நடப்பியல் வகைச் சமூக நாவலாசிரியர் என்றும், தாக்கரேயினால் தாக்கமுற்றவர் என்றும், அவர் கால முதல், தற்காலம் வரை கருத்துக்கள் கூறப்பட்டாலும், அக்கருத்துக்களை அவருடைய நாவல்களை முழுமையாக ஆய்வுக்குட் படுத்தி நிறுவும் முயற்சி மேற்கொள்ளப்படவில்லை. இம் முயற்சியை நிறைவேற்றுவது இவ்வாய்வின் மிக இன்றியமையாத நோக்கமாகக் கொள்ளப்பட்டுள்ளது.

மாதவையாவின் முழுமையான ஆளுமையைத் தற்காலத் தமிழ்ச் சூழலுக்கு அறிமுகப்படுத்துவதால், அவ் ஆளுமை இன்றைய இளம் தலைமுறையினர்க்குப் பெரிதும் ஆக்கத்தை ஏற்படுத்தும் என்பதே இவ் ஆய்வு மேற்கொள்ளப்பட்டதற்குரிய அடிப்படை நோக்கமாகும்.

ஆய்வுப் பரப்பு

தமிழில் தொடக்க கால நாவலாசிரியர்களான வேதநாயகம் பிள்ளை, பி.ஆர். இராஜமையர் முதலானவர்களைப் பற்றிய ஆய்வுகள் நடந்துள்ளன. மாதவையா பற்றிய முதல் முனைவர்பட்ட ஆய்வினை எம்.வி. சுதாகர், 'தொடக்க காலத் தமிழ் நாவல்களும், மாதவையாவும்' ('Early Tamil Novels with Special reference to A. Madhaviah') என்ற தலைப்பில் செய்துள்ளார்.[3]

இவர்தம் ஆய்வில், 1879 முதல் 1903 வரையுள்ள காலகட்டத்தில் தோன்றிய தமிழ் நாவல்களைப் பற்றியும், மாதவையா பற்றியும் முதலில்

விளக்கிவிட்டுப் பின்னர், மாதவையா நாவல்களின் கருப் பொருட்கள், கதைப்பின்னல், கட்டமைப்பு என்ற உள்ளடக்க, உருவ ஆய்வினைச் செய்துள்ளார். இவற்றையடுத்து, மாதவையா நாவல் வழியே செய்த சமூகப்புரட்சி பற்றியும், மாதவையாவின் மீது கிறித்தவ மதம் செலுத்திய தாக்கம் பற்றியும் விளக்கியுள்ளார். இறுதியாக மாதவையா நாவல்களில் காணப்படும் தனித் தன்மைகளை எடுத்துக்காட்டி முடிவுரை வழங்கியுள்ளார்.

அடுத்து கே.எஸ். இராமமூர்த்தி, ஆங்கிலத்தில் எழுதிய 'இந்திய-ஆங்கில நாவலின் தோற்றம்' என்ற நூலில்[4] 'இரண்டு தென்னிந்திய நாவலாசிரியர்கள்' என்ற இயலில் பி.ஆர். இராஜமையரும், மாதவையாவும் சுருக்கமாக ஆய்வு செய்யப்பட்டுள்ளனர். மாதவையாவின் ஆங்கில நாவல்களான 'சத்தியானந்தன்' ('Satyananda'), 'கிளாரிந்தா' ('Clarinda'), 'தில்லை கோவிந்தன்' ('Thillai Govindan'), 'லெப்ட். பஞ்சு' ('Leiut. Panju') ஆகியவையும், தமிழிலிருந்து ஆங்கிலத்தில் மொழி பெயர்க்கப்பட்ட 'முத்து மீனாட்சி' நாவலும் ஆய்வுக்குட்படுத்தப் பட்டுள்ளன. இவ் ஆய்வின்படி மாதவையா சிறந்த நடப்பியல் நாவலாசிரியர் என்ற முடிவிற்கு இந்நூலாசிரியர் வந்துள்ளார். அவ் ஆய்வு முழுமையும் மாதவையாவைப் பற்றியதாக இல்லாமல், ஆய்வின் ஒரு பகுதியாகவே அமைந்துள்ளது.

திருமதி. சந்திரலீலா ஆதித்தன், 'தொடக்ககால நாவல்களில் விதவைப் பிரச்சினைகள்' என்ற தலைப்பில் செய்த ஆய்வில், ஏனைய தொடக்க காலத் தமிழ் நாவல்களைப் போல, மாதவையாவின் நாவல்களில் காணப்படும் விதவைச் சிக்கல் தொகுத்துரைக்கப் பட்டுள்ளது.[5]

மேலும், தமிழில் தோன்றிய 'சமூக நாவல்கள்' என்னும் குறிப்பிட்ட வகை நாவல்கள் குறித்து ஆய்வு நூல் படைத்த இரா. தண்டாயுதம், அந்நூலில் சமூக நாவல்களைப் படைத்த பலரையும் பற்றிச் சுருக்கமாக ஆய்வு செய்துள்ளார்.[6] இவ்வாய்வின் முடிவில், தமிழில் சமூக நாவல்களின் முன்னோடியாக மாதவையா முன் மொழியப்பட்டுள்ளார். மேலும், மாதவையாவுக்கும் தாக்கரேயிக்கு முள்ள ஒப்புமை பற்றியும், விதவை மறுமணத்தை முதன் முதலில் நாவலில் நடத்திக் காட்டியவர் மாதவையா என்றும் இவ்வாய்வின் வழியே கூறியுள்ளார்.

மேற்குறித்த நால்வரும், மாதவையாவை முழுமையாகவோ அல்லது தத்தம் ஆய்வு நோக்கத்திற்குத் தேவைப்படும் அளவிற்குப் பகுதியாகவோ ஆய்வுக்குட்படுத்தியுள்ளனர். ஆய்வுகளாக அன்றித்

திறனாய்வு நூல்களாகத் தமிழில் வெளி வந்தவற்றிலும் மாதவையா பற்றிய குறிப்புக்களும், திறனாய்வுக் கருத்துக்களும், பாராட்டுரைகளும் இடம்பெற்றுள்ளன.

இவற்றையடுத்து, மாதவையா வாழ்ந்த காலத்திலே, அவருடைய நாவல்களைப் பற்றி அக்கால ஆங்கில, தமிழ் இதழ்களில் வெளிவந்த மதிப்புரைகளில், வி.கோ. சூரிய நாராயண சாஸ்திரியார்,[7] போன்ற வர்கள் எழுதியவையும் மாதவையா பற்றிய ஆய்வுக்கு இன்றியமை யாதவையாகக் காணப்படுகின்றன. இம் மதிப்புரைகளில்தான், முதன் முதலாக, மாதவையாவை நடப்பியல் நாவலாசிரியர் என்றும், அவர்மீது தாக்கரே செலுத்திய தாக்கம் எத்தகையது என்றும் கூறப்பட்டுள்ளன.

மாதவையா குறித்த ஆய்வுப் பரப்பில் இறுதியாகக் குறிக்கத் தக்கவை, அவருடைய வாழ்க்கை வரலாறு பற்றிய தகவல்களாகும். மாதவையாவின் இறுதிப் புதல்வர் கிருஷ்ணன், தம் குடும்பத்தினர்க்காக மாதவையா பற்றி எழுதிய பதிவேடும்,[8] மாதவையாவின் அண்ணன் மகனாகிய பெ.நா. அப்புசாமி, 'கலைமகள்' (டிசம்பர் 1972, மார்ச் - 1979) இதழ்களிலும், 'சத்தியானந்தன்' நாவலின் தமிழாக்கத்தின் (1979) முன்னுரையிலும் மாதவையா பற்றி எழுதியவையும் மாதவையாவின் வாழ்க்கை வரலாற்றையும், அவருடைய படைப்புக்களையும் பற்றி அறிய உதவுகின்றன.

இவ்வாறு மாதவையா பற்றிய முழுமையான ஆய்வும், பகுதி ஆய்வுகளும், திறனாய்வு நூல்களும், மதிப்புரைகளும், வாழ்க்கை வரலாற்றுக் குறிப்புக்களும் மாதவையா பற்றிய விரிவான ஆய்விற்கு துணையாக அமைந்துள்ளன.

ஆய்விற்கு அடிப்படையாக விளங்கிய நூல்கள்

மாதவையா பற்றி மேற்குறித்த நோக்கில் ஆய்வு செய்வதற்கான அடிப்படை ஆதாரங்களை முதன்மை அடிப்படை நூல்கள் என்றும், இரண்டாம் நிலை அடிப்படை நூல்கள் என்றும் வகுத்துக் கொள்ளலாம். மாதவையா படைத்த அனைத்து நாவல்களையும் முதன்மை அடிப்படை நூல்களாகக் கொள்ளலாம். என்றாலும், அவர் தமிழில் எழுதிய 'பத்மாவதி சரித்திரம்' (ப.ச.) 'முத்து மீனாட்சி' (மு.மீ), 'விஜய மார்த்தாண்டம்' (வி.மா) ஆகிய மூன்று நாவல்களை மட்டுமே முதன்மை அடிப்படை நூல்களாகக் கொள்ள வேண்டும். இவற்றின் பெயர், பதிப்பு, ஆண்டு, வெளியீடு பற்றிய பட்டியல் பின்வருமாறு:

வரிசை எண்	நாவலின் பெயர்	வெளியீடு	முதற் பதிப்பு	இறுதிப் பதிப்பு
1.	பத்மாவதி சரித்திரம்[9] (3 பாகமும் சேர்ந்தது)	வானவில் பிரசுரம்	1898 1903	1978 1899
2.	முத்து மீனாட்சி	வானவில் பிரசுரம்	1903	1984
3.	விஜய மார்த்தாண்டம்[10]	ஸ்ரீநிவாஸ, வரதாச்சாரியார் அண்டு கம்பெனி	1903	1924

இரண்டாம் நிலை அடிப்படை நூல்களாகத் தமிழாக்கம் செய்யப்பட்ட மாதவையாவின் ஆங்கில நாவல்கள் கொள்ளப்படுகின்றன. இந்நாவல்களை மாதவையாவின் காலத்திற்குப் பின்னர் மற்றவர்கள் தமிழாக்கம் செய்து வெளியீட்டுள்ளனர். அத்தகைய நாவல்கள் பின்வருமாறு:

வரிசை எண்	நாவலின் பெயர்	தமிழில் ஆக்கியவர்	வெளியீடு: ஆண்டு
1.	தில்லைகோவிந்தன்	வே. நாராயணன் தினமணி காரியாலயம்,	1944
2.	கிளாரிந்தா	திருமதி. சரோஜினி,	1976
		திருமதி. சரோஜினி பாக்கியமுத்து, கிறித்தவ இலக்கியச் சங்கம்,	
3.	சத்தியானந்தன்	" "	1979

இம்மூன்று நாவல்களில், 'தில்லை கோவிந்தன்' (தி.கோ) நாவல் மட்டும், மாதவையா பங்கு பெற்ற 'தமிழர் நேசன்' இதழ்களில் 1918 முதல் 1924 வரை மாதவையாவாலும், பின்னர் அவருடைய உறவினரான வே. நாராயணன் என்பவராலும் மொழிபெயர்த்துத் தொடராக வெளிவந்தது. மேலே குறிப்பிட்ட இருவகை ஆய்வு மூலங்களை மட்டுமின்றி, மாதவையா படைத்த இறுதி ஆங்கில நாவலான 'லெப்ட். பஞ்சு' (லெ.ப) நாவலும்[11] 'குசிகர் குட்டிக் கதைகள்' என்ற சிறுகதைகளும், 'ஆசார சீர்திருத்தம் என்ற தலைமையுரையும்,

'தில்லை கோவிந்தன் கலவை' என்ற ஆங்கிலக் கட்டுரைத் தொடரும், மாதவையாவின் பத்திரிகை எழுத்துக்களும், *'இந்திய தேசிய கீதங்கள்'* என்ற பாடல் தொகுப்பும்[12] மூன்றாம் நிலை அடிப்படை நூல்களாகக் கொண்டு இவ் ஆய்வு செய்யப்பட்டுள்ளது. முதன் நிலை அடிப்படை நூல்களில் பெற்ற ஆய்வு முடிவுகளுக்குத் துணைச் சான்றுகளைக் காட்டுவதற்காகவே இரண்டாம் நிலை மற்றும் மூன்றாம் நிலை அடிப்படை நூல்கள் பயன்படுத்தப்பட்டுள்ளன. இம்மூன்று வித அடிப்படை நூல்களைக் கொண்டும் மாதவையா பற்றிய முழுமையான ஓர் ஆய்வை மேற்கொள்ளும் முயற்சி எடுக்கப்பட்டுள்ளது.

அணுகுமுறை

இவ் ஆய்வின் பொதுவான அணுகுமுறையாகப் பகுப்பாய்வு முறை பின்பற்றப்பட்டுள்ளது. இடையிடையே கருத்து விளக்கத் திற்காக வெவ்வேறு அணுகுமுறைகளும் பின்பற்றப்பட்டுள்ளன. காலச் சூழலையும், சீர்திருத்தக் கருத்துக்களையும் நன்கு வகைப்படுத்தி அறிந்துகொள்ள சமூகவியலாளரின் அணுகுமுறையின் பாற்பட்ட கருத்தாக்கங்கள் (Concepts) பயன்படுத்தப்பட்டுள்ளன. மாதவையாவின் வாழ்வையும், படைப்பையும் மதிப்பீட்டு அணுகுமுறையில் விளக்குகிற போது, சமூகவியலாளர் கூறுகின்ற கருத்தாக்கம் பயன்படுத்தப் பட்டுள்ளது. தாக்கரேயுக்கும் மாதவையாவுக்குமிடையேயுள்ள ஒற்றுமையைப் புலப்படுத்த ஒப்பீட்டு அணுகுமுறை பின்பற்றப் பட்டுள்ளது. மாதவையா படைத்த பாத்திரங்களைப் பகுப்பாய்வு செய்கிறபோது உளவியலாய்வின் கருத்தாக்கம் பயன்படுத்தப் பட்டுள்ளது.

இயல் பகுப்புக்கள்

ஆய்வு முன்னுரை நீங்கலாக ஆறு இயல்களாகவும், இறுதியில் முடிவுரையுமாகவும் இவ்ஆய்வு பகுக்கப்பட்டுள்ளது. ஆய்வேட்டின் முடிவுரையை அடுத்துத் துணை நூற்பட்டியலும் பின் இணைப்புக் களும் இடம் பெற்றுள்ளன.

இயல் 1: மாதவையா காலப் பண்பாட்டுச் சூழல்

மாதவையா வாழ்ந்த காலம் (1872-1925) தமிழகத்தில் குறிப்பிடத் தக்க பண்பாட்டு மாற்றங்கள் ஏற்பட்ட காலமாகக் கூறலாம். தமிழகத்தில் படித்த சிறுபான்மை அறிவு வட்டத்தினரின் செயல் பாடுகளே இக்காலத்தில் சிறப்பிடம் பெற்றன. இச் செயல்பாடுகளில் இரண்டு வகைகளை முதன்மைப்படுத்திக் காணலாம். மேற்கத்தியப் பண்பாடு, அரசியல் தாக்கங்களால் தோன்றிய துணைப் பண்பாடு (Sub-culture) ஒரு வகையாகவும்; தேசிய, சமூக நீதி அரசியல் ஒரு வகையாகவும் இருந்தன. இவ்விருவகைச் செயல்பாடுகளுக்கும்,

புதிதாக உருவான தொடர்பு சாதனங்களான இதழ்களும், நூல்களும், அச்சு எந்திரங்களின் வேகமான உற்பத்தி முறையும் துணைபுரிந்தன.

1. துணைப் பண்பாட்டு அமைப்பு:

இங்குச் சுட்டப்படுவது படித்த சிறுபான்மையோர், மேற்கத்திய பண்பாட்டு விழுமியங்கட்கு இசைய, தாங்கள் தோன்றிய சமுதாயப் பகுதியின் பழமையான 'ஆசாரங்களை'ச் சீர்திருத்திய பண்பாட்டு முயற்சியாகும். மேற்கத்திய கல்வியைக் கற்றவர்கள், தமிழ்ச் சமுதாயத்தில் உயர் சாதி நிலை வகுத்த பிராமணரும், வேளாளரும், மதம் மாறிய கிறித்தவர்களுமாவார்கள். இவர்களுள் பெரும்பாலோர் பிராமணர்களாகவும், ஆந்திர நிலவுடைமையாளர்களாகவும், சைவ வேளாளர்களாகவும் இருந்தார்கள். இவர்கள் ஆங்கில அரசு ஏற்படுத்திய பணிகளிலும், நீதி, சட்டம், கல்வி, மருத்துவம் ஆகிய துறைகளிலும் தொழில் புரிபவர்களாக இருந்தார்கள். இத்தகைய புதிய அரசுப் பணிகளில் பெரும்பான்மை இடங்களில், படித்த பிராமணரே அமர்ந்திருந்தார்கள். இவர்கள் சென்னை போன்ற பெருநகரங்களில் மையங் கொண்டு மேற்கத்தியப் பண்பாட்டு விழுமியங்களின் அறிவு நோக்கு (rationalism) அடிப்படையில், இந்துச் சமுதாயத்தில், குறிப்பாக பிராமண, வேளாளச் சமுதாயங்களில் சீர்திருத்தம் செய்ய முயன்றார்கள். இதற்காகத் தனித்தனி குழுக்களை ஏற்படுத்தினார்கள்; இதழ்களை நடத்தினார்கள்; இச்சமுதாயங்களில் காணப்பட்ட அறிவுக்கொவ்வா வழக்கங்களாகக் கட்டாய விதவைக்கோலம், குழந்தை மணம், பேய் பிடித்தல், மூட நம்பிக்கைகள், அவற்றை அடிப்படையாகக் கொண்ட நாட்டு மருத்துவம், உருவ வழிபாடு, கோயில் தாசிகளின் சதிராட்டம், வரதட்சிணை வழக்கம் ஆகியவற்றைக் கண்டறிந்து அவற்றைப் போக்கும் மாற்றுக் கருத்துகளை முன்வைத்தார்கள். அடிப்படையில் இந்தச் சீர்திருத்தங்கள், கிறித்தவ மதமாற்றத்திலிருந்து இந்து மதத்தைக் காத்துப் புதுப்பிப்பதாகவும், பெண் விடுதலை பற்றியதாகவும் இருந்தன. வரலாறு தோறும், சமுதாய மாற்றங்கள் புதிய விழுமியங்களின் தாக்குதலால் நிகழ்ந்த போதெல்லாம் பெண் குறித்த சிக்கல்களே முதல் நிலை பெற்று வந்துள்ளன. இது தனி ஆய்வுக்குரிய பொருளாகும்.

இச் சீர்திருத்தங்களை நடத்துவதற்குச் சங்கங்கள் அமைத்தார்கள். இவற்றின் வழியே விதவையர்க்கு மணம் செய்வித்தார்கள். ஆண், பெண் ஆகியோரின் திருமண வயதை உயர்த்தக் கோரிக்கை விடுத்தார்கள். இதழ்களில் சீர்திருத்தங்களை ஆதரித்து எழுதினார்கள். 'ஆசார சீர்திருத்த மாநாடுகளை' ஆண்டுதோறும் நடத்தினார்கள். இம்முயற்சிகளின் தொடர்ச்சியாகவே, புதிய இலக்கியங்களைப் பயன்படுத்தினார்கள். ஆங்கில உரைநடை இலக்கியங்களான நாவல்,

சிறுகதை, மேடைநாடகம் ஆகியவற்றை முன் மாதிரியாகக் கொண்டு, தமிழில் நாவல், சிறுகதை, நாடகங்களைப் படைத்தார்கள். சிலர், ஆங்கிலப் படைப்புக்களைத் தமிழாக்கம் செய்தார்கள். மற்றுஞ்சிலர் வங்காளம், மராட்டியம் ஆகிய மொழிகளில் வந்த புதிய படைப்புக் களைத் தமிழ்ப்படுத்தினார்கள். இப் படைப்புக்கள் வெளிவருவதற்குப் பல இதழ்களும், நூல் பதிப்பகங்களும், பாடப்புத்தக முறையும் துணைபுரிந்தன.

2. தேசிய, சாதி உரிமை அரசியல்

இக்கால கட்டத்தில் உருவாகிக் கொண்டிருந்த பம்பாய், கல்கத்தா நகரங்களின் தேசிய முதலாளிகள், ஏனைய பெருவணிகர்கள், சமீந்தார்கள், பெருநிலவுடைமையாளர்கள் ஆகிய பிரிவினரை இணைத்துத் தலைமை ஏற்று, தேசிய காங்கிரஸ் தோன்றியது. இவர் களுடன் அரசாங்கத்தைச் சாராமல் சொந்தமாகத் தொழில் புரிந்து பொருளீட்டிய வழக்கறிஞர்களும், சுதந்திரமாக இதழ்களில் எழுது வோரும் இணைந்து தத்தம் நலன்களை வெளியிட்டார்கள். வரிக் குறைப்பு, அரசுப் பணிகளில் இந்தியப் படிப்பாளிகட்கு அதிக இடம், அரசு நிர்வாகத்தில் இந்தியர்க்கு உரிய பங்கு, அந்நியப் பொருட்கள் உள்நாட்டுச் சந்தையில் இந்தியப் பொருட்களுடன் போட்டியிடு வதைத் தடுத்தல் முதலான கோரிக்கைகளை அரசாங்கத்திற்கு விடுத்தார்கள். இவர்கள் மிதவாதிகளாகச் செயல்பட்டார்கள். வங்கப் பிரிவினையை ஒட்டி, திலகரின் அரசியல் வருகையோடு, 'சுயராஜ்ய'க் கிளர்ச்சி தீவிரமடைந்து, அடக்கு முறைகள் வலுப் பெற்றன. தமிழகத்தில் பாரதியார், வ.உ. சிதம்பரனார், சுப்பிரமணிய சிவா, பிரம்மச்சாரி, வ.வே.சு. ஐயர், வாஞ்சிநாதன் முதலானோர் இந்துத் தீவிரவாத தேசிய அரசியல்வாதிகளாகச் செயல்பட்டார்கள். 1920ஆம் ஆண்டுக்குப் பிறகு காந்தியின் அரசியல் வருகையோடு, தேசிய அரசியல் இயக்கம் பொது மக்கள் கிளர்ச்சியாகிய போது, தமிழகத்தில், திரு.வி. கலியாண சுந்தரம், இராஜ கோபாலாச்சாரியார், சத்தியமூர்த்தி முதலானோர் முனைப்புடன் செயல்பட்டார்கள்.

தமிழகத்தில், தேசிய அரசியல், இருபதாம் நூற்றாண்டின் தொடக்கம் முதற்கொண்டே செயல்பட்டாலும், 1937ஆம் ஆண்டில், தேர்தலில் பெரும் வெற்றி ஈட்டி இராஜாஜி தமிழக முதலமைச்சரான பிறகுதான் தமிழகத்தில் வலுப்பெற்றது. அதற்கு முன், 19ஆம் நூற்றாண்டின் இறுதி முதல், பிராமணர் - பிராமணர் அல்லாதாரின் சாதி - வர்க்க அரசியலே தலையான அரசியல் கிளர்ச்சியாகச் செயல் பட்டது. மக்கள் தொகையில் இரு விழுக்காடாக இருந்த பிராமணர்கள், அரசுப் பணிகளில் தொண்ணூற்றெட்டு விழுக்காட்டினை வகுத்தார்கள்.

எஞ்சியோர்க்கு உரிய இட ஒதுக்கீட்டினை சாதி அடிப்படையில் தரவேண்டுமென்று அவர்கட்குத் தலைமை தாங்கிய ஆந்திர, மலையாள, தமிழ் வேளாளர்கள் கோரிக்கை விட்டார்கள். இச்சாதி உரிமை அரசியலுக்கு ஆங்கில அரசும் மறைமுகமாகத் துணைபுரிந்தது. அரசியல் தளத்தில் இவ்வியக்கம் 'ஜஸ்டிஸ் கட்சி' என்ற பெயரில் இயங்கி, ஆங்கில அரசாட்சியுடன் சிலகாலம் சேர்ந்து பங்காற்றியது. இதே கோரிக்கை, பண்பாட்டுத் தளத்திலும் முன்வைக்கப்பட்டது. ஆரியம், திராவிடம் என்றும் வடமொழி, தமிழ் மொழி என்றும் தனித் தமிழ் என்றும் தமிழினம் என்றும் சைவ மதம் என்றும் பல்வேறு பண்பாட்டு உருவகங்களை, மறைமலையடிகள், சுந்தரம் பிள்ளை போன்றோரும், பல்வேறு சைவ சமய சமாஜங்களும் (சைவ மடங்களும், கரந்தைத் தமிழ்ச் சங்கம் போன்ற தமிழ்ச் சங்கங்களும்) முன் வைத்தார்கள். பிராமணரையும், அவர்கள் தலைமை வகுப்பதாகக் கூறப்பட்ட இந்து மதத்தையும் நாத்திகம், சுயமரியாதை, பகுத்தறிவு முதலான கருத்தாக்கங்களைக் கொண்டு தீவிரமாகத் தாக்கிய சமுதாய நீதி இயக்கமாகப் பின்னர், ஈ.வே. ராமசாமி பெரியாரின் தலைமையில் திராவிடக் கழகம் தோன்றியது.

மேற்கூறிய அரசியலில் குறிப்பிடத்தக்க ஒன்று, இந்து மத, சாதி அமைப்பிற்குள்ளேயே மோதல்கள் நிகழ்ந்ததாகும். தமிழகத்தில் இந்து, இசுலாமிய மோதல்களோ, இந்து, கிறித்தவ மோதல்களோ தமிழகச் சாதி உரிமை அரசியலில் பெரிய மோதல்களாக நிகழவில்லை.

மாதவையா வாழ்ந்த காலத்தின் அரசியல், பண்பாட்டுச் சூழல்கள் மேற்கண்டவாறு அமைந்திருந்தன. இவற்றில், மாதவையா செயல் பட்டது பண்பாட்டுச் சூழலிலாகும். தேசிய அரசியல் நடவடிக்கை களிலோ, சாதி உரிமை அரசியல் கிளர்ச்சிகளிலோ மாதவையா பங்காற்றியது இல்லை. மாதவையாவை உள்ளிட்ட அறிவு வட்டத் தினரிடையே காணப்பட்ட துணைப் பண்பாட்டினை வகைப்படுத்தி அறிந்து கொள்ள, யோகேந்திர சிங் விளக்கிய முதனிலை மற்றும் இரண்டாம் நிலை மேற்கத்திய மயமாதல் என்ற கருத்தாக்கம் இவ் இயலில் பயன்படுத்தப்பட்டுள்ளது.

இயல் 2: மாதவையா நாவல்கள் வழி அறியலாகும் சமூக சீர்திருத்தக் கருத்துக்கள்

முந்தைய இயலில் சுருங்க உரைக்கப்பட்ட தமிழகத் துணைப் பண்பாட்டின் சமூக சீர்திருத்தக் கருத்துக்கள், மாதவையா நாவல்களின் வழியாக வெளிப்படுவதை இவ்வியல் ஆய்கிறது. மாதவையா மேற்கத்தியப் பண்பாட்டின் விழுமியங்களையும், தமிழ் மரபின் பண்பாட்டில் போற்றத்தக்க விழுமியங்களையும் தக்க விதத்தில்

ஒன்றிணைத்தவராவார். இக் கருத்துக்களைக் கொண்டு, தமிழ் நாட்டின் பிராமணச் சமுதாயத்தையே சீர்திருத்த எண்ணினார். ஏனெனில் தொன்றுதொட்டு ஏனைய சாதியினர்க்குத் தலைமை வகுத்தவர்களும், முன்மாதிரியாகத் திகழ்ந்தவர்களும், வழிகாட்டியவர்களும் பிராமணர் களே என்று திடமாக நம்பினார். தாம் பிறந்த பிராமணச் சாதியினர் இடையில் காணப்பட்ட அறிவுக்கொவ்வா வழக்கங்களைச் சீர்திருத் தினால், இவர்களைப் பார்த்து ஏனைய சாதியினரும் சீர்திருந்துவர் என்று எதிர்பார்த்தார். அவருடைய எதிர்பார்ப்பு இன்றும்கூட நிறைவேறவில்லை. அது மட்டுமன்றி அவர் வாழ்நாளிலேயே அவர் பிறந்த பிராமணச் சாதியினரிடமிருந்தே எதிர்ப்பும் எழுந்தது. மேலும் பிராமணரும், அவர்களால் தமிழகத்திற்குள் கொண்டு வரப்பட்ட தாகக் கூறப்பட்ட சமஸ்கிருதமும், சாதிப் பாகுபாடும், புராணக் கடவுள்களும் பிராமணர் அல்லாதாரின் ஒரு பிரிவினரால் பழித்துக் கண்டிக்கப்பட்டன.

துணைப் பண்பாட்டின் சமூக சீர்திருத்த இயக்கத்திற்கும், இத்துணைப் பண்பாட்டில் தலைமை இடம் வகுத்த பிராமணரைப் பின்னர் எதிர்த்த தனித்தமிழ், சுயமரியாதை, நாத்திக இயக்கங்களுக்கும் இடையிலுள்ள உறவையும், முரண்பாட்டையும் பற்றிய விரிவான ஆய்வுகள் தேவை. இருவகை இயக்கங்களுமே அறிவு நோக்கினை அடிப்படையாகக் கொண்டதில் ஒப்புமை கொண்டிருந்தாலும், இலக்குகள் வேறுபடுவதை அறியலாம்.

மாதவையா, மதம், சாதி, வகுப்பு, பெண்சிக்கல், பொருளாதார மாற்றம் பற்றிக் கொண்டிருந்த கருத்துக்கள் அவர் படைத்த தமிழ், ஆங்கில நாவல்கள் வழியே சிறப்பாக வெளிப்பட்டுள்ளன. தமிழின் தொடக்க கால நாவலாசிரியர்களில் முற்போக்குக் கருத்துக்களைக் கொண்டு, சமூக நடப்பியல் நாவல்களையும், சிறுகதைகளையும் படைத்தவர்களில் மாதவையா முக்கிய இடம் பெறத்தக்கவராகக் காணப்படுகிறார்.

மாதவையாவின் சீர்திருத்தக் கருத்துக்களைக் காணும் முன், அக்கருத்துக்கள் அவர் படைத்த கற்பனைப் படைப்புக்களில் வெளிப் படுவதால், அவற்றை அவருடைய சொந்தக் கருத்துக்களாகக் கொள்ளலாமா என்ற கேள்விக்கு விளக்கம் காணலாம். நடப்பியல் நாவலானது இன்று தமிழில் நூறாண்டு வளர்ச்சியை எட்டிய நிலையில், படைப்பும், படைப்பாளியும் ஒன்றாக முடியாது. வேறு வேறாகவே இருக்கமுடியும் என்ற கருத்து மோதல் இன்றைய திறனாய்வில் முன்மொழியப்பட்டுள்ளது. மாதவையா தம் நாவல்களில் இருவழி களில் சமூக சீர்திருத்தக் கருத்துக்களை வெளிப்படுத்தியுள்ளார்.

முதலாவதாகத் தொடக்ககால நாவலாசிரியர்கட்கே உரிய முறையில், ஆசிரியரே, வாசகர்களை விளித்துக் கருத்துரைகளை வழங்கும் முறையைப் பின்பற்றி, மாதவையா தம் சொந்தக் கருத்துக்களை நாவல்களில் இடையில் குறுக்கிட்டுக் கூறியுள்ளார். இவ்வாறு கூறப்படுபவை ஐயத்திற்கு இடமின்றி, மாதவையாவின் சொந்தக் கருத்துக்களே.

இரண்டாவதாக, மாதவையா நாவல்களில் படைத்த கற்பனைக் கதை மாந்தர்களின் உரையாடல்கள் வழியாகவும், அக்கதை மாந்தர் தாமே தம் வாழ்க்கை வரலாற்றைக் கூறுவதன் வாயிலாகவும் சீர்திருத்தக் கருத்துக்களை வெளிப்படுத்தியுள்ளார்.

‘முத்து மீனாட்சி’ என்ற நாவலில் நீண்ட கடிதங்களின் வழியாகவும் கருத்துக்களைக் கூறியுள்ளார். இவற்றையும் மாதவையாவின் கருத்துக்களாகவே கொள்ள முடியும். ஏனெனில், மாதவையா தம்முடைய கருத்துக்களை எளிதாகக் கூறுவதற்காகவே நாவல் இலக்கியத்தைப் படைத்தார். அதில் வருகின்ற பாத்திரங்களில் தலைமைப் பாத்திரங்கள் மாதவையாவின் சாயலிலே படைக்கப்பட்டிருப்பதால், அவை கூறும் கருத்துக்களும் மாதவையாவின் கருத்துக்களாக இருப்பதை ஊகித்தறியலாம். ‘பத்மாவதி சரித்திரம்’ நாவலில் வரும் நாராயணன் பாத்திரமும், ‘தில்லை கோவிந்தன்’ (‘Thillai Govindan’) என்ற ஆங்கில நாவலில் வரும் கோவிந்தன் பாத்திரமும் மாதவையாவின் மாணவப் பருவத்தை அடியொற்றி அமைக்கப்பட்டுள்ளன. எனவே, இப்பாத்திரங்கள் கூறும் கருத்துக்களை மாதவையாவின் கருத்துக்களாகக் கொள்வதில் தவறேதும் இல்லை. ‘முத்து மீனாட்சி’ நாவலில் விதவை மறுமணத்தை ஆதரித்துத் தருக்கச் செறிவுடன் ஒரு பாத்திரம் எழுதும் கடிதக் கருத்துக்களை, மாதவையா படைத்த ஏனைய கட்டுரைகளிலும் (‘தில்லை கோவிந்தன் கலவை’), தலைமையுரையிலும் (‘ஆசார சீர்திருத்தம்’) காணமுடிவதால் இவற்றை மாதவையாவின் கருத்துக்களாகவே கருதலாம்.

ஒரு நடப்பியல் நாவலாசிரியனுக்கு, அவன் வாழும் காலச் சமுதாயம் பற்றிய நுண்ணிய உணர்வு தேவை. அச் சமுதாய உணர்வினை, வாசிப்பவர் நம்பும்படியாக எடுத்துரைக்கும் ஆற்றலும் அவனுக்குத் தேவை. இவை இரண்டுமே மாதவையாவிடம் இருந்தன. நீதி நெறிகளையும், ஒழுக்கவிழுமியங்களையும், ஆசிரியன் தானே உருவாக்கிக் கொண்ட தத்துவ உருவகத்தையும், சமுதாய வாழ்வின் மீது ஏற்றிக் கூறுவதிலிருந்து மாதவையா மாறுபட்டு எழுதினார். மேற்கத்திய விழுமியங்கள், ஆங்கிலக் கல்விகற்ற பிராமண குடும்பத்தினரிடையே, குறிப்பாக இளம் தலைமுறையினரிடையே

ஏற்படுத்திய வாழ்வியற் சிக்கல்களைக் கண்டு உணர்ந்து நாவல்களைப் படைத்தார். பிராமண குடும்பங்களில், பிறப்பின் வழியாக ஏற்பட்ட செல்வமும், பெருமையும், சமூகத் தலைமையும், படிப்படியாகச் சிதைந்து, தனிமனிதர்களின் சொந்த முயற்சியினால் ஈட்டிய செல்வமும், பெருமையும், மேல்நிலைக்கு வந்து கொண்டிருந்த அடிப்படையான சமூக, பொருளாதார மாற்றங்களை உணர்ந்து எழுதியவர் மாதவையா.

ஆங்கிலக் கல்வி கற்றுப் பட்டம் பெற்று நகரங்களில் தனிக் குடும்பமாக (Nuclear family) வாழுகின்ற நவீன வாழ்க்கை முறையையும், ஒவ்வொரு மனிதனும் மனச்சாட்சி, அறிவு ஆகியவற்றிற்கு ஒப்பிய வாழ்வையும், ஒழுக்க விழுமியங்களைப் பேணி வாழ வேண்டிய தனி மனித வாழ்க்கை முறையையும், தனிமனிதரின் சுதந்திரத்தை மதச் சடங்கு ஆசாரங்கள் முடக்காத நிலையையும் மாதவையா வரவேற்றார். இந்து மரபில் இடைக்காலத்தில் சேர்ந்த மூடப் பழக்கங்களினால் பெண் அறியாமையில் மூழ்கடிக்கப்பட்டு அடிமையான நிலையை மாதவையா அகற்ற முனைந்தார். குழந்தை மணம், கட்டாய விதவைக் கோலம், வரதட்சிணை வழக்கம் ஆகியவற்றை அகற்றுவதற்காகப் பெண் கல்வி, காதல் திருமணம், விதவை மறுமணம், வரதட்சிணை ஒழிப்பு ஆகியவற்றைத் தீர்வாக முன் வைத்தார். ஆனால் இத் தீர்வுகள், மாதவையா காலத்தின் சமூக ஏற்புத் தன்மையை ஒட்டியே அமைந் திருந்தன. பெண்கல்வி என மாதவையா கூறியது, இல்லறத்தை, அறிவு, ஒழுக்கம் ஆகியவற்றின் அடிப்படையில் பெண் நடத்துவதற்கு ஏற்ற கல்வியே ஆகும். குழந்தை வளர்ப்பு, மருத்துவம், இல்லறத்தை நடத்துவதற்குரிய கணிதம், மனதைச் செம்மைப்படுத்துவதற்குரிய நீதி நெறிகள் ஆகியவற்றைக் கொண்ட பெண் கல்வியையே மாதவையா தம் நாவல்களில் வரையறுத்துக் கூறியுள்ளார்.

உரிய பருவம் எய்திய பெண்ணும், ஆணும் ஒருவரையொருவர் புரிந்து, காதலித்து மணம் புரிந்து கொள்ள வேண்டியதைக் குழந்தை மணத்திற்குத் தீர்வாக மாதவையா குறிப்பிட்டாலும், அதனைப் பிராமணச் சாதிக்குள் படைத்துக் காட்டவில்லை. கிறித்தவ மதம் மாறிய படித்த பிராமணர் அல்லாத உயர்சாதிப் பெண்ணுக்கும், பிராமண இளைஞனுக்கும் இடையில் ஏற்படும் காதலையும், அது சாதி, மதச்சிக்கல்களால் நிறைவேற முடியாததையும்தான் மாதவையா படைத்துள்ளார்.

விதவை மறுமணம் என்ற சிக்கலை எடுத்துக் கொண்டு, உரைநடையால் இயன்ற நாவலில் மாதவையா முதன் முதலாக அதனைப் பிராமணச் சாதியினில் நிகழ்த்திக் காட்டியுள்ளார். குறிப்பாக, குழந்தை வயதிலே மணம் புரிந்து கணவனுடன் வாழாமல்

இளம் விதவையான பிராமணப் பெண்கள் கிறித்தவ மதம் மாறி மறுமணம் செய்து கொள்வதாக இரு நாவல்களில் படைத்துள்ளார். அவ்வாறு கிறித்தவ மதம் மாறிய விதவைகளைக் கிறித்தவ ஆடவர்கள் காதலித்து மணப்பதாகவே இந்நாவல்களில் சுட்டிக் காட்டியுள்ளார். ஒரேயொரு நாவலான 'முத்து மீனாட்சி'யில் மட்டும், பிராமண இளம்விதவையும், இளைஞனும் காதலித்து எதிர்ப்புக்கிடையில் மணந்து கொள்ளுவதாகப் படைத்தாலும் அவர்களும் கூட சாதி விலக்கிற்கு அஞ்சிக் கிறித்தவ மதம் தாவும் எண்ணம் கொண்டோராகவே படைத்துள்ளார். இது மாதவையாவின் நிதானத்தையே உணர்த்து கிறது. தாம் எண்ணிய இலட்சியக் கருத்துக்களை, நடப்பியலில் திணிக்காமல், அவர் காலத்தின் உண்மை நிலைமைகளுக்கு முரண் படாமல் எடுத்துரைத்துள்ள பான்மையையே இது காட்டுகின்றது.

மாதவையா புதுமையைக் கண்மூடி வரவேற்கவில்லை. படித்துப் பட்டம் பெற்று, வழக்கறிஞர்களாகவும், நீதிபதிகளாகவும், காவல்துறை துணை ஆய்வாளர்களாகவும் உள்ளவர்களின் தனிமனித ஒழுக்கக் கேடுகளையும், பொது வாழ்வில் ஊழல் புரிவதையும், பெண் வீட்டாரிடம் படித்த படிப்பிற்கும், பார்க்கின்ற வேலைக்கும் ஏற்ற விதத்தில் பெரும் தொகையையும், பொன்னையும், வரதட்சிணை என்ற பெயரில் புதிதாகக் கேட்டுப் பெறுவதையும் மாதவையா கண்டிக்கத் தவறவில்லை. பழைய, புதிய தலைமுறைகளைச் சேர்ந்த யாவருமே மனித இனத்திற்குப் பொதுவான ஒழுக்க விதிகளுக்கு இசைந்த வாழ்வை நடத்தவேண்டும் என்பதில் மாதவையா கருத்தாக இருந்தார். எனவே புதுமையைத் திறனாய்வு செய்தே மாதவையா போற்றினார் என்பதை அவருடைய நாவல்கள் வழியே அறிந்து கொள்ளலாம். மாதவையா போற்றிய சமூக சீர்திருத்தக் கருத்துக்கள் பிறப்பின் வழியே சேரும் மேன்மையை (ascribed Status) மறுத்துத் தனிமனித முயற்சி வழியீட்டும் மேன்மையை (achieved status) வரவேற்கும் தன்மையில் அமைந் திருப்பதை இவ்வியல் விளக்க முற்பட்டுள்ளது.

இயல் 3: மாதவையா நாவல்களில் காணப்படும் மரபுக்கூறுகளும், சிறப்பியல்புகளும்

முந்தைய இயலில் மாதவையா நாவல்களின் உள்ளடக்கத்தின் ஒரு பகுதியாகிய கருத்துக்கள் ஆராயப்பட்டது போல, இவ்வியலில், உள்ளடக்கத்தின் ஏனைய பகுதிகளையும், வடிவத்தையும் பற்றியும் ஆய்வு மேற்கொள்ளப்படுகிறது.

மாதவையா தமிழ் இலக்கியத்தில் முழுமையான நடப்பியல் நாவலைப் படைத்தவர் என்றாலும், செய்யுள் இலக்கிய மரபின்

தாக்கங்களிலிருந்து முழுமையாக விடுபட்டவர் அல்லர். தொடக்க கால நாவலாசிரியர் அனைவருக்கும் இக்கூற்று பொருந்தும். மாதவையா நாவல்களில், தமிழ்க் காவியங்கள், நீதி இலக்கியங்கள், நாட்டுப்புறக் கதை மற்றும் பாடல்கள் ஆகியவற்றின் தாக்கங்களே மரபுக்கூறுகள் என்றழைக்கப்படுகின்றன.

இயற்கையையும், பெண்களின் உறுப்பு நலனையும் வருணித்த போது மாதவையா, காவியங்களில் பயிலும் வருணனை மரபையே பின்பற்றியுள்ளார். காவிய ஆசிரியன் கதையைத் தொடர்ச்சியாக நடத்திச் சொல்லாமல், வாய்ப்புக் கிட்டும்போதெல்லாம், அணிநயங்களை அமைத்து நீண்ட வருணனைகளைப் படைப்பான். இதே போல, காவியத் தலைவியரைப் பற்றி உரிய இடங்களில் முடிமுதல் அடிவரை வருணித்த போக்கையும் காவியங்களில் காணலாம். தமிழ் இலக்கியப் பரப்பில், தனிநிலைச் செய்யுட்களில் தொடங்கி, தொடர் நிலைச் செய்யுட்களில் முழுமை பெற்ற இந்த வருணனை மரபினைப் பின்பற்றி, மாதவையா தம் நாவல்களில், இயற்கை பற்றியும், பெண் உறுப்புநலன் பற்றியும் வருணனைகளைப் படைத்துள்ளார்.

இது மட்டுமின்றி, காவிய-புராணங்களில் இலட்சியப்படுத்தப் பட்ட 'பத்தினிப் பெண்' என்ற பிம்பத்தைத் தொடக்ககாலத் தமிழ் நாவலாசிரியர்கள் பலரும் தங்கள் படைப்புக்களில் வெளிப்படுத்தி யுள்ளார்கள். அக்காலத்தில் நடிக்கப்பட்ட நாடகங்களிலும் இதே நிலையைக் காணலாம். கண்ணகி, சீதை, சாவித்திரி, சந்திரமதி, நளாயினி ஆகிய காவிய - புராணக் கதைத் தலைவியர் நாவல், நாடகக் கதைத் தலைவியர்க்கு முன்னோடிகளாக அமைந்தார்கள். தமிழின் முதல் நாவலாசிரியரான வேதநாயகரின் 'சுகுணசுந்தரி' நாவல் கம்பராமாயணத்தின் கதையமைப்பையொட்டி அமைந்துள்ளது. அதன் தலைவி சுந்தரி, சீதையின் சாயலில் படைக்கப்பட்டுள்ளாள்.

மாதவையா படைத்த நாவல்களில் வரும் சாவித்திரி, பத்மாவதி, சிவகாமி ஆகிய பெண்பாத்திரங்கள், சீதையோடு ஒப்பிடப்பட்டுள் ளார்கள். இவர்கள், கணவனையோ அல்லது காதலனையோ பிரிந்து தனிமையில் தீயோர் சூழ வாடியபோது, இலங்கை அசோகவனத்தில் அரக்கியர் நடுவே துயருற்ற சீதையோடு ஒப்பிடப்பட்டுள்ளார்கள்.

தமிழ் எழுத்திலக்கிய மரபிலும், வாய்வழி இலக்கிய மரபிலும், பெண் இரு நிலைகளில் வைத்துப் படைக்கப்பட்டிருக்கிறாள். ஓர் எல்லையில் அவள் கற்புக்கரசியாகவும், மற்றோர் எல்லையில் அவள் மாயப்பரத்தையாகவும் சித்திரிக்கப்பட்டிருக்கிறாள். இதே மரபை

ஒட்டியே மாதவையாவும், தம் நாவல்களில் பெண்களைப் படைத்த போது, கற்பொழுக்கத்தை எல்லைக் கோடாகக் கொண்டு இருவேறு பெண்களைப் படைத்துள்ளார். முன்னர் குறிப்பிட்ட பெண்பாத்திரங் களோடு, மேலும் முத்து மீனாட்சி, கலியாணி போன்ற பாத்திரங் களைக் கற்புக்கரசிகளாகவும், கமலாம்பாள், குட்டியம்மாள், சாலா முதலிய பாத்திரங்களைக் கற்பு நெறியிலிருந்து வழுவியவர்களாகவும் மாதவையா படைத்திருப்பது, எழுத்திலக்கிய, வாய்வழி இலக்கிய மரபைப் பின்பற்றிய போக்கையே நினைவூட்டுகிறது.

ஏனைய தொடக்ககால நாவலாசிரியர்களைப் போலவே, மாதவையா தம் நாவல்களில் நீதி புகட்டும் நோக்கில், பழம் நீதி இலக்கியங்களிலிருந்தும் மக்களிடம் வழக்கிலிருந்த பழமொழி களிலிருந்தும் பல மேற்கோள்களைப் பயன்படுத்தியுள்ளார். திருக்குறள், பிற்கால நீதிப்பாடல்கள், தனிப்பாடல்கள், வள்ளலார், தாயுமானவர் பாடல்கள், காவியங்களில் உள்ள நீதிப் பாடல்கள் ஆகியவற்றை மாதவையா மிகுதியாகக் கையாண்டுள்ளார். நாவல் என்ற புதிய உரைநடை இலக்கிய வகையானது பொழுதுபோக்கிற்காக மட்டும் பயன்படுவதாக இல்லாமல், நல்லறிவூட்டுவதற்கும் உரியது என்ற கொள்கையை மாதவையா ஏற்றிருந்தார். தம்முடைய மனச் சான்றுக்கும், அறிவுக்கும் சரி என்று தெரிந்த சமூக சீர்திருத்தக் கருத்துக்களைப் பலரும் படித்துப் புரிந்துகொள்ளக் கூடிய நாவல் இலக்கியத்தில் வெளிப்படுத்தினார். அக்கருத்துக்களை வலியுறுத்துவ தற்காகவே, நீதி இலக்கியங்களிலிருந்தும், பழமொழிகளிலிருந்தும் பொருத்தமான மேற்கோள்களை மாதவையா எடுத்தாண்டுள்ளார். இதோடு மட்டுமின்றி, நாட்டுப்புறக் கதைக் கூறுகளையும், பாடல் களையும், அக்காலப் புராண நாடகங்களில் பயின்று வந்த சில தர்க்கப் பாட்டுக்களையும் மாதவையாவின் தமிழ் நாவல்களில் ஆங்காங்கே காணமுடியும்.

மாதவையா நாவல்களிலுள்ள சிறப்புக் கூறுகளாக, அவர் கையாண்ட இருவகை எடுத்துரைப்பு முறைகளையும், அவர் நாவல் களில் காணக்கூடிய நடப்பியல் கூறுகளையும், மூன்று தமிழ் நாவல்களையும், அவர் மூன்று அணுகுமுறைகளில் உருவாக்கியதையும் குறிப்பிடலாம். நடப்பியல் கூறுகளைப் பற்றித் தனியே விரிவாக அடுத்த இயலில் ஆய்வதால், இவ்வியலில் ஏனைய சிறப்புக் கூறுகளே விரித்துரைக்கப்பட்டுள்ளன.

மாதவையா நாவல்களில் கையாண்ட எடுத்துரைப்புக்களில், நாடகவகை எடுத்துரைப்பும் (Dramatic narration), எள்ளல் வகை எடுத்துரைப்பும் (Satirical narration) குறிப்பிடத்தக்கனவாகும். அவர்

காலத்தில் நடிக்கப்பட்ட நாடகப் பாங்கிலான 'வசனத்'தையும் (Script), பாத்திரங்களின் உணர்வு மீக்கூறும் இடங்களில் பாடல் களையும், மாதவையா தம் நாவல்களில் படைத்துள்ளார். தொடக்க கால நாவல்களில், ஏற்கனவே நன்கு ஊன்றியிருந்த நாடகங்களின் தாக்கம் பரவலாகக் காணப்படுகிறது. இவ்வியலில் இப்பொருள் பற்றிய ஆய்வு மேற்கொள்ளப்படவில்லை என்றாலும் இப்பொருள் பற்றிய விரிவான ஆய்வு தேவைப்படுகின்றது. மாதவையா காலத்தில் மக்கள் இடையே செல்வாக்குச் செலுத்திய 'கீசகவதம்', என்ற நாடகத்திலும், மற்றும் சங்கரதாஸ் சுவாமிகளின் நாடகங்களிலும் பாடப்பட்ட சிந்துப் பாடல் மெட்டுக்களிலும், மாதவையா தம் நாவல்களில் பாடல்களைப் புனைந்துள்ளார். இவற்றால் மாதவையா மீது அவர் கால நாடகங்கள் செலுத்திய தாக்கத்தையும் அறிந்து கொள்ளலாம்.

மாதவையாவின் தனிச் சிறப்பியல்பாக அவரிடம் காணப்பட்ட எள்ளல் வகை எடுத்துரைப்பினைக் குறிப்பிடலாம். பாத்திரங்களைப் பற்றித் திறனாய்வு செய்யும் போதும், புதிய சமுதாய நிலைமைகளில் காலங்கடந்த 'ஆசாரங்களையும்' அவற்றைப் போற்றும் மாந்தரையும் பற்றி எழுதும் போதும், உள்ளொன்று வைத்துப் புறமொன்று பேசுபவரின் வேடத்தைக் கலைக்கும் போதும் மாதவையாவின் எள்ளல் வகை எடுத்துரைப்பினை நன்கு அறியலாம். பின் வந்த தமிழ்க் கதை இலக்கிய ஆசிரியர்களில் புதுமைப்பித்தன் போன்றவர்களுக்கு இவ்விதத்தில் மாதவையாவை ஒரு முன்னோடி என்றுகூட அழைக்கலாம். அவர் கையாண்ட எள்ளல் வகை எடுத்துரைப்பில் ஆழ்ந்த சமுதாய அக்கறை இருந்தது.

மாதவையா படைத்த மூன்று தமிழ் நாவல்களுமே மூன்றுவிதமாக அமைந்துள்ளன. இவ்வாறு ஒவ்வொரு நாவலையும் ஒவ்வொரு விதமாக அமைக்கும் பண்பினை ஏனைய தொடக்க காலத் தமிழ் நாவல் ஆசிரியர்களிடம் அரிதாகவே காணமுடியும். நாவலைப்பற்றியும், அதில் காணப்பட்ட வகைகளைப் பற்றியும் மாதவையா நன்கு அறிந்திருந்ததால் அவருக்கு இது கை கூடிற்று. 'பத்மாவதி சரித்திரம்' நாவலை ஆசிரியர் கூற்றில் எடுத்துரைத்துள்ளார். அதோடுகூட அதனை நடப்பியல் பண்புகள் மிகுந்த சமூக நாவலாகவும் படைத்துள்ளார். 'முத்து மீனாட்சி' நாவலை ஓர் இளம் பிராமண விதவையின் தன்வரலாற்றுப் போக்கில் மாதவையா எடுத்துரைத்துள்ளார். தமிழில் தோன்றிய உரைநடையால் அமைந்த நாவல் இலக்கியத்தில், 'முத்து மீனாட்சி' நாவல் ஒன்றே முதன் முதலாக விதவை மறுமணத்தை நிகழ்த்திக்காட்டியுள்ளது. இவ்விரு நாவல்களிலிருந்து முற்றிலும்

வேறுபட்ட போக்கில், மாதவையாவின் 'விஜய மார்த்தாண்டம்' என்ற நாவல் அமைக்கப்பட்டுள்ளது. இந்நாவலில், மறவர் சமுதாயம் பற்றிய சித்திரம் காணப்படுகிறது. பெநா. அப்புசாமி குறிப்பிட்டதைப் போல, இந்நாவலில் தமிழ் நடையை மாதவையா திட்டமிட்டே பண்டிதர் போற்றும் உயர் நடையாக அமைத்துள்ளார். ஏனைய நாவல்களில் காணப்பட்ட நடப்பியல் கூறுகள் குறைந்து, அற்புத நவிற்சிப் பாங்கிலான (romance) நிகழ்ச்சிகள் மிகுதியாகக் கொண்ட நாவலாக இது அமைந்துள்ளது. இவ்வாறு மாதவையா தாம் படைத்த மூன்று தமிழ் நாவல்களையும், நடப்பியல் நாவல், தன் வாழ்க்கை வரலாற்று நாவல், அற்புத நவிற்சி என்று மூன்று வகையாக அமைத்திருப்பதை இவ்வியல் வழி அறியலாம்.

இயல் 4: மாதவையாவும் நடப்பியல் நாவலும்

முந்தைய இயலில், மாதவையா நாவல்களில் காணக்கூடிய சிறப்புக்கூறுகளில் ஒன்றாக நடப்பியல் நாவல்கூறு சுட்டிக்காட்டப் பட்டது. அதுவே இவ்வியலில் ஆய்வுப் பொருளாக அமைகிறது. மாதவையா தம்முடைய முதல் தமிழ் நாவலான 'பத்மாவதி சரித்திரத்தை' வெளியிட்டது முதல் இன்று வரையிலும் இதழ்களில் வந்த மதிப்புரைகள் வாயிலாகவும், நாவல் திறனாய்வாளர்களின் கூற்றுக்கள் வாயிலாகவும், மாதவையாவை ஒரு நடப்பியல் வகை நாவலாசிரியராகவும், தமிழில் தோன்றிய நடப்பியல் வகைச் சமூக நாவலுக்கு ஒரு முன்னோடியாகவும் இருந்ததை அறிய முடிகிறது. ஏற்கனவே க. கைலாசபதி, சுதாகர், கே.எஸ்.எஸ். இராமமூர்த்தி, இரா. தண்டாயுதம் முதலிய ஆய்வாளர்கள் மாதவையாவின் தமிழ் ஆங்கில நாவல்களில் உள்ள நடப்பியற் பண்புகளை எடுத்துக்காட்டி யிருந்தாலும், அவற்றை விளக்கமாகத் தனியொரு இயலில் வைத்து ஆய்வு செய்யவில்லை. தொடக்ககாலத் தமிழ் நாவலாசிரியர் களிடையே மாதவையா தனிச் சிறப்புடையவராக விளங்குவதற்குக் காரணம் அவர் நடப்பியல் நாவலாசிரியராகத் திகழ்ந்ததாகும். பிறரிடமிருந்து வேறுபடுத்தக் காரணமாயிருந்த இந்நடப்பியற் பண்புகளைத் தனியே விரிவாக ஆய்வது இன்றியமையாதது எனக் கருதியே தனி இயல் அளவிற்கு இவை விரித்துரைக்கப்படுகின்றன.

நடப்பியல் நாவலுக்கு இன்றியமையாத கூறுகள் இரண்டு உள்ளன. ஒன்று, நாவலின் கதை நிகழும் சூழல் (Setting) மற்றொன்று நாவல் மாந்தர்கள் (Characters). ஏனைய வகை நாவல்களான வரலாற்று நாவல், அற்புத நவிற்சி நாவல், விரிந்த காட்சி நாவல்

(Picturesque Novel) ஆகியவற்றிலிருந்து, நடப்பியல் நாவல் வேறு படுவது சூழலாலும், நாவல் மாந்தர்களாலும்தான். சூழல் என்பது நாவலின் கதை நிகழும் கால இடப் பின்னணியாகும். இவை ஆசிரியனின் கற்பனைக் கதைக்கு உண்மைத் தோற்றத்தை ஏற்படுத்திக் கொடுப்பவையாகும். தமிழில் தோன்றிய தொன்மையான அக இலக்கியம், பிற்காலத்தில் தோன்றிய காவிய, புராண, சிற்றிலக்கியங் களைக் காட்டிலும், இயல்பு நவிற்சிப் பண்பு மிக்கதாக இருப்பதற்குக் காரணம், அதற்கு வகுக்கப்பட்ட இலக்கண நெறிப்படி அது படைக்கப் பட்டதேயாகும்.

ஒவ்வொரு திணைக்கும் முதற் பொருளாகிய நிலமும், பொழுதும் தனித்தனியே வரையறுக்கப்பட்டன. கருப்பொருள் என்ற வரையறைப் படி, அந்தந்த நிலத்தில் தோன்றக்கூடிய உயிரினங்களும், மக்களும், அவர்தம் தொழிலும், கடவுளரும் தனித்தனியே குறிக்கப்பட்டனர். இவை, அகப்பாடல் நிகழ்ச்சிகளுக்கு நடப்பியல் பாங்கான பின்புலத்தை உண்டாக்கின. இதே நிலமும் பொழுதும் தாம், சற்று விரிந்த பொருளில் இவ் ஆய்வில் இடமும் காலமும் என்று குறிக்கப் பட்டுள்ளன. அகப்பாடல்களில் 'நிலம்' என்பது புவியியல் அடிப் படையில் ஐந்தாகக் கூறப்படுவதற்கு மாறாக, நடப்பியல் நாவலில் அது மாந்தர்கள், அன்றாடம் வாழுகின்ற நகரங்கள், ஊர்கள், சிற்றூர்கள் ஆகியவற்றைக் குறிக்கின்றது. இதே போல, அகப்பாடல் களில் 'பொழுது' என்பது 'பெரும் பொழுது' என்று ஓர் ஆண்டின் பருவப் பிரிவுகளையும், 'சிறு பொழுது' என்று ஒரு நாளின் நேரப் பிரிவுகளையும் குறிப்பிட்டதற்கு மாறாக, நடப்பியல் நாவலில், அது, கதை மாந்தர்கள் வாழ்ந்து கொண்டிருக்கும் சமூக வரலாற்றுக் காலகட்டத்தைக் குறிக்கின்றது. தமிழ் இலக்கியத் திறனாய்வினை, மேற்கத்திய திறனாய்வுக் கோட்பாட்டினை அடியொற்றி அமைப்ப தற்கு மாறாக, மரபான இலக்கண, இலக்கியங்களிலிருந்து மீட்டுருச் செய்து, தற்காலத்திற்கு ஏற்ற விதமாக இசைவு (Synthesis) பெறச் செய்வது தேவையாகும். இதனை ஓர் அமைப்பாக இருந்து பலரும் நிறைவேற்றலாம். இத்தகைய விரிந்த ஆய்வின் தேவையை இவ்வியல் வலியுறுத்துகிறது.

மாதவையா படைத்த தமிழ் நாவல்களில் குறிப்பாக 'பத்மாவதி சரித்திரமும்', ஆங்கில நாவல்களில் 'தில்லை கோவிந்தனும்' (Thillai Govindan) முழுமையான நடப்பியல் வகை நாவல்களாக அமைந் துள்ளன. ஏனைய நாவல்களில் நடப்பியற் கூறுகள் விரவி வந்துள்ளன. மேற்குறித்த இரு நாவல்களிலும், கதைநிகழும் இடமும், காலமும் மாதவையா வாழ்ந்த இடமாகவும், காலமாகவும் அமைந்துள்ளன.

திருநெல்வேலி மாவட்டத்திலுள்ள ஒரு சிற்றூரில் கதை தொடங்கி, சென்னையில் நிறைவடைவதாக உள்ளது. மாதவையா காலத்தில் படித்துப் பணிபுரிந்து சம்பாதித்து வாழுகின்ற புதிய வாழ்க்கை முறை தோன்றியிருந்தது. இவ் வாழ்க்கை முறையை மேற்கொண்டவர்கள், சிற்றூர்களில் இருந்த கூட்டுக் குடும்ப வாழ்வை விடுத்து, நகரங்கட்கு இடம் பெயர்ந்ததையும், இது நிகழ்ந்த குறிப்பிட்ட வரலாற்றுக் கால கட்டத்தையும் மாதவையாவின் நடப்பியல் நாவல்களில் தெளிவாகக் காணலாம். இதோடு கூட, இந்நாவல்களில் மாதவையா தாம் வாழ்ந்து சந்தித்துப் பழகிய உண்மை மாந்தரையும், இடங்களையும் நாவல் மாந்தர்களாகவும், இடங்களாகவும் ஆக்கியுள்ளார். இதனால், இவருடைய நாவல்கள் உண்மையில் நிகழ்ந்தவற்றைப் பற்றிய வரலாறு போன்ற தோற்றத்தை ஏற்படுத்துகின்றன.

நடப்பியல் நாவலின் மற்றொரு தனித் தன்மை அதன் பாத்திரப் படைப்பாகும். நடப்பியல் நாவல் தோன்றுவதற்கு முந்தைய செய்யுள் இலக்கியங்களிலும், அற்புத நவிற்சி நாவல்களிலும், கதைகளிலும், நல்ல, தீய பண்புகளின் குறியீடுகளாகவே மாந்தர்கள் படைக்கப் பட்டார்கள். கதையின் தொடக்கத்திலிருந்து இறுதி வரை இவர்கள், தாங்கள் ஏற்றிருந்த நல்ல, தீய வேடங்களிலிருந்து (roles) சற்றும் மாறாமல், கிடைநிலையிலேயே (flat) இருப்பதைக் காணலாம். ஆனால் நடப்பியல் நாவல் தோன்றிய போது, நாவல் மாந்தரைக் குறிப்பிட்ட இலட்சியங்களின் பிரதிநிதிகளாகவோ, மாறாதவர்களாகவோ, அற்புத நவிற்சிப் பண்பைக் கொண்டவர்களாகவோ சித்திரிப்பது தவிர்க்கப் பட்டது. அன்றாட வாழ்வில் மாந்தர் எவ்வாறு குறை நிறைகள் கொண்டு சாதாரண வாழ்வை நடத்துகிறார்களோ அவ்வாறே நாவலிலும் படைக்கப்பட்டார்கள். புற உலகத்தை நுணுக்கி நோக்கி ஒவ்வொன்றிற்கும் இடையிலுள்ள காரண - காரியப் பொருத்தத்தைக் கண்டறியும் அறிவியல் பார்வையின் விளைவாகவே, நாவலிலும் நடப்பியல் பார்வை தோற்றம் கொண்டது. எனவே, நடப்பியல் நாவல் என்பது அறிவியல் பார்வையை அடிப்படையாகக் கொண்டு அமைந்த புதிய சமுதாய எழுச்சியோடு உடன் பிறந்த இலக்கிய வகையாகும். இதனால்தான் நடப்பியல் நாவல்களில் வாழ்வில் எப்படி மாந்தர்கள் வாழ்கிறார்களோ அப்படியே படைக்கின்ற நோக்கும் எழுந்தது.

மாதவையா உருவாக்கிய நாவல் மாந்தர்களான நாராயணன், கோபாலன், கோவிந்தன், சத்தியானந்தன் ஆகியோர் புதிதாக உருவான நடுத்தர வகுப்பையும், மரபாக இருந்த பிராமணச் சாதியையும் சேர்ந்தவர்கள். பிறக்கும் போதே உயர்ந்த பண்புகளோடு தோன்றியவர் களாக இவர்கள் சுட்டப்படவில்லை. பத்தொன்பதாம் நூற்றாண்டின்

இறுதியில் தமிழகத்தில், ஆங்கிலக் கல்வி கற்றுப் பணி செய்து சம்பாதித்த சிறு நடுத்தர வகுப்பாரின் வகை மாதிரிப் (typical) பாத்திரங் களாகவே இவர்கள் நாவல்களில் படைக்கப்பட்டுள்ளார்கள். புதிய விழுமியங்களைக் கொண்டவர்களாயினும், இவர்கள் குறைகளும், பலவீனங்களும் கொண்டவர்களாகவே சித்திரிக்கப்பட்டுள்ளார்கள். இவர்கள் பெற்ற புதிய அறிவு நோக்கின் துணையோடு, படிப்படியாகக் குறைகளைக் களைந்து உயர் நிலையை நோக்கி மாறுபவர்களாகவே உருவாக்கப்பட்டுள்ளார்கள். இத்தகைய பாத்திரங்களை வளர்முகப் பாத்திரங்கள் என்று குறிப்பிடுவார்கள்.

புறவுலகை ஆய்ந்தறிந்த அறிவியல் பார்வை, மாந்தரின் மனவுலகையும் அறிய முற்பட்டது. வியன்னா நகரில் தோன்றிய சிக்மண்ட் ஃபிராய்டு (Sigmond Freud) இம்முயற்சியில் இறங்கி உளப்பகுப்பு ஆய்வு (Psychoanalysis) என்ற புதிய மருத்துவ சிகிச்சை முறையைக் கண்டுபிடித்தார். இவர் மனம் பற்றிக் கூறிய கருத்தாக்கங் களை அடியொற்றி மேற்குலக நடப்பியல் நாவலாசிரியர் பலரும் தங்களுடைய பாத்திரங்களைப் படைத்தார்கள். இவ்வாறு படைக்கப் பட்ட நாவல்களை 'உளவியல் நாவல்' என்று வகைப்படுத்துவார்கள். மாதவையா, தாம் படைத்த நாவல் மாந்தரின் 'அந்தரங்க' மனவுலகம் பற்றி நாவலின் இடையே திறனாய்வு செய்துள்ளார். வெளிப்பார்வைக்கு நட்பும், அன்பும் கொண்டவர்களாகக் காட்சி தரும் மாந்தர் ஒவ்வொரு வரும் 'அந்தரங்கத்தில்' தனித்தீவுகளாக இயங்குவதை மாதவையா, தாக்கரே (Thackeray) என்ற ஆங்கில நாவலாசிரியரைப் பின்பற்றி மொழிந்துள்ளார். ஆண்-பெண் உறவுச் சிக்கல்கள் பலவற்றை மாதவையா உளவியல் பாங்கில் படைத்துள்ளார். தமிழின் தொடக்க கால நாவலாசிரியருள், வளரிளம் பருவக் காதல் மயக்கத்தையும், அதனால் உந்தப்பட்டவர்களின் கண நேரத் தடுமாற்றங்களையும், விதவையர் காதலையும், இவருள் சிலர் ஆடவரால் வஞ்சிக்கப்படு வதையும், மாதவையா மிகச் சிறப்பாகப் படைத்துள்ளார். மரபான தமிழ் இலக்கியத்தில் மேற்கூறிய உறவுகளைப் படைப்பது தவறான தெனத் தவிர்க்கப்பட்டிருந்தாலும், நடைமுறை வாழ்க்கையில் இவை இருக்கவே செய்தன. உள்ளதை உள்ளபடி கூறும் நடப்பியல் நாவலில் இவை சுட்டிக் காட்டப்பட வேண்டியதை உணர்ந்த மாதவையா துணிச்சலுடன் இவற்றை எடுத்துரைத்துள்ளார். இவ்விதத்தில், தொடக்ககாலத் தமிழ் நாவலாசிரியருள் மாதவையா தனிச் சிறப்பு வாய்ந்தவராகக் காட்சி தருகிறார்.

இயல் 5: மாதவையா, தாக்கரே: ஓர் ஒப்பீடு

இவ்வியலில், மாதவையாவையும், ஆங்கில நாவலாசிரியர் தாக்கரேயையும் பற்றி இவர்கள் படைத்த நாவல்கள் வழியே

ஒப்பீட்டாய்வு மேற்கொள்ளப்படுகிறது. இருவருக்குமிடையே காணப்படுகின்ற ஒப்புமையானது, தாக்கரே, மாதவையா மீது செலுத்திய தாக்கத்தின் விளைவாக ஏற்பட்டதாகும். ஆங்கிலக் கல்வி கற்ற மாதவையா, தாக்கரே உள்ளிட்ட பல ஆங்கிலக் கவிஞர்கள், நாவலாசிரியர்கள், சிந்தனையாளர்கள் ஆகியோரின் எண்ணங்களை அறிந்து கொண்டார். மாதவையா படைத்த நாவல்களில் மேற் குறிப்பிட்டவர்களுடைய எண்ணங்களை மேற்கோள்களாக அமைத் திருப்பதிலிருந்து இதனை அறிந்து கொள்ளலாம். இவர்களுள், தாக்கரேயின் சிந்தனைகளும், நாவல் கூறுகளும் மாதவையாவிடம் ஆழ்ந்த் தாக்கங்களை ஏற்படுத்தியுள்ளன. மாதவையா படைத்த முதல் நாவலான 'பத்மாவதி சரித்திரம்' வெளிவந்தது முதல், தற்காலம் வரை பலரும், தாக்கரே செலுத்திய தாக்கம் பற்றிக் குறிப்பிட்டுள்ளார்கள். அவ்வாறு குறிப்பிட்டாலும் க. கைலாசபதி ஒருவரே மாதவையாவின் '*பத்மாவதி சரித்திரத்தையும்*', தாக்கரேயின் '*டம்பச் சந்தை*' (Vanity Fair) நாவலையும் '*தமிழ் நாவல் இலக்கியம்*' என்ற நூலில் ஒப்பிட்டாய்ந்துள்ளார். ஆயினும், மாதவையா 'டம்பச் சந்தை' நாவலை விட, தாக்கரேயின் ஏனைய நாவல்களான 'பென்டென்னிஸ் சரித்திரம்' ('The History of Pendennis') 'ஹென்றி எஸ்மாண்ட் சரித்திரம்' (The History of Henry Esmond) '*தி நியூ கோம்ஸ்*' (The New comes) '*தி விர்ஜினியன்ஸ்*' (The Virginians) ஆகிய நாவல் களிலிருந்து பல கூறுகளைத் தாம் படைத்த நாவல்களில் பின்பற்றி யுள்ளார் என்பதை முதன் முறையாக இவ்வாய்வில் நிறுவும் முயற்சி மேற்கொள்ளப்படுகிறது. மாதவையா தம்முடைய இருபத்தாறாம் வயதில் படைத்த முதல் நாவலான 'பத்மாவதி சரித்திரம்' முதற் பாகத்தில், தாக்கரேயின் 'பென்டென்னிஸ் சரித்திரம்' நாவலில் இடம் பெறும் நீண்ட ஆசிரியர் கூற்றைத் தமிழ்ப் பண்பாட்டிற்கேற்ப சிற்சில மாற்றங்களோடு நேரடியாக மொழிபெயர்த்தமைத்துள்ளதை இவ்வாய்வு முதன்முறையாக வெளிப்படுத்துகிறது. ஆயினும், மாதவையா பின்னர் எழுதிய நாவல்களில் இத்தகைய முறையைப் பின்பற்றாமல் தம்முடைய முழு ஆளுமை தோன்றுமாறு படைத் துள்ளார். உரிய இடங்களில் மட்டும் ஏனைய ஆங்கிலச் சிந்தனை யாளர்களைப்போல, தாக்கரேயையும் மேற்கோளிட்டுள்ளார். தொடக்ககாலத் தமிழ் நாவலாசிரியர்களில் ஒரு சிலரைப் போல மாதவையா, ஆங்கில நாவலாசிரியர்களின் படைப்புக்களைத் தமிழில் தழுவி அமைத்தவர் அல்லர். நோக்கிலும் போக்கிலும் தம்முடன் ஒத்தவராக இருந்த தாக்கரேயின் தனிமனிதக் கொள்கையையும், நாவலுக்கிடையில் பாத்திரங்களின் செயல், சிந்தனைகளைப் பற்றி வாசகரிடம் நேரடியாகத் தாக்கரே திறனாய்வு செய்யும் உத்தியையும்,

மற்றும் சில நாவல் கூறுகளையும் மாதவையா கையாண்டாரே தவிர, முழு நாவலையும் தழுவியமைக்கும் வழக்கத்தைக் கைக்கொள்ள வில்லை. தமிழில் புதிதாக 'நாவல்' என்ற இலக்கிய வகையைப் படைக்க முன்வந்த தொடக்ககாலத் தமிழ் நாவலாசிரியர்களுக்கு, ஆங்கில நாவல்களே முன்னோடிகளாக வாய்த்தன. எனவே, அவரவர் சிந்தனைக்கும், இரசனைக்கும் பொருந்திய ஆங்கில நாவலாசிரியர் களின் தாக்கங்கட்கு ஆளாகியே தமிழில் நாவல் படைத்தார்கள். ஆதலால், மாதவையா படைத்த நாவல்களில் குறிப்பிட்டுச் சொல்லும் அளவிற்குத் தாக்கரேயின் தாக்கம் இருப்பதை ஒரு பெரும் குறையாகக் கருத இயலாது. ஆயினும், மாதவையாவிடம் குறை காண வேண்டு மென்றால், அவர், 'பத்மாவதி சரித்திரம்' முதற்பாகத்தில், தாக்கரேயின் பெயரைக் குறிப்பிடாமலேயே, அவர் நாவலிலிருந்து நீண்ட இரு பகுதிகளை மொழிபெயர்த்து அமைத்த ஒரு செயலை எடுத்துக் காட்டலாம். முதல் நாவலில் மாதவையா செய்த இச்செயலுக்காக அவருடைய முழுப் படைப்பாற்றலையும் குறைத்து மதிப்பிட இயலாது. அவர் பின்னர் படைத்த 'முத்து மீனாட்சி' (1903) 'சத்தியானந்தன்' (1909) ('Satyanda') 'தில்லை கோவிந்தன்' (1903) 'கிளாரிந்தா' ('Clarinda') 'பத்மாவதி சரித்திரம்' இரண்டாம் பாகம் (1899), மூன்றாம் பாகம் (1924-25) ஆகிய நாவல்களும், 'குசிகர் குட்டிக் கதைகள்' (1924) ('Kusika's Short Stories') என்ற சிறுகதைத் தொகுதியும், மாதவையாவின் சொந்தப் படைப்பாற்றலுக்குச் சிறந்த எடுத்துக் காட்டுக்களாகத் திகழ்கின்றன. மாதவையாவின் இளமைக் காலத்தில், தாக்கரேயின் நேரடித் தாக்கம் இருந்தது உண்மையே. ஆனால், அதுவே அவருடைய முழு ஆளுமையை உருவாக்கியது எனக் கூறவியலாது.

இயல் 6: மாதவையா ஒரு மதிப்பீடு

இதுவரை பகுத்து அமைக்கப்பட்ட இயல்களில் மாதவையாவின் நாவல்களைப் பற்றிய வடிவ, உள்ளடக்க ஆய்வு மேற்கொள்ளப்பட்டது. இவ்வியலில் நூறாண்டுகட்கு முன்னர்த் தோன்றிய சிந்தனையாளர் மாதவையா பற்றிய ஒரு மதிப்பீடு மேற்கொள்ளப்பட்டுள்ளது. தமிழ் இலக்கிய, பண்பாட்டு வரலாற்றில் மாதவையா வகுத்த இடத்தை மதிப்பீடு செய்வதே இவ் இயலின் நோக்கமாகும்.

மாதவையாவின் சொந்த வாழ்க்கை வரலாற்றை அவரோ அன்றிப் பிறரோ முழுமையாக எழுதி வைக்கவில்லை. அவருடைய புதல்வர்களான அனந்த நாராயணன், கிருஷ்ணன் ஆகியவர்களும், அவருடைய அண்ணன் மகனான பெ.நா. அப்புசாமியும், மாதவையா பற்றி எழுதிய குறிப்புக்களிலிருந்து ஓரளவிற்கு மாதவையாவின் தனி வாழ்க்கை பற்றியும், படைப்பு வாழ்க்கை மற்றும் பொது வாழ்க்கை

பற்றியும் அறிய முடிகிறது. மாதவையா பற்றி முழுமையான வாழ்க்கை வரலாறு கிடைக்காததால் அவரைப் பற்றிய தவறான தகவல்கள் பரவியுள்ளன. மாதவையா தாம் பிறந்த பிராமணச் சாதி மீது வஞ்சம் தீர்க்க நாவல்களைப் பயன்படுத்தினார் என்றும், பார்த்த மாந்தரை எல்லாம் குறையுள்ளவர்களாகவே அணுகினார் என்றும், நாத்திகர் என்றும், இறுதிக் காலத்தில் கிறித்தவரானார் என்றும் அவரைப் பற்றிய தவறான கருத்துகளைச் சிலர் உதிர்த்துள்ளனர்.

உண்மையில் மாதவையா, தாம் நம்பி ஏற்ற மேற்கத்திய தாராளவாதக் கருத்துக்களின் தாக்கத்தால், மாந்தரைப் பிறப்பைக் கொண்டு அணுகாமல், தனிமனித அளவில் அவரவரின் நடத்தையைக் கொண்டே அணுகினார். இதனால், அவர் தாம் சேர்ந்த பிராமணச் சாதியினர் சிலரின் பகைக்கு ஆளானார். மாணவப் பருவத்தில் நாத்திகக் கருத்துக்களில் ஒரு விதக் கவர்ச்சியுற்றிருந்தாலும் பின்னர் மதப் பொதுமைச் சிந்தனையை உயர்த்திப் பிடித்தார்.

சாதி, மத வேற்றுமையின்றித் தம்மையொத்த சுதந்திரச் சிந்தனையாளர்களுடன் நட்புக் கொண்டார். கிறித்தவ மதத்தைச் சேர்ந்த சில தமிழர்களும், ஐரோப்பியர் சிலரும் மாதவையாவின் உற்ற நண்பர்களாக இருந்தார்கள். கிறித்தவ விவிலியத்தை (Bible) ஊன்றிக் கற்றறிந்தார். தாம் படைத்த நாவல்களில் கிறித்தவ இறையியற் கருத்துக்களைப் பற்றியும், இந்து மத இறையியற் கருத்துக்களைப் பற்றியும் கருத்தாடல்கள் புரிந்துள்ளார். சில பிராமண விதவையர் கிறித்தவ மதம் மாறி மணம் புரிவதைப் பற்றி நாவல்களில் குறிப்பிட்ட மாதவையா, இந்துக்களை நயவஞ்சகமாகக் கிறித்தவ மதம் மாற்றும் செயலை மிகவும் கடுமையாகத் தம் நாவல்களில் கண்டித்துள்ளார். உண்மையான காதலுக்கும், அதன் அடிப்படையில் வளர்ந்து கனிந்த விதவை மறுமணத்திற்கும் மதம் தடையிடுவதை மாதவையா ஒப்பவில்லை. மதம் என்பது அவரவரின் சொந்த விருப்பத்தின் பாற்பட்டதாக இருக்க வேண்டும் என்றார். மாதவையா போற்றிய மதம், அவர் காலத்தில் கற்றவர் போற்றிய பொதுமை மதமாக இருந்தது.

மாதவையா ஒரு நாவலாசிரியர் என்ற அளவில் மட்டும் தமிழகத்தில் பரவலான கருத்து நிலவி வந்துள்ளது. இவ் இயலில், மாதவையாவை, குழந்தைப் பருவத்தினராகவும், மாணவராகவும், தந்தையாகவும், தனிமனிதராகவும் மதிப்பீடு செய்யும் முயற்சி மேற்கொள்ளப்பட்டுள்ளது. அடுத்து, பொதுவாழ்க்கையில் மாதவை யாவை ஓர் அரசுப் பணியாளராகவும், ஆசார சீர்திருத்தக்காரராகவும், இதழாசிரியராகவும் சீர்தூக்கிப் பார்க்கும் முயற்சி கைக் கொள்ளப் பட்டுள்ளது. இறுதியாக, படைப்பு வாழ்க்கை என்ற நிலையில்

மாதவையாவின் படைப்பு நோக்கம், படைப்பின் எல்லை, படைப்புப் பற்றி அவர் கொண்டிருந்த அறிவு, அவர் படைத்த பாத்திரங்கள் ஆகியவை விரித்துரைக்கப்பட்டுள்ளன. சுருங்கக் கூறினால், இவ்வியல், மாதவையாவைப் பற்றிய ஒரு முழு ஆளுமைச் சித்திரத்தை வரைய முயன்றுள்ளது எனலாம்.

மேற்காட்டியபடி பகுப்புற்ற இயல்களின் வழியாக மாதவையாவின் தமிழ் நாவல்கள் பற்றிய ஆய்வு மேற்கொள்ளப்பட்டுள்ளது.

குறிப்புகள்

1. இனி வருமிடங்களில் அ. மாதவையா என்பது 'மாதவையா' எனச் சுருக்கப்பட்டுள்ளது.
2. 'மாதவையா: ஒரு மதிப்பீடு' என்ற ஆறாவது இயலில் மாதவையாவின் வாழ்க்கை பற்றிய விளக்கமான மதிப்பீடு இடம் பெற்றுள்ளது.
3. முனைவப்பட்ட ஆய்விற்காகச் சென்னைப் பல்கலைக்கழகத்தில் சமர்ப்பிக்கப்பட்ட, அச்சு வடிவம் பெறாத ஆய்வேடு, 1986.
4. K.S. Ramamurthy, 'Rise of the Indian Novel in English'. (Sterling Publishers, New Delhi, 1987)
5. 'தொடக்ககால நாவல்களில் விதவைப் பிரச்சினைகள்' என்ற தலைப்பில் எம்.ஃபில். பட்டத்திற்காக, மதுரைக் காமராசர் பல்கலைக்கழகத்திடம் சமர்ப்பிக்கப்பட்ட ஆய்வேடு - (பக். 60 - 135).
6. டாக்டர். இரா. தண்டாயுதம், (தமிழில்) டாக்டர். சு. வேங்கடராமன், 'சமூக நாவல்கள்', (தமிழ்ப் புத்தகாலயம், சென்னை, 1979)
7. 'Madras Christian College Magazine, 1898.'
8. M. Krishnan, 'A. Madhaviah - A Verified Factual Record' (March, 1990) (unpublished typed matter)
9. இந்நாவல்களின் முதற் பதிப்புக்கள் கிடைக்கவில்லை. இறுதியாக வெளியிட்ட 'வானவில் பிரசுரத்'தின் பதிப்பே கிடைத்துள்ளது.
10. இந்நாவலின் முதற் பதிப்பைக் கொண்டே ஆய்வு செய்யப்பட்டுள்ளது. இதன் இறுதிப் பதிப்பை 'ஆசிரியர் அச்சுப் பிரசுராலயம்' வெளியிட்டது (1924).
11. இந்நாவல் கிடைக்கவில்லை. ஆயினும், இதன் கதையும், அது பற்றிய ஆய்வும், கே.எஸ். இராமமூர்த்தியின் 'Rise of the Indian Novel in English' (1987) என்ற நூலில் உள்ளது. அவையே ஆய்வுக்கு எடுத்துக் கொள்ளப்பட்டுள்ளன.
12. இந்நூல்கள் பற்றிய வெளியீட்டுத் தகவல்களுக்கு, 'மாதவையாவின் வாழ்வும் படைப்புக்களும்' என்ற பின் இணைப்பைக் காண்க.

நூலாக்கத்தின் என்னுரை

இந்த ஆய்வு 1992-ஆம் ஆண்டு தேர்ச்சி பெற்றதாகப் பல்கலைக் கழகத்தால் அங்கீகரிக்கப்பட்டது. இப்போதுதான் இது நூலாக்கம் பெறுகிறது. (காவ்யா பதிப்பகம் வழியாக இதன் மிகச் சுருக்கமான அறிமுகம் ஒன்று சிறுநூலாக வந்தது). இதனை நூலாக்கம் செய்ய என்.சி.பி.எச் தோழர்கள் தொடர்ந்து கேட்டு வந்தார்கள். அப்போது என் ஆர்வமெல்லாம் தலித்திய மறுவாசிப்பில் வீறுகொண்டிருந்ததால் காரியம் கைகூடவில்லை. தற்போது இதற்கான வாய்ப்பு கிடைத்தது. என்.சி.பி.எச் நிறுவனத்தார்கள் ஒப்புதல் அளித்து உற்சாகப்படுத்தினார்கள்.

1992-இல், பட்டம் வழங்கப்படுவதற்கு முன்பதிவு செய்து எட்டு ஆண்டுகள் ஆகிவிட்டன. ஆசிரியப்பணி, குடும்பம், குழந்தைகள், சொந்த வீடு கட்டும் வேலை... இப்படி நீண்டுவிட்டது. மேலும் அ.மாதவையாவின் படைப்புக்கள் (1898 - 1925 காலகட்டத்தைச் சேர்ந்தவை). அத்தனை எளிதில் கிடைத்து விடவில்லை. என்னுடைய இவை நெறியாளரும், நண்பர் வேங்கடாசலபதியும் இவ்விதத்தில் எனக்கு உதவி இருக்காவிடில் ஆய்வு செய்திருக்கவே முடியாது. மறைமலை அடிகள் நூலகம், சலபதி பொறுப்பில் இருந்தபோதுதான் மூலநூல்கள் சுரங்கத்தில் அகப்பட்ட மாதிரி ஆயிற்று. அ.மாதவையாவின் இறுதிப் புதல்வர் கிருஷ்ணன் 1990களின் இறுதியில் என்னைச் சமமாக வைத்து விவாதித்த காலம் ஆய்வின் பொற்காலம். அவரே தம் கைப்பட அச்சடித்து உதவி செய்தார். இவர்களை என் ஆய்வுக்கால நண்பர்களாக என்றும் போற்றுகிறேன்.

- ராஜ் கௌதமன்

திருநெல்வேலி,
மே, 2018.

1. மாதவையா வாழ்ந்த காலச்சூழல்

மாதவையா வாழ்ந்த காலம் (1872 - 1925) பழம்பெரும் இந்து மரபின் மீது, புதிய, மாறுபட்ட ஐரோப்பியப் பண்பாட்டு விழுமியங்கள் தாக்கங்களைச் செய்த காலமாகும். இந்துமரபு என்று இங்குக் கருதப்படுவது விரிந்த பொருளிலாகும். வேதகாலந்தொட்டு, ஐரோப்பியர் இந்தியாவிற்கு வரும் வரையில் அகநிலை வளர்ச்சி பெற்ற இந்து மதம், இந்துச் சமுதாய அமைப்பு, வழிபாட்டு முறை, வாழ்க்கைமுறை, பண்பாட்டு விழுமியங்கள், பழக்க வழக்கங்கள், உணவு, உடை, உறையுள் ஆகிய அடிப்படைத் தேவைகளை ஒட்டி எழுந்த நாகரிகம் (civilization) முதலான அனைத்தையும் தழுவிய ஒரு கருத்தாக்கமாகவே இந்துமரபு என்ற கலைச்சொல் கையாளப் படுகிறது.

ஐரோப்பியரில் குறிப்பாக ஆங்கிலேயரின் ஆட்சிக்காலத்தில், இந்திய, தமிழகச் சமுதாயமும், இந்து மதமும், அரசியலும், பொருளாதாரமும், அறிவியல் தொழில் நுட்பமும், பண்பாடும் அடைந்த மாறுதல்களை எம்.என். சீனிவாசன் என்ற இந்தியச் சமூகவியலாளர் 'மேற்கத்திய மயமாதல்' (westernization) என்று அழைத்தார்[1]. இதனையே 'நவீனமயமாதல்' (modernization) என்று குறிப்பிட்ட மற்றொரு இந்தியச் சமூகவியலாளரான யோகேந்திர சிங்[2], இந்தியாவிற்கும், ஆங்கிலேயருக்கும் ஏற்பட்ட தொடர்பினை வரலாற்று நோக்கில் பார்த்தால், நவீன காலத்திற்கு முந்திய ஒரு பண்பாட்டமைப்பிற்கும், நவீனப்படுத்தும் புதிய ஐரோப்பியப் பண்பாட்டமைப்பிற்கும் இடையே ஏற்பட்ட உறவாக இதனை விளக்கியுள்ளார்.

1.1. இந்துப் பெருமரபு

இந்தியாவில் நிலவி வந்த வைதீக மதத்தின் இந்துப் பெருமரபிற்கு அடிப்படையாக அமைவன ஆரியவர்த்தத்தின் பல்வேறு நம்பிக்கை களை உள்ளடக்கிய இந்துமதமும் அதன் விழுமியங்களுமாகும். இவை, பாமரமக்கள் முதல், படித்தோர் வரையிலும் பரவியிருந்தன.

இந்து மக்களின் வாழ்க்கை முறைக்கு உகந்த விதத்தில், உயர்தத்துவ அறிவு என்ற வடிவிலும், புராணக்கதைகள், விழாக்கள் என்ற வடிவங் களிலும் பரவியிருந்தன. இனக் குழுக்களின் கலாச்சாரங்களைக் கொண்டிருந்தன.

இந்த இந்துமதம் ('Hinduism') வட இந்தியாவில், வேத காலத்திற்குப் பின், 'மகாபாரதப்' போர்க்காலம்; சத்திரிய, வணிக வருணத்தாரின் பௌத்த, சமண எதிர்ப்புக்காலம்; குப்தர்கள் பேரரசுக் காலம்; இசுலாமியரின் ஆட்சிக்காலம் என்ற காலகட்டங்களின் வழியாக அகநிலை மாற்றங்களும், வளர்ச்சிகளும் அடைந்தே வந்துள்ளது. தமிழகத்தில், சங்ககாலத்தில் இது அரசர்கள் சிலர் போற்றிய மதமாக இருந்தது. பின்னர் களப்பிரர் காலத்தில் பௌத்த சமண எழுச்சிகள் ஏற்பட்டன. பின்னர் பல்லவர் காலத்தில், இந்து மதத்திற்கும், பௌத்த, சமண மதத்திற்கும் இடையில் மோதல்கள் ஏற்பட்டு இறுதியில், பிற்காலப் பல்லவர் பிற்காலச் சோழ, பாண்டியர் காலங்களில் திராவிடக்கூறுகள் கலந்த இந்துமதத்தின் செல்வாக்கு மக்களிடையே சைவ, வைணவ மதங்கள் என்ற வடிவங்களில் பரவியது. சாதி வரிசையும் பொருளாதார வர்க்கங்களும் இணைந்து பௌத்த சமண மதங்களோடு இந்துமதம் மோதியபோது அதன் அகநிலை வளர்ச்சியைச் சுட்டுவதாகப் பக்தி இயக்கம் ஏற்பட்டது. சைவ நாயன்மார்களும், வைணவ ஆழ்வார்களும் இந்தப் பக்தி இயக்கத்தை அரசர்களின் ஆதரவில் தமிழகத்தில் நடத்தினார்கள். வேதகால இந்து மதத்தின் யாகங்களையும், அவற்றில் உயிர்ப்பலி தரப்பட்டதையும் கண்டித்து எழுந்த பௌத்த, சமண எழுச்சியை, இந்துமதத்திலிருந்து வேறுபடும் போக்காகவும்; இவ் எழுச்சிக்கு எதிராக, இதன் கொல்லாமை, புலால் உண்ணாமை ஆகிய ஒழுக்கங்களை உட்செறித்து எழுந்த பக்தி இயக்கத்தை இந்து மதத்திற்குள் எழுந்த மறுமலர்ச்சிப் போக்காகவும் கருதலாம். தர்மசாத்திரங்களும், மனு முதலான ஸ்மிருதிகளும் முன்வைத்து வலியுறுத்திய ஏற்றத்தாழ்வான சாதிக் கட்டமைப்பை, பக்தி இயக்கம் சீர்திருத்த முனைந்தது. தாழ்ந்த குடியிற் பிறந்தோரும் பக்தி மார்க்கத்தின் வாயிலாகப் பரம்பொருளை அடையலாம் என்று மக்களிடம் எடுத்துரைத்தது. தமிழ்ப் பக்தி இலக்கியங்கள் வாயிலாக அறியப்படுகிற நந்தனாரும், கண்ணப்பரும் தாழ்ந்த குடியிற் பிறந்தாலும், பக்தி மார்க்கத்தினால் இறைவனைச் சென்றடைவதாகக் கூறப்பட்டனர். பௌத்த தத்துவத்தை உறிஞ்சிய வாறு சங்கரரின் 'பிரச்சன்ன பௌத்தம்' (அத்வைதம் - வேதாந்தம்) கி.பி. 8-ஆம் நூற்றாண்டில் உருவானது.

ஆனால் இந்தப் பண்பாட்டு மறுமலர்ச்சியின் விளைவுகள் மேலும் 'நல்ல' பலன்களைத் தருவதற்குள், இந்தியாவில் இசுலாமியம்

என்கிற அந்நிய மரபு வன்முறையின் வாயிலாக ஊடுருவியது. சில இசுலாமியரால் இந்துக் கோவில்கள் சூறையாடப்பட்டு, இந்துத் தெய்வ உருவங்கள் சிதைக்கப்பட்டதாலும், இந்து உயர்குலத்தார் கட்டாய மதமாற்றம் செய்யப்பட்டதாலும், சில இந்துப் பெண்கள் மானபங்கப்பட்டதாலும், நெகிழ்ச்சியற்ற சாதிக்கட்டுப்பாடுகளும், குழந்தை மணங்களும், விதவைகள் உடன்கட்டை ஏறுதலுக்கு இந்துச் சமுதாயத்தில் ஏற்படுத்தப்பட்டன. குறிப்பாக அந்தணர், அரசர், வேளாளர் சாதிகளிடையே மேற்குறித்த வழக்கங்கள் இறுக்கமடைந்தன. ஐரோப்பியர் இந்தியாவிற்கு வந்தபோது, தற்காப்பிற்காக இறுக்க முற்றிருந்த இந்துமரபினையே கண்டார்கள். இது மானிடத்தின் ஐக்கியத்திற்கும், சமத்துவத்திற்கும் விரோதமாக அமைந்திருந்தது.

1.1.2. இந்து மரபின் பண்பாட்டமைப்பின் மூன்று அடிப்படைகள்:

பல நூற்றாண்டுகளாக அகநிலை மாற்றங்களைப் பெற்றுக் கலை, இலக்கியம், அரசியல், தத்துவம், மருத்துவம், கைவினைத்தொழில், வேளாண்மை, கட்டிடக்கலை முதலிய துறைகளில் மாபெரும் மாற்றங்கள் தோன்றக் காரணமாக அமைந்தது இந்துப் பெரு மரபாகும். இதன் பண்பாட்டு அமைப்பின் கொள்கைகளாக மூன்றினை, யோகேந்திர சிங் எடுத்துக் காட்டியுள்ளார்[3]. அவை பின்வருமாறு:

1. ஏற்றத்தாழ்வான அமைப்பு வரிசை (hierarchy)

2. முழுமையின் பகுதிகளைவிட, முழுமையையே சமூக அலகாகக் கொள்ளும் தத்துவமுறை (holism)

3. இலட்சியத்தை எட்டுவதற்குமுன், ஆன்மா, செய்த வினையின் காரணமாகச் சுழற்சியான பிறவிகளில் தொடர்ந்து (continuity) உழலும் என்கிற வினைக்கொள்கை.

1. ஏறுவரிசை

ஏறுவரிசையின்படி அமைந்தவையாக, வேதங்களில் வருணம், ஆசிரமம், உறுதிப்பொருட்கள் ஆகியவை காணப்படுகின்றன. வருணக் கொள்கைப்படி, இந்துச்சமுதாயக் கட்டமைப்பில் மாந்தர்க்கு விதிக்கப்பட்ட நால்வகை வேலைப்பாகுபாடுகள் சுட்டப்பட்டன.

அறிவு, காவல், வாணிபம், உடல் உழைப்பு ஆகிய வேலைப் பிரிவுகளைச் செய்பவர்கள் முறையே பிராமணர், சத்திரியர், வைசியர், சூத்திரர் எனப்பட்டார்கள். இவர்களில், உடல் உழைப்பில் ஈடுபடு பவர்கள் ஏறுவரிசையில் கடைநிலையில் இருப்பவர்களாகவும்,

அறிவுப்பணியில் ஈடுபடுபவர்கள் தலைநிலையில் இருப்பவர்களாகவும் கூறப்பட்டது. இவ்வாறு அன்றைய சமூகப்பாகுபாட்டிற்கு அடிப் படையான ஏற்றத்தாழ்வினை 'ஏறுவரிசை' கொள்கை வழங்கிற்று. இதன் மீது கட்டப்பட்டவையாக ஏனையவை அமைந்தன. இதனையே வருணக்கொள்கை, சனாதனம் என்பர்.

இவ்வருண அமைப்பில் வாழும் மாந்தரின் வாழ்க்கை நிலை களும், அந்நிலைகளை அடைந்த மாந்தரும் கண்டிப்பாகப் பின்பற்ற வேண்டிய விழுமியங்கள் நான்கு எனப் பிரிக்கப்பட்டன. இவற்றை 'ஆசிரமங்கள்' என்பர். 'ஸ்ரம' என்ற வடசொல், 'முயற்சி' என்றே பொருள்படும். மாந்தரின் வாழ்க்கை நிலைகள், பிரமசாரியம், கிரகஸ்தம், வானப்பிரஸ்தம், துறவு (சந்நியாசம்) என நால்வகைப் படும். பிரமசாரியத்தில் ஆடவரும், பெண்டிரும் கல்வி கற்றலும், கிரகஸ்த வாழ்நிலையில் இருபாலாரும் இணைந்து இல்லறம் நடத்திப் பொருள் ஈட்டலும், இல்லறத்தின் கடமைகளை நிறைவேற்றலும், வானப்பிரஸ்தத்தில், முதிர்ந்த வயதில் ஆடவர் தம் மனைவியரோடு காடு சென்று தவம் புரிவதும், துறவில், ஆடவர்தம் மனைவியரையும் விட்டு விலகி முழுத் துறவை மேற்கொள்ளலும் நடைமுறை வாழ்வின் கடமைகளாகப் போற்றப்பட்டன.

நான்கு வருணங்களாக நால்வகை வேலைப் பிரிவுகளில் ஈடுபட்ட மாந்தர், தம் வாழ்க்கையில் நால்வகை நிலைகளில் நால்வகைக் கடமைகளைப் புரிவதோடு, அவர்கள், நால்வித உறுதிப்பொருட் களையும் கைக்கொள்ள வேண்டியது இருந்தது. அறம் (தர்மம்), பொருள் (அர்த்தம்), இன்பம் (காமம்), வீடு (மோட்சம்) என்ற நால்வகை உறுதிப் பொருட்களில், அவரவர் வருணத்திற்குரிய அறங்களைச் செய்து, பொருளீட்டி, இன்பம் நுகர்ந்து, இறுதியில் பிறவியிலிருந்து விடுபட்டுப் பரம்பொருளுடன் கலந்துவிடுகிற வீடுபேற்றை அடைவதே மாந்தராய்ப் பிறந்தோரின் இலட்சியமாகக் கருதப்பட்டது. வீடுபேறு அடைவதே உயர்ந்ததாகக் கருதப்பட்டது. ஏனையவை, இவ் உயர் எல்லையை ஆன்மா அடைவதற்கான படிநிலைகளாகவே கருதப் பட்டன. கீழிருந்து மேல்நோக்கிச் செல்லும் இயக்கம் இங்கும் சுட்டப்படுவதால், இதுவும் 'ஏறுவரிசை'க் கொள்கைப்படி அமைந்த தாகக் காணப்படுகிறது.

2. முழுமை இயல் (Holisim)

மாந்தரின் வருணப்பிறப்பையும், அவர்கள் வாழும் யுகம் என்ற காலத்தையும் முழு அளவுகோலாகக் கொண்டு தனித்தனி மனிதரின் நடத்தையையும், முயற்சியையும் முழுமைக்குள் அடங்கியவையாக, இவற்றை முழுமையே தீர்மானிப்பதாக நோக்கும் பார்வையே

முழுமையியல் எனப்படுகிறது. ஒரு யுகத்தில் ஒரு வருணப்பிறப்பில் தோன்றியவர்கள், மற்றொரு யுகத்திலும், வருணப்பிறப்பிலும் தோன்றிய மாந்தர்களின் நிலையை எவ்வளவு முயன்றாலும் அடைய முடியாது. கலியுகத்தில் தீவினைகள் மிக்க கீழ்மனிதராய்ப் பிறந்து வாழ்பவர்கள், துவாபர யுகத்தில் நல்வினை புரிவோராய்ப் பிறந்து பின்னர் திரேதயுகத்தில் உயர்ந்தவராகி இறுதியில் கிருதயுகத்தில் தேவர்களாவதாக வேதங்களில் கூறப்பட்டுள்ளது. கலியுகத்திலிருந்து, கிருதயுகத்திற்கு மனிதர்கள் உயர்வது, கீழிருந்து மேல்நோக்கி உயருகின்ற ஏறுவரிசையின்படி அமைந்துள்ளது. எனவே சமத்துவ நோக்கு, வைதீக இந்துக் கலாச்சாரத்தில், எதார்த்த வாழ்க்கை முறையில் அறவே இல்லை.

3. வினைக் கொள்கை

இக்கொள்கையின்படி மனிதர்கள், ஒரு பிறவியில் புரிந்த நல்ல, தீய வினைகளுக்கு ஏற்ப மறுபிறவியைப் பெறுகிறார்கள். முன் பிறப்பில் புரிந்த தீவினைகளை இப்பிறப்பினில் அறுப்பதோடு புதிதாகத் தாம் பிறந்த பிறப்புக்கேற்ற நல்வினைகளையும் புரியவேண்டும். இதன் காரணமாக மீண்டும் பிறவிச் சுழற்சியில் தொடர்ச்சியாக முன்னேறி இருபிறப்பாளராகிய பிராமணப் பிறப்பை எட்டுகிறார்கள். இறுதியில், நல்ல, தீய வினைகளற்ற நிலைவந்ததும் பரம்பொருளோடு கலந்து விடுகின்றனர். இவ்வினைக் கொள்கையிலும் கீழ்நிலையிலிருந்து மேல்நிலைக்கு உயருகின்ற ஏறுவரிசைப் பண்பு கலந்திருக்கிறது. எனவே, வருணம், ஆசிரமம், உறுதிப்பொருள், யுகப்பிறப்பு, வினைக் கொள்கை ஆகிய அனைத்திற்குமே கீழிருந்து மேலே செல்லுகிற ஏறுவரிசை முறை அடிப்படையாக அமைந்திருப்பதைக் காணலாம். வாழுகின்ற காலத்தில் வரிசை மாற்றம் இல்லை; அடுத்தடுத்த பிறப்புக் களில்தான் மாற்றம் என்று உணர்த்தப்படுகிறது.

1.1.3. தமிழகத்தின் இந்துப் பெருமரபின் வளர்ச்சி

இந்த ஏறுவரிசைக் கொள்கையைப் பௌத்தரும், சமணரும் முறையே அரச, வணிக நலன்களை முன்னிட்டுக் கேள்விக்குட்படுத்திய போது, இவ் ஏறுவரிசையில் தலைமை இடத்தில் வைக்கப்பட்ட பிராமணரின் உயிர்ப்பலி யாகங்களையும், புலால் உண்பதையும், பரம்பொருள் என்ற வினைக்கொள்கையின் இறுதி இலக்கையும் மறுத்தார்கள். குறிப்பாக, வருணப்பிறப்பும் அதனால் அமைகிற ஆசிரம வாழ்க்கை நிலைகளும் நான்கு உறுதிப்பொருள்களும் தேவைப்படாத துறவு வாழ்க்கையே இலட்சிய வாழ்வாக இவர்கள் முன்வைத்தார்கள். இதற்கெனக் கூட்டாக வாழும் சங்கங்களையும்,

பள்ளிகளையும் அமைத்தார்கள். ஆனால் காலப்போக்கில், பௌத்த, சமண மதங்களின் கொல்லாமை என்ற கருத்தையும், இவற்றில் பின்பற்றப்பட்ட சில விழாக்கள், சடங்குகள் ஆகியவற்றையும் இந்துப் பெருமரபு தனக்குள் ஐக்கியமாக்கிக் கொண்டு மேலும் வலுவான பொதுமரபாக வளர்ந்தது. இந்த வளர்ச்சியின் பின்னணியில், அரச வணிக வருணத்தார்மீது, பிராமணரின் மேலாதிக்கம் பெருகியதை உய்த்துணரலாம். வடக்கில் வலுவான ஆட்சியை அமைத்த குப்தப் பேரரசின் வருகைக்குப் பின் (கி.பி. 3ஆம் நூற்றாண்டு) இந்துப் பெருமரபு இந்தியாவெங்கும் பரவியது. தமிழகத்தில் பல்லவர், பிற்காலச் சோழர், பாண்டியர், நாயக்கர் ஆட்சிக் காலங்களில் சைவ, வைணவக் கோவில்கள் பெருகின. மக்களின் வழிபாடு, பண்பாடு, அறிவு, கலை ஆகியவற்றின் மையங்களாகக் கோவில்கள் திகழ்ந்தன. இவற்றில் வழிபாடு, வேதம் ஓதுதல் முதலிய சடங்குகள் இன்றியமையாத கூறுகளாகின. இவற்றோடு மக்களின் பிறப்பு, திருமணம், இறப்பு, போன்ற நிகழ்ச்சிகளும் ஒருங்கிணைக்கப்பட்டு இவற்றுக்கான சடங்குகளை நிறைவேற்றுவது வேதங்கற்ற பிராமணரின் கடமையாக ஆயிற்று. பிற்காலச் சோழ அரசர்களும், நாயக்கர்களும் தாங்கள் கட்டிய அல்லது புதுப்பித்த இந்துக் கோயில்களில் வழிபாட்டுக் கடமைகளாற்றுவதற்கு, தெலுங்கு, கன்னட பிராமணர்களையும், தமிழ்ப் பிராமணர்களையும் அமர்த்தியதை இங்கு எண்ணிப் பார்க்கலாம். மேலும், பல்லவர், சோழர், பாண்டியர், நாயக்கர் காலக் கல்வெட்டுக்கள் வழியாக, பிராமணர்க்கென்று இறையிலி நிலங்களாக அளிக்கப்பட்ட 'பிரமதேய கிராமங்கள்', ஏனைய சாதியார் வாழ்ந்த 'ஊர்களுக்கு'க் கருத்தியல் மையங்களாகத் திகழ்ந்தன. சோழர்காலக் கல்வெட்டுக்களை ஆராய்ந்த நொபொரு கரஷிமா (Noboru Karashima) என்பவர், பின்வருமாறு கூறியது[4], மேலே உரைத்த கருத்திற்குச் சான்றாக அமைந்துள்ளது:

> "வேறு சொற்களில் கூறுவதானால், சோழரின் அதிகார அமைப்பிற்கு, அவ்வப் பகுதிகளின் கருக்களாக பிரமதேய கிராமங்கள் அமைந்திருக்க வேண்டும் எனலாம்; சுற்றியிருந்த பிரமதேயமல்லாத கிராமங்களை ஒருங்கிணைத்துக் கட்டுப்படுத்துவதே பிரமதேய கிராமங்களின் பணியாக இருந்திருக்க வேண்டும்."

இம்மேற்கோள் வழியாக, அரசர்கள், மக்களுடைய அரசியல் தலைமை பெற்றவர்களாக இருந்தது போல, அவ் அரசியல் தலைமைக்குக் கட்டுப்பட்டுக் குடிமக்கள் வாழ்க்கை நடத்துவதற்குரிய கருத்தியலை (ideology) வழங்கும் இந்துமரபின் தலைமை பெற்றவர்களாகப் பிராமணர்கள் இருந்திருப்பதை அறியலாம்.

வடநாட்டைப் போலவே தமிழகத்திலும், இசுலாமியர் படை யெடுப்பிற்குப் பிறகு, இந்துப் பெருமரபின் அடிப்படைக் கொள்கைகள் மீற இயலாத கட்டுப்பாடுகளை மக்களுக்கு விதித்தன. உணவு, பழக்க வழக்கம் ஆகியவற்றிலும், பெண்ணின் வாழ்விலும் தீட்டுக் கொள்கையும், யாராலும் மாற்றமுடியாத தடைகளும் விதிக்கப் பட்டன. இத்தகைய நிலையில் இந்துப் பெருமரபு இருந்தபோது தான் இந்தியாவிற்கு, தமிழகத்திற்கு ஐரோப்பியர் வரத்தொடங் கினார்கள்.

1.2. மேற்கத்தியப் பண்பாடு

15, 16ஆம் நூற்றாண்டுகளில், போர்த்துக்கீசியர்கள் இந்தியாவின் மேற்குக் கடற்கரையில் வந்து தங்கினார்கள். ஐரோப்பாவின் மறுமலர்ச்சிக் காலச் சிந்தனைகளோ, தொழிற்புரட்சியினால் ஏற்பட்ட புதிய விழுமியங்களோ கண்டிராத போர்த்துக்கீசியர்கள், ஐரோப்பிய மத்திய காலங்களின் மதச்சார்பான கருத்துக்களையே போற்றினர். பிற மதங்களைக் கீழாகவும் நோக்கிய இவர்கள், இந்துக்களை வன்முறையின் மூலமாகக் கிறித்தவ மதத்திற்கு மாற்ற முனைந்தார்கள்.

இவர்களையடுத்து 17ஆம் நூற்றாண்டில் வந்த டச்சுக்காரர்களும் (Danish), 18ஆம் நூற்றாண்டில் வந்த பிரெஞ்சுக்காரர்களும் (French), கிறித்தவ மதப்பிரச்சாரத்தை முதன்மையாகக் கொள்ளவில்லை. மாறாக, டச்சுக்காரர்களுக்கு வாணிபமும், பிரெஞ்சுக்காரர்களுக்கு அரசியலுமே குறியாக இருந்தன.

17ஆம் நூற்றாண்டில் தொடங்கி, 19ஆம் நூற்றாண்டின் இறுதியில் இந்தியாவில் தங்களுடைய குடியேற்ற ஆட்சியை நிலைநிறுத்திய ஆங்கிலேயர்களையே இந்தியாவில் மேற்கத்தியப் பண்பாடு பரவத் தலையானவர்களாகக் கருதவேண்டும்.[5]

மேற்கத்தியப் பண்பாடு என்று குறிக்கப்படும் ஐரோப்பியப் பண்பாடு, ஏறத்தாழ 1750ஆம் ஆண்டு வரைப்பட்ட நூற்றாண்டுக் காலத்தில் உருவெடுத்த நவீன ஐரோப்பாவில் தோன்றிற்று. இயற்கை விஞ்ஞானம், நீராவி எந்திரம், மின்சாரம், தந்தி முதலானவற்றின் கண்டுபிடிப்புக்களால் ஐரோப்பாவில் பழைய நிலவுடைமை உற்பத்தி முறை நீங்கி, புதிய தொழில்துறை உற்பத்தியும், அதனைப் பேணிக் காக்கும் மக்களாட்சி அரசியலும் நடைமுறைக்கு வந்தன. மத்திய காலங்களில் அரசனுக்கு மேலாக அதிகாரம் செலுத்திவந்த மத அதிகாரம், கிறித்தவ எதிர்ப்பு இயக்கத்தால் (Protestantism) தகர்ந்தது. 18ஆம் நூற்றாண்டில், அறிவுநோக்கு இயக்கம் (Rationalist movement)

ஐரோப்பா முழுவதும் பரவியது. பகுத்தறிவுதான் (reason) முன்னேற்றத்தின் திறவுகோல் என்ற கருத்தை இவ் இயக்கம் பரப்பியது.

இங்கிலாந்தில் தோன்றிய பயன்பாட்டுப் பள்ளி (utilitarian school), இந்த அறிவுநோக்குக் கருத்துக்களை வளர்த்தது. பொருளாதாரத்தில் ஆதம் சுமித்தும் (Adam smith), ஒழுக்கவியலிலும் சட்டத்திலும் ஜெரெமி பென்தாம் (Jermy Bentham) என்பவரும், தருக்கம், தத்துவம் ஆகியவற்றில் ஜேம்ஸ் மில்லும் (James Mill) பழமையை அகற்றிப் புதுமைகளைக் கண்டுபிடித்தார்கள்[6]. மேலும், இங்கிலாந்தில், வில்பர்ஃபோர்ஃஸ், (Wilber Force) தலைமையில் இயங்கிய, மறுமலர்ச்சிக் கிறித்தவ இயக்கமும் (*Evangelical Christian Movement*) அறிவுநோக்குப் பார்வையை ஏற்றிருந்தது. அறிவு நோக்கின் அடிப்படையில், இங்கிலாந்தின் கிழக்கிந்தியக் கம்பெனி ஆட்சியின் கீழிருந்த இந்தியாவின் இந்து மதத்தின் மூடநம்பிக்கை, உருவ வழிபாடு ஆகியவற்றைப் போக்கவும், கிறித்தவ மதத்தைப் பிரச்சாரம் செய்யவும் இக்கிறித்தவ மறுமலர்ச்சி இயக்கம் முடிவுசெய்து செயல்பட்டது[7].

இவ்வாறு புதிதாக உருவான மேற்கத்தியப் பண்பாடானது அறிவியல் கண்டுபிடிப்புக்களாலும், தொழிற்புரட்சியாலும், புதிய பொருளாதார அமைப்பின் தோற்றத்தாலும் வளர்ச்சி பெற்றது. இதற்குரிய அடிப்படை, அறிவியல் உலகப்பார்வையாகும். இயற்கை அறிவியலில் கண்டுபிடித்த உயிர்களின் பரிணாம வளர்ச்சிக் கோட்பாடும், இயற்பியலில் கண்டுபிடித்த புதிய இயக்கவியலும் (mechanics) வேதியியலில் கண்டுபிடித்த சக்தி மாற்றக் கோட்பாடும் (Conservation of Energy) ஐரோப்பிய மாந்தர்க்குப் புதிய உலகினைத் திறந்துவிட்டன. அதுவரை மதக் கோட்பாட்டின் பேரில் அமைந்த நம்பிக்கைகள் இத்தகைய புதிய உலகினை அறியவிடாமல் மக்களை அடிமையிருளில் மூழ்கடித்திருந்தன. புதிதாகக் கண்டறிந்த அறிவியலின் துணை கொண்டு, இயற்கையைத் தமக்கு ஏற்றவாறு பயன்தரக்கூடிய ஒன்றாக மாற்ற முனைந்தனர். இதற்கு முட்டுக் கட்டையாக இருந்த பழைய நிலவுடைமை அமைப்பையும், முடியாட்சி முறையையும், அகற்றிப் புதிய தொழில்துறை உற்பத்தியாலும், கடல்கடந்த வாணிபத்தாலும் செல்வத்தைக் குவித்தவர்கள் ஏனைய மக்களை ஒன்றிணைத்து நிலவுடைமையாளரை வலிகுன்றச் செய்தார்கள். இத்தகைய வகுப்புப் போராட்டத்தில், புதிய செல்வந்த வகுப்பார்கள், தமக்குக் கீழிருந்த குடியானவர், பாட்டாளி, கைவினைஞர் ஆகியோரைத் தம் அணியோடு ஒன்றிணைக்க, சுதந்திரம், சமத்துவம், மனிதநேயம் முதலான கருத்துக்களைப் பரப்பினார்கள்.

இந்தியாவை, இங்கிலாந்தின் கச்சாப்பொருள் உற்பத்தி மையமாகவும், இங்கிலாந்தில் எந்திரங்களால் உற்பத்தி செய்த ஏராளமான பண்டங்களை ('commodities') விற்பனை செய்கிற சந்தை யாகவும் ஆக்கிய ஆங்கிலேய கிழக்கிந்தியக் கம்பெனியாளர்கள், தங்களுடைய 'இலாபம்' திரட்டும் பணிக்கு இடையூறு நேராதபடி இந்தியச் சமூக அமைப்பை மாற்ற முனைந்தார்கள். உண்பது, உடுப்பது முதல், திருமணம், வழிபாடு முதலான எல்லாவற்றிலும் பல்வேறு கட்டுப்பாடுகளைக் கொண்டிருந்த இந்திய சமுதாயம், நவீன வாழ்க்கை முறையை அறிந்து ஏற்றுக் கொள்கிற போதுதான், அவ்வாழ்க்கை முறையை வாழ்வதற்குத் தேவைப்படுகின்ற புதிய தொழில் துறை உற்பத்திப் பொருட்களை நுகர முடியும். அதற்கு முதலில், கருத்தியல் வகையில் இந்தியரிடையே ஒரு பிரிவினரைத் திரட்ட வேண்டிய திருந்தது.

இதனைச் செயல்படுத்த ஆங்கில கிழக்கிந்தியக் கம்பெனி ஆட்சியானது, 1857ஆம் ஆண்டிற்கு முன் இரு கட்டங்களாக வகுத்துக் கொண்டு, இந்தியரின் வாழ்க்கை முறையை நவீனப்படுத்த முயன்றது[8]. முதலாவதாக, மக்கள் அனைவருக்குமுரிய பொது ஒழுக்க விதியை (Universal moral code) மீறுகின்ற இந்துச் சமூக வழக்கங்களை அகற்றுவதாக அமைந்தது. இதனை, 1803ஆம் ஆண்டில் இந்திய கவர்னர் ஜெனரலாக (Governar General) இருந்த வெல்லஸ்லி பிரபு (Lord Wellesley) நடைமுறைப்படுத்தினார். குழந்தைகளை மதச் சடங்கின் அடிப்படையில் உயிர்ப்பலி கொடுக்கும் வழக்கத்தைத் தடை செய்தார். பின்னர் 1829ஆம் ஆண்டில், இராஜாராம் மோகன்ராயின் ஒத்துழைப்புடன் பெண்டிங்க்ட் பிரபு (Lord Bendinkt) உடன்கட்டை வழக்கத்தையும், 1803ஆம் ஆண்டில், மதத்தின் பேரால் நடந்த கொலை, கொள்ளையிடும் வழக்கமான 'தகி' (tagi) என்பதையும் தடை செய்தார்.

இரண்டாவதாக, முந்தைய கட்டத்தின் எதிர்மறை நடவடிக்கைக்கு மாறாக நேர்மறை நடவடிக்கை மேற்கொள்ளப்பட்டது. ஐரோப்பிய அறிவியல், சட்டம், பண்பாடு ஆகியவற்றை இந்தியரிடையே பரவச் செய்தால், இந்தியர்கள் தாமே தம் சமுதாயத்திலுள்ள நவீன வாழ்க்கைமுறைக்கு ஒவ்வாத வழக்கங்களை அகற்றுவார்கள் என்று கருதப்பட்டது. இந்த இரண்டாவது கட்டத்தில் நான்கு நிலைகளைக் காணலாம்.

1. கிறித்தவ மதப்பிரச்சாரம் முடுக்கிவிடப்பட்டது. 1813ஆம் ஆண்டு வரை ஆங்கிலேய மதபோதக சபைகளைத் தவிர பிற ஐரோப்பிய மதபோதக சபைகள் இந்தியாவெங்கும் சபைகளை ('Mission')

அமைத்துக் கொண்டு மதப்பிரச்சாரத்தைச் செய்தன. மதமாற்றங்களில் ஈடுபட்டன. 1813ஆம் ஆண்டிற்குப்பின் ஆங்கிலேய மதப் பிரச்சார சபைகளும், இந்தியாவில் கிறித்தவ மதப் பிரச்சாரத்தில் ஈடுபட அனுமதிக்கப்பட்டன. இச்சபைகள் மதபோதனையோடு, கல்வியளித்தல், மருத்துவ உதவி புரிதல் ஆகிய கடமைகளையும் மேற்கொண்டன.

2. கொள்கையளவில், சட்டத்தின்முன் அனைவரும் சமம் என்ற கருத்து 1833ஆம் ஆண்டில் அமலாக்கப்பட்டது. இக்கருத்து, ஏறுவரிசை முறையிலும், முழுமையியல் நோக்கிலும், வினைக் கொள்கை வழியிலும் அமைந்திருந்த இந்துச் சமுதாயத்திற்கு முற்றிலும் புதுமையானதாக இருந்தது. இச்சமத்துவக் கொள்கை வழியே ஐரோப்பிய வணிக தொழில் முயற்சியாளர்கள், நிலவுடைமையாளர்களை எதிர்க்க, ஏனைய மக்களைப் புதிய உற்பத்தி உறவுகளில் (Production relations) ஒருங்கிணைக்க உதவியிருந்தது. இச்சமத்துவக் கொள்கை வழியே, இந்தியர்கள் தமக்குள் இனம், சாதி, மத, மொழி, குடும்ப அளவில் பாகுபட்டிருந்தாலும், புதிய ஆங்கில அரசமைப்பின் சட்டவடிவிலான அதிகாரத்தின் முன்னர் ஒத்த தகுதியும், உரிமையும் கொண்டவர்களாகத் தம்மைக் கருதும்படி ஆக்கப்பட்டார்கள். உண்மையில் சட்டத்தின் முன் அனைவரும் சமம் என்ற கருத்து, இந்தியர் ஒவ்வொருவர் மீதும் ஆங்கில அரசின் அதிகார உரிமையை மறைமுகமாகக் குறிப்பதாகவே அமைந்துள்ளது. ஆயினும் இக்கருத்து படிப்படியாகவே நடைமுறைப்படுத்தப்பட்டுள்ளது.

3. ஆங்கிலேயர்கள் வருவதற்கு முன் இந்தியா முழுமைக்கும் பொருந்தக்கூடிய பொது அலுவல் மொழி இருந்ததில்லை. ஆங்கிலேயர் ஆட்சி தோன்றிய பின்னர், பாரசீக மொழியே ஆட்சி மொழியாக ஆக்கப்பட்டது. இதனை அகற்றி, ஆங்கிலத்தை இந்தியா முழுமைக்குமான பொது ஆட்சி மொழியாகவும் அந்தந்தப் பகுதிகளில் மக்கள் பேசிய மொழிகளை (vernacular languages) அந்தந்தப் பகுதிகளின் அலுவல் மொழிகளாகவும், 1835ஆம் ஆண்டில் பெண்டிங்க்ட் பிரபு ஏற்படுத்தினார். ஆங்கிலக் கல்வியை இந்தியரிடம் பரவச் செய்து, அதன் வழியே ஆங்கிலேயப் பண்பாட்டையும், நாகரிகத்தையும் படித்த சிறுபான்மை இந்திய அறிவு வட்டத்தாரிடம் ஏற்படுத்தவும் இது வழிகோலியது. இங்கிலாந்துத் தீவை விட அகன்ற பரப்புடைய இந்திய தீபகற்பத்தைத் தொடர்ந்து வன்முறையைக் கொண்டு, அடக்கி ஆள

முடியாது. பண்பாட்டளவில் பெரிதும் வேறுபட்ட இரு வகைச் சமுதாயங்களில், அடிமையுற்ற சமுதாயத்தை, ஆளுகின்ற சமுதாயத்தின் பண்பாட்டுக் கூறுகளை ஏற்கச் செய்வதன் வாயிலாக, ஆளும் சமுதாயத்தின் அதிகாரம் கருத்தியல் பாங்கில் வலுப்பெற்று விடுகிறது. மேற்கத்தியப் பண்பாட்டுப் பரவலின் உள் நோக்கமாக இது இருந்தது.

4. மேற்கூறிய கருத்தியல் வகை அதிகாரத்தை வலுப்படுத்தும் விதமாக, ஆங்கிலேயச் சிந்தனையாளர்களான மெகாலே (Macaulay), ஜேம்ஸ் மில் (James Mill) ஆகியோரும், இந்திய கவர்னர் ஜெனரலான (Governor General) பெண்டிங்க்ட் பிரபுவும் சேர்ந்து புதிய கல்விக் கொள்கையை 1835ஆம் ஆண்டில் வெளியிட்டனர். இதன் அடிப்படையான நோக்கம், ஆங்கில மொழியின் வாயிலாக இந்தியருக்கு ஐரோப்பிய அறிவியலையும், ஆங்கில இலக்கியத்தையும் கற்றுத் தருவதாகும். இதன் வாயிலாக, மேற்கத்தியப் பண்பாட்டை ஏற்றுக் கொண்ட ஒரு பிரிவினரை ஏற்படுத்துவதோடு, அப்பிரிவினரே ஆள்வோர்க்கும் ஆளப்படுவோர்க்கும் இடையே பாலமாக அமையுமாறு எதிர்பார்க்கப்பட்டனர். இது மட்டுமின்றி, ஆங்கில அரசாங்கம், பரந்துபட்ட இந்தியாவை நிர்வாகம் செய்ய ஏற்படுத்திய பொது நிர்வாக அமைப்பில் உருவாக்கப்பட்ட இடைநிலை மற்றும் கீழ்நிலைப் பணிகளில் குறைந்த ஊதியத்தில் சேவை செய்வதற்குரிய பயிற்சி பெற்ற ஊழியர்களை உருவாக்கவும் இக் கல்விமுறை பயன்பட்டது.

இவ்வாறு ஆங்கிலக் கல்வி உருவான நோக்கம் பற்றிக் கூறுவதற்கு வலுவான காரணம் உண்டு. ஆங்கிலக் கல்வியில் இலக்கியம் பற்றியும் பொது அறிவியல் பற்றியும் அதிக அழுத்தம் தரப்பட்டு, தொழிற்சாலை களை நடத்துவதற்குத் தேவைப்பட்ட உயர் தொழில்நுட்பக் கல்வி கற்றுத்தரப்படவில்லை. மருத்துவம், பொறியியல் தொடர்பான அறிவியல் கல்வி வழங்கப்பட்டதே தவிர, அவற்றில் உயர் தொழில் நுட்பங்கள் கற்றுத்தரப்படவில்லை. 19ஆம் நூற்றாண்டின் இடைப் பகுதியில், இந்தியாவிற்கு ஆங்கிலேய மூலதனம் இறக்குமதியாகத் தொடங்கியது. புகை வண்டிப் போக்குவரத்து, பணப்பயிர் விளைச்சல், ஆலை, சுரங்க நிர்மாணம் ஆகியவற்றில் மூலதனத்தை ஆங்கில அரசு ஈடு செய்தது. ஆனால், இந்தியர்கள் முதலீடு செய்து தொழிற்சாலைகள் நடத்த அனுமதி மறுத்தது⁹. இத்தொழிற்சாலைகளிலும், ஏனைய துறைகளிலும் இடைநிலை. மற்றும் கீழ்நிலைப் பணிகளைச் செய்வதற்குப் பயிற்சி தருவதற்காகவும் ஆங்கிலக் கல்வி உருவாக்கப் பட்டதை மறுக்கவியலாது.

1.3. மேற்கத்தியமயமாதல்

ஆங்கிலேய கிழக்கிந்தியக் கம்பெனி ஆட்சியாளர்கள், தங்களுடை நலன்களை முன்னிட்டு இந்தியாவில் அறிமுகப்படுத்திய புதிய கல்விக் கொள்கையும், அதற்குத் துணைபுரிந்த தனிமனிதனை மையமாகக் கொண்ட புதிய சட்ட முறையும், படிப்படியாக இந்துப் பெருமரபின் மீது வினைபுரிந்து மாற்றங்களை ஏற்படுத்தின. இந்த மாற்றங்களையே மேற்கத்தியமயமாதல் என்றும், நவீனமயமாதல் (modernization) என்றும் குறிப்பிடுவார்கள். 19, 20ஆம் நூற்றாண்டுகளில் ஏற்பட்ட இப்பண்பாட்டு மாற்றங்களில் முனைப்புடன் ஈடுபட்டவர்கள் ஆங்கிலவழிக் கல்வி கற்ற அறிவு வட்டத்தினராவார்கள். தயானந்தர், விவேகானந்தர் முதலானவர்கள், இந்துப் பெருமரபில் இடைக் காலத்தில் சேர்ந்த சில கேடுகளை நீக்கி, தொன்மையான வேதத்தின் அடிப்படைகளை மீட்டுருவாக்கம் செய்யும் அகநிலைச் சீர்திருத்தங் களைச் செய்தார்கள். இராஜாராம் மோகன்ராய் வழியில் வேறு சிலர் இந்துப் பெருமரபின் பண்பாட்டிலுள்ள விழுமியங்களுடனும், அடிக்கருத்துக்களுடனும் (themes) புதிய மேற்கத்திய அறிவு நோக்குக் கருத்துக்களை இணைத்துச் சமன் செய்யும் சீர்திருத்தங்களைச் செய்தார்கள். மற்றும் பலர், இவ்விருவகைப் பண்பாட்டுச் சீர்திருத்த முயற்சிகளிலும் ஈடுபட்டார்கள்.

மேற்கூறிய எல்லாவிதப் பண்பாட்டுச் சீர்திருத்த முயற்சிகளையும் சமூகவியலாளர்கள் 'மேற்கத்தியமயமாதல்' என்ற ஒரு கருத்தாக்கத் திற்குள் அடக்கி விளக்குவார்கள். மேற்கத்திய சமூகவியலாளரான இராபர்ட் ரெட்ஃபீல்டு (Robert Redfield) என்பவர் முன்வைத்த 'சிறு மரபு' (Little tradition), 'பெருமரபு' (Great tradition) என்ற கருத்தாக்கங் களை அடியொற்றி, யோகேந்திர சிங், இந்திய சமூக, பண்பாட்டு மாற்றங்களை விளக்குவதற்கு, 'முதன்மை மேற்கத்தியமயமாதல்' (Primary Westernization), 'இரண்டாம் நிலை மேற்கத்தியமயமாதல்' (Secondary Westernization) என்ற சமூகவியல் கருத்தாக்கங்களை உருவாக்கியுள்ளார். இவற்றைப் பின்பற்றி மாதவையா காலத் தமிழகத்தில் நிகழ்ந்த பண்பாட்டு மாற்றங்களை இவ்வியலில் விளக்க முயற்சி மேற்கொள்ளப்படுகிறது.

முதலில் யோகேந்திர சிங் விளக்கியுள்ள இருவித மேற்கத்திய மயமாதல்களைச் சுருக்கமாகக் காணலாம்.

1. முதனிலை மேற்கத்தியமயமாதல்

இவ்வகையான மேற்கத்தியமயமாதல் இந்தியச் சிறுபான்மை யோரிடையே ஏற்பட்ட மாற்றங்களைக் குறிக்கின்றது. 18ஆம்

நூற்றாண்டில் கிழக்கிந்தியக் கம்பெனியாருக்காக நாடு முழுவதிலும் பொருட்களைத் திரட்டித் தந்த சிறுபான்மை இடைத் தரகர்களிடம் முதலில் பண்பாட்டு மாற்றம் ஓரளவிற்கு நிகழ்ந்தது. பின்னர், புதிய கல்விக் கொள்கையினால் 19ஆம் நூற்றாண்டு முதல் 20ஆம் நூற்றாண்டின் முதற் கால்பகுதி வரை படித்துப் பட்டம் பெற்றுச் சீர்திருத்த முயற்சிகளில் இறங்கிய நடுத்தர வகுப்பினரிடையே பெரிதும் மேற்கத்தியமயமாதல் நிகழ்ந்தது. இச்சிறுபான்மையோரிடையே தோன்றிய பண்பாட்டு மாற்றத்தை 'துணைப் பண்பாடு' (sub-culture) என்றழைக்கலாம். இத்துணைப் பண்பாடு நகரங்களிலே மையங் கொண்டிருந்தது. இதனால் ஏற்பட்ட பண்பாட்டு மாற்றமானது அளவில் (quantity) சுருங்கியதாகவும், தன்மையில் (quality) விரிந்த தாகவும் இருந்தது.

2. இரண்டாம் நிலை மேற்கத்தியமயமாதல்

இதனையே 'பண்பாட்டு நவீனமயமாதல்' (Cultural Modernization) என்றழைக்கலாம். 1857ஆம் ஆண்டிற்குப் பின், ஆங்கிலேயரின் நேரடி ஆட்சி இந்தியாவில் ஏற்பட்ட பிறகு, அவ்வரசு கல்வி, சட்டம், வாணிபம், தொழில்துறை ஆகிய துறைகளில் பின்பற்றிய கொள்கை களின் மொத்த விளைவாக நவீன இந்தியா தோற்றம் கொண்டது. அதுவரை பொருட்களை இந்தியாவிற்கு ஏற்றுமதி செய்துகொண்டிருந்த ஆங்கிலேய அரசு இக்காலகட்டத்தில், மூலதனத்தை, புகைவண்டி, தபால், தந்தி, தொழிற்சாலை, சுரங்கம், இரப்பர், தேயிலை ஆகியவற்றில் இறக்குமதி செய்தது. பம்பாய், கல்கத்தா போன்ற பெருநகரங்களில் தொழில்மயமாதல் ஏற்பட்டது. படிப்படியாக இந்திய வணிகர்களும், நிதித் தொழிலில் ('லேவாதேவி') பணம் ஈட்டியவர்களும், தங்களிடம் சேர்ந்த மூலதனத்தைத் தொழில்களில் முடக்கினார்கள். இவ்வாறு ஏற்கனவே தோன்றிய நடுத்தர வகுப்பினரோடு, தேசிய முதலாளி வகுப்பும், புதிய தொழில் துறைகளில் பெருவாரியாகப் பணிபுரிந்த தொழிலாளர் வகுப்பும் ஏற்பட்டன. எனவே, மேற்கத்தியமயமாதல், சிறுபான்மையோரிடம் சமூக சீர்திருத்தச் செயல்பாடாக இருந்த நிலை படிப்படியாக மாற்றமடைந்து, மதச்சார்பின்மை, தேசியம் என்ற விழுமியங்களாக மக்களிடம் பரவிற்று. முதல் நிலை மேற்கத்திய மயமாதல் துணைப்பண்பாடாக இருந்த நிலை மாறி, இரண்டாம் நிலை மேற்கத்தியமயமாதலாக இந்தியப் பெரும் மரபில் தாக்கத்தை ஏற்படுத்தியது. இவ்வகையான மேற்கத்தியமயமாதலுக்கு 'அனைத் தையும் தழுவிய சட்ட மேற்கட்டுமானம்' (Universal legal Superstructure) கல்வி வளர்ச்சி, நகரமயமாதல், தொழில்மயமாதல், தொடர்பு சாதன வளர்ச்சி, தேசிய உணர்வும் அரசியலும் ஆகிய நிறுவன வகைப்பட்ட வளர்ச்சிகள் அடித்தளமாக அமைந்தன.

இதுவரை சுருக்கமாக உரைக்கப்பட்ட இருவகை மேற்கத்திய மயமாதல்களைப் பின்புலமாகக் கொண்டு மாதவையா வாழ்ந்த காலத்தின் தமிழகப் பண்பாட்டு மாற்றங்களைக் காணலாம். யோகேந்திர சிங், இந்தியா முழுமைக்கும் விரித்துரைத்த மேற்கத்திய மயமாதல் என்பது மாதவையா காலத்திற்கு முன்னும் பின்னும் உள்ள காலகட்டத்தை அடக்கியதாக உள்ளது. எனவே, மாதவையா வாழ்ந்த காலத்துத் தமிழகப் பண்பாட்டு மாற்றங்களைக் குறிப்பாக விளக்கு வதற்கு, யோகேந்திரசிங் விளக்கிய இருவித மேற்கத்தியமயமாதல் களிலிருந்து பொருத்தமான பகுதிகளை மட்டும் இவ் ஆய்வு தேர்ந்தெடுத்துள்ளது.

'முதல்நிலை மேற்கத்தியமயமாதலில்' கூறப்பட்டுள்ள 'துணைப் பண்பாடு' மாதவையாவை உள்ளிட்ட அறிவு வட்டத்தினரின் காலச் சூழலை விளக்குவதாக உள்ளது. இச்சிறுபான்மை அறிவு வட்டத்தினர் மேற்கொண்ட சீர்திருத்த முயற்சிகள், புதிய படைப்பாக்கங்கள், பழம் இலக்கியங்களின் மீட்டுருவாக்கங்கள், ஆகியவை சிறுபான்மை யோரான படித்த அறிவு வட்டத்தினரின் துணைப்பண்பாடாக அமைந்திருந்தன.

இவர்களுடைய முயற்சிகளுக்குத் தூண்டுதலாக இருந்த மேற்கத்திய கல்வி முறையும், துணையாக இருந்த புதிய சட்ட முறையும், நிறுவன அடிப்படைகளை அமைத்துத் தந்தன. இவை, 'இரண்டாம்நிலை மேற்கத்தியமயமாதலின்' கீழ் அடங்குகின்றன. சிறுபான்மையோரின் துணைப் பண்பாட்டின் நிறுவன அடிப்படைகளை விளக்குவதற்காக, மாதவையா காலத்துக் கல்வி முறையும், சட்ட அமைப்பும் தனியே விளக்கப்படுகின்றன. 'இரண்டாம் நிலை மேற்கத்தியமயமாதலின்' நிறுவன அடிப்படைகளான, தொழில்மயமாதல், அரசியல் மயமாதல், தேசிய எழுச்சி, நகரமயமாதல், தொடர்பு சாதன வளர்ச்சி போன்றவை, தமிழ் நாட்டில், மாதவையா செயல்பட்ட காலத்தில் ஓரளவிற்குக் காணப்பட்டாலும், மாதவையாவை உருவாக்கிய நேரடிச் சக்திகளாக இவற்றைக் கொள்ளவியலாது. இந்தியாவின் ஏனைய பெருநகரங் களான பம்பாய், கல்கத்தா ஆகியவற்றில் நிகழ்ந்த மேற்குறித்த நிறுவன அடிப்படை வளர்ச்சிகளுடன் ஒப்பிடுகிறபோது, தமிழ் நாட்டில் தேசிய அரசியல் கிளர்ச்சிகளும், தொழில்மயமாதலும் அதை ஒட்டிய தொழிலாளர் எழுச்சிகளும், காலம் தாழ்த்தியே ஏற்பட்டன. 1920ஆம் ஆண்டுக்குப் பிறகுதான் தமிழகத்தில் இவற்றின் வளர்ச்சியைத் தெளிவாகவும் பரவலாகவும் காணமுடியும். எனவே, மாதவையா போன்ற அறிவாளர்களைக் கொண்ட தமிழகத் துணைப் பண்பாட்டு வளர்ச்சிக் காலகட்டத்தை விளக்குவதற்கு இவை நேரடித் தொடர்பு கொள்ளாததால் இந்த ஆய்வில் இவை தவிர்க்கப்பட்டுள்ளன.

இனி, மாதவையா வாழ்ந்த காலத்தின் சிறப்புப் பண்பாடாகிய துணைப்பண்பாட்டின் சூழலை, மேற்கத்திய கல்வி, சமூகசீர்திருத்தம், பொதுச்சட்ட அமைப்பு, புதிய படைப்பாக்கங்கள் ஆகிய தலைப்புக் களாகப் பகுத்துக் காணலாம்.

1.3.1. மேற்கத்திய கல்வி

19ஆம் நூற்றாண்டில் மேற்கத்திய கல்வி முறை ஏற்படுத்தப் பட்டது. அதற்கு முன், தமிழ்நாட்டில் மரபான கல்விமுறை இருந்தது. திண்ணைக் கல்வி, தனி வித்துவான்களிடம் பாடம் கேட்டல், சைவ மடங்கள், கோவில்களில் நிகழ்த்திய புராண, இதிகாசப் பிரசங்கங்கள் ஆகிய முறைகள் வழியாகக் கல்வி மக்களிடம் பரவியது. திண்ணைக் கல்வி மூலம், இளஞ்சிறார்கள், அரிச்சுவடி, எண்கணிதம், நன்னூல், நிகண்டு, மூதுரை, ஆத்திசூடி, நீதி வெண்பா, நல்வழி முதலான நீதி நூல்கள் ஆகியவற்றை மனனம் செய்தார்கள். பின்னர், தனி வித்துவான் களிடம், தாங்கள் மனனம் செய்த நூல்களுக்குப் பொருள் கேட்டறிந் தனர். தலபுராணங்கள், காவியங்கள், சிற்றிலக்கியங்கள் ஆகிய இலக்கியங்கட்குப் பாடங்கேட்டுணர்ந்தனர். தாமே, செய்யுள் இயற்றிப் புலமை பெறுவதற்கு யாப்பிலக்கணங் கற்றனர். பிற்காலத்தில் இவர்களே வித்துவான்களானார்கள்.

இவர்கள் கற்ற கல்வி, செய்யுள் இலக்கண, இலக்கியக் கல்வியாக அமைந்தது. இந்துப் பெருமரபின் பண்பாட்டுக் கூறுகளை, நீதி இலக்கியங்கள் வாயிலாகவும், சமயச் சார்புடைய புராண, இதிகாசங்கள் வாயிலாகவும் கற்றுணர்ந்தனர். இவ்வியலில் தொடக்கத்தில் விளக்கப் பட்ட இந்துமரபின் மூன்று கொள்கைகளான ஏறுவரிசை, முழுமை இயல், வினைத்தொடர்ச்சி ஆகியவற்றைக் கொண்டதாகவே இக்கல்வியின் உள்ளடக்கம் அமைந்திருந்தது. சுருங்கக் கூறினால், மரபான கல்வி, சமயச்சார்பானதாகவும், குலக்கல்வி அமைப்புற்ற தாகவும் இருந்தது.

இந்நிலையில், ஜேம்ஸ் மில் (James Mill) மொகாலே (Macaulay) ஆகிய ஆங்கிலச் சிந்தனையாளர்களின் துணையோடு பெண்டிங்ட் பிரபு, இந்தியாவில், 1835ஆம் ஆண்டு ஆங்கிலக் கல்விமுறையை நடைமுறைப்படுத்தினார். ஆங்கில அரசே முன்வந்து, கல்விகற்க வழி செய்வதற்கு முன்பே, பல கிறித்தவ சமய அமைப்புக்கள் கிறித்தவமதம் மாறியவர்கட்குப் பள்ளிகளை நடத்திவந்தன. ஆங்கிலக்கல்வி வழியாக, இந்தியர்கள், ஐரோப்பிய மதிப்பீடுகளைக் கற்றறிந்தால், ஆட்சியாளர் கட்குத் துணையாக இருப்பார்கள் என்றே ஆங்கில அரசு கருதியது. ஆங்கிலக் கல்விமுறை மூன்றடுக்குக் கொண்ட நிறுவன அமைப்பாக விளங்கியது. தாய்மொழிவழி கல்வி கற்கும் தொடக்கக் கல்விநிலை,

ஆங்கில மொழிவழி கல்வி கற்கும் உயர்நிலைப்பள்ளி மற்றும் கல்லூரி, பல்கலைக்கழகக் கல்வி நிலைகள் என்பவையே அம் மூன்றடுக்குகளாகும்.

தமிழ் நாட்டில், 'கமிட்டி ஆப் நேஷன் எஜிகேசன்' (Committee of Nation Education) என்ற அரசமைப்பும் (1841), ஸ்காட்லாந்து சபை (1837) (1841) (1846), லண்டன் போதக அமைப்பு (1851), வெஸ்லிய மதபோக அமைப்பு (1851) ஆகிய ஐரோப்பிய மதபோக அமைப்புக்களும் பள்ளிகளையும், கல்லூரிகளையும் ஏற்படுத்தின. கிறித்தவ அமைப்பிற்குப் போட்டியாக இந்தியர்களும் கல்வி நிறுவனங்களைத் தோற்றுவித்தார்கள். 1842ஆம் ஆண்டு முதல் பச்சையப்பர் கல்வி நிறுவனம் தொடங்கப்பட்டது[10]. 1857ஆம் ஆண்டு முதல் சென்னைப் பல்கலைக்கழகம் செயல்படத் தொடங்கியது.

இப்பள்ளிகளிலும், கல்விகளிலும் முறையாகப் பயிற்சி பெற்ற ஆசிரியர்கள் மாதச் சம்பளம் பெற்றுப் பாடம் நடத்தினார்கள். கல்வி கற்பிக்கத் தனி இடங்கள் (கட்டடங்கள்) ஏற்பட்டன. முறையான தேர்வுகள் நடத்தப்பெற்று, தேர்ச்சி பெற்றவர்கள் மேற்படிப்பைத் தொடர அனுமதிக்கப்பட்டனர். உயர் கல்வி கற்றுப் பட்டம் பெற்றவர்கள், அதன் அடிப்படையில் வேலையில் சேர்ந்தார்கள். இவர்களே வழக்கறிஞர்களாகவும், மருத்துவர்களாகவும், பொறியியல் நிபுணர்களாகவும், பத்திரிகையாளராகவும், ஆசிரியர்களாகவும், எழுத்தாளர்களாகவும், அரசாங்கப் பணியாளர்களாகவும் ஆனார்கள். இவ்வகுப்பினரையே அறிவு வட்டத்தினர் என்றும், நடுத்தர வகுப்பினர் என்றும் குறிப்பிட்டார்கள்.

நன்கு அமைந்த நிறுவனக் கட்டமைப்பை உடைய ஆங்கிலக் கல்வி முறையினால், படித்த வகுப்பினரின் பொருளாதார வாழ்க்கை மேம்பட்டது. அதோடு, ஆங்கிலக் கல்வி வழியே மேற்கத்திய பண்பாட்டுக் கூறுகளும் இவ்வகுப்பாரிடையே மெல்லப் பரவின. ஆங்கிலப் பாடப்புத்தகங்கள், ஐரோப்பிய மதிப்பீடுகளைப் பரப்பின. மேலும், ஆங்கிலக் கல்வியியல், புவி இயல், வரலாறு, இயற்கை அறிவியல், வானவியல், உடல்நூல் ஆகிய புதிய துறைகள் கற்றுத் தரப்பட்டன. கீட்ஸ் (keats), டெநிசன் (Tennyson), பிரௌனிங் (Browning), ஷெல்லி (shelly), பைரன் (Byron), மார்லி (Morley), கார்லைல் (Carlyle), போப் (Pope), பர்க் (Burke), ரஸ்கின் (Ruskin), ஹக்ஸ்லி (Huxley) ஆகிய ஆங்கிலச் சிந்தனையாளர்கன் கருத்துக்கள் படித்த இந்தியரிடம் பரவின. ஸ்பென்ஸர் (Spencer), ஜேம்ஸ் மில் (James Mill), டார்வின் (Darwin) போன்றோரின் சமயச் சார்பற்ற அறிவு நோக்கிலான சிந்தனைகளும் பரவின.

இவர்களுடைய சிந்தனைகள், தனி மனித சுதந்திரம், விடுதலை பற்றியவையாக இருந்தன. சமத்துவ நிலை பற்றி விதந்து கூறின. எவற்றிலும் அறிவு நோக்கும், மனித நேயமும் கொண்ட பார்வையைப் போற்றின. இச்சிந்தனைகள், இந்துமரபிற்கு முரணாக இருந்தன. சாதி, மத ஏற்றத்தாழ்வுகளையும், பிறப்பால் சமத்துவம் இன்மையையும், விதிவாதத்தையும் கொண்டிருந்த இந்துப் பெருமரபு பற்றிப் படித்தோரிடமிருந்து விமரிசனங்கள் எழுந்தன.

ஆங்கிலக் கல்வி முறையில், செய்யுள் இலக்கியம் தொடர்ந்து இடம் பெற்றாலும், எளிய உரைநடையில் எழுதப்படும் புதிய முறை ஊக்குவிக்கப்பட்டது. உரைநடை இலக்கியத்தின் இன்றியமையாமை உணரப்பட்டு, அவ்வகையில் பலரும் உரைநடை நூல்களைப் படைத்தனர். சிலர் இதழ்கள் நடத்தினர். இதனால் குறைந்த கல்வி கற்றோருங்கூட உரைநடை நூல்கள் வாயிலாகக் கல்வியறிவு பெற்றனர். இவ்வாறு புதிய ஆங்கிலக் கல்வியின் வழியாக முதலில் சிறுபான்மைப் படிப்பாளிகட்கும், பின்னர் படிப்படியாகக் குறைந்த கல்வியறிவுள்ள பொது மக்கட்கும் மேற்கத்தியப் பண்பாட்டு மதிப்பீடுகள் தெரிய வந்தன.

1.3.2. சமூகச் சீர்திருத்த முயற்சிகள்

ஆங்கிலக் கல்வி கற்று, மேற்கத்திய வாழ்க்கை முறைக்குத் தங்களை மாற்றிக் கொண்ட சிறுபான்மையினர் தொடக்கத்தில் உருவாயினர். மேற்கத்திய வாழ்வின் புறக் கூறுகளான உடை, உணவு, பழக்க வழக்கம் போன்றவற்றை அப்படியே போலச் செய்யும் முறையைக் கடைப்பிடித்த, 'யுரேசிய' நாகரிக மோகமுற்ற சிறுபான்மையினர் இவர்கள்.

ஆனால் தமிழ்நாட்டில், 1830ஆம் ஆண்டு முதற்கொண்டே, இந்துப்பண்பாட்டினைச் செம்மையுறச் செய்யும் சீர்திருத்த முயற்சிகள் செயல்படலாயின. இந்துக்களின் முன்னேற்றம், இந்து விதவைப் பெண்கள் மறுமணம், தேசிய சமூக சீர்திருத்தம், பெண்கல்வி ஆகிய கருத்துகள் விவாதிக்கப்பட்டன. 'இந்து இலக்கியச் சங்கம்' (1830) 'இந்து முன்னேற்றம்' (1852) 'வேதசமாஜம்' (1864) 'திருவல்லிக்கேணி இலக்கியச் சங்கம்' (1874) 'பிரம்மஞானசபை' (1882) 'இந்துமகளிர் மறுமணச் சங்கம்' (1883) 'மதராஸ் மகாஜனசபை' (1884), 'தேசிய சமூக மாநாடு' (1887), 'தேசிய சமூக மாநாட்டின் இந்துக் கமிட்டி' (1888), 'சென்னை சமூக சீர்திருத்த சபை' (1892) போன்ற அமைப்புக்களை, படித்த தமிழரும், ஆந்திரரும் தமிழ்நாட்டில் ஏற்படுத்திச் சீர்திருத்தங் களைச் செய்தனர். இச்சீர்திருத்தக் கருத்துக்களைப் பற்றிய விரிவான

ஆய்வு, 'மாதவையா நாவல்கள் வழி அறியலாகும் சமூக சீர்திருத்தக் கருத்துக்கள்' என்ற இயலில் இடம் பெறுவதால் இவ்வியலில் அக்கருத்துக்களை முன்வைத்த அமைப்புக்களே விளக்கப்படுகின்றன.

1.3.3. பொதுச்சட்ட அமைப்பு

ஆங்கிலக் கல்வி கற்ற தமிழ்நாட்டினர் பெரிதும், பிராமண, வேளாளச் சாதியினராகவே இருந்தனர். தமிழக வரலாற்றுக் கால கட்டங்களில் இச்சாதியினரே இந்துப் பெருமரபைப் பேணியவர் களாக இருந்துள்ளனர். இச்சாதிகளிலிருந்து ஆங்கிலக் கல்வி கற்று நடுத்தர வகுப்பினரான சிறுபான்மையினர், தத்தம் சாதியினரைச் சீர்திருத்தும் முகமாக, தமிழ்ச் சாதிகளைச் சேர்ந்த அனைவரையும் சீர்திருத்த முன்வந்தனர். எழுத்து வகையிலும், அமைப்பு வகையிலும் இயங்கிச் சீர்திருத்திய போது, ஆங்கில அரசாங்கத்தின் புதிய பொதுச் சட்ட அமைப்பு வகையிலும் சீர்திருத்தங்கட்கு வழி கோலினர்.

ஆங்கிலேயர் வந்தபின், ஆங்கிலக் கல்வியின் காரணமாகவும், தொழில்மயப்படுத்தலின் காரணமாகவும், நகரங்கள் மனித வாழ்வின் மையங்களாகின. ஆனால், அதற்குமுன்னர், நூற்றாண்டுக் கணக்கில், தமிழக கிராமங்களே மக்கள் வாழ்வின் மையங்களாகத் திகழ்ந்தன. நிலம் சார்ந்த பொருளாதார உற்பத்தி கிராம அளவில்தான் நடைபெற்றது. இந்துமதக் கட்டமைப்பில், சதிப்பிரிவுகளில் வாழ்ந்த தமிழ்மக்களின் வாழ்வியல் சட்டங்களை இந்துமத ஸ்மிருதிகளும், தரும சாத்திரங்களும் வழங்கின. தமிழக கிராமங்களில் செயல்பட்ட சாதிப் பஞ்சாயத்துக்களில், பிராமண, வேளாளச் சாதியினரே ஆதிக்கம் செலுத்தினர். ஒவ்வொரு மனிதனின் குற்றத்திற்கும், சாதிப் பிறப்பு நிலையை ஒட்டி நீதி வழங்கப்பட்டது. ஒரே விதமான குற்றத்திற்கு, 'தீண்டத்தகாதாருக்குக்' கடுமையான தண்டனையும், பிராமணருக்கு எளிய தண்டனையும் வழங்கப்பட்டன. இந்துப்பண்பாட்டின் அடிப்படைக் கோட்பாடான ஏறுவரிசை முறையிலே நீதி வழங்கப் பட்டது.

ஆனால், ஆங்கிலேயரின் சட்ட அமைப்பு தனிமனிதனையே அவனுடைய நடத்தைகட்குப் பொறுப்பாக்கியது. சமத்துவம், அறிவு நோக்கு, தனிமனிதத்துவம் (individualism) ஆகிய மூன்று மதிப்பீடுகளை அடியொற்றியதாக இருந்தது. சாதி மதச் சார்புகளற்ற, அனைவர்க்கும் பொதுவான நீதியை வழங்கும் நிறுவன அமைப்பைக் கொண்டதாக இருந்தது. சமுதாயத்தில் எந்தச் சாதி, மத, பொருளாதார நிலையில் ஒருவன் இருந்தாலும், தனக்கிழைக்கப்பட்ட அநீதிக்குத் தீர்ப்புத் தேடி நீதி மன்றங்களில் முறையிடும் உரிமை அவனுக்கு வழங்கப்பட்டது. வழக்கை, சாட்சிகளின் அடிப்படையில் தீர விசாரிப்பதற்குப் படித்துத்

தேர்ச்சி பெற்ற வழக்கறிஞர்களும், நீதி வழங்குவதற்கும் நீதிபதிகளும் தொழில் முறையில் செயல்பட்டார்கள். நியாயம் வழங்குவதற்கு, சாதி, மதச் சார்புகளைத் தகுதிகளாக நோக்காமல், கல்வி, திறமை, தற்சார்பின்மை போன்ற புதிய தகுதிகளைக் கொண்டவர்களே தேர்வு செய்யப்பட்டார்கள். இது, இந்துப் பெருமரபின் மூன்று அடிப்படைக் கோட்பாடுகட்கும் புறம்பானதாக இருந்தது. கீழ் - மேல் என்ற வரிசை முறையை ஏற்காத சட்ட அமைப்பு, சட்டத்தின் முன் அனைவரும் சமமானவர்கள் என்ற ஐரோப்பிய மதிப்பீட்டை அடிப்படையாகக் கொண்டு இயங்கியது.

19ஆம் நூற்றாண்டில் இந்திய, தமிழகத்தில் படித்தவர்கள் முன்னின்று நடத்திய சமூக சீர்திருத்தங்கட்கு, புதிய., பொதுச்சட்ட அமைப்பு பெரும் துணைபுரிந்தது. அறிவு நோக்கு, மனிதநேயம், சமத்துவம் ஆகிய மதிப்பீடுகளையே, சீர்திருத்த அமைப்புகளும், சட்டமுறையும் கொண்டிருந்தன. ஆங்கில ஆட்சியாளரின் முன் முயற்சியோடும், படித்த இந்தியரின் வற்புறுத்தலோடும், சிப்பாய் கலகத்திற்கு முன்னர், 1829ஆம் ஆண்டில் உடன்கட்டை ஏற்றும் வழக்கம் சட்ட விரோதமாக்கப்பட்டது. 1843ஆம் ஆண்டில் கட்டாய அடிமை முறை சட்டரீதியாக ஒழிக்கப்பட்டது. 1856ஆம் ஆண்டில், சீர்திருத்தக்காரர்களின் முன்முயற்சியின் பலனாக, விதவை மறுமணம் சட்டவடிவம் பெற்றது. பின்னர், கிழக்கிந்தியக் கம்பெனி ஆட்சி நீங்கி, ஆங்கில அரசின் நேரடி ஆட்சி ஏற்பட்டபோது, 1872ஆம் ஆண்டில், சுதேசி திருமணச் சட்டம் ஏற்பட்டது. இதன்படி வேறுபட்ட மதத்தைச் சேர்ந்தோராயினும், கலப்புமணம் செய்து கொள்ளலாம் என்ற கருத்து நிலைநாட்டப்பட்டது. குழந்தைமணத்தை அகற்ற வேண்டும் என்ற கோரிக்கை, 1891ஆம் ஆண்டில் தொடங்கி, 1929ஆம் ஆண்டில் சட்ட வடிவம் பெற்றது. பெண்ணின் திருமண வயது, பத்திலிருந்து பதின்மூன்றாக உயர்த்தப்பட்டது[11]. சமூக சீர்திருத்தக்காரர்களைப் பழைய சாதிச் சட்டங்கள் ஒறுத்தபோதிலும், புதிய சட்ட அமைப்பு பாதுகாத்தது. சமூக சீர்திருத்தப்பணிகள் பெரிதும் சென்னை, இராஜமுந்திரி போன்ற நகரங்களில் நடைபெற்றதால், சாதிச்சட்டங்கள் கடுமையாகப் பின்பற்றப்பட்ட கிராமங்களின் மரபான ஒடுக்கு முறைக்குப் படித்தவர்கள் பெரிதும் ஆட்படவில்லை எனலாம். எனவே இதுவரை கூறியவற்றால், சமூக சீர்திருத்த முயற்சிகள், அவற்றுக்கு உறுதுணையாக இருந்த புதிய பொதுச்சட்ட அமைப்பு ஆகியவை பற்றிச் சுருக்கமாகக் காணமுடிந்துள்ளது.

1.3.4. புதிய படைப்பாக்கங்கள்

தமிழகத்தில், 19ஆம் நூற்றாண்டிலிருந்து, மேற்கத்தியப் பண்பாட்டை உணர்ந்த அறிவுவட்டத்தினர் சமூக சீர்திருத்தங்களில் ஈடுபட்ட

போது, புதிய கருத்துக்களை வெளிப்படுத்துவதற்குப் புதிய படைப்புக் களை வெளிக்கொணர்ந்தார்கள். இதற்கு, அச்சு எந்திரங்கள் மூலமாகப் புத்தகங்களை உற்பத்தி செய்யும் நவீன தொழில்நுட்பமும், மக்களிடம் பரவலாகிய ஆங்கிலக் கல்விமுறையும், நவீன தொடர்புசாதனங்களில் ஒன்றாகிய பத்திரிகையும் பெருந்துணை புரிந்தன.

1835ஆம் ஆண்டுவரை, அச்சகம் வைத்து நூல்கள் வெளியிடும் உரிமை, கிறித்தவப் பாதிரியார்களும், கிழக்கிந்தியக் கம்பெனியார் களுக்குமே இருந்தது. ஆனால், 1835ஆம் ஆண்டு முதல், இந்தியர் களுக்கும் இவ்வுரிமை வழங்கப்பட்டது. அதுவரை, அதிகப் பொருள் செலவழித்து, பலநாட்கள் உழைத்து எழுதி ஓர் ஏட்டுச்சுவடியைப் பெறுவது செல்வந்தர்க்கே இயலும் காரியமாக இருந்தது. ஆனால், அச்சியந்திரங்களின் மூலம் ஏராளமாக உற்பத்தியான நூல்கள் ஏட்டுச் சுவடிகளைப் போல அதிகப் பொருட்செலவின்றியே பெறத் தக்கனவாக இருந்தன. ஆங்கிலக் கல்விமுறையில் பல்லாண்டுகளாகப் பயில வேண்டிய மாணவர்கட்குப் பாடப்புத்தகங்களை வழங்குவது சிறப்பிடம் பெற்றது. படிக்கின்ற வகுப்பிற்கு ஏற்ற பாடநூல்கள், அரசாங்கத்தின் கல்வி நிருவாகத்தினரால் வரையறுக்கப்பட்டிருந்தன. பாடப்புத்தகத் தேவையை நிறைவேற்ற, தமிழகத்தில் 1854ஆம் ஆண்டில் கல்வித்துறை (Department of Public Instruction) உருவாக்கப் பட்டது. இதன் ஆதரவில், ஓர் அச்சகம் (The Public Instruction Press) ஏற்படுத்தப்பட்டு, பாடநூல்கள் அச்சிடப்பட்டன. 1868ஆம் ஆண்டில் இவ் அச்சகம் மூடப்பட்டாலும், வேறு அச்சகங்கள் வழியாக 1889ஆம் ஆண்டுவரை, கல்வித்துறையானது ஏராளமான பாடநூல் களை வெளியிட்டது. இதன்பின்னர், தனியே ஒரு பாடப்புத்தகக் குழு (The Madras Standing Committee for Text Books) ஏற்படுத்தப்பட்டு, தகுதி வாய்ந்த பாடநூல்கள் பரிந்துரைக்கப்பட்டன[12].

இத்தகு அச்சகங்களைத் தவிர, 19ஆம் நூற்றாண்டில் சென்னை மாகாணத்தில் ஏறத்தாழ எழுபதுக்கும் மேற்பட்ட அச்சகங்கள் இருந்தன என்றும், இவை மூலமாக வெளிப்பட்ட பாடப் புத்தகங் களில் சில, பத்தாயிரம் பிரதிகள் வரை அச்சாயின என்றும் மயிலை. சீனி வேங்கடசாமி குறிப்பிட்டுள்ளார்[13]. படித்தவர்கள் தொகை பெருகப் பெருக ஆங்கிலத்திலும், தமிழிலும் செய்தி இதழ்களும் வார, திங்கள் இதழ்களும் தோன்றின. 19ஆம் நூற்றாண்டில் மட்டும் ஏறத்தாழ நூறு இதழ்கள் தோன்றிச் செயல்பட்டன[14]. இவை, மதம், இலக்கியம், சமூக சீர்திருத்தம், பண்பாடு, வரலாறு, அறிவியல், அரசியல் பொருளாதாரம் முதலான உள்ளடக்கங்களைப் பெற்றிருந்தன.

இச்சாதனங்கள் வழியாக, கற்றறிந்தவர்கள் தாம் உணர்ந்த சமூக சீர்திருத்தக் கருத்துக்களை மக்களிடம் பரப்பினார்கள். கருத்துப் பரவலுக்குக் காரணமாயிருந்த அச்சு இயந்திரங்களும், பதிப்பகங் களும், வெளியீடுகளும், பத்திரிகை நிறுவனங்களும் பொருளாதார ரீதியில் செல்வம் திரட்டுவதற்கான வணிக நிறுவனங்களாகவும் இருந்தன. தமிழில் ஏட்டுச் சுவடிகளைப் பதிப்பித்ததற்கும், உரைநடை யிலான பாடநூல்களை வெளியிட்டதற்கும் பொருளாதார நோக்கமும் இருந்ததை நினைவிற் கொள்ள வேண்டும். ஆங்கிலேயர் இந்தியாவில் புகுத்திய புதிய பொருளாதார அமைப்பால், மரபாக ஒருசிலர்க்கே உரிமையாகிய பொருட்கள், பலரும் குறைந்த விலையில் வாங்கி நுகரத்தக்க பண்டங்களாகின (Commodity).

1.3.4.1. பழம்பண்பாட்டுப் பெருமை

இவ்வாறு, புதிய தொடர்பு சாதனங்கள் மூலமாக, மேற்கத்தியப் பண்பாட்டின் தாக்கத்திற்கு உள்ளாகிய படிப்பாளிகள், தமிழகத்தில் செயல்பட்ட விதத்தை இரு நிலைகளாகப் பகுத்தறியலாம். முதலாவதாக, ஒருபிரிவினர், ஆங்கிலம் கற்றதன் மூலமாக, ஆங்கிலப்பண்பாட்டிற்குத் தங்களுடைய பண்பாடு சற்றும் தாழ்ந்து போகவில்லை என்பதை உலகிற்கு வெளிப்படுத்தும் உணர்வைப் பெற்றார்கள். ஆங்கிலக் கல்வியின் பயனாகத் தமிழ் மக்களின் சமூக வரலாற்றையும், இலக்கிய, பண்பாட்டு வரலாற்றையும் மீட்டுருவாக்கம் செய்ய வேண்டிய கடமையை மேற்கொண்டார்கள். இக்கடமைகளை இருவிதத்தில் செயல்படுத்தினார்கள். பழந்தமிழ் இலக்கிய, இலக்கண, தத்துவச் செல்வங்களை, ஏட்டுச்சுவடிகளிலிருந்து, அச்சு வடிவத்திற்கு மாற்றுவது ஒருவகை. இப்பழைய பண்பாட்டுக் கருவூலகங்கள் வழியே புலப்பட்ட பழம் பெருமைகளை ஆங்கிலத்திலும், தமிழிலும் உரைநடை நூல்கள் வழியே வெளியிடுவது மற்றொருவகை. இவ்விரு வகை முயற்சிகட்கும், ஆங்கிலக் கல்விமுறையின் பாடப்புத்தக உற்பத்தி ஓர் ஊக்கமாகச் செயல்பட்டது.

படித்த தமிழர்கள், ஏட்டுச் சுவடிகளைத் தொகுத்து வெளியிடு வதற்கு முன்னோடியாக ஆங்கில அரசியலாளர்கள், சுவடிகளைத் தொகுத்துப் பாதுகாக்கும் முயற்சியில் ஈடுபட்டார்கள். சென்னை அரசாங்கத்துக் கீழ்த்திசைக் கையெழுத்துச் சுவடி நூலகம் ('Madras Govt. Oriental Mss. Library') என்ற அமைப்பு சென்ற நூற்றாண்டில் சென்னையில் உருவாயிற்று. கர்னல் காலின் மெக்கன்சி (1753-1821) என்ற ஆங்கிலேயர், இந்நூலகத்திற்காக முதன் முதலில் ஏட்டுச் சுவடி களைத் தொகுத்தார்[15]. 1812 முதல் 1854 வரை சென்னையில் ஐரோப்பிய அரசுப் பணியாளர்கள், இந்திய மொழிஇலக்கிய, இலக்கணங்களைக்

கற்றறிவதற்காக நிறுவிச் செயல்பட்ட ‘சென்னைக் கல்விச் சங்கம்’ என்ற சங்கத்தின் பாடப்புத்தகத் தேவைக்காக ‘திருவள்ளுவர் குறள்’ ‘நாலடிநானூறு’ ஆகிய தமிழ் நீதி இலக்கியங்களின் மூலங்கள் அச்சாகின. இச்சங்கத்தில் ஆசிரியர்களாகத் திகழ்ந்த, முத்துச்சாமிப் பிள்ளை (-1840), புதுவை நைனப்ப முதலியார் (1799-1845), தாண்டவராய முதலியார் (- 1850), முகவை இராமாநுசக் கவிராயர் (- 1852), கொட்டையூர் சிவக்கொழுந்து தேசிகர், மதுரைக் கந்தசாமிப் புலவர் போன்றோர் முதன்முதலாக ஏட்டுச் சுவடிகளை, ஆங்கில அதிகாரிகளின் துணைகொண்டு அச்சில் ஏற்றினார்கள்[16].

இம்முயற்சியைத் தொடர்ந்து, 19ஆம் நூற்றாண்டில் தமிழில் இருந்த பழங்கால இலக்கிய, இலக்கண நூல்கள் ஓலைச்சுவடிகளி லிருந்து அச்சிற்கு ஏறின. திருக்குறள், நாலடியார், திரிகடுகம், மூதுரை, நன்னெறி முதலான நீதி நூல்களும், கம்பராமாயணம், மணிமேகலை, சிலப்பதிகாரம், பெரியபுராணம், சீவகசிந்தாமணி, வில்லிபாரதம், கந்தபுராணம், நளவெண்பா முதலிய காவியங்களும், புராணங்களும், தேவாரம், திருவாசகம், நாலாயிர திவ்யப் பிரபந்தம் முதலிய பக்தி இலக்கியங்களும், கலித்தொகை, பத்துப்பாட்டு, புறநானூறு ஆகிய ‘சங்க’ இலக்கியங்களும், அச்சுப் புத்தகங்களாக வெளிவந்தன. இவற்றில் சில நீதி நூல்களும், காவியப்பகுதிகளும், சங்கப் பாடல்களும், பக்திப் பாடல்களும் ஆங்கிலத்தில் மொழிபெயர்க்கப்பட்டன. இத்தகைய பதிப்புப் பணிகளில் ராவ்பகதூர். சி.வை.தாமோதரம்பிள்ளை, உ.வே. சாமிநாதையர், மயிலை. சண்முகம்பிள்ளை போன்ற பலரும் குறிப்பிடத்தக்க பணியாற்றியுள்ளனர்.

இவ்வாறு வெளிவந்து, கற்றோரால் ஆய்வு செய்யப்பட்ட பழந்தமிழ் இலக்கியங்கள் வழியாக, தமிழ்ப் பண்பாட்டின் பழம் பெருமைகளை எடுத்துரைக்கும் நூல்களாக வெளிவந்தன. ஆயிரத்து எண்ணூறு ஆண்டுகட்கு முற்பட்ட தமிழர் என்று பொருள்படும் ஆங்கிலநூல் (ஆசிரியர் வி. கனகசபைப்பிள்ளை) இதற்குச் சான்றாகும். இந்நூலில் பழங்காலத்தில் வாழ்ந்த தமிழர்தம் அரசியல், பண்பாடு, மதம் பற்றிய விளக்கங்கள் காணப்படுகின்றன. பேராசிரியர். பி. சுந்தரம் பிள்ளை, திருஞானசம்பந்தர் பற்றிய கால ஆராய்ச்சியை மேற் கொண்டார்.

1880 முதல் 1910 வரையுள்ள ஆண்டுகளில் பண்டைத்தமிழ் இலக்கியம் பற்றிய ஆய்வுகளை, பி. சுந்தரம் பிள்ளையும், வி.கனகசபைப் பிள்ளையும், வி.கோ. சூரியநாராயண சாஸ்திரியாரும் மேற்கொண்டனர். இவர்களோடு, மதுரைத் தமிழ்ச் சங்க வித்துவான்களாகிய, ரா.இராகவையங்கார், மு. இராகவய்யங்கார், அரசன் சண்முகனார்.

போன்றோரையும், ஈழநாட்டவரான அ.குமாரசாமிப்பிள்ளை, கதிரைவேற்பிள்ளை, முத்துத்தம்பி பிள்ளை, த.கனகசுந்தரம் பிள்ளை, சுவாமிநாதபண்டிதர் ஆகியோரையும் இணைத்துக் கொள்ளலாம்[17].

ஏட்டுச் சுவடிகளை மட்டுமின்றி, தமிழகத்தின் பழங்காலச் சாசனங்களையும் ஆங்கிலேயர்கள் தொகுத்துப் பேணும் முயற்சியில் ஈடுபட்டனர். 1784ஆம் ஆண்டில் சர். வில்லியம் ஜோன்ஸ் (Sir William Jones) என்ற ஆங்கில அறிஞர் இம்முயற்சிக்கு வழிகோலினார். 1874ஆம் ஆண்டில் தென்னிந்தியாவில் புதைபொருள் இலாகா தோற்றுவிக்கப்பட்டது. 1890ஆம் ஆண்டில் 'தென்னிந்திய சாசனங்கள்' என்ற வெளியீட்டின் முதல் தொகுதி வெளியாகிறது. இதில் தமிழ், தெலுங்கு, கன்னட மொழிச் சாசனங்கள் இடம் பெற்றன. மேலும், தமிழ்ப் பழம் வரலாற்றைப் புதைபொருட்கள், சாசனங்கள் இலக்கியங்கள் வாயிலாக ஆராயும் பணிக்கென்றே, 'தி இண்டியன் ஆண்டிக்குயரி' (The Indian Antiquary 1872), 'எபிகிராபிகா இண்டிகா' (Epigraphica Indica 1892), 'சவுத் இன்டியன் இன்ஸ்கிரிப்சன்ஸ்' (South Indian Inscriptions 1890) ஆகிய ஆங்கில இதழ்களை ஆங்கிலேயர்கள் நடத்தினார்கள்[18]. மேலும் 1883ஆம் ஆண்டின் இடைப்பகுதியில் தொடங்கிப் பல்லாண்டுகளாக வெளிப்போந்த 'தி மெட்ராஸ்' கிறிஸ்டியன் காலேஜ் மேகசீன்' (The Madras Christian College magazine) என்ற ஆங்கில மாத இதழில், ஆங்கிலங்கற்ற தமிழ் அறிவு வட்டத்தினராகிய, கே.ஸி. சேசையர், தி. செல்வக்கேசவராய முதலியார், எஸ். அநவரதவிநாயகம் பிள்ளை, எஸ். சுப்பிரமணிய சாஸ்திரி, வி.கோ. சூரியநாராயண சாஸ்திரி, அ. மாதவையா, பி. இராஜமையர் பண்டித நடேச சாஸ்திரி, பி. சுந்தரம்பிள்ளை போன்றவர்கள், தமிழிலும், ஆங்கிலத்திலும் இந்துமதம், தமிழ் இலக்கியம், தமிழரின் வரலாறு, பண்பாடு, நாகரிகம் குறித்து ஆய்வுக் கட்டுரைகள் வெளியிட்டனர்.

இதுவரை எடுத்துக்காட்டப்பெற்ற தகவல்களை வைத்து நோக்கினால், 19ஆம் நூற்றாண்டில், தமிழ்நாட்டில் உருவாகியிருந்த அறிவுச் சூழலை ஓரளவு உய்த்துணரலாம். ஓலைச்சுவடிகளைப் பதிப்பித்தும் சாசனங்களை ஆராய்ந்தும், பழந்தமிழகத்தின் இந்துப் பண்பாட்டின் பெருமைகளும், தமிழர்தம் அரசியல் நாகரிக வாழ்வின் சிறப்பியல்புகளும் கட்டுரை, நூல்வடிவங்களில் வெளியிடப்பட்டன. இது, மேற்கத்தியமயமாதலில் முதல்வகை.

1.3.4.2. புதுமைப்படைப்பாக்கங்கள்

மேற்கத்தியமயமாதலில், தமிழுக்கு முற்றிலும் புதிய பண்பாட்டு ஆக்கங்களை வழங்கியது இரண்டாவது வகையாகும். ஆங்கிலக்

கல்வி வழியே கற்றறிந்த புதிய ஆக்கங்கள் தமிழில் இல்லை என்ற குறையை உணர்ந்த புதுமை நாட்டங்கொண்டவர்களே, நிறைவை நாடிச் செயல்பட்டவர்களாவார்கள். மேற்கத்தியப் பண்பாட்டின் சிறப்பியல்புகளை நேரடியாகத் தமிழில் மொழிபெயர்த்தும், தமிழிலேயே புதிய உரைநடை நூல்கள், நாவல், சிறுகதை, நாடகங்கள் போன்ற இலக்கிய வடிவங்களைப் படைத்தும் புதிய பண்பாட்டுச் சூழலைச் சிலர் உருவாக்கினார்கள். ஆங்கிலத்திலிருந்து தமிழில் பெயர்த்தமாதிரி, தமிழில் இருந்த கதைகளையும், பாடல்களையும் ஆங்கிலத்திற்கு மொழிபெயர்த்தனர். சிலர், ஆங்கிலேயர் வழி அறிந்த நாவல் வடிவைக் கையாண்டு, தமிழில் மட்டுமின்றி ஆங்கிலத்திலும் நாவல்களைப் படைத்தளித்தார்கள்.

1. உரைநடை நூல்கள்

முற்றிலும் செய்யுள் வடிவிலேயே தமிழ் இலக்கிய, இலக்கணங் களும், பிற அறிவு நூல்களும் வழங்கிவந்த காலத்தில், ஐரோப்பிய மதபோதகர்களின் முயற்சியால், உரைநடையிலேயே எல்லா நூல் களையும் படைக்கும் போக்கு உருவாயிற்று. 'சென்னைக் கல்விச் சங்கம்' வாயிலாக ஆங்கிலேயரின் ஆதரவில் பல தமிழ் வித்துவான்கள் உரைநடை நூல்களைப் படைத்தார்கள். தாண்டவராய முதலியாரின் 'கதாமஞ்சரி' (1826) 'பஞ்சதந்திரக்கதை' (1826), கந்தசாமிப்புலவரின் 'மிருதிசந்திரிகை' (1826) திருவேங்கடமுதலியாரின் 'தமிழ் அரிச்சுவடி' (1827) வீராசாமி செட்டியாரின் 'விநோதரசமஞ்சரி' (1877) முதலிய உரைநடை நூல்கள் இவ்வகையில் முன்னோடி நூல்களாகும். 'சென்னைப் பாடப் புத்தக சங்கம்' (1850) பல உரைநடை நூல்களை வெளியிட்டுச் சிறந்த நூல்களுக்குப் பரிசளித்து ஊக்குவித்தது. மொழிபெயர்ப்பு நூல்களையும் வெளியிட்டது. 'இராபின்சன் குருசோ', 'இந்திய சரித்திரம்', 'உலகசரித்திரம்' போன்றவை சிறந்த மொழிபெயர்ப்பு நூல்களாக வெளிவந்தன.

உரைநடையாலியன்ற நூல்கள் தமிழில் பெருக வேண்டும் என்ற விருப்பத்திற்கும், சமூக சீர்திருத்தத்திற்கும் தொடர்பு இருந்தது. இது பற்றி வேதநாயகம் பிள்ளை, தம்முடைய பிரதாப முதலியார் சரித்திரம் நாவலின் நாற்பத்திரண்டாவது இயலில் குறிப்பிட்ட போது,

'.... நம்முடைய சுயபாஷைகளில் வசனகாவியங்கள் இல்லாம லிருக்கிறவரையில் இந்தத் தேசம் சரியான சீர்திருத்தம் அடையா தென்பது நிச்சயமே' என்று எழுதியுள்ளார். மாதவையாவும் இதே கருத்தை 1911ஆம் ஆண்டில் பத்மாவதி சரித்திரம் நாவலின் மூன்றாம் பதிப்பின் முன்னுரையில் வெளியிட்டார். சமூக சீர்திருத்தக் கருத்துக்களை,

உரைநடையாலியன்ற நாவல், சிறுகதை வடிவங்களில் வெளியிடுவதைச் சிறப்பாகக் கருதினார்கள். வேதநாயகரின் *பிரதாப முதலியார் சரித்திரமும்*, மாதவையாவின் *பத்மாவதி சரித்திரமும்*, *முத்து மீனாட்சி* ஆகிய நாவல்களும், நடேச சாஸ்திரியின் *தீனதயாளு* நாவலும், இத்தகைய நோக்கில் எழுதப்பட்ட முன்னோடி நாவல்களாகும். மாதவையா படைத்த குசிகர் குட்டிக் கதைகள் சிறுகதை வடிவில் சமூக சீர்திருத்தக் கருத்துக்களைப் பிரச்சாரம் செய்தன.

மரபான தமிழ் நாடகங்கள், கீர்த்தனைகள், சிந்துப்பாடல்கள் கொண்டதாக அமைந்திருந்தன. ஆங்கிலங்கற்றவர்கள், ஷேக்ஸ்பியரின் நாடகங்களைத் தமிழில் மொழிபெயர்த்ததோடு தாமே, அந்நாடக வடிவினை ஒத்த தமிழ் நாடகங்களை உரைநடையில் படைத்தார்கள். இராமசுவாமி ஐயங்கார் படைத்த *சுகுணசேகரர்* (1889) என்ற நாடகம் ஷேக்ஸ்பியரின் ஒரோனா நகரத்து இருகனவான்கள் (Two Gentlemen of Verora), நாடகத்தின் தமிழாக்கமாகும். இதேபோல, நாராயண சாமிப்பிள்ளையின் *வேனிற்காலத்து நல்லிருட்கனவு* (1894) (Midsummer Night's Dream), சலோசன செட்டியாரின் *சரசாங்கி* (1897) (Cymbaline), மாதவையாவின் *உதயலன் என்னும் கொற்கைச் சிங்களவன்* (1918) ('Othello'), ஆகிய நாடகங்கள் ஷேக்ஸ்பியர் நாடகங்களின் தமிழாக்கங் களாகும். ஷேக்ஸ்பியரின் நாடக அமைப்பை ஒட்டி வி.கோ. சூரிய நாராணய சாஸ்திரியார் *கலாவதி* (1889) *ரூபாவதி* (1895) ஆகிய உரைநடை நாடகங்களைப் படைத்தார். கற்றோரிடையே இவ்வகை நாடகங்கள் வரவேற்பைப் பெற்றன. அதே வேளையில், பெரும் பான்மை மக்களுக்கு நடித்துக் காட்டப்பட்ட நாடகங்கள் பெரிதும், நாட்டுப்புறக்கதைகள், காவியங்கள், புராணங்கள் ஆகியவற்றை அடியொற்றியே அமைந்தன. 'அரிச்சந்திர விலாசம்' (1867), 'மார்க்கண்டேயர் விலாசம்' (1868), 'சித்திராங்கதை விலாசம்' (1874), 'தேசிங்கு ராஜா விலாசம்' (1869), 'ஆரவல்லி சூரவல்லி நாடகம்' (1888), 'சீதாகலியாணம்' (1889) போன்றவை சில எடுத்துக்காட்டுக்களாகும்.

2. நாவலும் பெண்சிக்கலும்

இப்புத்தாக்கங்களிலும், நாடகங்களின் உள்ளடக்கம் பெரிதும் நிகழ்காலச் சிக்கல்களைப் பிரதிபலிப்பதாகத் தோன்றவில்லை. இருபதாம் நூற்றாண்டில்தான் இவ்வித நாடகங்கள் தோன்றின இவற்றைச் சமூக நாடகங்கள் என்பர். நாடகம் தவிர்த்து, புத்திலக்கியப் படைப்பில் மிகவும் புதுமை வாய்ந்ததாக நாவலே அமைந்தது. நாடகத்திற்குப் பழம் மரபுத் தொடர்ச்சி இருந்தது போல, நாவலுக்கு இல்லை என்றே கூறலாம். பத்தொன்பதாம் நூற்றாண்டில் தமிழகத்தில்

தோற்றமெடுத்த நாவல் இலக்கியமே, அக்காலப் பண்பாட்டுச் சிக்கலை வெளிப்படுத்தும் சாதனமாக இருந்தது. ஏனெனில், நாவல் இலக்கிய மானது, நடப்பியலை உள்ளவாறே கண்ணாடிபோற் பிரதிபலிக்க வேண்டிய பண்பினைக் கொண்டிருந்தது. நாடகங்களில் பழங்கதை களும், புராணப் பாத்திரங்களும் இடம் பெற்ற அதே காலத்தில், நாவல்களில் நிகழ்காலத்தின் நடப்பியல் வாழ்வே கதைப் பொருளாகியதை ஒப்பிட்டுக் காணலாம். மாதவையா, பத்தொன்பதாம் நூற்றாண்டில் தோன்றிய உரைநடை நூல்களைப் பற்றிக் குறிப்பிடும் போது[19], ஆங்கில நாவலுக்கு இணையாக தமிழ் உரைநடை நூல்கள் தோன்றவில்லை; அவ்வாறே உரைநடை நூல்கள் இருந்தாலும் அவை புராணக் கதைகளைச் சுருக்கமாகவோ, விளக்கமாகவோ உரைப்பனவாக உள்ளன என்று எழுதியுள்ளார். நாவல் என்றாலே 'உலக வாழ்க்கை யைக் காண்ணாடிபோற் பிரதிபலித்துப் பெரும்பாலும் அநுபவத் தோடொத்து நிகழும் கதை...' ('ப.ச.' பக். 3) என்று மாதவையா, நாவல் வடிவத்திற்கும், நடப்பியலுக்குமுள்ள உறவைப் பற்றிக் குறிப்பிட்டுள்ளார்.

தமிழகத்தில், பத்தொன்பதாம் நூற்றாண்டின் இடைப் பகுதி யிலிருந்து சமூக சீர்திருத்த இயக்கங்கள் முன்வைத்த சீர்திருத்தங்களும், மாதவையா போன்ற நடப்பியல் நாவலாசிரியர்கள் தம் நாவல்கள் வழியே அறிவுறுத்திய சீர்திருத்தங்களும், இந்தியா முழுவதிலும் நடந்த சீர்திருத்தங்களோடு ஒப்புமை கொண்டவையாக இருந்தன. இச்சீர்திருத்தக் கருத்துக்கள் யாவும், மேற்கத்தியப் பண்பாட்டின் தாக்கங்களால் ஏற்பட்டவையே. இந்துமதம், சமுதாயம், சாதி போன்ற நிலைகளில் இச்சீர்திருத்தங்கள் மேற்கொள்ளப்பட்டன. ஆயினும் இந்தியாவில், மேற்கத்தியமயமாதலின் விளைவாக முதன் முதலில் கற்றறிந்தோர் கவனத்தை ஈர்த்தது பெண் குறித்த சிக்கலே என்று கா. சிவத்தம்பி கூறியிருப்பது ஈண்டுக் குறிப்பிடத்தக்கதாகும்[20]. மேற்கத்தியப் பண்பாட்டுக் கலப்பு மட்டுமின்றி, குறிப்பாகத் தமிழகத்தில், பழங்காலத்தில் வடக்கிலிருந்து புதிய மதிப்பீடுகளைத் தமிழ்ப் பண்பாட்டுடன் சமணமும் பௌத்தமும் கலந்தபோதும் கூட, பெண் சிக்கலே தலையாயதாக இருந்தது. கண்ணகி, மாதவி, மணிமேகலை போன்ற காவியப் பெண்கள் வழியாகப் பெண் துறவு நிலையும், பத்தினி தெய்வ நிலையும், கணிகையர் குலப் பிறப்பிலிருந்து பெண் மீட்சிபெறும் நிலையும் காவியங்களில் வெளியிடப்பட்டன.

பத்தொன்பதாம் நூற்றாண்டு இந்தியாவிலும் பெண் சிக்கலே எல்லாவிதச் சீர்திருத்தங்களுக்கும் மையமாக இருந்தது. ஏனெனில், சமுதாயத்தின் அடிப்படை அலகாகக் குடும்பம் அமைந்திருக்க,

சமுதாய மாற்றச் சிக்கல்கள் முதலில் வெளிப்படுவது குடும்ப அளவிலாக உள்ளது. சமுதாய வாழ்வில், அன்று ஆடவர்கள் இன்றியமையாத இடம் வகுத்தது போல, குடும்ப வாழ்வில் பெண்டிர் இன்றியமையாத இடம் வகுத்தனர். இந்துப் பண்பாட்டமைப்பின்படி, கூட்டுக் குடும்ப வாழ்வில், பெண்ணின் பாத்திரமும், அதற்கான கடமைகளும் தெளிவாக வரையறுக்கப்பட்டிருந்தன. ஆடவரைச் சார்ந்து, அவர்களுடைய தேவைகளை நிறைவேற்றுவதே பெண்டிர்தம் கடமையாக விதிக்கப்பட்டிருந்தது. பெண்ணை, மகள், தங்கை, தமக்கை, மனைவி, தாய், விதவை என்று குடும்பக் குருதி உறவில் நிலை கொண்ட பாத்திரங்களாகவே இந்துப் பண்பாடு நோக்கியது. பொதுவாழ்க்கை என்பது பெண்ணுக்கு அறவே நீக்கப்பட்டிருந்தது. இந்துப் பண்பாட்டின் ஏறுவரிசைக் கொள்கைப்படி, பெண் கீழ்நிலையே பெற்றிருந்தாள். ஆடவருக்கு விசுவாசமாகப் பெண் இருக்குமாறு வற்புறுத்தப்பட்டு, அதுவே உயர்ந்த கற்பு எனக் கூறப்பட்டது. இதனை அளவுகோலாகக் கொண்டு, குலப்பெண், பொதுமகள் என்று பெண் அளக்கப்பட்டாள்.

மேற்கத்தியப் பண்பாட்டின்படி கொள்கையளவில் பெண், ஆடவனைப் போன்றே தனிமனிதப் பண்புள்ளவளாகவும், சுதந்திரம் கொண்டவளாகவும், ஆணுக்கு இணையானவளாகவும் கருதப்பட்டாள். ஆடவரைப் போலவே பெண்ணும் கற்க வேண்டும் என்பது வலியுறுத்தப்பட்டது. இங்கிலாந்தில் 18ஆம் நூற்றாண்டிலிருந்தே பெண் கல்வியும், பெண் உரிமையும் வலியுறுத்தப்பட்டன. குறிப்பாக நடுத்தர வகுப்பைச் சேர்ந்த பெண்டிரைப் பற்றிய நோக்கிலேயே பெண் விடுதலைக் கருத்துக்கள் முன்வைக்கப்பட்டன. ஜான் ஸ்டுவார்ட் மில் (John Stuart Mill - 1806 - 1873) என்ற தாராளவாதச் சிந்தனையாளர் தம்முடைய 'பெண்ணடிமைத்தனம்' (The Subjection of Women - 1869) 'பெண்டிரின் ஓட்டுரிமை' (The Enfranchisements of Women- 1851) ஆகிய நூல்கள் வழியே, நடுத்தர வகுப்புப் பெண்களைப் பற்றிய கருத்துக்களை வெளியிட்டதாகக் குமாரி ஜெயவர்த்தனா தம்முடைய, *தாராளவாதமும், பெண்டிர் இயக்கமும்* (Liberalism and The Women's Movement, 1981) என்ற கட்டுரையில் கூறியுள்ளார்[21].

இந்திய நடுத்தர வகுப்பினரிடையே மேற்கத்தியப் பண்பாடு பரவியபோது ஆங்கில நடுத்தர வகுப்பைச் சேர்ந்த பெண் பற்றிய கருத்துக்களே பரவின. இந்திய நடுத்தர வகுப்பாராக, பெரிதும் பிராமணர்களும், அவர்களையடுத்து உயர்நிலை வகுத்த சாதியினருமே யாவார்கள். இவர்களில் சிலர் பெண்ணைச் சீர்திருத்த முனைந்த போது வேதகாலத்திலிருந்த இலட்சியப் பெண்ணாக ஆக்கும் மீட்பியக்கப் போக்கைக் கடைப்பிடித்தார்கள். வேறுபலரும் முற்போக்கு

எண்ணங்கொண்டு, மேற்கத்திய பெண்மை இலட்சியங்களை முன் வைத்தார்கள். இத்தகைய இலட்சியங்களோடு படைக்கப்பட்ட தொடக்ககால இந்திய நாவல்கள் பெரும்பாலும் பெண் சிக்கலையே மையமாகக் கொண்டிருந்தன என்பது குறிப்பிடத்தக்கதாகும். வங்காளத்தில் பங்கிம் சந்திர சட்டர்ஜி படைத்த *இந்திரா* (1873), மராத்தியில் ஹரிநாராயண ஆப்தே எழுதிய *பன் லட்சியந்த கொண்கெட்டோ* ('Pan Latchiyanta Kon Ketto') (1890), உருதுவில் மிர்ஸா மொமத் ஹாடிருஸ்வா உருவாக்கிய *உம்ராஜன் அடா* (Umra Jan Ada) (1899), மலையாளத்தில் சந்து மேனன் வழங்கிய *இந்துலேகா* (1888) ஆகிய நாவல்கள் பெண் சிக்கலேயே விவரித்துள்ள தாக, மீனாட்சி முகர்ஜி தம்முடைய *நடப்பியலும் நடப்பும்: இந்திய நாவலும் சமுதாயமும்* (Realism and Reality: The Novel and Society in India - 1985) என்ற நூலில் சுட்டிக் காட்டியுள்ளார். இந்நாவல்களில் படைக்கப்பட்ட பெண்கள், உயர்குலத்தைச் சேர்ந்தவர்களாகவே காணப்படுகின்றனர். அவ்வுயர்குலத்து ஆடவர்கள், தாம் கற்ற மேற்கத்தியப் பண்பாட்டின் அடியொற்றியே பெண்கல்வி, விதவை மறுமணம் பற்றிய சீர்திருத்தக் கருத்துக்களை வெளியிட்டுள்ளனர். 1850இல் பாபா பத்மன்ஜி வெளியிட்ட *யமுனா பரியதான்* ('Yamuna Pariadan') நாவலிலும், 1870இல் பண்டிட் கௌரிதத் இந்தியில் எழுதிய *தேவ்ராணி ஜெத்ஹானிகி கஹானி* ('Devrani Jehhaniki Kahani') நாவலிலும் விதவைச் சிக்கல் கையாளப்பட்டுள்ளன[22]. மேலும், சமூக சீர்திருத்த அமைப்புக்களும், பெண் சிக்கலில் குறிப்பாக விதவை மறுமணம் பற்றியே மிகுதியாகப் பேசியுள்ளன. வங்காளத்தில் ஈசுவரசந்திர வித்தியாசாகரின் முயற்சியால், குழந்தை விதவை மறுமணம் செய்வதற்காகக் கிளர்ச்சிகள் நடந்து, இதன் பயனாக 1856இல் குழந்தை விதவை மறுமணச் சட்டம் ஏற்பட்டது. தென்னாட்டில், தெலுங்கில் வீரேசலிங்கம் பந்துலு நடத்திய *தத்துவ போதினி* (1864-70) இதழில் விதவை மறுமணம் பற்றிய விரிவான கருத்து மோதல்கள் இடம் பெற்றன. இவ்வியலில் முன்னர்க் குறிப்பிட்ட பல்வேறு சங்கங்கள், தமிழ்நாட்டில் பெண்சிக்கலில், விதவை மறுமணம் பற்றிப் பிரச்சாரங்களைச் செய்தன. வேதநாயகரின், முதல் நாவலிலும் பெண்கல்வி பற்றியும், விதவைக் கொடுமை பற்றியும் எழுதியுள்ளார். மாதவையா, முதன்முதலில் எழுதத் தொடங்கி முற்றுப் பெறாமற்போன 'சாவித்திரி சரித்திரம்' (1892) சாவித்திரி என்ற விதவையின் சிக்கலைப் பற்றியதாகவே அமைந்தது. இவர் படைத்த *முத்து மீனாட்சி* (1903) நாவலில் விதவை மறுமணம் பற்றியும் அதன் விளைவுகள் பற்றியும் விளக்கங்கள் அமைந்தன.

எனவே, மாதவையா வாழ்ந்த காலத்தில், தமிழகம் உள்ளிட்ட இந்தியாவெங்கும் மேற்கத்தியப் பண்பாட்டுக் கலப்பு நிகழ்ந்தபோது, பெண் பற்றிய அக்கறைகளே பெரும் அளவில் இடம் பெற்றதை அறியலாம்.

முடிவு

இதுவரை இவ் இயலில் ஆங்கிலேயர் வருகைக்கு முன் இந்தியாவில் நிலவிய இந்துப்பண்பாட்டின் அடிப்படைக் கூறுகள் முதலில் விளக்கப்பட்டன. அறிவு நோக்கு, சமத்துவம், சுதந்திரம், மனித நேயம் ஆகிய கூறுகளை அடிப்படையாகக் கொண்ட மேற்கத்தியப் பண்பாடு அடுத்து விளக்கப்பட்டது. இதனை இந்திய மக்களிடம் பரப்பு வதற்குக் கிழக்கிந்தியக் கம்பெனியின் ஆட்சிக் காலத்தில் இரு கட்டங்களாக ஆங்கிலேயர் செயல்படுத்தியமையும் அதற்கு நேர்ந்த எதிர் விளைவுகளையும் அடுத்து வரும் பகுதியில் விளக்கப்பட்டன. அடுத்த பகுதியில், மாதவையா வாழ்ந்த காலச் சூழலில் நடந்த மேற்கத்தியமயமாதலை, முதன்மை மேற்கத்தியமயமாதல், இரண்டாம் நிலை மேற்கத்தியமயமாதல் என்ற சமூகவியலாளர் அணுகுமுறை கொண்டு ஆய்வு மேற்கொள்ளப்பட்டுள்ளது. இவ்விருவகைகளில், முதன்மை மேற்கத்தியமயமாதலே சிறப்பாகக் கவனத்திற்குள்ளாகிறது. மாதவையாவை மையமாகக் கொண்டு, அவர் வாழ்ந்த காலம் நோக்கப்படுகிறது. அவருடைய எண்ணங்களை உருவாக்கியவற்றில், முதன்மை மேற்கத்திய மயமாதலே சிறப்பிடம் பெறுவதால், அதுவே விரித்துரைக்கப்பட்டுள்ளது. மாதவையா காலத்தில் பரவிய மேற்கத்திய கல்வி எவ்விதம், மரபான தமிழ்க்கல்வி முறையில் இருந்து வேறு பட்டது என முதலில் விளக்கப்பட்டு, இப்புதிய கல்வி முறையால் எழுந்த சமூக சீர்திருத்த இயக்கங்களைப் பற்றிய சுருக்கம் தரப் பட்டுள்ளது. இவ்வியக்கங்கள் வற்புறுத்திய, சீர்திருத்தக் கருத்துக்களைச் செயலாக்குவதில், பொதுச்சட்ட அமைப்பு எவ்வாறு துணைநின்றது என்பதும் விளக்கப்பட்டது. முதன்மை மேற்கத்தியமயமாதலின் கலை இலக்கியப் படைப்புக் கூறுகள் அடுத்து விவரிக்கப்பட்டுள்ளன. சுவடிகள் அச்சேறுவதும், சாசனங்கள் கற்றறியப்பட்டு, பழம் வரலாறுகள் எழுதப்படுவதும் ஒரு பகுதியாகவும், புத்திலக்கியங்களில் உரைநடை நூல்கள் பற்றி மற்றொரு பகுதியாகவும் விளக்கம் தரப்பட்டுள்ளது. இறுதியாக நடப்பியல் நாவல் என்ற புதுமை இலக்கிய வகைக்கும், சமூக சீர்திருத்தங்கட்கும் இடையில் உள்ள உறவு விவரிக்கப்பட்டு, தமிழகம் உள்ளிட்ட இந்தியா முழுவதிலும், சமூக சீர்திருத்தங்களில் தலையாயதாக இருந்த பெண் சிக்கல்கள் பற்றிய கருத்துக்களை மாதவையா காலத்து இந்திய நாவல்கள் வெளிப் படுத்தியதில் உள்ள ஒற்றுமைப் பண்பு விளக்கப்பட்டுள்ளது.

குறிப்புகள்

1. M.N. Srinivas, 'easte in Modern India and other Essays' (London, Asia Publishing House, 1962) P. 55.
2. Yogendra Singh, 'Modernization of Indian Tradition' (Delhi, Thomson press, 1973) p. 85.
3. The abstractions on the cultural structure of this tradition from the viewpoint of order could be the principle of hierarchy, holism, and continuity...' Ibid. p. 32.
4. 'in other words, the brahmadeya villages must have been the local nuclei of the Chola power structure, their function being to integrate and control the surrounding non- brahmadeya villages'. Noboru Karashima, 'South Indian History and Society' (Delhi, Oxford University Press, 1984) p. 40.
5. Yogendra Singh, 'Modernization of Indian Tradition' p. 85.
6. Percival Spear, 'The Oxford History of Modern India' - 1740 - 1947 Part III, (London, Oxford University Press, 1965) pp. 201-2.
7. Ibid - pp. 202-3.
8. Ibid - pp. 203.
9. K. Antonva, G. Bongard- Levin, G. Kotovsky, 'A History of India' Book-2 (Progress Publishers, 1979) See the chapter by G.G. Kotovsky 'India at the onset of imperialism (1860 - 1897).
10. Pramath Nath Bose, 'A History of Hindu civilization During British Rule, Vol. I', APS. reprint 1978, pp. 182-83.
11. Y. Singh, 'Modernization...' pp. 97-99.
12. மயிலை. சீனி. வேங்கடசாமி, 'பத்தொன்பதாம் நூற்றாண்டில் தமிழ் இலக்கியம் (1800-1900)' சென்னை, சாந்தி நூலகம், 1962, பக். 71.
13. மே.நூ. பக். 99-105, 120.
14. Pramath NathBose, 'A History of Hindu civilization...' Vol. III., pp. 51-52.
15. மயிலை. சீனி. வேங்கடசாமி, 'பத்தொன்பதாம் நூற்றாண்டில்...' பக். 26-32.
16. மே.நூ. பக். 120.
17. ஏ.வி. சுப்பிரமணிய அய்யர், 'தமிழ் ஆராய்ச்சியின் வளர்ச்சி', இரண்டாம் பதிப்பு, சென்னை, அமுத நிலையம், 1971, பக். Xii - Xiii.
18. மயிலை. சீனி. வேங்கடசாமி, 'பத்தொன்பதாம் நூற்றாண்டில்...' பக். 35, 38, 41, 44.

19. அ. மாதவையா, 'பத்மாவதி சரித்திரம்' சென்னை, வானவில் பிரசுரம், 1978, பக். 4-5.
20. கா. சிவத்தம்பி, 'நாவலும் வாழ்க்கையும்', சென்னை, தமிழ்ப்புத்தகாலயம், 1978, பக். 255.
21. Kumari Jeyawardena, Liberalism and The Women's Movement, 'Reassessment of 'First Wave' Feminism, edited by Elizabeth Sarah, 1982, pp. 85.'
22. Meenakshi Mukherjee, 'Realism and Reality: The Novel and Society in India', Delhi, (Oxford University Press, 1985), pp. 85 and 29.

2. மாதவையா நாவல்கள் கூறும் சமூக சீர்திருத்தக் கருத்துக்கள்

2.0. முதலாவது இயலில், மாதவையா வாழ்ந்த காலகட்டத்தில் தமிழகத்தில் கற்றோரிடையே தோன்றிய பண்பாட்டு மறுமலர்ச்சி பற்றிச் சுருங்க உரைக்கப்பட்டது. இப்பண்பாட்டு மறுமலர்ச்சியில் சமூக சீர்திருத்தக் கருத்துக்கள் இன்றியமையாத இடம் வகுத்தன. இவ் இயலில் மாதவையா தம்முடைய நாவல்கள் வழியே வெளிப்படுத்திய சமூக சீர்திருத்தக் கருத்துக்களைக் காணலாம்.

மாதவையா படைத்த தமிழ்நாவல்களான 'பத்மாவதி சரித்திரம்' (ப.ச.), 'முத்து மீனாட்சி' (மு.மீ), 'விஜய மார்த்தாண்டம்' (வி.மா.) ஆகிய மூன்று நாவல்களில் ஆசிரியரே நேரடியாகவும், பாத்திரங்கள் வழியாகவும் வெளியிட்ட சமூக சீர்திருத்தக் கருத்துகள் விரிவாக ஆராயப்படுகின்றன.

மேலும், உரிய இடங்களில், மாதவையா படைத்த ஆங்கில நாவல்களான 'சத்தியானந்தன்' (Satyananda), 'கிளாரிந்தா' (Clarinda), 'தில்லை கோவிந்தன்' (Thillai Govindan), 'லெப்டினண்ட். பஞ்சு' (Lt. Panju) ஆகியவற்றிலும், சிறுகதைகளான 'குசிகர் குட்டிக் கதைகள்' (கு.கு.க.) ஆகியவற்றிலும் கூறப்பட்டுள்ள சமூக சீர்திருத்தக் கருத்துக் களும் எடுத்துக்காட்டப்பட்டுள்ளன.

இவற்றோடு 1906ஆம் ஆண்டில், 'பம்பா' என்ற புனைபெயரில் 'சென்னைக் கிறித்தவக் கல்லூரி இதழ்' (The Madras Christian College Magazine) எனும் ஆங்கில மாத இதழில் மாதவையா தொடராக எழுதிய 'தில்லைகோவிந்தன் கலவை' (Thillai Govindan. Miscellany) என்ற ஆங்கிலக் கட்டுரைத் தொடரிலும், 1914ஆம் ஆண்டில் ஈரோட்டில் நடைபெற்ற ஆசார சீர்திருத்த மாநாட்டில் மாதவையா ஆற்றிய 'ஆசார சீர்திருத்தம்' (ஆ.சீ.) என்ற தலைமை உரையிலும் அவர் வெளிப்படுத்திய சமூக சீர்திருத்தக் கருத்துக்களும் ஒருங்கு வைத்து எண்ணப்படுகின்றன.

2.1. ஆசார சீர்திருத்த இயக்கங்கள்

பத்தொன்பதாம் நூற்றாண்டின் இடைப் பகுதியிலிருந்து, தமிழகத்தில், ஆங்கிலேய ஆட்சியாளர்கள் புகுத்திய புதிய ஆங்கில வழிக் கல்வியின் விளைவாக பிராமணர் மற்றும் உயர்சாதி இந்துச் சாதியாரிடமிருந்து நிருவாக அறிவு வட்டத்தினரும் (Administrative elites), உயர் தொழில்முறை அறிவு வட்டத்தினரும் (Professional elites) உருவாயினர். இவ் அறிவு வட்டத்தினரே, அவர்கள் காலத்தில் கிறித்தவ மதப் போதகர்களால் தோற்றுவிக்கப்பட்ட கிறித்தவ மத மாற்றத்திற்கு எதிர்வினையாக இந்து மதச் சீர்திருத்த முயற்சிகளில் ஈடுபட்டனர்.

கல்கத்தாவில் தோன்றிய *பிரம்ம சமாஜம்*, பம்பாயில் தோன்றிய *ஆரிய சமாஜம்*, சென்னையில் வேரூன்றிய *பிரம்ம ஞான சங்கம்* போன்ற அமைப்புக்கள் இதற்குச் சிறந்த எடுத்துக்காட்டுக்களாகும்.

இவ் அமைப்புக்கள் வழியாக, முன்னர்க் கூறிய அறிவு வட்டத்தினர், இந்து மதத்தை அதன் மூடநம்பிக்கைகளிலிருந்தும், காலத்திற் கொவ்வாத பழக்க வழக்கங்களிலிருந்தும், மீட்டெடுத்துச் சீர்மை பெற்றதாக ஆக்க முயன்றனர்.

இதன் தொடர்ச்சியாக, இந்துச் சமுதாயத்தில் காலங் காலமாகக் கடைப்பிடிக்கப்பட்டுவந்த சமூகக் கேடுகளாகக் கருதப்பட்ட குழந்தை மணம், கட்டாய விதவை நிலை, தேவதாசி வழக்கம், பெண்ணடிமை, தீண்டாமை முதலியவற்றை அகற்றும் நோக்கத்தில் இவ் அறிவு வட்டத்தினர், சிறு சிறு குழுக்களாகக் கூடி, இந்துச் சமூக ஆசார சீர்திருத்த இயக்கத்தை மேற்கொண்டனர்.

2.1.1. சமூக விடுதலையா? அரசியல் விடுதலையா? எது தலையாயது என்ற கருத்து மோதல்

1885ஆம் ஆண்டு முதல் 'இந்திய தேசிய காங்கிரஸ்' என்ற அரசியல் அமைப்பு செயல்படத் தொடங்கியது. பால கங்காதர திலகரைத் தலைவராகக் கொண்ட அரசியல் தீவிரவாதிகளால் இவ் அரசியல் அமைப்பில் தீவிரவாதம் மேலெழுந்தது. கர்சன் பிரபு முன்மொழிந்த வங்கப் பிரிவினையின் காரணமாக இது கிளர்ச்சியுற்று இந்தியா முழுவதும் பரவிற்று. இச்சமயத்தில்தான் அறிவு வட்டத்தினரிடையே, இந்துச் சமூகத்தில் மண்டிக் கிடக்கும் கேடானவைகளாகக் கருதப் பட்ட ஆசாரங்களிலிருந்து பெறக்கூடிய சமூக விடுதலை தலையாயதா அல்லது, ஆங்கில அரசாட்சியிலிருந்து இந்தியா பெறக்கூடிய அரசியல் விடுதலை தலையாயதா என்ற கருத்து மோதல் எழுந்தது.

ஒவ்வொரு தனிமனிதனும் தன் அளவில் இந்து மத, சாதி, குடும்ப அமைப்புக்களில் பரவியிருந்த பழக்க வழக்கங்கள், நம்பிக்கைகள்,

மதிப்பீடுகள் ஆகியவற்றிலிருந்து விடுதலை பெற்று, அதன் வழியே மொத்த சமுதாயமும் விடுதலை பெறுவதை அக விடுதலை எனலாம். இதன் மறுதலையாக, இத்தகைய அக விடுதலைக்கு முன்பாக, அந்நிய ஆட்சியிலிருந்து மொத்த தேசமே அரசியல் விடுதலை பெறுவதைப் புற விடுதலை எனலாம்.

மாதவையா காலத்தில் வாழ்ந்த சுப்பிரமணிய பாரதியாரின் எழுத்துக்களிலிருந்தும் மேற்கூறிய கருத்து மோதலைத் தெளிவாகக் காணலாம். வங்கப் பிரிவினையை எதிர்த்த கிளர்ச்சிக்கு முன்னர், 1904ஆம் ஆண்டில், 'இந்து' (Hindu) இதழில் வெளிவந்த பாரதியார் எழுதிய பின்வரும் கடிதத்தில், சமூக விடுதலை என்ற அகவிடுதலையை அவர் ஆதரித்த பாங்கினைக் காணலாம்.

> சமூக சீர்திருத்தம் நடவாமல் அரசியல் சீர்திருத்தம் என்பது ஒரு கனவாகவே அமையும், மாயையாகவே அமையும். ஏனெனில் சமூக அடிமைகளால் ஒருபோதும் அரசியல் விடுதலை பற்றி உணர முடியாது. நமது சமூக சீர்திருத்த மாநாடுகள் வெற்றி பெற்றால்தான், இந்திய தேசிய காங்கிரசும் வெற்றி பெற முடியும்.[1]

என்று பாரதியார் அகவிடுதலைக்கே முதலிடம் தந்திருப்பதை அறியலாம். ஆனால், அவரே பின்னர் 1906ஆம் ஆண்டில், தம்முடைய 'இந்தியா' இதழில், புற விடுதலையாகிய அரசியல் விடுதலைக்கே முதலிடம் தந்து எழுதினார்.

> ஆசாரத் திருத்தங்கள் நிறைவேறும் வரை ராஜ தந்திரங்களுக்கு இத்தேசத்தார் தகுதியுடையவர்களில்லை என்று சொல்லுவோர் அயோக்கியர்களாகவேனும் அல்லது மூடர்களாகவேனும் இருக்க வேண்டுமெனில் ஆக்ஷேபமே கிடையாது[2]

என்று எழுதினார். இவ்விருவகை விடுதலைகளில் மாதவையா தம் வாழ்நாள் முழுவதும் சமூக விடுதலை என்ற அகவிடுதலையையே வலியுறுத்தி வந்தார்.

> 'அகத்திலே அடிமைகள் அம்பலத்திலே சுதந்திர வீரர்களாய் இலங்குவதெப்படி?'[3]

என்று மாதவையா தம்முடைய 'பஞ்சாமிர்தம்' என்ற இதழில் வினவினார். இந்தியர் அனைவருமே வறுமை நீங்கி, அறியாமை களைந்து, வாழக்கூடிய நாள்தான் 'சம்பூரண சுயராஜ்யத்தை... அநுபவிக்கும் நல்ல நாள்...' என்று எழுதினார்.[4] ஒவ்வொருவரும் அடைய வேண்டிய அகவிடுதலையே மாதவையா போற்றிய இலட்சிய விடுதலையாகும்.

கற்றோரிடையே பரவலாகப் பேசப்பட்ட முன்கூறிய கருத்து மோதலானது, 1920ஆம் ஆண்டிற்குப் பின் அரசியல் இயக்கத்திற்குக் காந்தியடிகள் தலைமை ஏற்றபிறகு மங்கத் தொடங்கியது. அதுவரை அறிவு வட்டத்தினரின் இயக்கமாக இருந்த விடுதலை இயக்கமானது, காந்தியடிகளின் வருகைக்குப் பின்னே இந்திய நாடு தழுவிய பொதுமக்களின் இயக்கமாக விரிவடைந்தது. இவ்விரிந்த இயக்கத்தில் அக, புற விடுதலைகள் இரண்டுமே இணைந்தன.

பொதுமக்கள் இயக்கம் பரவிய காலத்தின் தொடக்கத்திலேயே மாதவையா காலமானதால் விடுதலை பற்றிய அவருடைய அடுத்த கட்ட வளர்ச்சிகளைக் காண முடியாமற் போய்விட்டது. அக விடுதலையே தலையாயது என்ற கருத்தையே அவருடைய நூல்களிற் காணமுடிகிறது. அவற்றை விரிவாகக் காணலாம்.

2.2. இருவகை ஆசாரங்கள்

நாட்டு விடுதலைக்கு முன் சமூகவிடுதலை நிகழ வேண்டும் என்றும், அச்சமூக விடுதலைக்கு முன் தனிமனிதர்கள் விடுதலை பெறவேண்டும் என்றும் மாதவையா நம்பினார். மனிதர்கள் தம்மை அடிமைப்படுத்தும் கேடான வழக்கங்களை, 'துராசாரம்' என்றும் மாதவையா அழைத்தார்.

ஒவ்வொரு மனிதனுடைய அறிவுக்கும் மனச் சான்றுக்கும் சரி எனப்படுவதாகவும், அம்மனிதனுக்கு மட்டுமன்றி மற்றொரு மனிதனுக்கும் வளர்ச்சியையும், நற்பயனை அளிப்பதாகவும் அமைகிற வற்றை மாதவையா 'ஸதாசாரம்' என்றழைத்தார்.

> 'நம்முடைய யுக்தி புத்திக்குப் பொருந்தியதும், மனச்சாக்ஷிக்கு ஒப்பியதும், அபிவிருத்திக்கேற்றதும், பிறர் அனுபவத்தில் நற்பயனை விளைவிப்பதுமான ஆசாரம் ஸதாசாரம்'[5]

இதற்கு மாறானவற்றை 'துராசாரம்' எனக் குறிப்பிட்டார். 1914ஆம் ஆண்டில், ஆசார சீர்திருத்த மாநாட்டில் மாதவையா தலைமையுரை ஆற்றிய போது, பிராமணர்களை நோக்கி, 'மனித வளர்ச்சிக்குப் பொருந்தாத ஆசாரங்கள் எவ்வளவுதான்... விதிக்கப்பட்டதாயினும்...'[6] அவை விலக்கப்படவேண்டிய துராசாரங்களே என்றார்.

2.3. பிறப்பு வழி மேன்மை மறுப்பும், தனிமனித முயற்சி வழி மேன்மை ஏற்பும்.

சதாசாரம், துராசாரம் எனப் பாகுபடுத்தி மாதவையா மொழிந்துள்ள சீர்திருத்தக் கருத்துகளைப் பற்றி முறையாக அறிந்து கொள்ள, பிறப்பு வழி மேன்மை மறுப்பு, தனிமனித முயற்சி வழி

மேன்மை ஏற்பு என்னும் சமூகவியலாளரின் கருத்தாக்கத்தைப் பயன்படுத்தலாம். ஐரோப்பியர்கள் இந்தியாவிற்கு வரும் முன்னர், மனிதர்களின் உயர்வு, தாழ்வுகள் பெரிதும் பிறப்பாலே தீர்மானிக்கப் படுகிறது என்ற சிந்தனையே இங்குச் செயல்பட்டு வந்தது. ஆனால் ஐரோப்பியர் பரப்பிய தாராளவாதச் சிந்தனையானது, பிறப்பின் மூலம் மட்டுமே பெறக்கூடிய உயர்ச்சியை மறுத்து, தனிமனிதன் தன்னுடைய முயற்சி, உழைப்பு ஆகியவற்றின் வழியே உயர்நிலை பெறலாம் என்ற கருத்தை ஏற்று வலியுறுத்தியது.

இவ் ஐரோப்பியச் சிந்தனையை ஏற்றுக் கொண்ட மாதவையா, இதன் அடிப்படையிலே தம்முடைய சீர்திருத்தக் கருத்துக்களைத் தாமெழுதிய நூல்களில் வெளிப்படுத்தியுள்ளார். இவற்றை, சாதி, மதம், செல்வம், பெண்சிக்கல் ஆகிய தலைப்புக்களில் பிரித்தறியலாம். இவை ஒன்றோடொன்று உறவுடையவை என்றாலும், ஒவ்வொன் றையும் பற்றித் தனித்தறிவதற்காகவே இவ்வாறு செயற்கையாகப் பிரித்தறியப்படுகின்றன.

2.3.1. சாதி

சாதி எனப்படுவது இந்துமத ஸ்மிருதிகளால் (Smirti) கட்டி எழுப்பப்பட்ட சமூக நிறுவனமாகும். வேதகாலச் சமுதாயத்தில், அறிவு, அரசாட்சி, பொருளீட்டல், உடல் உழைப்பு என்னும் நால்வகை வேலைப் பாகுபாடுகளை அடியொற்றி, பிராமணர், சத்திரியர், வைசியர், சூத்திரர் என்னும் நான்கு வருணங்கள் இருந்த தாகப் பல அறிஞர்களும் ஒருமித்த முடிவாகக் கூறியுள்ளார்கள். காலப்போக்கில், இவற்றிலிருந்து பல்லாயிரக் கணக்கான சாதிகளும், சாதிகளுக்குள்ளே கிளைச் சாதிகளும் தோன்றின. தலைமுறை தலைமுறையாக ஒரே தொழிலைச் செய்த பிரிவினர் ஒரு சாதியினராக ஆயினர். உணவு முறையாலும் மணவினையாலும் ஒவ்வொரு சாதியும் ஏனைய சாதிகளுடன் உறவு கொள்ள முடியாதவாறு இறுக்கமுற்றது. வேதக் கல்வியைக் கற்று ஓதுதலைக் குலத் தொழிலாகக் கொண்ட பிராமணச் சாதி, சாதி வரிசையில் மேலிடத்தையும், உடல் உழைப் பைக் குலத் தொழிலாக உடைய சாதிகள் கீழிடத்தையும் பெற்றன. இதற்கும் கீழாகப் பஞ்சமர் எனப்படும் 'தீண்டாச் சாதியினர்' ஒதுக்கப் பட்டனர். பிறப்பால் தீர்மானிக்கப்படுகிற இச்சாதி வரிசை முறையில், தனிமனித முயற்சியால் மேல்நிலைக்கு உயருவதை இந்துமதச் சாத்திர விதிகள் ஏற்றுக் கொள்ளவில்லை. மாதவையா வாழ்ந்த காலத்தில், ஆங்கிலேய ஆட்சி புகுத்திய புதிய சட்ட முறையும், ஆங்கிலக் கல்வி உருவாக்கிய சுதந்திர, சமத்துவச் சிந்தனைகளும், சாதி வேற்றுமை களை ஏற்காத கிறித்தவ மதப் போதனைகளும், இறுகியிருந்த இந்துச்

சாதி அமைப்பைப் பல முனைகளிலிருந்து தாக்கின. அன்று வாழ்ந்த அறிவு வட்டத்தினர், தங்களுடைய இந்துச் சாதி சமுதாயத்தைப் புதிய மதிப்பீடுகளைக் கொண்டு சீர்திருத்த முயன்றனர்.

இவர்களுள் மாதவையா குறிப்பிடத்தக்கவராவார். ஏனெனில் தமக்கு மேலிருந்த சாதியாரை நோக்கிக் கீழ்நிலையிலிருந்த சாதியினர், சாதி வேற்றுமை கூடாது என்று கூறியதோடு, மாதவையா தாம் பிறந்த பிராமணச் சாதியையே சீர்திருத்த முயன்றார்.

> 'நம்முடைய நாகரீகங்களுக்கெல்லாம் மூலஸ்தானமாகிய பிராமணரது ஆசார அநுஷ்டானங்களை வேண்டியவாறு சீர்திருத்துவதே முதற் கடமை'[7]

என்று மாதவையா 1914ஆம் ஆண்டில் பேசியுள்ளார். இதிலிருந்து பிராமணச் சாதியைச் சீர்திருத்துவதே மாதவையாவின் முதற்கடமை யாக இருந்துள்ளதை அறியலாம். பிராமணனாகப் பிறந்ததாலேயே ஒருவனுக்கு அவன் தரிக்கின்ற பூணூல், விபூதி, உருத்திராட்சம் போன்ற வெளித் தோற்றங்களால் மதிப்பு ஏற்படாது.[8] மாறாக, பொய், களவு, புலால், கள், சூது முதலிய ஒழுக்கக் கேடுகளின்றி, தனக்கும், பிறருக்கும் நலமும் மகிழ்ச்சியும் தருகிற செயல்களில் ஈடுபடும் சுதந்திரம் கொண்டு, தன் மனச்சான்றின்படி வாழ்வதாலேயே ஒருவனுக்கு மேன்மை ஏற்படும் என்று மாதவையா கூறினார்.[9] இவ்வாறு ஒழுக்கத்தோடு வாழும் வாழ்வையே உண்மையான 'பிராமணியம்' எனவும் கொண்டார்.[10] இந்த அடிப்படையில், மாதவையா தாம் வாழ்ந்த காலத்தில் பிராமணச் சாதியை விமர்சனம் செய்ததை இரண்டு உட்தலைப்புக்களில் காணலாம். அவை

1. புதிய சட்ட முறையின் முன் பிராமணச் சாதி மேன்மை வீழ்தல்.
2. பிராமணர்களின் வெளிவேடங்கள்.

2.3.1.1. புதிய சட்டமுறையின் முன் பிராமணச் சாதி மேன்மை வீழ்தல்:

மரபான இந்துச் சாதிய சமுதாயத்தில், அவரவர் பிறந்த சாதிக்கு ஏற்றவாறு நீதி வழங்கப்பட்டது. ஒரே வகையான குற்றத்திற்கு பிராமணர்க்கு எளிய தண்டனையும், தாழ்ந்த சாதியாருக்குக் கடுமையான தண்டனையும் வழங்கப்பட்டது. ஆனால் ஆங்கிலேயர் நடைமுறைக்குக் கொண்டு வந்த சட்டமுறையானது, நீதி வழங்கு வதற்குப் பிறப்பை அடிப்படையாகக் கொள்ளாமல், தனிப்பட்ட மனிதர்களின் நடத்தையையே அடிப்படையாகக் கொண்டிருந்தது. சட்டத்தின் முன் அனைவரும் சமம் என்ற கொள்கையைப் பின்பற்றியது.

தங்களுடைய பிராமணச் சாதிப் பிறப்பு ஒன்றை மட்டுமே உயர் தகுதியாகக் கொண்டு, தங்களுக்குக் கீழ்ப்பட்ட சூத்திரர், தீண்டாதார் ஆகியோரை ஒடுக்கும் குற்றத்திற்குப் புதிய நீதி முறையில் தண்டனை கிடைப்பதை மாதவையா தம் நாவல்களில் எள்ளல் சுவைபட எடுத்துரைத்துள்ளார். 'பத்மாவதி சரித்திரம்' (ப.ச.) முதற் பாகத்தின் தொடக்கத்தில் சீதாபதி ஐயர் என்ற பிராமணச் சாதிப் பாத்திரம் அறிமுகப்படுத்தப் படுகிறது. இச் சீதாபதி ஐயர் பிறப்பால் உயர் சாதியைச் சேர்ந்தவராயினும், நடத்தையால் கீழான மனிதராக உள்ளார். ஏழையரை அச்சுறுத்திப் பணம் பறிக்கிறார். அரசு ஊழியர்கள் மீது மொட்டை மனுக்கள் எழுதுகிறார், நீதி மன்றங்களில் பொய்ச் சாட்சி கூறுகிறார், பொய்ச் சாட்சிகளைத் தயார் செய்கிறார். இப்படிப்பட்ட சீதாபதி ஐயர், ஒருநாள் வேளாளச் சாதியைச் சேர்ந்த ஒருவரை வேறு சில பிராமணர்களோடு சேர்ந்து கொண்டு அடிக் கிறார். பழைய காலத்தில் நடந்தது போல தண்டனையிலிருந்து அவர் தப்ப முடியவில்லை. அடிபட்ட வேளாளன் ஆங்கிலேயர் அமைத்த புதுமையான நீதிமன்றத்தில் முறையிடவே, முடிவில் சீதாபதி ஐயர்க்குச் சிறைத் தண்டனை வழங்கப்படுகிறது.[11]

மேலும், 'ப.ச.' நாவலின் முதற் பாகத்தில் சீதாபதி ஐயர் பற்றிய வழக்கில் நீதிமன்றத்தில் சாட்சி கூறுவதற்காகப் பஞ்சாங்கம் பப்பு சாஸ்திரிகள் என்ற வைதீகப் பிராமணர் அழைக்கப்படுகிறார். கேட்ட கேள்விக்குச் சரியாகப் பதில் கூறாததால், சாஸ்திரிகள் மீது வழக்கறிஞர் கோபமுறுகிறார். அச்சமயம், சாஸ்திரிகள் தம்முடைய பிராமணச் சாதி மேன்மையைக் கீழ் வருமாறு கூறி எச்சரிக்கிறார்: 'நான் பிராமணன், ஸ்ரீகிருஷ்ண பகவான்கூட,' 'பிராமணாமமதேவதா' என்று சொல்லியிருக்கிறார். யஜமானவர்கள் என்னை நிந்தனை செய்தால் பாவம் சம்பவிக்கும்"[12] என்று கூறுகிறார். அதற்கு வழக்கறிஞர் பின்வருமாறு பதிலுரைக்கிறார்:

> 'ஒய், பார்ப்பான், கதையைக் கட்டுமென்றால் தெரியாதா?...
> என்ன திதி வீடு என்று நினைத்துக் கொண்டீரோ?' (ப.ச.பக். 17)

பழைய காலத்திலிருந்த சாதியினால் வந்த உயர்வானது, புதிய நீதிமன்றத்தில் அவமதிப்பிற்குள்ளாவதையே இங்கு மாதவையா உணர்த்தியுள்ளார்:

'தில்லை கோவிந்தன்' என்ற ஆங்கில நாவலின் மூன்றாம் இயலில், தில்லை சாம்பசிவ தீட்சிதர் என்ற வைதீகப் பிராமணர், மற்றொரு பிராமணன் கொலைகாரனாக இருந்தால் கூட மதித்துப் பிற சாதியாரை அவமதிக்கும் இயல்புள்ளவராகச் சித்திரிக்கப்படுகிறார்.

இவருக்கு எதிரில் வந்த தீண்டத்தகாத சாணான் ஒருவன், சாதி வழக்கப்படி ஒதுங்கி ஒழிந்து, வழிவிடாததால், தீட்சிதர் சில மறவர்களைக் கொண்டு அவனை அடிக்கச் செய்கிறார். அடிபட்ட அவ் எளிய சாதியினன், ஐரோப்பிய பாதிரியாரின் உதவியுடன் நீதிமன்றத்தில் வழக்குரைத்து, பிராமண நீதிபதியாலேயே தீட்சிதருக்குத் தண்டனை வாங்கித் தருகிறான்.[13]

ஒருவன் பிராமணனாக இருந்தாலும், தீண்டத்தகாத சாதியினனாக இருந்தாலும், நீதிக்கு முன் இருவருமே சம நிலை பெற்றவர்களாக மாதவையா படைத்துள்ளார். சாதியில் உயர்வு தாழ்வு பாராமல் குற்றத்திற்குரிய தண்டனை வழங்கிய புதிய சட்டமுறையையும், மரபாகப் போற்றி வந்த பிராமணச் சாதியின் ஆதிக்கம் இம்முறையின் முன் வீழ்வதையும் நகைச்சுவை தோன்ற எடுத்துரைத்துள்ளார் மாதவையா.

மேற்குறித்த நிகழ்ச்சியில் புதிய சட்டமுறை மட்டுமின்றி, புதிய கிறித்தவ மதமும் தொடர்புற்றுள்ளதைக் காணலாம். தீட்சிதருக்குப் பழைய சாதி வழக்கப்படிச் சாணார் சாதியைச் சேர்ந்தவன் வழிவிடாததற்குக் காரணமாக அவன் கிறித்தவ மதம் மாறியவன் என்பதை மாதவையா குறிப்பிட்டுள்ளார். ஓர் இந்துவாக இருக்கும் வரை சாணார் சாதியினன் தீண்டாதவனாகக் கருதப்படுகிறான். அவனே கிறித்தவ மதத்தினனான பிறகு தீண்டாதவன் என்ற இழிநிலையை இழந்துவிடுகிறான். முன்பு போல பிராமணனைக் கண்டால் ஒழிந்து வழிவிடவேண்டிய கடமை அவனுக்குத் தற்போது இல்லை. (கிறித்தவ மதமாற்றம் பற்றிய விரிவான விளக்கத்தை இவ் இயல் 2.3.2.3. இல் காண்க)

தந்தையும் மகனும் என்ற சிறுகதையிலும் இக்கருத்தை வலியுறுத்தி எழுதியுள்ளார் மாதவையா. பனை ஏறிக் கள்ளிறக்கும் சாமிநாத நாடார், ரங்கூன் சென்று செல்வந்தராகத் திரும்பி வந்தாலும், சொந்த ஊரில் அக்கிரகாரத்தில் நடந்து செல்ல முடியாதபடி பிராமணர்களால் தடை செய்யப்படுகிறார். ஆனால் அவருடைய மகன் நகரில் படித்து, கிறித்தவ மதம் மாறி, கிறித்தவ மதம் மாறிய பிராமணப் பெண்ணை மணந்து, தாசில்தார் பதவி ஏற்று அதே அக்கிரகாரத்தில் குதிரைமேல் பவனி வருகிறான். தற்போது அவனை யாரும் தடுக்கவில்லை. இதற்குக் காரணம் அவன் கிறித்தவ மதத்தினன் என்று மாதவையா கூறியுள்ளார்.[14]

இதே போல, குதிரைக்காரன் குப்பன் என்ற சிறுகதையில், மாதவையா, கிறித்தவ மதம் மாறிய பறையனிடம் பிராமணர்களின் ஆதிக்கம் வீழ்வதை விவரித்துள்ளார்.[15] எனவே, சட்டமுறையின் முன்

மட்டுமின்றி, கீழ்நிலைச் சாதியினர் கிறித்தவ மதம் மாறிய பிறகு, அவர்கள் முன்னும் பிராமணர்கள் சாதி ஆதிக்கம் செல்லுபடியாகாமல் போன நிலைமைகளை மாதவையா எடுத்துரைத்துள்ளார்.

2.3.1.2. பிராமணர்களின் வெளித் தோற்றங்கள்

பிறப்பால் மேன்மை தருகிற பிராமணச் சாதி ஆசாரங்களை, புதிய சூழலில், பொருளாதார நலனை முன்னிட்டும், கௌரவம் தரும் பதவியை அடைதற் பொருட்டும், ஆடவர்தம் பாலியல் தேவையின் காரணமாகவும் மீறிய தன்மைகளை மாதவையா தம் படைப்புக்களில் சுட்டிக் காட்டியுள்ளார். இதனையே 'வேளைக்குத் தக்க வேஷம்'[16] என்று வருணித்துள்ளார்.

பொருளாதாரத் தேவைக்காக-

இந்து அரசர்கள் ஆண்ட பழங் காலங்களில் பிராமணர்கள் தம் குல வழக்கப்படி வேதம் கற்று, ஓதி வாழ்ந்தார்கள். ஆங்கிலேயர்கள் ஆண்ட காலத்தில், ஆங்கிலம் கற்றால்தான் பணம் சம்பாதிக்க முடியும் என்பதை அறிந்தவுடனே, அதுவரை ஆங்கிலமொழியை 'நீச பாஷை'[17] என வெறுத்தவர்கள். 'இராஜ பாஷை' என்று புகழ்ந்து அதனைக் கற்கத் தொடங்கினார்கள். 'பெரிய குண்டல தீக்ஷிதர் வம்சங்களில் தான் இங்கிலீஷ் அதிகம்' (ப.ச.பக். 52) என்று சங்கரன் என்ற பாத்திரம் மூலம் மாதவையா கூறியுள்ளார்.

மேலும் அன்றாடம் வயிறு கழுவும் தேவையின் பொருட்டுப் பிணம் அறுப்பது ஆசாரக் கேடானது என்பது தெரிந்தே மருத்துவப் படிப்பில் பிராமணச் சாதியைச் சேர்ந்த மாணவர்கள் மிகுதியாகச் சேர்கிறார்கள் என்றும், பிராமணப் பெண்களும்கூட விரைவில் சேர்வார்கள் என்றும் பாத்திரக் கூற்றாக மாதவையா வெளிப்படுத்தி யுள்ளார்[18].

மாட்டின் இறைச்சியுண்பவர்களையும், அதன் தோலைக் கொண்டு கருவிகள் செய்பவர்களையும் தீண்டாதார் என்று ஆசாரம் பார்க்கின்ற பிராமணர்கள், அவருள்ளும் பிராமணப் பழங்களான ஸ்ரீவைணவர்கள் பொருளாதார நலனை முன்னிட்டுத் தற்போது பெங்களூர் தோல்கிடங்கில் பணிபுரிவதாகப் பாத்திரக் கூற்றின் வழியே மாதவையா கூறியுள்ளார்[19].

இவ்வாறு மாறிய சூழலில், பொருளாதாரத் தேவையின் காரணமாக அதுவரை போற்றி வந்த சாதி ஆசாரங்களைப் பிராமணர்கள் மீறியதை மாதவையா வெளிவேடம் என்று விமர்சித்துள்ளார்.

கௌரவம் தரும் பதவிக்காக

பழைய இந்து அரசர்கள் காலத்தில் உயர்சாதி நிலைக்கேற்ற படியே கௌரவம் மிக்க பதவிகளும் தரப்பட்டன. ஆனால் ஆங்கிலேயர் ஆட்சிக்காலத்தில் எச்சாதியைச் சேர்ந்தவராக இருந்தாலும், ஆங்கிலம் படித்துப் பட்டம் பெற்றவர்க்கே பதவிகளும், அவற்றால் வரும் கௌரவமும் கிட்டின. ஆங்கிலம் படித்தால்தான் மகிமை என்ற புதிய உண்மையை பிராமணர்கள் உணர்ந்தார்கள்.[20]

மேலும், ஆங்கிலேயரின் ஆட்சிக் கொள்கையால் உருவான புதிய அதிகார வகுப்பினரால், செல்வம் படைத்த பிராமணர்களின் உயர்சாதிக் கௌரவம் அவமதிப்பிற்கு உள்ளாகிய போது அத்தகைய அதிகாரம் தருகிற புதிய பதவிகளை அடைவதற்காக அதுவரை போற்றி வந்த ஆசாரங்கள் மீறப்பட்டன. இதனை மாதவையா தம்முடைய 'ப.ச.' நாவலில் சுட்டிக்காட்டியுள்ளார். அரியூர்ப் பண்ணை சேஷையர், தம் இளமைக் காலத்தில், தம்மைத் தேடிவந்த ('ஜில்லா கோர்ட் அசேக்ஷர்') (Jilla Court Assessor) பதவியை, ஆசாரக் கேடான உடையணிய வேண்டிய காரணத்திற்காக மறுத்தார். பின்னர் அவரே, தம்மை ஒரு 'ரெவினியூ இன்ஸ்பெக்டர்' (Revenue Inspector) அவமதித்ததால், தம்முடைய மகனை அத்தகைய பதவியை அடைவதற்காக அவனை ஆங்கிலம் கற்கச் செய்கிறார்.[21] ஆசாரக் கேடான உடையை மகன் அணிய வேண்டியது வரும் என்பதைத் தற்போது மறந்துவிடுகிறார் சேஷையர்.

ஆடவரின் பாலியல் தேவைக்காக

பொதுவாக இந்துக் குடும்பத்தில், அதிலும் குறிப்பாகப் பிராமணக் குடும்பத்தில் பெண்கள் மீது தாங்கள் கொண்டிருந்த ஆதிக்க நிலையைப் பயன்படுத்திக் கொண்டு, ஆடவர்கள் நெறியற்ற பாலியல் உறவில் இறங்கியதை மாதவையாவின் படைப்புக்கள் வழியே காணலாம். இத்தகைய பாலியல் தேவைக்காகத் தாமே விதித்துக் கொண்ட ஆசாரங்களை அவர்கள் மீறவும் தயங்கவில்லை.

புதிய பதவிக்காகவும், அதன் வழியே வருகிற கௌரவத்திற் காகவும், ஆசாரம் மீறிய அரியூர்ப் பண்ணை சேஷையர், புதிய பதவியை ஏற்றுக் கொண்டால், அதற்குரிய உடுப்பு, தலைப்பாகை ஆகியவற்றை அணிய வேண்டியது வரும், இவற்றை அணிவது தம் சாதிக்கு ஏற்காத ஆசாரம் என எண்ணுகிறார். அதனால், இதிலிருந்து தப்புவதற்காக, மருத்துவர்க்குக் கையூட்டுக் கொடுத்துத் தமக்குக் குன்ம நோய் எனப் பொய்ச் சான்றிதழ் பெற்று ஆங்கில அரசாங்கத் திடம் காட்டுகிறார். இவரேதான், தம்முடைய முதுமைக் காலத்தில்,

இளம் பெண்ணை மணக்கும் ஆசைப் பெருக்கால் அவளைப் பெண் பார்க்கச் செல்லும் போது, தம்முடைய முதுமைக் கோலத்தை மறைக்க ஆசாரக் கேடான உடுப்பை அணியத் தயங்கவில்லை.[22]

அன்று, பிராமணச் சாதியில், விதவைப் பெண்கள் மறுமணம் புரிவது தடை செய்யப்பட்டிருந்தது. பிராமணர்களுக்கு அடுத்த நிலையில் வாழ்ந்த உயர்சாதி இந்துக்களிடையேயும் இத்தகைய தடை காணப்பட்டாலும் மாதவையா தம் நாவல்களில், தமக்கு நன்கு தெரிந்திருந்த பிராமணச் சாதியில் தடை செய்யப்பட்டிருந்த விதவை மறுமணம் பற்றியே எழுதினார்.

விதவைகள் மறுமணம் புரிவதோ பிற ஆடவர்களின் கண்களில் படுவதோ ஆசாரக் கேடாக வலியுறுத்தப்பட்ட பிராமணச் சாதியில், மணமான ஆடவர்களும், இளைஞர்களும் அவ்விதவைகளுடன் நெறியற்ற உறவு கொள்ளுவதையும், அதற்காக ஆசாரத்தை மீறுவதையும் மாதவையா 'முத்துமீனாட்சி' 'சத்தியானந்தன்' ஆகிய நாவல்களிலும் 'என்னை மன்னித்து மறந்துவிடு' என்ற சிறுகதையிலும் விளக்கியுள்ளார்.

'மு.மீ.' நாவலில், இளம் விதவை முத்து மீனாட்சியின் கூற்றாகவே மேற்படிக் கருத்தை மாதவையா வெளியிட்டுள்ளார்;

'வந்து இரண்டு மூன்று நாள் ஆகுமுன், சுந்தரி புருஷன் என்னை அடிக்கடி வெறித்து நோக்குவதையும், புன்சிரிப்பாய்ச் சிரிப்பதையும், நான் செல்லும் இடங்களுக்கு அடிக்கடி வருவதையும், கண்களால் ஜாடை காட்டுவதையும் நான் கவனித்தேன்...'[23]

என்ற கூற்றின் வழியாக, பிராமணக் குடும்பங்களில், மணமான ஆடவன், நெறி பிறழ்ந்த பாலியல் தேவைக்காக, விதவைப் பெண்ணை நாடுகிற ஆசார மீறலை மாதவையா குறிப்பிடுவதைக் காணலாம்.

விதவையைக் காதலித்து, முறைப்படி திருமணம் செய்வதை ஆசாரக் கேடு என்று பழிக்கின்ற அதே பிராமணச் சாதியினரில் சிலர், தாம், விதவையோடு முறையற்ற உறவு கொள்ளும் சுயநல நாட்டத் திற்காக மறைவில் ஆசாரத்தை மீறத் தயங்குவதில்லை.

'சத்தியானந்தன்' என்ற ஆங்கில நாவலில் வருகிற கேடி. ரங்கையர், சமுதாயத்தில் மரியாதைக்குரியவராய்த் திகழ்கிறார். நீதி மன்றங்களில் திறம்பட வழக்காடி நிரம்பச் செல்வம் சேர்த்தவர். நீதிபதியாகப் பதவி உயர்வு பெறுகிறநிலையில் இருப்பவர்; பல குழந்தைகளுக்குத் தந்தையாக வாழ்பவர். இவ்வளவு சிறப்புக்களைக் கொண்ட ரங்கையர்,

அனாதையாக வந்த இளம் விதவை ஆண்டாள் என்கிற பிராமணப் பெண்ணை மறைவில் காமக் கிழத்தியாக்கிக் கொள்கிறார். அவளுக்கும் தமக்கும் பிறந்த குழந்தை வழியாகத் தம்முடைய ஆசாரக் கேடான வாழ்க்கை வெளிப்பட்டுவிடும் என்றறிந்ததும் ரங்கையர் ஆண்டாளுக்குப் பத்தாண்டுகள் சிறைத் தண்டனை பெற்றுத் தருகிறார். சிறையிலிருந்து அவள் விடுதலையாகி வந்த பிறகும் கூட அவளைச் சித்தபிரமை பிடித்தவள் எனப் பொய் கூறி, என்றென்றும் மனநோயாளர் இல்லத்தில் அடைத்து விடவும் முயற்சிக்கிறார்.

'என்னை மன்னித்துவிடு மறந்துவிடு' என்ற சிறுகதையில் மாதவையா படைத்த மற்றொரு பிராமண விதவைப் பெண் சீதை, உறவுக்கார இளைஞன் ஒருவனால் வஞ்சிக்கப்பட்டுக் கருவுறுகிறாள். 'நெறியற்ற' காமக் கூட்டத்திற்காக ஆசாரத்தை மீறிய இளைஞன் தப்பிக்கிறான். கருவுற்ற விதவை அவமானம் தாங்காமல் தற்கொலை புரிகிறாள்.[24]

இவ்வாறு நெறி பிறழ்ந்த பாலியல் உறவுக்காக, பிராமண ஆடவர்கள், ஆசாரம் மீறுவதை மாதவையா எழுதியுள்ளார். பொருளாதாரம், பதவி, பாலியல் உறவு ஆகியவற்றிற்காக ஆசாரம் மீறப்படுவதை வெளி வேடம் என்று கண்டித்த மாதவையா, சுயநல நோக்கமே இத்தகைய ஆசார மீறல்களின் அடிப்படையாக அமைந் திருப்பதை வலியுறுத்தியுள்ளார்.

மனித நேயத்தின் அடிப்படையில் ஆசாரங்கள் மீறப்படுவதை மாதவையா வரவேற்கிறார். இளம் வயதிலேயே விதவையாகிவிட்ட பெண்களை, ஆடவர்கள் முறைப்படி மணப்பதை வரவேற்றார். வீட்டில் எஞ்சிய உணவை விலங்குகட்கு எறிவதைத் தடை செய்யாத ஆசாரம், அதனை ஒரு பஞ்சமசாதி மனிதனுக்குக் கொடுப்பதை ஆசாரக் கேடு எனத் தடை செய்வதை மாதவையா கண்டித்தார். நீரில் மூழ்கிக் கொண்டிருக்கும் தீண்டாச் சாதியினனைக் கைதொட்டுக் காப்பாற்றுவதைத் தீட்டு எனப் பெயரிட்டு, அதற்காகப் பரிகாரம் செய்யச் சொல்லும் ஆசாரத்தைக் கண்டித்தார்.[25]

எனவே, சுயநலத்திற்காக பிராமணர்கள் தாம் போற்றும் ஆசாரங்களை மீறுவதை வெளி வேடங்கள் எனக் கண்டித்த மாதவையா, மனித நேயத்தின் பொருட்டுத் தடையாகிற ஆசாரங்கள் மீறப்பட வேண்டியதை வலியுறுத்தினார்.

'சாதி' என்னும் தலைப்பில் இதுவரை கூறப்பட்ட கருத்துக்கள் யாவுமே, பிறப்பு வழி மேன்மை மறுப்பின் பாற்பட்டவையாக உள்ளன. இதற்கு மாறாகச் சாதிப்பிறப்பாலன்றி, தனிப்பட்ட முயற்சி

மற்றும் உழைப்பால் கிட்டுகிற மேன்மைகளை மாதவையா ஆர்வத்துடன் வரவேற்றதை இனிக் காணலாம்.

மனிதரை அளவிடுதற்குச் சாதி ஓர் அளவுகோலாகாது, மேன்மை யான தனிமனிதப் பண்புகளே அளவுகோலாக வேண்டும் என்பதை மாதவையா வலியுறுத்தினார். இவ்வகைக் குற்றங்களைப் புரிகிற ஒரு பிராமணனை, பிராமணன் என்ற சாதி அடையாளத்திற்காக ஏற்றுக் கொள்கிற பிராமணர்கள், சற்குணங்களும், நல்லொழுக்கமும் நிறைந்த பிராமணன் அல்லாத சாதியைச் சேர்ந்த ஓர் உத்தமனைச் சாதியின் காரணமாகத் தம்மிலும் கீழானவன் என்று ஒதுக்குவதை மாதவையா கேள்விக்குள்ளாக்கினார். வாக்குண்மையையும், மனச் சுத்தியையும், மெய்யறிவொழுக்கத்தையும், மதிக்காது, வெளி வேடத்தையும், பகட்டையும், பணத்தையும் பெரிதாகப் போற்றுகிற வாழ்க்கைப் பார்வையை மாதவையா 'மு.மீ.' நாவலில், சுந்தரேசன் என்ற பாத்திரத்தின் வழியே கண்டித்துள்ளார்.[26]

மனம், வாக்கு ஆகியவற்றில் உண்மையைப் போற்றி, அதன்படி ஒழுகும் தனிமனித வாழ்வை 'மெய்யறிவொழுக்கம்' என்றழைத்தார் மாதவையா. பிறப்பால் பெருமை இல்லை, நடத்தையாலே பெருமை உண்டு என்ற கருத்தினை விளக்கவே மாதவையா 'சத்தியானந்தன்' என்ற ஆங்கில நாவலைப் படைத்தார். பிராமண விதவைக்கும், ஏற்கனவே மணமாகிப் பல குழந்தைகளுக்குத் தந்தையான ஒரு பிராமணர்க்கும் பிறந்தவன் சத்தியானந்தன். பிறப்பால் இவனுக்கு 'இழிவே' தவிர பெருமை ஏதுமில்லை. ஆனால் சத்தியானந்தன் நல்லோர் சேர்க்கையாலும், ஒழுக்கமான வாழ்க்கையாலும் பலர் போற்ற வாழும் வாழ்வை எட்டுகிறான். சமுதாயத்தை தொண்டிற் காகத் தன்னையே அர்ப்பணிக்கிறான்.

மாதவையா தம்முடைய ஏனைய படைப்புக்களின் வாயிலாக, ஆசாரங்கள் மிகுந்த பிராமணக் குடும்பங்களில் தோன்றிய நாராயணன், கோபாலன், கோவிந்தன், சுந்தரேசன், பத்மாவதி, கிளாரிந்தா ஆகிய பாத்திரங்கள், படிப்படியாகத் தங்கள் அறிவுக்கும், மனச் சான்றுக்கும் பொருந்தாத ஆசாரங்களைக் கைவிட்டு, மெய்யறிவொழுக்க வாழ்வை மேற்கொள்வதை விளக்கியுள்ளார்.

இதுவரை கொடுக்கப்பட்ட விளக்கங்களிலிருந்து, மாதவையா தாம் பிறந்து அறிந்த பிராமணச் சாதியின் பிற்போக்கான ஆசாரங் களை உயர் பண்புகளின் அடிப்படையில் விமர்சித்து, ஒதுக்கிவிட்டு, நற்பண்புகளும், நன் முயற்சியும் கொண்டு முன்னேறும் தனிமனித முன்னேற்றத்தையே வரவேற்றதை அறியலாம்.

2.3.2. மதம்

இந்தியாவில் சாதி வேற்றுமை மிக்க சமுதாய அமைப்பை நீடித்து நிலைபெறச் செய்ய வைக்கும் ஆற்றலைக் கொண்டது இந்து மதம். சாதிப் பாகுபாட்டை ஏற்காத இசுலாமிய, கிறித்தவ மதங்கள் இந்தியாவிற்கு வந்த போது, அம்மதங்களுக்கு மாறிய இந்துக்களால் தங்களுடைய பழைய சாதிப் பாகுபாட்டை விட்டொழிக்க இயலவில்லை. இந்து மதத்தை விட்டுச்சென்றாலும், அதன் சாதி யமைப்பை விட்டு விட முடியவில்லை. இத்தகைய சக்தி வாய்ந்த இந்து மதம், இந்துக்களின் எல்லாவித நடவடிக்கைகளையும் கட்டுப் படுத்துவதாகவே அமைந்திருந்தது.

உலகிற்கே வழிகாட்டக்கூடிய உயர்ந்த தத்துவச் செழுமை கொண்டது இந்து மதம் என்பர். ஆனால், பொது மக்கள் மத்தியில் அனுட்டிக்கப்பட்ட வெகுசன இந்துமதத்தில் கொடுமைகளும், தீண்டாமையும், பெண்ணடிமைத்தனமும், மூட நம்பிக்கைகளும், பல நூற்றாண்டுகளாக நிலைபெற்று வந்துள்ளன என்பதை மறுக்கவியலாது. இக்கொடுமைகளையும், அடிமைத்தனங்களையும் இந்துமதச் சாத்திரங்கள் பேணின. பொது மக்கள் மத்தியில் நம்ப இயலாத கட்டுக் கதைகளும், புராணக் கதைகளும் கொண்டதாகவும், கடவுளை வழிபடும் முறையில் உருவ வழிபாடு ஒன்றையே கொண்டதாகவும் இந்து மதம் பரவியிருந்தது. மூடநம்பிக்கைகளையும், பகுத்தறிவிற்கும், மனித நேயத்திற்கும் பொருந்தாத பழக்க வழக்கங்களையும், சடங்கு களையும் பெற்றிருந்தது. ஆங்கிலேயரின் ஆட்சிக் காலத்தில் புகுந்த கிறித்தவ மத போதகர்கள் இந்து மதத்தைத் தாக்குவதற்கு இவை துணையாயின. பல 'கீழ்ச்சாதி' இந்துக்கள் கிறித்தவமதம் மாறினார்கள். இதனைத் தடுத்து நிறுத்தவும், இந்து மதத்தில் இருந்த குறைகளை நீக்கி, ஒவ்வொருவரும் பின்பற்றத்தக்க ஒழுக்க நெறியாக அதனை மாற்றவும் முயன்றனர். இவருள் மாதவையா குறிப்பிடத்தக்கவராவார். இந்து மதத்தைச் சீர்திருத்த அவர் மொழிந்த கருத்துக்களை,

1. இந்து மதத்திலுள்ள கேடுகள், 2. கிறித்தவ மத மாற்றமும், அதன் சிக்கல்களும், 3. உண்மை, மத நெறி ஆகிய உட்தலைப்புக்களில் காணலாம்.

2.3.2.1. இந்து மதத்திலுள்ள கேடுகள்

இந்து மதமும் ஒழுக்கவியலும் பிளவுற்ற நிலையைச் சீர்திருத்தி, இந்துக்களிடையே உண்மை, ஒழுக்கம், நேர்மை முதலான நற்பண்பு களைப் பரப்புவதே மாதவையாவின் நோக்கமாக இருந்தது. மதத்தை ஒவ்வொருவருடைய தனித்த அறநெறியாக அணுகினார். அவர்

காலத்தில் இயங்கிய பிரம்ம ஞான சங்கம் முதலான இந்து மதச் சீர்திருத்த அமைப்புக்கள் முன் வைத்த ஆன்றோர் போற்றும் பொதுமை ஆன்ம நெறியே மாதவையா போற்றிய மதமாகும். உண்பது, உடுப்பது, உறங்குவது போன்ற மதசம்பந்தமில்லாதவற்றையும் மதம் என்று பாராட்டி அவற்றுக்கான நியதிகளை இந்து மதம் விதித்திருப்பதை மறுத்த மாதவையா[28], ஒழுக்கவியலை அடித்தளமாகக் கொண்ட தனிமனித நெறியாக அதனை மாற்ற முயன்றார். தனிமனித வளர்ச்சிக்கு முட்டுக்கட்டை இடும் இந்துமதச் சாத்திரங்களைக் களையவேண்டும் என்றார். பகுத்தறிவிற்கு ஒவ்வாத மூடநம்பிக்கைகளைத் தாக்கினார். இக்கருத்துக்களை, அவர் படைத்த நாவல்களிலிருந்து எடுத்துக் காட்டுக்கள் தந்து விளக்கலாம்.

தேவதாசி வழக்கம்

1907ஆம் ஆண்டில், கிறித்தவக்கல்லூரி இதழில் 'தில்லைக் கோவிந்தன் கலவை' எனும் கட்டுரைத் தொடரில், மாதவையா இந்து மதத்தைச் சீர்திருத்த எழுதிய போது, இந்துக் கோயில் விழாக்கள் ஆன்மீகத்தை மறந்து, வெறும் பொழுதுபோக்காகவும், ஆடவர், பெண்டிர் ஒழுக்கக்கேட்டிற்கு வழி வகுக்கின்ற தேவதாசிச் சதிராட்டமாகவும், கூத்தாகவும் சீரழிந்தன என்றார்[29]. கோவில் பெண்டிராகிய தேவதாசிகள் நாட்டில் அங்கீகரிக்கப்பட்ட கணிகையர்கள் என்று எழுதினார்.

> 'கடவுள் திருச்சந்நிதியிலேயே கற்பிழந்த கணிகையரின் ஆடல் பாடல்களைக் கண்டு களித்து அவர்களைக் காமுறுதலை...'[30]

'மு.மீ.' நாவலில் சுந்தரேசன் எழுதிய கடிதத்தின் வழியாக மாதவையா தேவதாசி வழக்கத்திற்கும், மனிதரின் ஒழுக்கத்திற்கும் இடையிலுள்ள முரண்பாட்டை எடுத்துக் காட்டியுள்ளார்.

சாத்திரக் கட்டுப்பாடுகள்

புதிய காலச் சூழலில் ஏற்பட்ட வாய்ப்புக்களைப் பற்றிக் கொண்டு தனிமனிதர்கள் முயன்று முன்னேறும் வளர்ச்சிக்கு இந்து மதத்தின் காலத்திற்கு ஒவ்வாச் சாத்திரங்கள் தடையாக இருந்ததை உணர்ந்தார் மாதவையா. புதிய கல்வி வாய்ப்புக்களும், வேலைகளும், அவற்றால் சம்பாதிக்கின்ற ஊதியமும் சென்னை போன்ற நகரங்களில் கிடைத்தன. உயர் கல்வியை லண்டன், நியூயார்க் முதலான ஐரோப்பிய, அமெரிக்க நாட்டு நகரங்களில் கற்க வேண்டியதிருந்தது. இதனால் கிராமங்களில் கூட்டுக் குடும்பங்களில் வாழ்ந்தவர்கள் நகரங்கட்கு இடம் பெயர்ந்து, வாடகை வீடுகளில் தங்கி உணவு விடுதிகளில் பல சாதியாரோடும் உண்ணவேண்டியிருந்தது. அவர்களோடு அன்றாடம்

பழக வேண்டியிருந்தது. கல்வியைத் தடையின்றிக் கற்க, திருமணத்தைத் தள்ளிப் போட நேர்ந்தது. மணமான பின்பு தனிக்குடும்பமாக வாழ நேர்ந்தது. கடல் கடந்து சென்று மேற்கு நாட்டு நகரங்களில் தங்கி, உண்டு, கற்க வேண்டிய தேவை எழுந்தது. ஆனால், இந்து மதம் விதித்திருந்த சாத்திரக் கட்டுப்பாடுகள் இவற்றுக்கெல்லாம் தடையை ஏற்படுத்தின. 'பத்மாவதி சரித்திரம்' நாவலில் புதிய வாழ்க்கை முறையில் முன்னேறத் துடித்த நாராயணன் என்ற பிராமண இளைஞன் கூற்றின் மூலம் இந்துமதச் சாத்திரக் கட்டுப்பாடுகள் எவ்வாறு தனிமனிதனை இயங்கவிடாமற் செயல்பட்டன என்பதை[31] மாதவையா பின்வருமாறு எழுதியுள்ளார்:

> "தொட்டிலிலிருந்து சுடுகாடு மட்டும், அப்படிச் சொன்னாலும் போதாது, பிறப்பதற்கு முன் தொட்டு, இறந்த பின்னும் கூட, எடுத்ததெற்கெல்லாம் மதாசாரம், சாதியாசாரம், கலாசாரம், குடும்பாசாரமென்று, மனுஷனை முன்பின் அசையவொட்டாமல், ஓய்வொழிவில்லாத நிர்ப்பந்தந்தான்."

கடல் கடந்து செல்வது ஆசாரக் கோடென்று இந்து மதம் விதித்திருந்தது. இதனை மீறி, வெளி நாடுகளில் உயர் கல்வி கற்றுத் திரும்பிய பிராமண இளைஞர்களை, சாத்திரங்களில் ஊறிய பழந் தலைமுறையினர் ஆசாரக் கேடர்களாகப் பழித்தனர். 'ப.ச.' நாவலில் 'ஸீனியர் ராங்களர்' (Senior Rangler) படிப்பை வெளிநாட்டில் வெள்ளைக்காரர்களுடன் தங்கிப் படித்த ரெங்கசாமி ஐயரை, உடனமர்ந்து உண்ணக்கூடாது என்று பெரியவர்கள் தடை செய்வதை மாதவையா குறிப்பிட்டுள்ளார்.[32]

இவ் எடுத்துக்காட்டுக்கள் மூலம் மனித வளர்ச்சிக்கு இந்து மதச் சாத்திரங்கள் தடையாவதையும், அவற்றை அகற்ற வேண்டியதையும் மாதவையா வலியுறுத்தியுள்ளார்.

மூட நம்பிக்கைகள்

முன்னொரு காலத்தில் தோன்றிய நம்பிக்கைகளில் பல, காலமாற்றத்தினால் மூட நம்பிக்கைகளாகின்றன. இவற்றைக் களையாமல் மதத்தின் பேரால் தொடர்ந்து பேணுவது, மனிதர்க்குக் கேடாக அமைவதை மாதவையா தம் நாவல்களில் பல இடங்களில் எடுத்துக் காட்டியுள்ளார். பெண் தொடர்பான மூடநம்பிக்கைகள் பற்றிப் 'பெண்சிக்கல்' (2.3.4.) என்ற தலைப்பில் ஆராயப்படுவதால், அவற்றைத் தவிர்த்த மற்றொரு மூடநம்பிக்கை பற்றி ஈண்டுக் காணலாம்.

நோய்தீர்க்கும் மருத்துவ முறையில் கடைப்பிடிக்கப்பட்ட மூடநம்பிக்கைகளை, 'ப.ச.', 'மு.மீ.', தில்லை கோவிந்தன் 'தி.கோ.' ஆகிய நாவல்களில் விமரிசித்துள்ளார். மாதவையா, 'ப.ச.' மூன்றாம் பாகத்தில், இருபது வயதிற்குள்ளே மூன்றாம் முறை கருவுற்ற கல்யாணிக்கு ஏற்பட்ட நரம்புத் தளர்ச்சி நோயை, மூத்த தலைமுறையினர் 'தேவ உபாதை' என்று நம்புவதைக் குறிப்பிட்டுள்ளார். ஆங்கில மருத்துவத்தை ஒதுக்கிவிட்டு, கல்யாணிக்கு மந்திரவாதமும், பிரம்படியும், புளியமிலாரு அடியும் மருத்துவ முறையாக அளிக்கப்படுகின்றன. இறுதியில் நாட்டு வைத்தியன் கூறியபடி குடிக்க ஒரு துளித் தண்ணீர் கூடத் தராததால் கல்யாணி இறந்து போகிறாள்.[33]

'மு.மீ.' நாவலில் சிறுமி மீனாட்சி விரைவில் கருவுறுவதற்காக அளிக்கப்படுகிற மருத்துவ முறையானது மூடநம்பிக்கையை அடியொற்றியதாக உள்ளது. இதன் விளைவாக அச்சிறுமிக்கு ஏற்பட்ட நரம்புத் தளர்ச்சியை, 'தேவ உபாதை' என முதியவர்கள் நம்பி, அதனைப் போக்க பிரம்படிகளும், வேறு கோரமான முறைகளும் பயிற்சிக்கப்படுகின்றதை மாதவையா விளக்கியுள்ளார்.[34]

'தி.கோ.' நாவலில் ஒரு பெண் பேறுகாலத்தில அபாயநிலையில் துன்புறுகிற போது கூட, ஆடவன் என்பதற்காக ஆங்கில மருத்துவனையும், 'கீழ்ச்சாதிக்' கிறித்தவப் பெண் என்பதற்காக மருத்துவச்சியையும் அழைக்காமல், பெரியவர்கள் இந்து மத சாத்திரத்தின் மூட நம்பிக்கையின்படி வாளா இருப்பதை மாதவையா வருணித்துள்ளார்.[35]

மேலும், இதே நாவலில் பிறிதொரு இடத்தில், கருப்பைக் கோளாறினால் தீராத தலைவலியில் துடிக்கும் பெண்ணுக்கு உரிய மருத்துவம் செய்யாமல், பெரியவர்கள் தங்களுடைய மூட நம்பிக்கையின் படி, சடங்குகளும், பூசைகளும் செய்விப்பதை மாதவையா எழுதியுள்ளார்.[36]

இதுவரை 'மதம்' என்ற தலைப்பில் இந்து சமயத்தின் கேடுகளாகத் தேவதாசி வழக்கம், சாத்திரக் கட்டுப்பாடுகள், மூடநம்பிக்கைகள் ஆகியவை எடுத்துரைக்கப்பட்டன. மாதவையா இவற்றைக் கைவிட வேண்டும் என வற்புறுத்தினார்.

2.3.2.2. கிறித்தவ மதமாற்றமும், அதன் சிக்கல்களும்.

ஐரோப்பியர் இந்தியாவிற்கு வருகை தந்தபிறகு, அவர்களுடைய கிறித்தவ மதமும் வந்தது. புனித பிரான்சிஸ் சேவியர் (St. Francis Xavier), ஜான் டி பிரிட்டோ (John De Britto) போன்றோரின் முயற்சியால், தமிழ் நாட்டின் தென் கடற்கரைப் பகுதியிலும், மறவர் ஆண்ட பகுதியிலும் வாழ்ந்த எளிய சாதி மக்களில் பலரும் சாதி இந்துக்கள்,

இசுலாமியர் கொடுமைகளிலிருந்து தப்பவும், வயிற்றுப்பசியைத் தீர்க்கவும் கிறித்தவ மதம் மாறினார்கள்.

ஆனால் இராபர்ட் தி நொபிலி என்ற தத்துவ போதக சாமியின் காலந்தொட்டு, கிறித்தவ மதம் மாறினாலும் தங்களுடைய சாதி கௌரவம் காப்பாற்றப்படும் என்ற உறுதி கிடைத்தால் பிராமணர், சைவ வேளாளர் பிரிவுகளிலிருந்து காலனியாட்சியில் உயர் பதவிகளைப் பெறுவதற்காகவும், கிறித்தவ மதத்தின் சித்தாந்தங்களில் விருப்பங் கொண்டும் சிலர் கிறித்தவ மதம் மாறினார்கள்.

இத்தகைய கிறித்தவ மத மாற்றங்கள் இந்து மதத்திற்குச் சிக்கல்களை ஏற்படுத்தின. மாதவையா காலத்தில் தமிழகத்தில் வாழ்ந்த அறிவு வட்டத்தினர் இந்நிலையை எதிர் கொண்டு இந்து மதத்தைப் புதுப்பித்து மத மாற்றத்தைத் தடுக்க முனைந்தனர். யாழ்ப்பாணம் நல்லூர் ஆறுமுக நாவலர் முதலியோர் மத மாற்றத்தைக் கடுமையாகக் கண்டித்துச் சைவ மதம் தழைக்கப் பாடுபட்டனர். ஆங்கிலக் கல்வி கல்லாத இராமலிங்க அடிகள் முதலியோர் தமிழகத்தில் சமரச சன்மார்க்க நெறியைப் பிரச்சாரம் செய்தனர். மறைமலை அடிகள் முதலியோர் தமிழ் இனத்தின் ஒப்பற்ற ஒரே மதம் சைவ மதம் என்றும், இது ஆரியரின் பிராமணிய இந்து மதத்திற்கு எதிரானது என்றும் சைவ சபைகளிலும் மாநாடுகளிலும் பேசினார்கள். பிரம்ம ஞான சங்கத்தாரும், மாதவையா போன்ற அறிவாளரும் மத வேறுபாடு களைக் களைந்து, பொதுவான கடவுளை வழிபடுகிற நன்னெறியை அறிவுக்குப் பொருந்திய விதமாக உருவாக்கும் பணியில் ஈடுபட்டார்கள். இவர்கள் அனைவருமே கிறித்தவ மத மாற்றத்தை ஏற்றுக் கொள்ள வில்லை.

மாதவையா தம்முடைய நூல்களில் பிராமணச் சாதியினரின் கிறித்தவ மத மாற்றத்திற்கான காரணங்களை ஆய்ந்துள்ளார். அவ்வாறு ஆய்ந்தபோது கீழ்நிலைச் சாதிகள் எதற்காகக் கிறித்தவ மதத்தில் சேர்ந்தன என்பதைப் பற்றியும் ஓரளவிற்குக் கூறியுள்ளார். முதலில் இதனைக் காணலாம்.

2.3.2.2.1. அடிநிலைச் சாதிகளின் கிறித்தவ மத மாற்றம்:

இந்து மதம் நூற்றாண்டுகளாகச் சாதியின் பேரால் அடிமைத் தனத்தையும், மூடநம்பிக்கைகளையும் இந்துக்களிடம் வளர்த்து வந்துள்ளது. சாதி அமைப்பு என்னும் ஏணிப்படியில், கீழ்நிலையில் இருந்தவர்கள் காலங்காலமாக முன்னேற முடியாமல் மேற்சாதி யினர்க்கு அடிமைகளாகவே வாழ வேண்டிய கட்டாயத்திற்கு ஆளானார்கள். புதிதாக வந்த கிறித்தவ மதம் இவர்களுக்குத்

தங்களுடைய அடிமை நிலையைப் போக்குதற்குரிய வடிகாலாக அமைந்தது. எனவே, இந்து மதம் விதித்த சாதிக் கட்டில் மேற்கிளம்ப முடியாத இந்துக்கள் கிறித்தவ மதத்திற்கு மாறியதை மாதவையா தம் நூலில் குறிப்பிட்டுள்ளார்[37]. இந்து மதத்தின் சாதி அமைப்பில் தாழ்ந்தவன், கிறித்தவனாகி விட்டால் பிராமணனுக்கு அருகில் வரமுடியும். இந்துக்களுடைய மூடத்தனத்தினால்தான் இவ்வாறு எளிய சாதியினர் ஆயிரக் கணக்கில் கிறித்தவ மதத்திற்கு மாறுகிறார்கள் என்ற முடிவுக்கு மாதவையா வந்தார்[38].

> இப்பொழுது பள், பறை, சாணார் முதலிய ‘கீழ்ச் சாதிகள்’ இருக்கிறார்களே அவர்களை, உலகம், அதாவது மேல்சாதிக் காரர்கள், அதாவது முக்கியமாய்ப் பிராமணரும் வேளாளரும், உபத்திரவப் படுத்துகிறார்கள்... இவர்கள் உபத்திரவம் பொறுக்க முடியாமல், இவர்கள் சாதிக் கட்டில் மேற்கிளம்ப முடியாமல்... ஆயிரக்கணக்காய் கிறிஸ்து வேதத்திற் சேருகிறார்கள்’[39]

என்று ‘மு.மீ.’ நாவலில் சுந்தரேசன் என்னும் பாத்திரம் வழியே மாதவையா, கிறித்தவ மதத்திற்கு எளிய சாதியினர் மாறியதற்கான காரணத்தை வெளியிட்டார்.

இதைத் தவிர, அன்றைய தமிழகத்திலும், யாழ்ப்பாணத்திலும் பிராமணரும், சைவ வேளாளரும் கிறித்தவ மதத்தில் கொண்ட ஈடுபாட்டாலும், புதிய பதவிகளைப் பெறுவதற்காகவும், காதல் திருமணம், விதவை மணம், வரதட்சிணை ஆகியவற்றில் இந்து மதச் சாத்திரங்கள் விதித்த கொடுமைகளிலிருந்து தப்பித்துக் கொள்வதற் காகவும் கிறித்தவ மதம் தழுவினார்கள். இவர்கள் பெரிதும் ஆங்கிலக் கல்வி கற்க சிறுபான்மை இளந் தலைமுறையினராவார்கள்.

மாதவையா, தம்முடைய நாவல்களில் இந்து மதத்தின் ஆசாரக் கெடுபிடிகளிலிருந்து விடுபட்டுத் தம் மனச் சான்றின் படி தேர்வு செய்த மணவாழ்வை மேற்கொள்வதற்காகக் கிறித்தவ மதம் மாறிய படித்த பிராமண இளைஞர்களைப் பற்றியே எழுதியுள்ளார்.

2.3.2.2.2. படித்த பிராமண இளைஞர்களின் கிறித்தவ மதமாற்றம்:

தங்களுடைய திருமணத்தைத் தாங்களே தெரிந்தெடுக்கும் சுதந்திர சிந்தனை படைத்த படித்த பிராமண இளைஞர்கள், காதல் திருமணத்தின் பொருட்டோ அல்லது விதவையைத் திருமணம் புரிந்து கொள்வதன் பொருட்டோ இந்து மதத்திலிருந்து விலகி, கிறித்தவ மதத்தில் சேர்ந்து பாதுகாப்புத் தேட எண்ணுவதையே

மாதவையாவின் நாவல்களில் காணலாம். இவர்கட்குக் கிறித்தவ மதமும், பிரம்ம சமாஜமும் இந்து மதத்தின் கொடுமைகளிலிருந்து தப்பித் தஞ்சமடையும் புகலிடங்களாகவே உள்ளதை மாதவையா குறிப்பிட்டுள்ளார்.

அதுவரை இந்து மதம் உருவாக்கிய சமுதாயத்தில், திருமணம் என்பது வம்ச விருத்திக்கும், இல்லற தருமத்தைச் செயல்படுத்துவதற்கும் உரிய மதச்சடங்காகவே கருதப்பட்டு வந்தது. ஆடவர், பெண்டிரின் உடல், மற்றும் மனம் சார்ந்த உறவாகத் திருமணம் கருதப்படாமல், மதக்கடமையாகவே கருதப்பட்டது. இளைஞர்க்கிடையில் எழும் காதல், காவியங்களின் இலட்சியப் பொருளாக இருந்ததே தவிர நடைமுறை வாழ்வில் தடை செய்யப்பட்டிருந்தது. பெற்றோர்களும், பெரியவர்களும், கூட்டுக் குடும்பமும், சாதியும், இந்து மதச் சாத்திரங்களுமே திருமணத்தைத் தீர்மானிக்கும் சக்திகளாக இருந்தனர்.

ஆனால், ஆங்கிலேயர் காலத்தில் ஆங்கில இலக்கியங்களின் வழியே கற்ற, படித்த இந்திய இளைஞர்கள், திருமணத்திற்கு முன்பே படித்த ஆணும் பெண்ணும் சுதந்திரமாகச் சந்தித்துப் பழகி, ஒருவரை ஒருவர் புரிந்து, அன்பு பாராட்டிக் காதலிக்கும் வாழ்வை அறிந்தார்கள். திருமணம் என்பது தனிமனிதர்களின் சொந்தச் சிக்கல். இதில் சாதி, மதம், பணம் போன்றவற்றிற்கு இடமில்லை என்பதை உணர்ந்தார்கள். இவை மூன்றுமே தங்களுடைய சீர்திருத்தத் திருமணத்திற்கோ, கலப்புத் திருமணத்திற்கோ தடையாக வந்தபோது இந்துச் சாதி அமைப்பிலிருந்து விடுபட முனைந்தார்கள். மதம் மாற நினைத் தார்கள்.

மாதவையா நாவல்களில், பிராமணர்கள் கிறித்தவ மதம் மாற எண்ணுவதற்கு விதவை மறுமணம், கலப்பு மணம், வரதட்சிணை ஆகியவையே காரணங்களாகக் கூறப்பட்டுள்ளன. விதவை மறுமணமும், கலப்பு மணமும், காதல் மணத்தில் அடங்குபவை. இனி அவற்றைக் காணலாம்.

2.3.2.2.2.1. காதல் திருமணம்.

படித்த பிராமண இளைஞர்கள் இந்துச் சாதி மத ஆசாரங்களுக்கு முரணாக, தாங்களே தங்கள் விருப்பத்தின்படி அன்பு பாராட்டித் தெரிவு செய்த திருமணங்களை மாதவையாவின் நாவல்களில் காண முடியும். இக்காதல் திருமணங்கள் ஐந்தினை இவற்றில் காணலாம். இவை விதவை மறுமணம், வேறுபட்ட சாதிகளுக்கிடையில் நிகழும் கலப்பு மணம் ஆகிய இருவகையாக அமைந்துள்ளன.

2.3.2.2.2.1.1. விதவை மறுமணம்:

'முத்து மீனாட்சி' 'சத்தியானந்தன்' (ச.ன்.), 'கிளாரிந்தா' (கி.தா.) ஆகிய நாவல்களில் பிராமணச் சாதியில் நிகழும் விதவை மறுமணம் பற்றி மாதவையா விவரித்துள்ளார். இவை மூன்றிலுமே கிறித்தவ மத மாற்றச் சிக்கல் ஏற்படுகிறது. இவை மூன்றுமே காதல் திருமணங் களாகவும் அமைகின்றன. அக்கால இந்துமதச் சாதி அமைப்பிற்குள் இத்தகு திருமணம் சாத்தியமில்லை என்பதையே மாதவையா உணர்த்த முயன்றுள்ளார்.

'மு.மீ.' நாவலில், மீனாட்சி என்ற இளம் பிராமண விதவைப் பெண்ணை, ஆங்கிலக் கல்வி கற்றுப் பட்டம் பெற்ற சுந்தரேசன் என்னும் பிராமண இளைஞன் காதலித்துத் திருமணம் செய்வதனால், அக்கிரகாரத்தை விட்டு வெளியேற்றப்படுகிறான். இவ்வாறு சாதி நீக்கம் செய்யப்பட்டதால், கிறித்தவ மதத்தில் தஞ்சமடையும் எண்ணம் சுந்தரேசனுக்குத் தோன்றுவதாக மாதவையா எழுதுகிறார்,

> "கிறிஸ்தவர்களுக்குள்ளோ, அப்படியில்லை. மதம் வேறு, மற்றவை வேறு. பின்னை என்ன? நம்மை இந்தப் பாழுலகம் எப்பொழுதுமே இப்படிச் சகித்தால் கிறிஸ்தவர்களாகி விடுவதே உத்தமம்"[40]

என்று சுந்தரேசன் முடிவெடுப்பதாக மாதவையா 'மு.மீ.' நாவலை முடித்துள்ளார். (ஐரோப்பிய கிறிஸ்தவர்களை மனதிற்கொண்டு மேற்படி எழுதியுள்ளார்.)

'ச.ன்.' என்ற ஆங்கில நாவலில் பிராமண விதவை ஆண்டாளுக்கும், ஏற்கனவே மணமாகித் தந்தையான ரங்கையருக்கும் மண உறவுக்கு வெளியில் பிறந்து, பாதிரியாரால் கிறித்தவனாக வளர்ந்தவன் ஆபிரகாம் சத்தியா என்ற இளைஞன். ஆங்கிலக் கல்வி கற்று ஆசிரியத் தொழில்புரிகிறான். சதாசிவையரின் விதவை மகளான கல்யாணி யைக் காதலித்துத் திருமணம் செய்து கொள்கிறான். இவனை மணப்பதற்காகவே கல்யாணி, ஞான புஷ்பம் என்ற பெயரோடு கிறித்தவ மதத்திற்கு மாறியதால் இவர்களுடைய காதல் திருமணத்தில் சிக்கல் எழாமற் போயிற்று.

'கி.தா.' என்ற ஆங்கில நாவலில் மராட்டிய பிராமண விதவை கிளாரிந்தாவுக்கும், அவளைக் கட்டாய உடன் கட்டை நெருப்பிலிருந்து காப்பாற்றிய ஆங்கிலேய கேப்டன் லிட்டில்டனுக்கும் இடையில் காதல் ஏற்படுகிறது. அவன் ஏற்கனவே மணமாகியிருந்ததாலும், மனநோயுற்ற அவன் மனைவி இன்னும் உயிரோடிருந்ததாலும், கிறித்தவ மதம் ஆசாரப்படி இவர்களுடைய காதல், திருமணமாக மலர

முடியவில்லை. திருமணம் ஆகாமலேயே இருவரும் மணவாழ்க்கை நடத்துகிறார்கள். கிளாரிந்தா கிறித்தவ மதத்திற்கு மாறுகிறாள். இறுதியில், காப்டனின் முதல் மனைவி இறக்கவே, முறையாக இருவரும் மணக்கின்றார்கள்.

இம்மூன்று விதவை மறுமணங்களிலும், 'மு.மீ.' நாவலில் கூறப்படும் சிக்கலுக்குரியதாக அமைகிறது. ஏனெனில், இதில் பங்கு பெறும் இருவருமே இந்துக்கள். பிராமண சாதியினர். கிறித்தவ மதத்திற்கு மாறுவதே இவர்களுக்குத் தீர்வாக அமையும் என்பதை மறைமுகமாக உணர்த்தியுள்ளார் மாதவையா.

2.3.2.2.2.1.2. கலப்பு மணம்

'ப:ச.' மூன்றாம் பாகத்திலும், 'லெப்டினண்ட் பஞ்சு' ('லெ.ப.') என்ற ஆங்கில நாவலிலும் மாதவையா இரண்டு கலப்பு மண முயற்சிகள், சாதி, மதத் தடைகளால் கைகூடாமற் போவதை விளக்கியுள்ளார்.

'ப.ச.' நாவலில், மனைவியை இழந்த கோபாலையர், தம்முடைய மருத்துவத் தொழிலில் காரணமாகப் பழக நேர்ந்த ஜேன் கே என்ற கிறித்தவப் பெண் மீது காதல் கொள்கிறார். ஆனால் ஜேன் கே, ஆரிய, திராவிடக் கலப்பில் பிறந்த தாமஸ் கே என்பவரின் மகள். கோபாலையர் பிராமணர். கிறித்தவ மதம் மாறினால் தான் இத்திருமணம் நடக்க இயலும் என்ற மதமாற்றச் சிக்கல் எழுகிறது. இச்சிக்கலால் இக்கலப்புமணம் நிகழாமற் போய்விடுகிறது. ஆயினும், கோபாலையர் காதலுக்காகக் கிறித்தவராகக் கூட மாறலாம் என்ற எண்ணத்தைக் கொண்டவராகவே சித்திரிக்கப்பட்டுள்ளார்.

'லெ.ப.' என்ற ஆங்கில நாவலில் மருத்துவப் பட்டத்திற்குப் படிக்கும் பஞ்சு என்ற பிராமண இளைஞன், தன்னுடன் பயின்ற கிரேஸ் (Miss. Grace) என்ற பிராமணச் சாதியல்லாத கிறித்தவ நங்கை மீது காதல் கொள்கிறான். கிறித்தவ மதம் மாறினால்தான் அவளைத் திருமணம் செய்ய இயலும் என்ற சிக்கல் எழுகிறது. இந்து மதத்திற்கும், கிறித்தவ மதத்திற்கும் இடையில் அதிகம் வேறுபாடு இல்லை என உணர்ந்த பஞ்சு, மதம் மாற மனமின்றி முதல் உலகப் போரில் பங்கு பெறுவதற்காக பெல்ஜிய நாட்டிற்குச் சென்று மடிந்து விடுகிறான். இங்கும் காதல் கலப்பு மணம் மதமாற்றச் சிக்கலால் தடைபடுவதை மாதவையா எடுத்துக்காட்டியுள்ளார்.

இதுவரை கூறியவற்றால் படித்த பிராமணர்களிடையே காதல் திருமணங்களான விதவை மறுமணம், கலப்பு மணம் ஆகியவற்றில் கிறித்தவ மதமாற்றச் சிக்கல் உருவானது விளக்கம் பெறுகிறது.

இதுவரை கூறியவற்றால் படித்த பிராமணர்களிடையே காதல் திருமணங்களான விதவை மறுமணம், கலப்பு மணம் ஆகியவற்றில் கிறித்தவ மதமாற்றச் சிக்கல் உருவானது விளக்கம் பெறுகிறது.

இதைத்தவிர, 'அது நேர்ந்தவிதம்' என்ற ஒரே ஒரு சிறுகதையில் மட்டும், பெண்ணைப் பெற்ற பிராமணத் தந்தையால் படித்த மாப்பிள்ளைக்குச் சீர்கொடுக்க இயலாத பொருளாதார நெருக்கடியால் அவர், கிறித்தவ மதம் மாறுவது பற்றிச் சிந்திப்பதை மாதவையா எழுதியுள்ளார்.

> "இதையெல்லாம் பற்றி யோசிக்கும் பொழுது, சில வேளை களில் இந்தப் பாழாய்ப்போன பிராமண சமூகத்தையே விட்டு விலகி, பிரம்ம ஸமாஜத்திலோ அல்லது கிறிஸ்தவ மதத்திலோ சேர்ந்து விடலாமென்று தோன்றுகிறது"[41]

புதியசூழலில், பிராமணக்குடும்பங்களில் பெண்ணைப் பெற்றவர்களால், மாப்பிள்ளை வீட்டாருக்கு வரதட்சிணை கொடுக்க இயலாத பொருளாதார வசதிக் குறைவால் கிறித்தவ மதமாற்றம் ஒரு தீர்வாக நினைக்கப்பட்டதையே இம்மேற்கோள் உணர்த்துகிறது. இங்குப் பிராமணப் பெண்ணின் திருமணச்சிக்கலும், பொருளாதார சிக்கலும் கலந்திருப்பதை அறியலாம்.

இதுவரை கூறிய விளக்கங்களின்படி, மாதவையா காலத்தில் படித்த பிராமண இளைஞரிடையே காதல் திருமணம் தொடர்பாகக் கிறித்தவ மதமாற்றச் சிந்தனை தோன்றிய ஓர் உண்மையை அறிய முடிகிறது.

மதமாற்றம் தீர்வாகாது

மாதவையா காலத்தில், கிறித்தவ மதமாற்றத்தை எதிர்ப்பதாகவே இந்து சமூக சீர்திருத்த இயக்கம் அமைந்திருந்தது. இந்துமத, சமுதாய கட்டமைப்பானது, புதிய சூழலில் தனிமனிதர்க்குப் பல வாழ்வியற் சிக்கல்களைத் தோற்றுவித்தாலும், அக்கட்டமைப்பிற்குள்ளேயே சீர்திருத்தங்கள் செய்யப்பட வேண்டுமேயொழிய, அதனை விட்டு வெளியேறி அந்நியமான மத சமூகக் கட்டமைப்பிற்குள் மாறி இணைவதை அன்றைய அறிவுவட்டத்தினர் பலரும் எதிர்க்கவே செய்தனர். பல்லாண்டுகாலமாக இந்து மதத்தின் அடிப்படையில் கட்டப்பட்டு வளர்ந்த நாகரிகத்தை, முற்றாக உதறிவிட்டுப் புதிதாகப் படித்தறிந்த மற்றொரு நாகரிகத்தை ஏற்றுக்கொள்வதை இவர்கள் ஏற்கவில்லை. மாதவையாவும் இக்கருத்தை ஏற்றுக்கொண்டேதான் தம்முடைய நாவல்களைப் படைத்துள்ளார்.

"மதம் மாறுவதுதானா, சமூக வாழ்க்கையில் ஏற்படும் இக்கட்டு களுக்கு மருந்து, மதம் என்ன, ஒரு கோட்டா, தொப்பியா, இறுக்கினால் மாற்றிவிட, அவரவர் நாகரிகத்துக்கும், பயிற்சிக்கும் அஸ்திபாரமாயிருப்பது மதம்தானே?[42]"

என்று 'ப.ச.' நாவலில், நாராயணன் என்ற பத்திரக்கூற்றாக மாதவையா கூறியிருப்பதில், கிறித்தவ மதமாற்றம் பற்றிய அவருடைய கொள்கை புலப்படுகிறது. மாதவையா படைத்த நாவல் பாத்திரங்களில், கிளாரிந்தா, ஆபிரகாம் சத்தியானந்தன் என்ற இருவரைத்தவிர, கிறித்தவமதத்தில் சேர்ந்த கல்யாணி என்ற பிராமணப் பெண் பாத்திரம், தானே விரும்பிச் சேரவில்லை என்பதையே காணலாம். சத்தியானந்தன் கூட மதப்பொதுமை நோக்குள்ளவனாகவும், வைதீகக் கிறித்தவ மதக் கொள்கைகளையும் அதனைப் போற்றுகிற பாதிரிமார் களின் தவறுகளையும், அவர்கள் மேற்கொண்ட கட்டாய மதமாற்றச் செயல்பாட்டையும் விமரிசிப்பவனாகவுமே படைக்கப்பட்டுள்ளான். 'ப.ச.' நாவலில் கோபாலையரும், 'லெ.ப.' நாவலில் பஞ்சுவும், 'மு.மீ.' நாவலில் சுந்தரேசனும், மீனாட்சியும் காதல்மணச் சிக்கலால் கிறித்தவ மதத்திற்கு மாறும் நிலையை எண்ணினாலும், உண்மையில் இவர்கள் மதம் மாறாத நிலைமையையே மாதவையா படைத்துள்ளார். இந்து மதத்தைச் 'சீர்திருத்த வேண்டுமேயல்லாமல், மதம் மாறுவதெப்படி' (ப.ச. பக். 359) என்ற கருத்தையே மாதவையா வலியுறுத்தியுள்ளார்.

இந்து மதத்தில் மட்டுமின்றி, கிறித்தவ மதத்திலும் சாதி ஏற்றத்தாழ்வு நிலவுவதை மாதவையா குறிப்பிட்டுள்ளார். இந்து மதத்திலிருந்து கிறித்தவமதம் மாறியவர்கள் தத்தம் சாதியை விட்டு விடவில்லை. இவர்களுக்குள்ளே மண உறவு ஏற்படவில்லை. 'ப.ச.' மூன்றாம் பாகத்தில், சைவ மதத்தை விட்டுக் கிறித்தவ மதத்தில் சேர்ந்து இரு தலைமுறைகளான வேளாளக் குடும்பத்தில் பிறந்தவராக தாமஸ் கே என்பவர் அறிமுகமாகிறார். இவர்தம் மகளுக்குக் கிறித்தவ மதத்தில் மாப்பிள்ளை பார்த்த போது, எம்.ஏ. படித்து ஆசிரியராகப் பணிபுரிந்த பீட்டர் சாமுவேல் என்ற இளைஞர் ஆதிதிராவிட குலத்தில் தோன்றியவர் என்பதை அறிந்ததும் அவரை நிராகரிக்கிறார்.[43]

கோயில் வழிபாடு, 'பந்தி போஜனம்' ஆகியவற்றில் இந்து மதத்தில் எந்த நிலையிருந்ததோ அதே நிலையே கிறித்தவ மதத்திலும் இருந்ததை 'ப.ச.' நாவலில், நாராயணன் மூலம் கீழ்வருமாறு மாதவையா சுட்டிக் காட்டியுள்ளார்:

'நம்ம பாளையங்கோட்டை, முருகன் குறிச்சியிலுள்ள கிறிஸ்தவப் பிள்ளைமார்களைப் பார். தங்களுக்குக் கீழ்ச்சாதியராகக் கருதும் கிறிஸ்தவரோடு கொள்வினை கொடுப்புவினை கிடக்க,

பந்திபோஜனம் செய்வதுமே துர்லபம். வடக்கன் குளத்திலே சர்ச்சுக்குள்ளேயே சுவர்வைத்துப் பிரித்திருக்கிறார்களாம்'[44]

என்ற கூற்றின் வழியே கிறித்தவ மதம் மாறிய இந்துக்களிடையே சாதி ஏற்றத் தாழ்வுகளும், தீண்டாமையும் நிலவியதை அறியலாம்.

சீர்திருந்தாத இந்து மதத்திற்கு ஓர் எச்சரிக்கையாகவே கிறித்தவ மதமாற்றத்தை மாதவையா காட்டியுள்ளார். 'ஹிந்துக்களது மூடத் தனமான பொறாமையால் கிறித்தவ மதம் இலாபமடையட்டும்' (மு.மீ. பக். 85) என்று விதவையை மணந்து கொண்டதால் சாதியி லிருந்து தள்ளி வைக்கப்பட்ட சுந்தரேசன் மூலமாக இவ் எச்சரிக்கைக் குரலை அடையாளம் காணலாம்.

இதுவரை கூறியவற்றால், மாதவையா இந்துமதத்தைச் சீர்திருத்தும் போது, கிறித்தவமதம் மாறுவதை ஒரு தீர்வாகச் சொல்லவில்லை என்பதும், கிறித்தவ மதம் மாறிய பின்னரும் சாதி ஏற்றத் தாழ்வுகளும், தீண்டாமையும் தொடருகின்றன என்பதும் அறியப்படுகின்றன.

2.3.2.2. உண்மை மதவெறி

எந்த ஒரு மதமும் தோன்றுகிறபோது, அது ஏற்கனவே இருந்த கேடுகளைக் களைந்து, அவற்றிலிருந்து மானிட சமுதாயத்தை மீட்டெடுத்து இறை இலட்சியத்தை அடையும் நெறியைக் காட்டு வதாகவே இருந்துள்ளது. இத்தகைய மதத்தை தீர்க்கதரிசன மதம் (Prophetic religion) என்று மத ஆய்வாளர்கள் கூறுவர். ஆனால் காலப்போக்கில், இத்தகைய மதம் நிறுவனமயமாகி, அதுவே ஒரு சில பிரிவினரின் ஆதிக்கத்திற்குரிய கருவியாகச் சீர்கேட்டை அடைகிற போது அதனைப் புரோகிதமதம் (Prohitic religion) என்று குறிப்பிடுவர்.

உலகில் தோன்றி வளர்ந்த கிறித்தவம், இசுலாமியம், இந்துமதம், புத்தமதம், சமணமதம் போன்ற பல்வேறு மதங்களிலும் மேற்சொன்ன இருவித வடிவங்கள் இருக்கக் காணலாம்.

மாதவையா சீர்திருத்த முனைந்த மதம், புரோகித வடிவான இந்துமதமே ஆகும். இதனைப் பழமைப்பிடிப்புள்ள இந்துமதம் (Orthodox Hindu religion) என்றும் கூறலாம். இத்தகைய புரோகித வடிவங்கள் எல்லா மதங்களிலும் உள்ளன. அவற்றைச் சீர்திருத்தி, அசலான உண்மை வடிவத்தையே மனிதர்தம் மீட்சிக்கு எடுத்துக் கொள்ள வேண்டியதை மாதவையா தம் நூல்களில் வலியுறுத்தி யுள்ளார்.

மதத்தை நிறுவனமயப்படுத்துவதை மறுத்து, தனிமனிதரின் சுயபுத்திக்கும், மனச்சான்றுக்கும் ஒப்பிய ஒழுக்க நெறியாவதை ஏற்றுக் கொண்டவர் மாதவையா.

"பெரியவர்கள் கூடி மதத்தையும் மற்றவைகளையும் பிரித்தாலன்றி அல்லது காலத்துக்குத் தக்கபடி ஒழுக இடம் கொடுத்தாலன்றி, நாம் ஒருநாளும் முன்னுக்கு வரமாட்டோம்'[45]

என்று, தன்னுடைய திருமணத்தில் வைதீக இந்துமதம் தலையிட்டுத் தடைசெய்வதை ஏற்காத சுந்தரேசன், 'மு.மீ.' நாவலில் தன் மனைவியிடம் உரைக்கின்றான். மேலும், 'மதம் அவரவரைப் பொறுத்தது என்று நமக்குள்ளும் ஆகவேண்டும்' (ப.ச. பக். 359) என்று நாராயணன், தன் நண்பனின் காதல் திருமணத்திற்கு மதம் தடையாவது பற்றித் தன் மனைவியிடம் வருந்திக் கூறுகிறான். இவ்விரு மேற்கோள்கள் வழியாக மாதவையா மறுமலர்ச்சியுற்ற இந்துமதத்தை எதிர்பார்த்தார் என்பதை உணரலாம். அது மாந்தரின் தனிப்பட்ட நெறி என்பதும், மாந்தரின் எல்லாவித நடவடிக்கைகளையும் கட்டுப்படுத்தாத, ஒரு நெறி என்பதும் புலப்படும்.

மாதவையா எண்ணப்படி வைதீக மதத்தில் வழிபாடும், ஒழுக்கவியலும் தனித்தனியாக உள்ளன. இதனால் வைதீக மதவாதிகள் உண்மை, ஒழுக்கம், நேர்மை ஆகிய பண்புகளை இழந்துவிட்டனர். இப்பண்புகளைப் போற்றுவதற்குப் பதிலாக, பகுத்தறிவுக்கும், மனச்சான்றுக்கும், ஒழுக்கத்திற்கும் ஒவ்வாத போலிச் சடங்குகள், உருவ வழிபாடு, தேவதாசி வழக்கம், கேளிக்கை மிகுந்த விழாக்கள், பெண்ணையும், உழைப்பவர்களையும் ஒடுக்கும் சாத்திரங்கள், மந்திரம், சோதிடம், பேயோட்டம், பில்லிசூனியம் போன்ற மூடநம்பிக்கைகள் போன்ற கேடுகளையே போற்றி வளர்த்தனர்.[46] இவற்றை நீக்கி மதப் பொதுமையே பேண வேண்டியதை மாதவையா உள்ளடக்கிய அன்றைய அறிவு வட்டத்தினர் வலியுறுத்தினார்கள்.

2.3.2.3. மதப்பொதுமை

மாதவையா தம்முடைய 'மு.மீ.', 'ச.ன்.', 'தி.கோ.' ஆகிய மூன்று நாவல்களில் மதப்பொதுமை பற்றிப் பாத்திரங்கள் வழியாகத் தம் எண்ணங்களை வெளிப்படுத்தியுள்ளார்.

'மு.மீ.' நாவலில், சுந்தரேசன் என்ற பாத்திரத்தின் வழியாக மதப்பொதுமையைப் பற்றிக் கூறியுள்ளார் மாதவையா[47].

"எந்த நாமத்தால் எந்த ரூபத்தால் கடவுளைத் தியானித்தாலும், எல்லாவற்றையும் சர்வேசுரனே ஏற்றுக் கொள்கிறாரென்று சந்தியா வந்தனத்திலேயே சொல்லியிருக்கிறது."

என்ற இக்கூற்று மாதவையாவின் மதப்பொதுமைக்கருத்திற்கு அரணாக அமைந்துள்ளது.

'ச.ன்.' என்ற ஆங்கில நாவலில், வாழ்வில் பல இன்னல்களை அனுபவித்து இறுதியில் இறக்கும் தறுவாயில் ஆண்டாள் என்ற பெண் பாத்திரம் பேசுவதாக மாதவையா அமைத்த கூற்றிலும் அவருடைய மதப் பொதுமைக் கருத்து வெளியிடப்படுகிறது.

"அவன் எந்தத் தெய்வத்தை வணங்கறான் என்பது எனக்கு முக்கியம் அல்ல. அவன் நேர்மையான்வனா, நல்லவனா, கருணை யுள்ளவனா, வாழணும்ங்கறதே நான் விரும்பறது. அப்படி வாழ்ந்தால் அவன் வணங்குகின்ற அந்தத் தெய்வம், அது சிவனோ, விஷ்ணுவோ, அல்லாவோ, புத்தரோ, கிறிஸ்துவோ எதுவாக இருந்தாலும் அது அவனைக் கைவிடாது"[48]

என்ற கூற்றில், கடவுளின் பெயர்களோ, கடவுளின் பெயர்களால் உள்ள மதங்களோ ஒருவரின் வாழ்க்கைக்கு இன்றியமையாதவை அல்ல, மாறாக நேர்மையும் நன்மையும் கருணையும் வாழ்க்கைக்கு இன்றி யமையாப் பண்புகளாகும் என்ற கருத்தினைத் தெளிவுபடுத்துகிறார் மாதவையா.

மேலும் 'ச.ன்.' நாவலின் இறுதியில், மாதவையா எண்ணிய மதப்பொதுமைக் கருத்தினை, 'சத்ய சமாஜம்' என்ற தொண்டு நிறுவனத்தைப் படைத்து அதில் நடைபெறும் சொற்பொழிவுகள் நாடும் கருணை வாழ்க்கையைப் பேணுவதாக மதப் பொதுமை அமைகிறது.[49]

'தி.கோ.' என்ற ஆங்கில நாவலின் 18ஆம் இயலில், தில்லை கோவிந்தன் என்ற பாத்திரத்தின் வழியாக, பல்வேறு மதங்கள் கூறும் கொள்கைகளில் மனிதனை மேன்மையுறச் செய்யும் பகுதிகளைத் தொகுத்துப் புதுவித மதப்பொதுமையை மாதவையா படைத்துள்ளார்.

புத்த மதத்திலிருந்து தயை என்ற கொள்கையையும், கிறித்தவமத நூலில் வருகிற 'மலைப் பிரசங்கம்' என்னும் பகுதியில் துலக்கம் பெறுகிற அன்பெனும் கொள்கையையும், இந்துமதநூலாகிய 'பகவத் கீதை'யில் போதிக்கப் பெற்ற சாந்தி என்னும் கொள்கையையும், 'தியோசபிகல் சபை' முன்வைத்த மறுபிறப்புக் கொள்கையையும் தொகுத்துக் கொண்டால், மனிதன் உயர்வடையலாம் என்று மாதவையா கருதியுள்ளார்.

இதுவரையிலும், மதம் என்ற தலைப்பின் கீழ் மாதவையா கூறிய சீர்திருத்தக் கருத்துக்கள், இந்து மதத்திலுள்ள கேடுகள், கிறித்தவ மதமாற்றச் சிக்கல், உண்மை மதநெறி ஆகிய மூன்று உட்தலைப்புக் களில் வைத்துத் தொகுத்துரைக்கப்பட்டுள்ளன.

மாதவையா போற்றிய உண்மை மதநெறியானது மத வேற்றுமை யற்றது; சிறந்த பண்புகளைக் கொண்டது; தனி மனிதனின் ஒழுக்கத்தை மேம்படுத்துவது. இந்துமதத்தைச் சீர்திருத்த எழுந்த பிரம்ம சமாஜமும், பிரம்மஞான சங்கமும் இவற்றை ஒத்த கருத்துகளையே மக்களிடம் பரப்பின. அக்காலத்தில் கற்ற இந்துக்களிடையே இத்தகைய நெறி போற்றப்பட்டது.

2.3.3. செல்வம்

சாதி, மதம் ஆகியவற்றில் தனிமனிதனின் ஒழுக்கவியலையும், முன்னேற்றத்தையும் வலியுறுத்திய மாதவையா, செல்வம் என்னும் பொருளாதார வாழ்விலும் தனிமனிதரின் முயற்சியையும், உழைப் பையும் போற்றியுள்ளார். பிறப்புரிமையாகப் பெற்ற செல்வம் தேயும் போக்கையும் சுட்டிக்காட்டியுள்ளார். இவற்றை இனி விளக்கமாகக் காணலாம்.

ஆங்கிலேயர்கள் ஆட்சிக்கு முன்னர், இந்தியாவில் முடியாட்சி பல நூற்றாண்டுகளாகத் தொடர்ந்து நடைபெற்றது. 'உழுவார் உலகத்தார்க்கு ஆணி' என்று திருவள்ளுவர் கூறியபடியே வேளாண்மையே அன்று செல்வத்தை உருவாக்கும் தலையாய தொழிலாக இருந்தது. நில உடைமையே உடைமைகளுக்கெல்லாம் தலைமையாக அமைந்தது. இதற்கு அடுத்த நிலையில் வாணிகம் அமைந்திருந்தது. தமிழகத்தை ஆட்சி புரிந்த பல்லவ, சோழ, பாண்டிய, வடுக நாயக்கர்கள் பொறித்த கல்வெட்டுக்களில் பெரும்பகுதி நில உடைமை பற்றியும், அதன் பரிமாற்றம் பற்றியும், நிலத்தில் விளைச்சலில் யார் யாருக்கு உரிமை இருந்தது என்பது பற்றியும் அமைந்திருந்தது. இந்துக் கோவில்கட்கும், புத்த, சமணப் பள்ளிகட்கும், வேதம் ஓதிய பிராமணச்சாதியினர்க்கும், அரசர்கள் புரிந்த போர்களில் பங்காற்றிய படைத்தலைவர்கட்கும், வீரர்கட்கும், விவசாயத் தொழிலுக்கும், ஏனைய வசதிகட்கும் பணியாற்றிய கைவினைச் சாதியினர்க்கும் விளைச்சலில் சேரவேண்டிய பங்கு பற்றியும், குடிமக்கள் செலுத்தவேண்டிய வரிகள் பற்றியும் இக்கல்வெட்டுக்கள் வழியே அறியலாம்.

கிராமங்களே வேளாண்மை உற்பத்தியின் மையங்களாகத் திகழ்ந்தன. இவை பிராமணர்க்குரிய பிரமதேயங்களாகவும், ஏனை யோர்க்குரிய ஊர்களாகவும் பிரிக்கப்பட்டிருந்தன. இப்பிரமதேயங்களில்

பிராமணர்கள் உழுவித்துண்பவர்களாகவும், ஊர்களில், பிராமணர் அல்லாத வேளாளர்கள் உழுவித்துண்பவர்களாகவும் தலைமுறை தலைமுறையாக வாழ்ந்தனர். ஆங்கிலேயரின் ஆட்சி வேரூன்றிய காலத்தில், பிராமணர்களும், வேளாளர்களும், சைவ ஆதீனங்களின் மடங்களும் பெரும் நில உடைமையாளராக இருந்தனர். மறவர்கள் ஆட்சிபுரிந்து வந்த தென்பாண்டி நாட்டுப் பகுதியில் மறவர் இனத்தவர் சிலர் ஜமீந்தார்களாக இருந்தனர். மாதவையா படைத்த நாவல்களில் பிராமண நிலவுடைமையாளர்களும், மறக்குல ஜமீந்தாரும் இடம் பெற்றுள்ளனர்.

இங்கிலாந்தில் ஏற்பட்ட தொழிற்புரட்சியின் காரணமாக, அங்குச் செல்வ உற்பத்தியின் மையமாகத் திகழ்ந்த கிராமம் பின்னுக்குச் செல்ல, ஆலைகளும், பெரும் தொழிற்சாலைகளும் எழுந்து நகரங்களே செல்வ உற்பத்தியின் மையங்களாயின. இத் தொழிற்சாலைகள் தோற்றுவித்த பல்வேறு பணிகளைச் செய்யவே கல்விமுறையும், நடுத்தர வகுப்பும், தொழிலாளர்களும் உருவாயினர். இத் தொழிற்சாலைகளில் வேகமாகவும், மிகுதியாகவும் உற்பத்தியான பண்டங்களைச் சந்தை களில் இலாபகரமாக விற்பதற்கு ஏற்ற நவீன போக்குவரவுச் சாதனங் களும், தகவல் தொடர்பு முறைகளும் தோன்றின. இவற்றையெல்லாம் நிர்வாகம் செய்வதற்கு மக்களாட்சி முறையில் உருவான அரசாங்கமும் அதன் கிளைகளான நீதி, சட்டம், காவல் போன்ற அமைப்புக்களும் தோன்றின. இவற்றில் எழுந்த பல்வேறு வேலைப்பிரிவுகளில் பணிபுரிவதற்கென்றே புதிய நடுத்தர வகுப்பு தோற்றம் கொண்டது. இப்புதிய அரசியல் பொருளாதார அமைப்பைக் கட்டிக் காப்பதற்காக எழுந்த புதிய உத்தியோகங்களில் பணிபுரிந்து மாதச் சம்பளம் பெறவேண்டுமானால், மரபான இலக்கிய, இலக்கணக் கல்வியிலிருந்து வேறுபட்ட புதிய ஆங்கிலக் கல்வியைக் கற்றுப் பட்டங்கள் பெற வேண்டிய தேவை எழுந்தது. இதற்கான வாய்ப்புக்கள் நகரங்களில் தாம் கிடைத்தன. கல்வியைத் தங்களின் குலத் தொழிலாகக் கொண்ட பிராமணரும், வேளாண்மையைத் தொழிலாகக் கொண்ட உயர்சாதி வேளாளரும் படிப்படியாக நகரங்கட்கு இடம் பெயர்ந்து புதிய பொருளாதார ஆதிக்கத்தைப் பெறலாயினர்.

மாதவையா ஒரு நடப்பியல் நாவலாசிரியர் என்பதால், மேலே விவரித்த பொருளாதார மாற்றங்களை உள்ளபடியே நாவல்களில் வெளிப்படுத்தியுள்ளார். புதிய பொருளாதார மாற்றங்களைக் கவனித்து அவற்றில் தாம் ஈட்டிய செல்வத்தை முதலீடாக இடாமல் பழைய காலவழக்கப்படியே திருமணச்சடங்குகளிலும், கேளிக்கை களிலும், புதிதாக உருவான நகர்ப்புற ஆடம்பரங்களிலும், தமக்குச்

சற்றும் புரியாத புதிய வணிக முயற்சிகளிலும் செல்வத்தைச் சீரழிக்கும் பிராமண நிலஉடைமையாளர்களையும், மறக்குல ஜமீந்தாரையும் பற்றி மாதவையா எழுதியுள்ளார். இதனையே, பிறப்பு வழிவரும் செல்வம் தேய்வதாகக் கருதலாம்.

இதற்குமாறாக, புதிய நிலைமைகளைப் புரிந்து கொண்டு, கூட்டுக் குடும்பத்திலிருந்து பிரிந்து, நகரங்கட்குக் குடிபெயர்ந்து, ஆங்கிலக் கல்வியைப் பல்லாண்டுகள் கற்று, உயர் பட்டங்கள் பெற்று, அவற்றால் பெற்ற உத்தியோகங்கள் வழியாக பிராமண இளைஞர்கள் சம்பாதித்துத் தனிக் குடும்பமாக வாழும் வாழ்க்கையையும் மாதவையா தம் நாவல்களில் வெளிப்படுத்தியுள்ளார். இதனையே தனிமனித முயற்சி வழியே பெற்ற செல்வம் தழைத்து ஓங்குவதாகக் கருதலாம். இனி, கிராமங்களின் நிலவுடைமைச் செல்வம் தேய்வதையும், நகரங்களின் உத்தியோகச் செல்வம் ஓங்குவதையும் மாதவையாவின் நூல்கள் வழியே காணலாம்.

2.3.3.1. பிறப்பு வழிவரும் நிலவுடைமைச் செல்வம் தேய்தல்

மாதவையா படைத்த நாவல்களில், 'விஜய மார்த்தாண்டம்' (வி.மா.) தவிர்த்த ஏனையவை பிராமணர்களைப் பற்றியே பேசுவதால் பிராமண நிலவுடைமையாளர்களைப் பற்றிய விளக்கங்களையே காணமுடிகிறது. அக்காலத்தில் பிராமணர்களைப் போலவே வேளாளரும் நில உடைமையாளராகவும், அவருள் இளம் தலைமுறையினர் நகரங்கட்கு இடம் பெயரவும் செய்தார்கள். ஆயினும் மாதவையாவின் வழிநின்று இங்குப் பிராமணர்களைப் பற்றி மட்டுமே காணலாம். விதிவிலக்காக, 'வி.மா.' நாவல் ஒன்றில் மட்டும் மாதவையா, மறவர்குல ஜமீந்தாரைப்பற்றி எழுதியுள்ளார். பிராமண நில உடைமையாளர் வரிசையில் இவரையும் இணைத்தே காணலாம்.

'ப.ச.' நாவலில், அரியூர்ப்பண்ணை சேஷையர் மரபுரிமையாகப் பெரும் நில உடைமை பெற்றவராகப் படைக்கப்பட்டுள்ளார். அரியூரில் பிராமணர் வீதியிலிருந்த வீடுகளில் காற்பகுதி இவருக்கே சொந்தம். ஏராளமான நிலபுலன்கள் இருந்தன. இவரினும் பெரிய நிலவுடைமையாளர் செங்காட்டுப் பண்ணை முத்தையர் ஆவார். 'தி.கோ.' நாவலில் படைக்கப்பட்டுள்ள கோவிந்தனின் தந்தைக்கு, தில்லை கிராமத்திலிருந்த நிலமானது பூர்வீகச் சொத்தாக அமைந் துள்ளது. இதனை முந்நூறு ஆண்டுகட்குமுன் தானமாக இவருடைய மூதாதையர் பெற்றிருந்தனர்.[50] 'மு.மீ.' நாவலில் சங்கரையர் என்பவர், இராமபுரம் கிராமத்தின் நிலவுடைமையாளராகவே படைக்கப் பட்டுள்ளார். 'வி.மா.' நாவலில் இலட்ச ரூபாய் வருமானம் தரக்கூடிய

புலிமலை ஜமீனுக்கு உடைமையாளராக வீரசங்கிலித் தேவர் படைக்கப்பட்டுள்ளார்.

இவர்கள் பிறப்புரிமையாகப் பெற்ற நிலம் என்ற செல்வத்தை, அதாவது அந்நிலத்திலிருந்து பெற்ற செல்வத்தைப் பழம் பண்பாட்டின் வழியே, புலன் இன்பநாட்டத்தை நிறைவேற்றுவதற்கும், தற்பெருமையை நிலைநாட்டும் வீண் ஆடம்பரங்களுக்கும் செலவிட்டுப் பொருளை இழக்கின்றனர்; கடனாளிகளாகின்றனர். அல்லது பெருஞ்செல்வம் சேர்க்கவேண்டும் என்று நிலத்தைவிற்று தமக்கு அனுபவமற்ற தொழில்களில் முதலீடுசெய்து ஏமாற்றப்படுகிறார்கள்.

புலன் இன்பநாட்டங்களில் செல்வம் தேய்தல்

17, 18, 19ஆம் நூற்றாண்டுகளில் நிலவுடைமையாளர்களாக விளங்கிய சிற்றரசர்கள், சேதுபதிகள், தொண்டைமான்கள், சமீந்தார்கள் போன்றோரிடம் பொருள் பெறுவதற்காகக் கவிராயர்கள் அவர்களைப் பாடினார்கள். இவர்கள் பாடிய தனிப்பாடல்கள், சிற்றிலக்கியங்கள் முதலியவற்றில் மேற்சொன்ன நிலவுடைமையாளர்களின் சிற்றின்ப வேட்கை பற்றியும், பல பெண்கள் அவர்களைக் கண்டு காமுற்று உருகுவது பற்றியும் மிகுதியாகப் பாடியுள்ளதைக் காணலாம். பெரும் பாலான நிலவுடைமையாளர்க்குப் புலன் இன்பத்தில் தோய்ந்து கிடப்பது ஒரு சிறப்பியல்பாகவே சித்திரிக்கப்பட்டுள்ளது.

இத்தகைய பண்பாட்டில் வாழ்ந்து செல்வத்தைத் தேய்ப்பவர் களாக, சேஷையர் (ப.ச.) சுந்தரமையர் (மு.மீ.) வீரசங்கிலித்தேவர் (வி.மா.) ஆகியோரை மாதவையா சித்திரித்துள்ளார்.

'ப.ச.' நாவலில், சேஷையரின் இறுதிப்புதல்வன் சங்கரன் திருமணம் புரியும் ஆசையால், கிறித்தவ மதத்தில் கூடச் சேரத் துணிந்த போதிலும்கூட, சேஷையர் பருவமடையாத இளம் பெண்ணைத் திருமணம் செய்யும் மோகத்திற்கு உள்ளாகிறார். தஞ்சைப் பகுதியிலுள்ள வஞ்சனூரில் ஒரு பெண்ணை நிச்சயம் செய்கிறார். பெண்ணைப் பெற்ற தாயார் சேஷையரை வஞ்சகமாக ஏமாற்றி வேறொருவரிடம் பணம் பெற்றுக்கொண்டு அவருக்கே பெண்ணைக் கட்டிவிடுகிறாள். இதனால் சேஷையருக்கு ஐயாயிரம் ரூபாய் வரை செலவாகிறது.

> "பணங் கொழுத்துப்போய் விட்டது; வடக்கேபோய் ஐயாயிரம் ரூபாய் செலவழித்து ஒரு சிரார்த்தம் சம்பாதித்துக்கொண்டு வந்தார்"[51]

என்று ஊரார்கள் சேஷையரைப் பார்த்து நகைத்ததை மாதவையா குறிப்பிட்டுள்ளார்.

இதோடு ஓய்ந்துவிடாமல், மீண்டும் சேஷையர் தஞ்சைப்பகுதி யிலுள்ள சீட்டூருக்குச் சென்று இரண்டாயிரம் ரூபாய் கொடுத்து ஒரு சிறுமியை நிச்சயம் செய்து வருகிறார். அவள் பருவமடைந்ததும் மணந்து கொண்ட சேஷையர் மோகத்தினால் அவளுக்கு அடிமை போலாகிறார். இவர் காலமானபிறகு எஞ்சிய சொத்துக்கள் பாகம் பிரிக்கப்படுகின்றன. அவருடைய கடைசி மகன் சங்கரனுக்குக் கிடைத்த பாகம், நாடகம், சூதாட்டம், பரத்தமை ஆகிய மரபான தீய வழிகளில் அழிகின்றது. அவருடைய இளம் மனைவிக்கும், அவளுக்குப் பிறந்த குழந்தைக்கும் உரிய பாகங்களை, ஐயாசாமி வாத்தியார் என்ற தீயவனும், இளம் மனைவியின் தாயாரும் அனுபவிக்கின்றார்கள். இவ்வாறு சிற்றின்ப நாட்டத்தால், பிறப்புரிமையாகப் பெற்ற செல்வத்தில் ஒரு பகுதி அழிவதை மாதவையா, சேஷையர் வழியாக உணர்த்தியுள்ளார்.

இதே போலவே, 'மு.மீ' நாவலில் வருகிற இராமபுரம் கிராமத்து நிலவுடைமையாளர் சுந்தரராமையரும் சிற்றின்ப வேட்கையால் பொருளை இழக்கிறார். தம்முடைய மகனுக்காக ஆயிரம் ரூபாய் கொடுத்து நிச்சயம் செய்திருந்த தஞ்சைப் பகுதி சிறுமியைத் தாமே மணந்துகொள்ள விரும்பி மேலும் ஆயிரம் ரூபாய் கொடுக்கிறார். மகனுக்கு நிச்சயித்திருந்த முகூர்த்தத்தில், தாமே அந்தச் சிறுமியை மணக்கிறார். பருவமடைந்தபின் இளம் மனைவி இளைஞன் ஒருவனிடம் மனம் செலுத்துகிறாள். இதனைச் சுந்தரமையர் கண்டித்ததால், புதுமனைவியும் அவள் தாயும் தங்கள் பேரில் சுந்தரமையர்க்குரிய நிலத்தை எழுதி வாங்கி, அதனை விற்றுப் பணத்துடன் தஞ்சைக்குச் சென்று விடுகின்றனர். இவ்வாறு புலன் இன்ப நாட்டத்தினால் சுந்தரமையரின் நிலவுடைமைச் செல்வத்தில் ஒருபகுதி பறிபோவதை மாதவையா சுட்டிக் காட்டியுள்ளார்.

'வி.மா.' நாவலில், வீரசங்கிலித்தேவர் இரு மனைவியர்க்குக் கணவனாகப் படைக்கப்பட்டுள்ளார். மேலும் விலைமாதர்களும், வைப்பாட்டிகளும் இவருக்கு உள்ளனர். புலிமலை ஜமீனிலிருந்து வரக்கூடிய செல்வத்தைச் சிற்றின்ப நாட்டங்களிலேயே செலவழிக் கிறார். மற்றொரு இளைஞனைக் காதலிக்கின்ற சிவகாமி என்ற இளம் பெண்ணை அடைவதற்காக ஏராளமாகச் செலவு செய்கிறார். ஜமீன் பேரில் வட்டிக்குக் கடன் வாங்குகிறார். இறுதியில் சிறைத் தண்டனை பெறுகிறார்.

இதுவரை கூறிய மூன்று எடுத்துக் காட்டுக்கள் வழியாக, பெரும் பாலான கிராம நிலவுடைமையாளர்களின் சிறப்பியல்பாகிய சிற்றின்ப வேட்கையினால் அவர்களுடைய நிலவுடைமைச் செல்வத்தில்

ஒருபகுதி தேய்ந்துபோவதை மாதவையா நுண்ணிய சமுதாய உணர்வுடன் வெளிப்படுத்தியுள்ளதை அறியலாம்.

வீண்பெருமைக்கான ஆடம்பரங்களில் செல்வம் தேய்தல்

பெரும்பாலான, கிராமப்புறத்து நிலவுடைமையாளர்க்கே உரிய மற்றொரு பண்பு வீண்பெருமை பாராட்டுவதாகும். வீரத்தில் விசயன் என்றும், கொடையில் கர்ணன் என்றும், அழகில் மன்மதன் என்றும் கவிராயர்கள் இவர்களை மிகையாகப் புகழ்ந்து பாடியுள்ளனர். இவர்கள் தங்கள் பெருமையை ஊரார் கண்டு பாராட்டவேண்டும் என்பதற்காக, கோவில் திருவிழாக்கள், திருமணம், பூப்படைதல் முதலிய குடும்பச் சடங்குகள் ஆகியவற்றில் ஏராளமான செல்வத்தை வீணடித்தார்கள். உடைமை சற்றுக்குறைவாகக் கொண்டவர்களும்கூட வீண்பெருமைக்காகக் கடனாளிகளாகவும் ஆனதுண்டு. பிறப்புரிமையால் மட்டுமே நிலத்திற்கு உடைமை பூண்ட இவர்கள் அதில் தாமே உழைத்து விளைச்சலை உண்டுபண்ணாமல், குடியானவர்களைக் கொண்டு உழைக்கச் செய்தார்கள். எனவே தங்கள் உழைப்பில் வாராச் செல்வத்தை வீண் ஆடம்பரங்களில் செலவு செய்யத் தயங்கவில்லை.

'ப.ச.' நாவலில் வரும் அரியூர்ப்பண்ணை சேஷையர் மகனுக்கும், நீலக்காட்டு மிட்டாவை எழுபதினாயிரம் ரூபாய்க்கு அடமானமாகக் கொண்ட செங்காட்டுப் பண்ணையார் முத்தையர் மகளுக்கும் நடந்த திருமணத்திற்கு வெகுதூரத்திலிருந்தும் வைதீக பிராமணர்கள் வந்தார்கள். கலியாண விருந்து பற்றி வருணித்த மாதவையா, 'அவ்வூரிற் சேஷையர் வீடும் அவர் தனவானாயிருக்கும் பெருங்குற்றத்திற்காகப் பகைபாராட்டும் இரண்டொரு பொறாமைக்காரர் வீடுகளுந் தவிர வேறொரு வீட்டிலுஞ் சமையற்புகை கிடையாது' (ப.ச. பக். 72) என்னும்போது விருந்திற்கு ஆகியிருக்கும் செலவினத்தை ஊகித்துக் கொள்ளலாம்.

மேலும், மாப்பிள்ளை இட்டிருந்த நகைகள் பற்றிய நீண்ட பட்டியல் இட்டு விட்டு, மணமகள் பூண்டிருந்த நகைகளைப் பற்றித் தம்மால் விவரிக்க முடியாது என்று எழுதுகிறார் மாதவையா. (ப.ச. பக். 73). இத்தகைய செல்வந்தர்களைக் கண்டு, ஓரளவிற்குச் சொத்துள்ளவர்கள் கூடத் தம்முடைய பிள்ளைகள் திருமணத்திற்குக் கடனை வாங்கியாவது ஆடம்பரமாக நடத்தினார்கள். 'ப.ச.' நாவலில் வரும் சிறுகுளம் ஐயாவையருக்குச் சொத்தெல்லாம் ஐயாயிரம் ரூபாய்க்குள் இருந்த போதிலும், தம்முடைய ஒரே மகள் பத்மாவதியின் பூப்புனித நீராட்டு வைபவத்தை ஆடம்பரமாகக் கொண்டாடுகிறார். ஊர்வலம், விருந்து, வாணவேடிக்கை, கச்சேரி முதலியவற்றுக்கு அறுநூறு ரூபாய்வரை

செலவழிக்கிறார்.⁵² பின்னும், மகள் பத்மாவதியின் குழந்தைத் திருமணத்திற்கு ஏற்கனவே இரண்டாயிரம் ரூபாய் வரை செலவழித் திருப்பதையும் மாதவையா குறிப்பிட்டுள்ளார். இவ் வருவாய்கள் மேல்வீண் ஆடம்பரங்களில் செலவிட்டதால் ஐயாவையர் கடனாளியா வதைச் சுட்டிக் காட்டியுள்ளார் மாதவையா.

அனுபவமில்லாத் தொழில்களில் பொருளீட்டை இழத்தல்

பிராமணர்கள் ஆண்டாண்டு காலமாக வேதங்கற்று அதனைக் கோவில்களில் ஓதியும், கோவில் திருவிழாக்களில் புராணப் பிரசங்கங் களும், கதா காலட்சேபங்கள் நிகழ்த்தியும், அவற்றுக்காகத் தானமாக அளிக்கப்பட்ட செல்வத்தைக் கொண்டு வாழ்ந்தார்கள். பிரமதேயமாகப் பெற்ற நிலங்களிலிருந்து வரும் வருவாயைக் கொண்டு சமஸ்கிருதக் கல்வி, இசை, தமிழ் இலக்கிய இலக்கணக்கல்வி ஆகிய கலைகளில் புலமை பெற்று அத்துறைகளில் நூல்களை இயற்றி வந்தனர். அரசர் களுக்கு ஆலோசனைகள் வழங்குவதிலும், நீதி வழங்குவதில் சாத்திர எடுத்துரைப்பதிலும், அரச நிர்வாக அலுவல்களில் வழிமுறைகளைக் கூறுவதிலும், மொத்தத்தில் அரசன் குடிமக்களை ஆள்வதற்குரிய கருத்தியலை உருவாக்குவதிலும் பிராமணர்களே இன்றியமையாப் பங்கினை ஆற்றினார்கள்.

ஆங்கிலேயர் வருகைக்குப் பின்னர் பழைமையான முடியாட்சி முறைமாறி, புதுமையான ஆட்சிமுறையும், அரசியல் நிர்வாகமும், பொருளாதார நடவடிக்கைகளும் புகுத்தப்பட்டன. பெரும் தொழிற் சாலைகளில் பங்குதாரர்களாக முதலீடு செய்வது, பலர் சேர்ந்து பங்காளிகளாகிக் கடை நடத்துவது, புதிய இடங்களில் மொத்த வியாபாரம் ஆரம்பிப்பது, வங்கிகள் அமைத்துப் பணத்தைப் பெருக்குவது, வெளிநாட்டுப் பொருள்களைத் தருவித்தல், வெளிநாட்டிற்குப் பொருள்களைத் திரட்டித்தருதல் போன்ற தொழிலில் இடைத்தரகர் களாகப் பணிபுரிவது முதலான புதிய தொழில்களில் ஏராளமாகச் செல்வம் சேர்க்கின்ற வழி திறந்தது. படித்துச்சம்பளம் பெறுவதைக் காட்டிலும் விரைவில் இத்தகு தொழில்களில் முதலீடு செய்து செல்வம் சேர்க்கலாம் என்ற நிலை ஏற்பட்டது.

இச்சூழலில் தமிழகத்தில், பழந்தலைமுறையைச் சேர்ந்த கிராம நிலவுடைமையாளர்கள் தங்கள் பிள்ளைகளை ஆங்கிலக்கல்வி கற்க வைத்தார்கள், தாங்களோ மேலே குறிப்பிட்ட புதிய தொழில்களில் இறங்கினார்கள். மரபாக வணிகம், நிதித்தொழில் (லேவாதேவி), தரகுத் தொழில்புரிந்த சாதியினர், இத்தொழில்களில் விரைவில் முன்னேறினார்கள். ஆனால் இவற்றில் போதிய பட்டறிவற்ற பிராமணச் செல்வந்தருள் ஒரு பிரிவினர்க்கு இழப்பே ஏற்பட்டது.

இந்நிலைமையைக் கூர்த்த அறிவுடன் மாதவையா தம் நாவல்களில் வெளிப்படுத்தியுள்ளார். 'ப.ச.' நாவலில் வரும் ஐயாவையரும், 'மு.மீ.' நாவலில் வரும் சுந்தரமையரும் பட்டறிவில்லாத் தொழிலில் ஈடுபட்டுப் பொருள் இழப்பிற்கு உள்ளானவர்களாய்க் காணப்படு கின்றார்கள்.

ஐயாவையர், தம்முடைய செல்வ நிலையை உயர்த்திக் கொள்வ தற்காகத் தமக்கு எந்தவிதத்திலும் தொடர்பே இல்லாத மரக்கடை வியாபாரத்தில் வேறொரு சாதியைச் சேர்ந்தவருடன் பங்காளியாகிறார். தம் பங்கிற்கான பணத்தைத் திரட்டுவதற்குத் தம் சொத்துக்களை அடமானம் வைக்கிறார். வாக்குமூலப் பத்திரத்தின் (Promisory Note) பேரில் கடன் வாங்குகிறார். ஆனால் மரக்கடைத் தொழில் நடத்துவதில் தேர்ந்தவனான இவருடைய பங்காளியால் ஏமாற்றப்பட்டுத் தீராத கடனாளியாகிறார். இக்கடனை அடைப்பதற்காக ஊரைவிட்டோடி, காரைக்காலில் ஒரு மரைக்காயரிடத்தில் கணக்கு வேலை பார்த்து வயிறு வளர்க்கும் வறுமை நிலையை அடைகிறார்.

'மு.மீ.' நாவலில் வருகிற இராமபுரம் சுந்தரமையர், தம் மகனை ஆங்கிலக் கல்வி கற்கச் செய்துவிட்டு கொல்லம் சென்று வியாபாரத்தில் தம் செல்வத்தை முதலீடு செய்கிறார். புதிய இடமும், வியாபாரத் தொழிலும் அவருக்கு ஒத்துழைக்கவில்லை. வியாபாரம் முழுகிப் போகிறது. கிராமத்தில் எஞ்சிய வயலையும், வீட்டையும் விற்று விட்டு, திருவனந்தபுரத்தில் வியாபாரத்தில் ஈடுபடுகிறார். எதிர் பாராமல் அவர் காலமாகியபோது, குடும்பத்திற்கு விட்டுச்சென்ற பணம் ஐந்நூறு ரூபாய்தான் என்று மாதவையா எழுதுகிறபோது,[53] பட்டறிவற்ற புதிய வியாபாரத் தொழில்களில் ஈடுபட்ட ஒரு பகுதி பிராமண நிலஉடைமையாளர்களின் செல்வமானது, தேய்ந்ததற்கான ஓர் எடுத்துக்காட்டாக அறியலாம்.

2.3.3.2. தனிமனித முயற்சி வழி ஈட்டும் செல்வம் வளர்தல்

பிறப்புரிமையாக இல்லாமல், புதிய காலச் சூழலை உணர்ந்து, பொருளையும், மூளை உழைப்பையும் கொண்டு ஆங்கிலக்கல்வி கற்றுப் பட்டங்கள் பெற்று உத்தியோகங்களில் கடமையாற்றிச் சம்பாதிக்கும் செல்வமே தனிமனித முயற்சி வழி ஈட்டும் செல்வமாக ஈண்டுக் குறிக்கப்படுகிறது. இதனை மாதவையா குறிப்பிட்டபோது, 'கூழோ கஞ்சியோ ஒருவர் கையை எதிர்பாராமல் சம்பாதித்துச் சாப்பிடும்' (ப.ச. பக். 275) வாழ்வாகக் கூறினார்.

ஆங்கிலேய ஆட்சிக்காலத்தில் தமிழகத்தில் பிராமண, வேளாளச் சாதியினரிலிருந்து உருவான நடுத்தர வகுப்பினரே இத்தகைய

வாழ்க்கை முறையில் வாழ்ந்தனர். 'கிளாரிந்தா' 'வி.மா.' ஆகிய இரு நாவல்களைத் தவிர்த்த ஏனைய நாவல்களில் நடுத்தர வகுப்பினரான பிராமண இளைஞர்களின் இலட்சிய வாழ்வான மாதச் சம்பளம் பெறும் வாழ்வினையே மாதவையா படைத்துள்ளார். 'வி.மா.' நாவலிலும் கூடப் படித்த மறவர்சாதி இளைஞர் விஜய மார்த்தாண்டத் தேவர், மாதச்சம்பளம் தரும் உத்தியோகத்தில் அமராவிடினும், வடநாடு சென்று வணிகத்தொழிலில் முதலீடு செய்து தன் முயற்சியால் சம்பாதித்து வாழ்பவராகவே சித்திரிக்கப்பட்டுள்ளார்.

நடுத்தர வகுப்பினராக மாறுவதற்காக, பிராமண இளைஞர்கள், கிராமத்திலிருந்த கூட்டுக்குடும்பங்களை விட்டு விலகி, பெற்றோரைப் பிரிந்து நகரங்களில் தனியே வாழவேண்டியதிருந்தது, குழந்தை மணம்புரிந்து கொண்டதால் ஏற்பட்ட சிக்கல்களைச் சகித்துக் கொண்டே பத்து வயது முதல் இருபது வயதுவரை ஆங்கிலம் வழியே கற்க வேண்டியதிருந்தது. அறிவுக்கும், மனச்சான்றுக்கும் பொருந்திய புதிய மதிப்பீடுகளை ஏற்று வாழ்வை நடத்தும் விருப்பத்தைச் செயல்படுத்துவதற்குத் தடையாக இருந்த தங்களுடைய குல, குடும்ப, மத ஆசாரங்களை முற்றிலும் களையமுடியாத ஈரடியான வாழ்வை நடத்தவேண்டியதிருந்தது.

இத்தகைய புதிய பட்டதாரிகளைப் பற்றியும், உத்தியோகத்தினர் களைப் பற்றியுமே மாதவையா விரிவாக எழுதியுள்ளார். இவர்களைப் பற்றி, 'தில்லை கோவிந்தன் கலவை' எனும் ஆங்கிலக் கட்டுரைத் தொடரில் மாதவையா நம்பிக்கையூட்டும் விதமாக எழுதினார். இந்திய சமுதாய மக்கள் தொகுதியை ஏழு பிரிவாகப் பகுத்துள்ளார். சிறிய நிலவுடைமையாளர் என்ற பிரிவினர் உழுவித்துண்பவர்களாகவும், இவர்களுடைய இளம் தலைமுறையினர் பள்ளி, கல்லூரிகளில் கற்பதாகவும் குறிப்பிட்டு, இப்பிரிவினருள் மூத்த தலைமுறையினரை நாட்டின் வைதீகம், பழமைநோக்கு ஆகியவற்றின் முதுகெலும்பாக வருணித்துள்ளார். கல்லாத செல்வந்தர் வகுப்பைச் சேர்ந்த சிறுபான்மை யினர் மரபுரிமையாகச் செல்வத்தை அடைந்தவர்கள். இவர்கள் பெரிதும் சுயநலம், குறுகிய மனப்பான்மை, அறியாமை மிக்கவர்களாக உள்ளனர் என்று மற்றொரு பிரிவினர் பற்றி எழுதியுள்ளார்[54].

அடுத்த நிலையில், ஆங்கிலக் கல்வி கற்ற பிரிவினரைப்பற்றிக் குறிப்பிட்ட மாதவையா, இப்பிரிவினரே நாட்டை முன்னேற்றக் கூடியவர்கள் என்றார். இவர்களில் அரசுப்பணிபுரிவோர்களைப் பற்றி எழுதுகையில்,[55] இவர்கள் அரசியலில் ஈடுபடுவதில்லை; அரசியலாளர் களுடன் பழகுவதில்லை என்று எழுதினார். அரசுப்பணிகளில்

இல்லாதவர்களாக வழக்கறிஞர்களையும், தனியார் பள்ளி ஆசிரியர்களையும், ஒருசில வணிகர், நிலக்கிழார்கள் ஆகியோரையும் குறிப்பிட்டார் மாதவையா. இப்பிரிவினரிடமிருந்தே சுதேசி இயக்கம் தோற்றங் கொண்டதாகக் கருதியுள்ளார்.

இவ்வாறு மாதவையா தாம் வாழ்ந்த காலத்து இந்திய மக்களைப் பற்றித் தெளிந்த அறிவு பெற்றிருந்தார். இதனைத் தம் நாவல்களிலும் வெளிப்படுத்தியதை இனிக் காணலாம். ஆங்கிலங்கற்ற பிரிவினரில் அரசுப் பணிபுரிவோரையும், ஆசிரியர்களையும், மருத்துவப் பட்டம் பெற்றுத் தொழில் புரிவோரையும் சிறந்தவர்களாகக் கருதியுள்ளார் மாதவையா. 'ப.ச.' நாவலில் வரும் நாராயணன், பி.ஏ., எம்.ஏ., ஆகிய பட்டங்கள் பெற்ற ஆசிரியன்; மாதம் நூற்றைம்பது ரூபாய் சம்பாதிக்கிறான், தனிக்குடும்பம், படித்த மனைவி, படிக்கின்ற மக்கள், தன்னையொத்த நண்பர்கள், சொந்த 'கோச்' வண்டி, குதிரை, சேக்ஸ்பியர் நாடகம், ஆங்கிலச் செய்தி இதழ், திரைச்சேலைகள் கொண்ட சொந்த வீடு என்று ஓர் 'ஆங்கிலக் கனவான்' போல வாழ்கிறான். மாதவையா இலட்சியப் படுத்திய தனிமனித முயற்சி வழி வாழும் நடுத்தர வகுப்பின் இலட்சியப் பாத்திரமாகவே நாராயணன் காட்சி தருகிறான். 'ப.ச.' நாவலில் வருகிற மற்றொரு பாத்திரமாகிய கோபாலன் நில உடைமைமிக்க குடும்பத்தில் பிறந்திருந்தாலும் கூட, மருத்துவப் பட்டத்திற்குப் படித்துத் தேறி நவீன ஆங்கில முறை மருத்துவனாகத் தொழில் செய்து அதில் வருகிற ஊதியத்தைக் கொண்டு வாழ்பவனாகவே காட்சி தருகிறான். 'தி.கோ.' என்ற ஆங்கில நாவலில் வரும் கோவிந்தன், பி.ஏ. பட்டம் பெற்று முதலில் காவல்துறை உதவி ஆய்வாளனாகவும், பின்னர் பி.எல். பட்டம் பெற்று வழக்கறிஞர் தொழில் புரிந்து சம்பாதிப்பவனாகவும் படைக்கப்பட்டுள்ளான். 'மு.மீ.' நாவலில் உள்ள சுப்பிரமணியமும், சுந்தரேசனும், 'ச.ன்.' நாவலில் உள்ள விஜய மார்த்தாண்ட தேவரும் மாதவையா படைத்த நடுத்தர வகுப்பினராவார்கள். இவர்கள் தாங்கள் பெற்ற கல்வி அறிவினால் உத்தியோகம் செய்தோ, தொழில்புரிந்தோ சம்பாதித்து வாழ்வதாகப் படைக்கப்பட்டுள்ளார்கள்.

'மு.மீ.' நாவலில் உள்ள சுப்பிரமணியமும், சுந்தரேசனும், 'ச.ன்.' நாவலில் உள்ள சத்தியானந்தனும், 'வி.மா.' நாவலில் உள்ள விஜய மார்த்தாண்ட தேவரும் மாதவையா படைத்த நடுத்தர வகுப்பினராவார்கள். இவர்கள் தாங்கள் பெற்ற கல்வி அறிவினால் உத்தியோகம் செய்தோ, தொழில் புரிந்தோ சம்பாதித்து வாழ்வதாகப் படைக்கப்பட்டுள்ளார்கள். இவர்களுடைய செல்வத்திற்கு அழிவில்லை என்பதை மாதவையா உணர்த்தியுள்ளார்.

ஆங்கிலங்கற்ற நடுத்தர வகுப்பாரை வரவேற்றாலும் இவர்கள் செய்யும் உத்தியோகங்களில் நேர்மைக்கும், உண்மைக்கும் மாறான வழிகளில் பொருள் ஈட்டிய முறையை மாதவையா கடிந்துள்ளார். மாதவையா தாமே அரசு உப்பு-சுங்க இலாகாவில் உயர் பதவி வகுத்தாலும், அதற்காக அரசு உத்தியோகத்தரையும், வழக்கறிஞர் களையும் கண்மூடிப் போற்றவில்லை. இது, மாதவையாவின் விருப்பு வெறுப்பற்ற புறவய நோக்கினையே வெளிப்படுத்துகிறது.

'ப.ச.' நாவலில் சீதாபதிஐயர், இறங்கல் சப்- மாஜிஸ்திரேட் (Sub Magistrate) நரசிம்ம முதலியார், 'கால்வாய் சூப்பிரண்டண்ட்' (Superintendent) நாகமையர், அண்ணாசாமி வக்கீல் ஆகியவர்கள் புதிய கல்விச் சூழலில் உருவாகிச் சம்பாதித்து வாழ்ந்தாலும், அவர்கள் சம்பாதித்த முறை கொண்டாடத்தக்கதன்று என்று மாதவையா விமரிசித்துள்ளார். ஊழல், இலஞ்சம் ஆகிய குற்றங்கள் புரிவோராகை யால் இத்தகையோரின் வாழ்வை, ஒழுக்கவியல், அளவுகோல் கொண்டு மாதவையா ஒதுக்கியுள்ளார்.

புதிதாக உருவான வழக்கறிஞர் மற்றும் காவல்துறையினர் தொழில்கள் மீது மாதவையாவுக்கு வெறுப்பு இருந்திருப்பதைப் பல நாவல்களிலும் காணமுடியும். 'வி.மா.' நாவலில் கல்லாத செல்வந்தரை வழக்கறிஞர்களும், காவல்துறை ஆய்வாளர்களும் அச்சுறுத்திப் பணம் பறிப்பதைக் கண்டித்துள்ளார்.

காவல்துறையில் நீதி விலைபோனது; இலஞ்சம் மேலோங்கியது; குற்றவாளியினுடைய சாதி, மதம், சமூக நிலை ஆகியவற்றின் உயர்வு, தாழ்வுக்கு ஏற்றபடி, தண்டனையும் குறைவாகவோ, அதிகமாகவோ வழங்கப்பட்டது. ஆங்கிலேயர் காலத்து வழக்கறிஞர் தொழிலும் கீழ்மைகள் மிக்க ஒன்றாக ஆகியிருந்தது. இத்தொழிலில் உண்மை, நேர்மை போன்ற உயர் பண்புகட்கு இடமில்லாமற்போனது. வழக்கறிஞர்கள் உண்மைச் சாட்சிகளைச் சிதறடித்தார்கள்; உண்மை யைப் பொய்யாக்கினார்கள்; பெறுகிற பணத்தின் அளவுக்கு ஏற்பப் பேசினார்கள்; மனிதர்களை நல்லோர்களாக்குவதில்லை; மானிடரின் கேடுகளே வழக்கறிஞர்களை உண்டாக்கின; துணிச்சலோடு இவர்கள் பொய்யுரைத்தார்கள்; இவர்கள் போற்றுகிற சட்டங்கள் உடன் பிறந்து கொல்லும் நோய்கள்; சாபங்கள் என்று 'தி.கோ.' நாவலில் மிகக் கடுமையாக மாதவையா விமர்சித்துள்ளார்.[56]

அரசுப் பணியாளர்கள் கல்லாத மக்களுக்கு அரசாங்கம் வழங்கிய நன்மைகளைப் பெற்றுத் தருவதற்குப் பதிலாக, அவர்களுடைய அறியாமையைப் பயன்படுத்திக்கொண்டு, இலஞ்சம் வாங்கிச்

செல்வம் சேர்ப்பதை மாதவையா 'சத்தியானந்தன்', 'லெ. பஞ்சு' ஆகிய ஆங்கில நாவல்களிலும் எடுத்துக் காட்டியுள்ளார்.

மெய்வருத்தம் பாராமற் கற்றுப் பட்டங்கள் பெற்று உத்தியோகம் பார்த்த நடுத்தர வகுப்பினருள் ஒரு பிரிவினர், 'கண்டதே காட்சி; கொண்டதே கோலம்' என்ற பழமொழிக்கு இணங்க வாழத் தலைப் பட்டார்கள். ஐரோப்பியச் சிந்தனையும், வாழ்க்கை முறையும் சுதந்திரம், சமத்துவம் என்ற மதிப்பீடுகளின் அடிப்படையில் இயங்கியதைக் கண்ட இவர்கள், அவற்றின் பின்புலத்தில் தனிமனிதரின் ஒழுக்கமும், பொறுப்பும் இருப்பதைக் காணத் தவறினார்கள். தங்களுடைய ஒழுக்கக் கேடான வாழ்விற்கு ஒரு கவசமாகவே ஐரோப்பிய தாராளவாதச் சிந்தனையை அணிந்து கொண்டார்கள். மாதவையா புதிய, சுதந்திரமான நடுத்தர வகுப்பாரின் வாழ்வை ஏற்றுக் கொண்ட போதிலும், பண்பாட்டுச் சீரழிவை ஏற்றதில்லை. தனிமனிதரின் ஒழுக்கத்தின் மீதும், பொறுப்பின் மீதும் சார்ந்துள்ள சுதந்திர வாழ்வே மாதவையா போற்றிய வாழ்வாகும். இதற்கு மாறான இருவித வாழ்க்கை முறைகளையும் அவர் ஏற்கவில்லை. ஒன்று, தனிமனிதரின் முயற்சிக்கும், மனித நேயத்திற்கும், சுதந்திரத்திற்கும் முட்டுக்கட்டையிட்ட வைதீக ஆசாரங்களையும், வாழ்க்கை முறைகளையும் ஒதுக்கினார். மற்றொன்று, சுதந்திரத்தின் பேரால் தனிமனிதர்களின் பொறுப்பற்ற ஒழுக்கக் கேடான வாழ்க்கை முறைகளையும் ஒதுக்கினார். இதனை 'யுரேஷிய நாகரிகம் மோகம்' என்று குறிப்பிட்டார். 'தி.கோ.' நாவலில் வரும் அரசாங்கப் பொறியாளன் ஒருவன் இத்தகைய 'யுரேஷிய' மோகமுற்ற வனாகச் சித்திரிக்கப்பட்டுள்ளான். பெண் சுதந்திரம் என்ற பேரில், இவன் தன் மனைவியை நவீன உடையுடுத்தி, எல்லா ஆடவருடனும் பழக வற்புறுத்திவிட்டு, இறுதியில் அவள் நடத்தை மீது ஐயுற்றுக் கொலை செய்வதாக மாதவையா படைத்துள்ளார்.[57]

இதுவரை 'செல்வம்' என்ற தலைப்பில் கூறப்பட்ட கருத்துக்கள் மாதவையாவின் விருப்பு, வெறுப்பற்ற சமூக நோக்கிற்குச் சான்று தருபவையாக உள்ளன. பழங்காலச் சமூகத்திற்குத் தலைமை வகித்த நிலவுடைமையாளரையும், புதுக்காலச் சமூகத்திற்கு முன்னோடிப் பாத்திரம் வகித்த ஆங்கிலங்கற்ற உத்தியோகத்தினரையும் நேரிய முறையில் விமரிசனம் செய்துள்ளார். பழந்தலைமுறையினரிடம் தனிமனித முயற்சியும் ஒழுக்கமும் இல்லாததால் சிறுகச் சிறுக அவர்கள் செல்வம் தேய்ந்து வருவதையும், இளந்தலைமுறையினரிடம், தனிமனித முயற்சியும், உழைப்பும், ஒழுக்கமும் இருந்ததால் அவர் களுடைய செல்வம் வளர்ந்து ஓங்குவதையும் பற்றி உள்ளது உள்ள படியே வெளிப்படுத்தியுள்ளார் மாதவையா. பழைமையையும்,

புதுமையையும் விருப்பு வெறுப்பின் அடிப்படையில் அணுகாமல், ஒழுக்கவியலை அடியொற்றியே ஆய்ந்துள்ளார் என்பது தெளிவாகத் தெரிகிறது.

2.3.4. பெண்சிக்கல்

எந்த ஒரு சமுதாயத்திலும், தீவிரமான சமூக மாற்றங்கள் நிகழ்கிறபோது, பண்பாட்டுத்தளத்தில் பழைய, புதிய மதிப்பீடுகளுக்கு இடையில் மோதல்கள் தோன்றுவது இயல்பாகும். இம்மோதல்களால் வெளிப்படும் பல்வேறு சிக்கல்களில் பெண்சிக்கலே இன்றியமையாத ஒன்றாகக் கருதப்படுகிறது. பண்பாட்டு மோதல்கள் நிகழும் கால கட்டங்களில் வெளிப்படும் கலை இலக்கியங்களில் பெண்சிக்கலே முக்கிய இடம் பெறுகிறது.

இந்தியாவை ஆங்கிலேயர் ஆண்ட காலத்தில் ஐரோப்பிய பண்பாட்டு மதிப்பீடுகளும், இந்தியப் பண்பாட்டு மதிப்பீடுகளும் கலந்தன. இதனையே பண்பாட்டுக் கலப்பு (acculturization) என்று சமூகவியலாளர்கள் குறிப்பிடுகிறார்கள். இக்காலத்தில் இந்திய மொழிகளில் படைக்கப்பட்ட புத்திலக்கியங்கள் பெரும்பாலும் பெண் சிக்கலையே மையப்பொருளாகக் கொண்டிருந்தன[58]. மாதவையா படைத்த நூல்கள் அனைத்திலும் கூடப் பெண் சிக்கல் பற்றியே, பேசப்பட்டிருப்பதைக் காணலாம். 'பத்மாவதி சரித்திரம்', 'முத்து மீனாட்சி', 'கிளாரிந்தா' என்று அவர் எழுதிய நாவல்களின் தலைப்புக்கள் கூடப் பெண்களின் பெயராலேயே அமைந்திருப்பதைக் காணலாம்.[59]

மாதவையாவின் நாவல்களில் 'வி.மா.' நாவலைத் தவிர, அவருடைய ஏனைய நாவல்கள் எல்லாம் பிராமண குலத்தில் தோன்றிய பெண்களைப் பற்றியதாகவே உள்ளன. அத்துடன் பிராமணப் பெண்டிரின் சிக்கலை மட்டுமின்றி, பொதுவாக அவர் காலத்து இந்தியப் பெண் நிலைபற்றியும் எழுதியுள்ளார்.

'தில்லைக் கோவிந்தன் கலவை' என்னும் ஆங்கிலக் கட்டுரையில், ஐரோப்பிய மாதுடன் இந்தியப் பெண்ணை ஒப்பிடுகிறபோது, இந்தியச் சமுதாயம் பெண்ணுக்குத் தலைமுறை தலைமுறையாக இழைத்து வந்த கேடுகளைப் பற்றிக் குறிப்பிட்டுள்ளார். இந்தியப் பெண்ணுக்கு மட்டும் பரிபூரணமான கற்பு, குருட்டுத் தனமாகக் கீழ்ப்படிதல், தானே முன்வந்து சுயதியாகம் செய்தல் ஆகிய மூன்றையும் இந்திய சமுதாயம் இன்றியமையாத ஒழுக்க விழுமியங்களாகச் சுமத்தியுள்ளது. இது, மனிதத் தன்மைக்கும், நியாயவுணர்வுக்கும் எதிரான ஒன்று; இதுவே நாட்டிற்குக் கேடாக அமைந்தது என்று மாதவையா எழுதியுள்ளார்.[60]

ஆணும் பெண்ணும் இணைந்து நடத்தும் வாழ்வில், பெண்ணுக்கு மட்டும் சில விழுமியங்களை வலியுறுத்தியிருப்பதை மாதவையா ஏற்கவில்லை. சுதந்திரம், சமத்துவம் என்ற நிலைகள் ஆடவர்க்கு மட்டுமின்றி பெண்டிர்க்கும் இருக்க வேண்டும் என்று உறுதியாக நம்பினார்.

அடிமை நிலைமையை மாதவையா ஒரு போதும் ஏற்கவில்லை. பெண் அடிமை நிலையையும், மேற்சாதிக்குக் கீழ்ச்சாதி அடிமையுற்ற நிலையையும் ஒருசேரக் கண்டார். பிறப்பால் ஒருவன் பிராமணன் என்பதால், படித்த, பண்புள்ள, செல்வம் படைத்த ஒரு 'சூத்திரப் பிரபு'வைத் தனக்குக் கீழாக அவன் எண்ணுவதுபோல ஓர் ஆடவன் தான் பிறப்பால் ஆண் என்பதற்காக, பெண்ணைத் தனக்கு அடிமை யாக எண்ணுவதை மாதவையா நுணுக்கமான பார்வையுடன் ஒப்பிட்டுள்ளார்.[61] சாதியில் ஆண்டான்-அடிமை நிலை இருந்ததோடு, குடும்பத்தில் ஆண்- பெண் நிலையை மாதவையா ஒப்பிட்டுள்ளார். மாதவையாவின் சமூகவியற் சிந்தனைக்கு இது சிறந்த எடுத்துக் காட்டாகும். இந்துமதத்தின் சாத்திரவிதிகள் பலவும் எளிய சாதி யினரையும், பெண்களையும் ஒடுக்கும் பண்புடையனவாகவே இருந்தன.

வினையே ஆடவர்க் குயிரே வாணுதல்
மனையுறை மகளிர்க் காடவருயிர் (குறுந்தொகை: 135)

என்ற குறுந்தொகைப்பாடல் வழியாக, ஆடவர்க்கு வினையாற்றும் தொழில் பாகுபாடும், பெண்டிர்க்கு வீட்டில் தங்கி வேலைசெய்யும் தொழில் பாகுபாடும் இருந்திருப்பதை அறியலாம். 'மனையுறை மகளிர்' ஆடவர்க்குரிய 'காமப் பாத்திரமாகவும்', 'மடைத்தொழிலுக்கு' உரியவர்களாகவும் ஆக்கப்பட்ட நிலையை மாதவையா சுட்டிக் காட்டியுள்ளார்.[62]

சாதி, மதம், செல்வம் ஆகியவை பற்றி மாதவையா உரைத்த சீர்திருத்தக் கருத்துக்களில் பிறப்பு வழி மேன்மையை மறுத்து, தனிமனித முயற்சிவழி மேன்மையை வரவேற்ற பான்மையைக் காணமுடிந்தது. பெண் சிக்கல் பற்றிய அவருடைய சீர்திருத்த எண்ணங்களிலும் இதே பான்மை இருப்பதை இனிக் காணலாம். இதனைக் கீழ்வரும் உட்தலைப்புகளில் பகுத்து ஆயலாம்.

1. குழந்தை மணம், 2. பெண் அறியாமையும், பெண் கல்வியும் 3. விதவை நிலையும் மறுமணமும் 4. பெண் திருமணமும் வரதட்சிணையும்.

2.3.4.1. குழந்தை மணம்

இந்து உயர்சாதிக் குடும்பங்களில், குறிப்பாக பிராமண சாதிக் குடும்பங்களில், பெண்ணைப் பருவம் எய்துவதற்குள், குழந்தைப் பருவத்திலேயே மணம் செய்து வைப்பது அன்றைய வழக்கமாக இருந்தது. இதனையே 'பாலிய விவாகம்' என்று வடமொழியால் குறிப்பிட்டனர். இதற்கு இந்து மதத்தின் சாத்திரச் சட்டங்களை ஆதாரமாக எடுத்துக் காட்டினர். இவ்வாறு பெண் பருவம் எய்துவ தற்குள் மணமாகவில்லையெனில் அது அப்பெண்ணைப் பெற்ற குடும்பத்திற்குப் பெரும் இழுக்கமாகக் கருதப்பட்டது.

இத்தகைய குழந்தைமணத்தில், மாதவையா காலத்தில் இரண்டு வகை இருந்தன. முதலாவது திருமணம், பெண்ணைப் பெற்றவர்கள், மாப்பிள்ளைச் சிறுவனின் பெற்றோர்க்குப் பொன்னும், பொருளும் சீர்வரிசையாகக் கொடுத்தும், வரதட்சிணை என்ற பெயரில் ஆணைப் பெற்றவர்கள் கட்டாயமாக எதிர்பார்க்கும் பெருந்தொகை கொடுத்தும், மகளை மணம் செய்விப்பதாகும். இரண்டாவது வகைத் திருமணம் தொன்று தொட்டு பிராமணக் குடும்பங்களில் நிகழ்ந்ததாகும். இதன்படி, ஆண் குழந்தையைப் பெற்றவர்கள், பெண் வீட்டார்க்குப் பொருள் கொடுத்துப் பெண் குழந்தையை மணந்து கொண்டார்கள். இவ்விருவகைத் திருமணங்கள் பற்றிப் பெண் திருமணமும் வரதட்சி ணையும் (2.3.4.4.) என்ற தலைப்பில் விரிவாகக் காணவிருப்பதால், இங்குக் குழந்தை மணத்தினால் ஏற்பட்ட தீங்குகளைப் பற்றியே ஆய்வு செய்யப்படுகிறது.

அன்று போதிய மருத்துவ வசதிகள் வளராத நிலையில், குழந்தை களின் இறப்பு விகிதம் அதிகமாக இருந்தது. எனவே குழந்தை மணத்தினால் பெண்கள் குழந்தைப் பருவத்திலேயே விதவைகளாகும் அவலம் நேர்ந்தது. மேலும், உடலும், மனமும் பக்குவமாவதற்கு முன்பே பெண் பலமுறை கருவுற்றதால் உடல்கோளாறுகளும், மனநோய்களும் ஏற்பட்டுப் பெண் இறப்பு விகிதம் அதிகமாக இருந்தது. புதிய கல்விமுறையில் ஆடவர்கள் இருபது வயதுக்கும் மேலாகக் கற்க வேண்டியிருந்ததால், கணவர்களாக இருந்து மனைவியர்க்குச் செய்ய வேண்டிய கடமைகளும் பழுதுபட்டன; மாணவர் நிலையிலிருந்து நன்கு கற்கவேண்டிய கடமைகளும் பழுது பட்டன.

இத்தீங்குகளை இனி, மாதவையாவின் நாவல்கள் வழியே அறியலாம்.

2.3.4.1.1. குழந்தை விதவைநிலை

திருமணம் என்பது என்னவென்று அறியாப் பருவத்தில், பெற்றோரால் மணவினைக்கு உட்படுத்தப்பட்ட சிறுமிகள், மாப்பிள்ளைச் சிறுவன் இறந்து விடவே, விதவைகள் ஆன அன்றைய நிலையை மாதவையா தாம் படைத்த 'தி.கோ' நாவலில் குறிப் பிட்டுள்ளார். இந்நாவலில், கோவிந்தனின் சேஷிப்பாட்டி, நாணிப் பாட்டி ஆகிய இருபாட்டிகளும் குழந்தைப்பருவம் தொட்டே விதவைகளாக வாழ்ந்தது குறிக்கப்பட்டுள்ளது.

'ப.ச.' நாவலிலும் 'மு.மீ' நாவலிலும், சிறுமி பத்மாவதியும், சிறுமி மீனாட்சியும் குழந்தை விதவைகளாக ஆகவேண்டியவர்களாகவும், நற்பேற்றின் காரணமாக தப்பித்துக் கொண்டவர்களாகவும் படைக்கப் பட்டுள்ளனர். சிறுமி பத்மாவதி, கரிக்கிட்டு என்ற சிறுவனுக்கு மனைவியாவதற்கு ஒருநாளைக்கு முன்பு, அச்சிறுவன் சீதபேதியால் இறந்தபடியால் குழந்தை விதவையாகாமல் தப்புகிறாள். 'மு.மீ.' நாவலில் வரும் சிறுமி மீனாட்சிக்கு நிச்சயிக்கப்பட்ட சிறுவன் இராமன், நீந்தி விளையாடிய போது ஆற்று வெள்ளத்தில் அடித்துச் செல்லப் பட்டதால், மீனாட்சி குழந்தை விதவையாகாமல் பிழைக்கிறாள்.[63]

மாதவையா, 1914ஆம் ஆண்டு ஈரோடு ஆசார சீர்திருத்த மாநாட்டில் ஆற்றிய தலைமை உரையைப் பின்னர் இலவச வெளியீடாக வெளியிட்டார். அவ்வெளியீட்டில், 1911ஆம் ஆண்டு, சென்னை மாகாணத்தின் மக்கள் தொகைக் கணக்கெடுப்பினைப் பதிப்பித்தார். அதில் இந்துக்களிடையே ஐந்து வயதுக்குட்பட்ட விதவைகள் 673 பேர் என்றும், இவர்களுள் ஓராண்டு நிறையாத கைக்குழந்தைகள் 31 பேர் என்றும், 2 முதல் 3 வயதுக்குட்பட்ட விதவைகள் 85 பேர் என்றும், 3 முதல் 4 வயதுக்குட்பட்ட விதவைகள் 140 பேர் என்றும், 4 முதல் 5 வயதுக்குட்பட்ட விதவைகள் 383 பேர் என்றும் பட்டியல் உள்ளது.[64]

இதனால் மாதவையா தம் காலத்தில் உயர் சாதி இந்துக் குடும்பங்களில் பரவலாகக் கண்ட குழந்தைவிதவை நிலையையே தம் நாவல்களிலும் படைத்துள்ளார் என்பது தெளிவாகிறது. பாலியல் வாழ்க்கை என்னவென்று அறியாப் பருவத்திலேயே விதவையாகி விட்ட அக்குழந்தைகட்கு மீண்டும் முறையாகத் திருமணம் மறுக்கப் பட்டது பெண்ணுக்கு இழைத்த கொடுமையாகும்.

2.3.4.1.2. உடல், மனநோயும், இறப்பும்

குழந்தை மணங்களால், பருவமடைந்த நாள் முதலாகவே பெண் இல்லற வாழ்வில் புகுத்தப்பட்டாள். இதனால் உடலும், மனமும்

முதிராத காலத்திற்குள்ளேயே பலமுறை பெண் கருவுற்றாள்; குழந்தைகள் பெற்றாள்; கருச்சிதைவுக்கும் ஆளானாள். இதனால் அவளுடைய உடல்நலனும், மனநலனும் சீர்கெட்டன. இதனைப் பற்றி மாதவையா, 'ப.ச.' நாவலில் டாக்டர். டான்புட் என்ற ஐரோப்பிய மருத்துவர் மூலம் விமரிசித்துள்ளார்.

குழந்தைப் பருவத்திலேயே புருஷனுடன் வாழத்தொடங்கி, மற்றச் சாதிகளில் பெண்களுக்கு விவாகமாகும் வயதிற்குள் இரண்டு பிள்ளைகளும் பெற்று, மூன்றாந்தரமும் சூலுற்றதால் பிராமண குடும்பத்தில் தோன்றிய கல்யாணி நோயுற்றதாக டாக்டர் டான்புட் கூறியுள்ளார்.[65] நரம்புத் தளர்ச்சி நோயால் அவதிப்பட்ட கல்யாணிக்கு, உரிய மருத்துவம் செய்யப்படாததால் இறந்துபோனதாக மாதவையா எழுதியுள்ளார். 'தி.கோ.' நாவலிலும், குழந்தை மணம் செய்த பெண்ணுக்கு நாளடைவில் கருப்பைக் கோளாறும் அதனால் தீராத தலைவலியும் ஏற்படுவதாக மாதவையா சுட்டிக்காட்டியுள்ளார். பெண்களைச் சிறுபருவத்திலேயே மணஉறவில் நுழைப்பதால் வரும் தீங்கு பற்றி மாதவையா ஆசார சீர்திருத்த மாநாட்டில் பின்வருமாறு உரைத்துள்ளார்.

> "பெண்கள் வயிற்றுவலி, பேய்பிடித்தல் முதலிய நோய்களால் படும் கஷ்டங்களையும், அவர்கள் அகால மரணத்தையும் நாம் வீடுதோறும், குடும்பந்தோறும் பார்க்கிறோம்[66]"

என்று பேசினார். எனவே குழந்தைமணம் பெண்ணின் நலனுக்குக் கேடு விளைவிக்கக்கூடியது என்ற கருத்து இதுவரை கூறியவற்றால் விளங்கும்.

2.3.4.1.3. ஆடவரின் படிப்பிற்கு இடையூறு

பிராமணக் குடும்பங்களில், குழந்தை மணங்களால் பெண்கள் இளம் வயதில் இறப்பதும், விதவைகளாவதும் ஆகி இருக்க, இவற்றால் ஆண்களும் பாதிப்படைந்தார்கள். கிராமங்களில் சிறுவயதில் மணந்து கொண்ட ஆடவர்கள், ஆங்கிலக் கல்வி கற்பதன் பொருட்டு நகரங்கட்குச் சென்று தங்கினார்கள். அக்கால, ஆங்கிலக் கல்வி முறையில், 'மெட்ரிக்குலேசன்' (Matriculation) எப்.ஏ. (F.A.) பி.ஏ. (B.A.) எம்.ஏ. (M.A.) பி.எல். (B.L.) மருத்துவம், பொறியியல் முதலான தகுதிகளைப் பெறுவதற்குப் பத்து முதல், பதினைந்து ஆண்டுகள் வரை ஆடவர்கள் கற்க வேண்டியிருந்தது. மனைவியரைப் பிரிந்து நகரங்களில் தனியே இருந்தால் தவறான வழிகளில் சென்று விடுவார்கள் என்று, தத்தம் வளரிளம் பருவத்து (adolescent) மனைவியருடனே வாழ வற்புறுத்தப்பட்டனர். இல்லறத்தில் ஈடுபட்டுக் கொண்டே, ஆங்கிலக் கல்வியைக் கற்றுத் தேர்வதில் சிலருக்குச் சிக்கல்கள் தோன்றின.

இச்சிக்கலை, மாதவையா தம்முடைய 'ப.ச.' நாவலில் கோபாலன், கல்யாணி என்ற வளரிளம் பருவத் தம்பதிகளைக் கொண்டு விளக்கியுள்ளார். கோபாலனின் நண்பன் நாராயணன், தன் மனைவி பத்மாவதியைக் கிராமத்தில் இருத்திவிட்டு வந்திருந்ததால் தேர்வில் முதலிடத்தில் வெற்றி பெறுகிறான். கோபாலனோ, மனைவி கல்யாணியுடன் போராடிக் கொண்டு தேர்வில் தோல்வியைத் தழுவுகிறான்.

மேலும், ஆங்கிலக் கல்வி கற்ற போது ஆடவர்கள் உணர்ந்த புதிய மதிப்பீடுகள் அவர்கட்கு மனப்போராட்டங்களை ஏற்படுத்தின. குழந்தைமணம் புரிவது, இம்மதிப்பீடுகளின்படி தீயது என இவர்கள் உணர்ந்தாலும்கூடப் பெற்றோரையும், சமுதாயத்தையும் நிறைவு செய்வதற்காகக் குழந்தை மணத்திற்கு உட்பட்டார்கள். மாதவையா படைத்த நாராயணன், கோபாலன் (ப.ச.), கோவிந்தன் (தி.கோ.) போன்ற இளைஞர்கள் இத்தகையோரே. கீழ்வரும் கோபாலனின் கூற்று இதனை விளக்கப் போதுமானதாகும்.

'எல்லாம் பேசுவது எளிதுதான். பாலிய விவாகத்தின் தீங்குகளைப் பற்றி ஓர் உபந்நியாசஞ் செய்யச் சொன்னால் நானும் ஒருகை பார்த்துத்தான் விடுவேன். காரியத்தில் வருகிற பொழுது தான் மாடு படுத்துக்கொள்கிறது'[67]

இதுவரை கூறிய தீங்குகளை விளைவிக்கும் குழந்தைமணத்திற்கு மாற்றாக, உரிய பருவம் எய்திய ஆணும் பெண்ணும் பழகி, அன்பு பாராட்டி, ஒருவரை ஒருவர் புரிந்து மணவாழ்வில் சுதந்திரமாக நுழையும் காதல்மணத்தை முன்வைத்தார் மாதவையா. 'மு.மீ.' விதவை மறுமணத்தை வலியுறுத்த எழுதப்பட்ட நாவலாக இருந்தாலும், விதவை மீனாட்சிக்கும், படித்த பிராமண இளைஞன் சுந்தரேசனுக்கும் இடையில் எழும் காதலைக் கூறுவதாகவும் இந்நாவல் அமைந்துள்ளது. 'ச.ன்.' நாவலிலும் இதே கருத்தைக் காணலாம். 'ப.ச.', 'லெ.ப.' ஆகிய நாவல்களில் காதலை அடிப்படையாகக் கொண்ட கலப்புத் திருமணச் சிக்கல்கள் விவாதிக்கப்பட்டாலும், அவற்றில் முறையே கோபாலையர்-ஜேன், பஞ்சு-கிரேஸ் என்ற இரு காதல் இணைகளின் அன்பைப் பற்றியும் குறிப்புக்கள் உள்ளன. இக்காதலர்கள் இல்லறத்தில் நுழைய முடியாதபடி சாதி, மதச் சிக்கல்கள் தடுத்து விடுவதால் காதல் மணம் ஈடேறுவது பற்றி மாதவையாவால் எழுத முடியவில்லை. ஏனெனில், மாதவையா காலத்தில் பிராமணக் குடும்பங்களில் திருமணங்கள் பெற்றோரால் தீர்மானிக்கப்பட்டதால், காதல் திருமணங்கட்கு அதிக வாய்ப்பில்லாதிருந்தது.

ஆனால், ஏனைய சாதிகளில் காதல் திருமணங்கள் நடைபெற்றிருப்பதை, மாதவையாவின் 'வி.மா.' நாவல் தொடங்குகிற போதே, படித்த விஜய மார்த்தாண்ட தேவருக்கும், இவர் மூலமாகத் தமிழ்நூல்களைக் கற்றறிந்த சிவகாமிக்கும் ஆழமான காதல் ஏற்பட்டிருப்பதை அறியலாம். மாதவையா கருதிய இலட்சியக் காதலின் வடிவமாக இவர்கள் சித்திரிக்கப்பட்டுள்ளார்கள். கற்றோரின் காதலாக இது அமைந்துள்ளது. விஜய மார்த்தாண்டரும், சிவகாமியும் ஒரே சாதியைச் சேர்ந்தவர்களாகவும், இந்து மதத்தினராகவும் இருந்ததால், இறுதியில் இவர்களுடைய கற்றோர் காதல் மணமாகக் கனிந்தது.[68]

'ப.ச.' நாவலில் நாராயணன்- பத்மாவதி ஆகிய இருவருக்கும் இடையே குழந்தைப் பருவந்தொட்டே அன்பு மலர்வதை மாதவையா குறிப்பிட்டுள்ளார். இருவரும் உறவினர்களாக இருந்தது இவர்களிடையே பழக்கம் ஏற்படுவதற்கு வாய்ப்பாக அமைந்துவிட்டது. பெற்றோரால் இவர்களுடைய திருமணம் தீர்மானிக்கப்பட்டாலும்கூட, இருவரும் ஒருவர்க்கொருவர் உறுதுணையாகவும் ஒருவர் மற்றவரைப் புரிந்து அன்பு பாராட்டியும் காதல் மணவாழ்வையே மேற்கொள்கின்றனர். 'ப.ச.' மூன்றாம் பாகத்தில், கற்றறிந்தவர்கள் போற்றும் நவீன நாகரிகக் குடும்ப வாழ்வை மேற்கொள்பவர்களாக இவர்கள் சித்திரிக்கப்பட்டுள்ளார்கள்.

மணவாழ்விற்கு அடிப்படையாக மாதவையா, காதலர் இருவருக்கிடையிலுள்ள கருத்தொற்றுமையையே உயர்வாகப் போற்றினார். இத்தகைய வாழ்வில்தான் இன்பம் துலங்கும் என்பதை நாராயணன் - பத்மாவதி (ப.ச. 3ஆம் பாகம்) விஜய மார்த்தாண்டர்- சிவகாமி (வி.மா) ஆகியோர் வழியே நிலைநாட்டியுள்ளார்.

> 'காதலிருவர் கருத்தொக்க ஆதரவு பட்டதே இன்பம்' என்ற ஔவையின் பாடற்பொருளுக்கியைந்த மணவாழ்வையே மாதவையா போற்றினார்.[69]

குழந்தை மணத்தை மாதவையா ஏற்கவில்லை.

2.3.4.2. பெண் அறியாமையும், பெண் கல்வியும்

வேதகால சமுதாயத்தில், ஆண்களுடன் பெண்கள் கல்வி கற்றுள்ளதைப் பல வரலாற்று ஆசிரியர்கள் நிலை நாட்டியுள்ளனர். ஆனால், பிந்திய காலங்களில் பெண்கள் கற்பது தடை செய்யப்பட்டது. இந்துமத சாத்திர, சூத்திர, சுமிருதி நூல்களில் பெண்களும், சூத்திரர்களும் கற்கக்கூடாது என்று கூறப்பட்டுள்ளது. இதனால் 'மடமை' என்ற பண்பு பெண்ணுக்குரிய பண்பாக உயர்த்திப் பேசப்பட்டது.

பிற்கால நீதி நூல்களில், பெண் சொல்லைக் கேட்பது இழிவாகச் சித்திரிக்கப்பட்டது.

'பெண்புத்தி பின்புத்தி' என்ற பழமொழியும் எழுந்தது. ஆணைச் சார்ந்து வாழ்வதே பெண்ணுக்குரிய வாழ்வாக உரைக்கப்பட்டது. குழந்தைப்பருவத்தில் தந்தையையும், குமரிப் பருவத்தில் கணவனையும், கணவனை இழந்த கட்டத்தில் மகனையும் பெண் சார்ந்து வாழ வேண்டும் என்று மனு சுமிருதி கட்டளையிட்டது.

"பிள்ளைபெறுவதையும் மடைத்தொழிலையும் தவிர வேறொன்றுக்குமே யோக்கியதையில்லாமல், பெண்களை முழு மூடர்களாக வைத்திருப்பதினால்தான் இப்படியாகிறது"[70]

என்று 'ப.ச.' நாவலில் பெண்ணடிமைத் தனம் பற்றி நாராயணன், கோபாலனிடம் உரையாடும்போது குறிப்பிடுகிறான். ஆண்மகனுடைய தேவைகளை நிறைவேற்றும் ஒரு கருவியாக, அவனுடைய உடைமை யாகப் பெண் கருதப்பட்டதாலேயே பெண்ணுக்குக் கல்வி மறுக்கப் பட்டது. கல்வி கற்றுச் சம்பாதித்தல் ஆண் தொழில் என்றும், அவனுடைய உடற்பசியையும், வயிற்றுப்பசியையும் போக்குவது பெண் தொழில் என்றும் வரையறுத்ததால் பெண் வேறுவகை அறிவினைப் பெறமுடியாதவளாக வீட்டிற்குள்ளேயே முடக்கப் பட்டாள். கடவுளின் ஒளியும், காற்றும் புகமுடியாத தேங்கிய குட்டைபோல் ஆக்கப்பட்டாள். இதனால் அறியாமையும், மூடநம்பிக் கையையும் மிக்கவளாகப் பெண்கள் ஆனார்கள்[71] என்று மாதவையா 'தில்லை கோவிந்தன் கலவை' என்ற ஆங்கிலக் கட்டுரையில் தெளிவாகக் குறிப்பிட்டுள்ளார். ஆணின் உடல் இன்பங்களையும், பிற தேவை களையும் நிறைவேற்றுவது ஒன்றே பெண்ணுடைய வாழ்க்கை இலட்சியமாகக் கருதப்பட்டது. உயர் அறிவுப் பண்புகளை அவளால் வளர்த்துக் கொள்ள முடியாது என்று கூறப்பட்டது. சிறந்த கலை களான இசை, நாட்டியம் போன்றவற்றைக் குலப்பெண்கள் கற்கக் கூடாது எனத் தடை செய்யப்பட்டது.

ஆண்கள் தோற்றுவித்துப் பெண்களிடையே பதித்த கற்புக் கோட்பாடுதான் பெண்ணின் அறியாமைக்கும் அதனால் ஏற்பட்ட அடிமைத்தனத்திற்கும் காரணமாகியது. 1792ஆம் ஆண்டு முதல் 1823 வரை தென்னிந்தியப் பகுதிகளில் வாழ்ந்த அபே. ஜே.ஏ. துபோய் (Abbe. J.A. Dubois. 1770-1848) என்ற பிரெஞ்சு நாட்டுப் பாதிரியார், தாம் எழுதிய 'இந்து பழக்கவழக்கங்களும், சடங்குகளும்' (Hindu Manners, Customs and Ceremonies) என்ற நூலில் பிராமணப் பெண்கள் கற்பது இழிவாகக் கருதப்பட்டதைக் குறிப்பிட்டுள்ளார். மேலும்,

இசை, நாட்டியக் கலைகள் வேசைகள் கற்கும் கலைகளாகக் கருதப் பட்டதென்று எழுதுகிறபோது[72] பின்வருமாறு குறிப்பிட்டுள்ளார்:

> 'கணிகையரே பெண்களில் கற்கவும், படிக்கவும், பாடவும், ஆடவும் அனுமதிக்கப்பட்டனர். கௌரவமான பெண் கற்கவும் படிக்கவும் வேண்டும் என்று நினைப்பது அவளுக்குச் செய்யும் அவமரியாதையாகக் கருதப்பட்டது... நாட்டியமாடுவது தேவதாசிகளிடம் ஒப்புவிக்கப்பட்டது, அவர்களும்கூட ஆடவருடன் சேர்ந்து ஒருபோதும் ஆடமாட்டார்கள்'

ஆடவர்கள் வற்புறுத்திய கற்புக் கோட்பாட்டினால், பெண் சுதந்திரம் இழந்தாள். பெண் அறிவு பெற்றால் சுதந்திரம் அடைந்து அதனால் கற்பிழந்து விடுவாள் என்ற அச்சம் ஆடவர்க்கு இருந்தது. ஆங்கிலேயப் பெண்ணுடைய கற்பையும், இந்தியப் பெண்ணுடைய கற்பையும் ஒப்பிட்ட மாதவையா, தாம் எழுதிய தில்லை கோவிந்தன் 'கலவை' என்ற கட்டுரையில், இந்தியப் பெண்ணின் கற்பை விட ஆங்கிலப் பெண்ணின் கற்பே உயர்ந்தது என்றார். இதற்குக் காரணம், அவளுடைய கற்பு, தனிமனித சுதந்திரம் என்ற தேர்வில் வெற்றி பெற்றதாகக் குறிப்பிட்டார்.[73]

ஆனால் இந்தியப் பெண்களை ஆடவர்கள் வீட்டிற்குள் அடைத்து வைப்பதன் மூலமும், 'பர்தா' அணிவிப்பதன் மூலமும், குழந்தைப் பருவத்திலேயே திருமணம் செய்துவிடுவதன் மூலமும் அவர்களுடைய 'கற்பைக்' காக்க முனைந்தார்கள். குழந்தைமணம் புரிவதன் மூலம் பெண்ணுக்குப் படிக்கும் வாய்ப்பு அறவே நீக்கப்பட்டது. 'பாலிய விவாகம்' உள்ளவரையும் பெண்கள்தான் அதிகம் படிக்க முடியாது' (ப.ச. பக். 287) என்று பத்மாவதி என்ற பெண் பாத்திரம் வழியாக இக்கருத்தினை மாதவையா வெளியிட்டார். அப்படியே பெண்கள் படித்தாலும், அவர்கள் 'சோர புருஷர்களுக்குக் கடிதம் எழுதுவார்கள்' (ப.ச. பக். 53) என்று வைதீக பிராமணர்கள் தடுத்தார்கள்!

ஆங்கிலேயரின் ஆட்சியின்போது, ஆடவரும், பெண்டிரும் கற்கும்படி ஊக்குவிக்கப்பட்டனர். 20-ஆம் நூற்றாண்டின் தொடக்க முதற் கொண்டு, கிறித்தவ வேத போதகர்கள் தொடங்கிய பள்ளிகளில் கிறித்தவமதம் மாறிய பெண்கள் படிக்கத் தொடங்கினர். ஆயினும் வீட்டை விட்டு வெளியில் சென்று பள்ளிகளில் பலரோடு சேர்ந்து படிப்பதைப் பிராமணர்களாலும், உயர்சாதி வேளாளர்களாலும் ஏற்க முடியவில்லை. மாதவையா படைத்த நாவல்களில் ஜேன்கே (ப.ச.) மிஸ். கிரேஸ் (லெ.ப.) போன்ற கிறித்தவப் பெண்கள் நன்கு படித்தவர்களாகப் படைக்கப்பட்டுள்ளனர். பிராமணப் பெண்களான சாவித்திரி, பத்மாவதி, கல்யாணி (ப.ச.), மீனாட்சி (மு.மீ) ஆகியவர்கள்

குடும்ப வழக்கப்படி எழுதப் படிக்கத் தெரியாதவர்களாக இருந்து, பின்னர் படித்த உடன் பிறந்தவர்களாலும், கணவர்களாலும் படிப்பிக்கப்படுகின்றனர்.

மாதவையா காலத்து அறிவு வட்டத்தினர் பலரும் பெண் கல்வி வேண்டும் என்று வலியுறுத்தி எழுதினார்கள். ஆயினும் பிராமணக் குடும்பங்களில் பெண் பள்ளி சென்று படிப்பது தடை செய்யப் பட்டது. இதனை ஒருசில குடும்பங்களில் மீறிய நிலை இருந்திருப்பினும் பொதுவாக பிராமணப் பெண்கள் படிப்பது அரிதாக இருந்தது. இதனை மனதிற் கொண்டே மாதவையா தாம்படைத்த நாவல்களில் ஒரு வரையறைக்குட்பட்டே பிராமணப் பெண்கள் படிப்பதையும், அவர்களுக்கு அளிக்கப்படும் கல்வியின் தன்மை பற்றியும் எழுதி யுள்ளார். 'மு.மீ.' நாவலில், சுப்பிரமணியன் தன் தங்கை மீனாட்சிக்கு வீட்டில் வைத்தே எழுதப்படிக்கக் கற்றுத்தருகிறான். 'ப.ச.' நாவலில், நாராயணன் தன் தோழியும், மனைவியுமான பத்மாவதிக்குக் கற்றுத் தருகிறான். தன் நண்பனின் சகோதரி சாவித்திரிக்கும் கற்றுத் தருகிறான். 'தி.கோ.' நாவலில், கோவிந்தன் தன் மனைவிக்குக் கற்றுத் தருகிறான். பெண் ஆசிரியை வைத்து மகளுக்குக் கற்றுக் கொடுக்கிறான்.

பெண் கல்வியானது 'புத்திவிருத்தியும், பேரறிவும், நல்லொழுக்கமும்' (ப.ச. பக். 53) கொண்டதாக இருக்க வேண்டும் என்ற வரையறையை மாதவையா மேற்கொண்டார். நல்லொழுக்கத்தைப் பெண்ணுக்கு வளர்க்க, 'மூதுரை', 'நல்வழி', 'நீதி நெறி விளக்கம்', 'திருக்குறள்' கற்றுத் தரப்பட வேண்டும் என்றார். அறிவு வளர்ச்சிக்கு, காவியங்களும், நாடகங்களும், வரலாற்றுக் கதைகளும் வேண்டும் என்றார். மேலும், வீட்டுநிர்வாகம், உடல்நலம், குழந்தை வளர்ப்பு ஆகியவற்றைப் பெண்கள் தெரிந்து கொள்வதற்காகக் கணிதம், அடிப்படைச் சுகாதாரமுறை, 'கிரகதர்ம சாஸ்திரம்' போன்றவை கற்றுக் கொடுக்கப்பட வேண்டும் என்றார்.[74]

இவ்வாறு கற்ற பெண்கள் ஆசிரியைகளாவதையும் ('ச.ன்' - கல்யாணி, 'வி.மா'. - சிவகாமி) கணவனுடனும், அவன் நண்பர் களுடனும் சரிசமமாக அமர்ந்து ஆங்கிலத்தில் உரையாடுவதையும் ஆங்கில நூல்கள் படிப்பதையும், கணவனுடன் ஆங்கில நாடகங்கள் பார்க்கச் செல்வதையும் ('ப.ச.'- பத்மாவதி) மாதவையா படைத் துள்ளார்.

இதுவரை கூறியவற்றால், இந்துப் பெண்களின் அறியாமைக்கு ஆடவரின் கற்புக் கோட்பாடே காரணம் என்றும், இது பெண்ணுக்கு ஏற்பட்ட அநீதி என்றும், இதைப் போக்கப் பெண் கல்வி வேண்டும்

என்றும், இதற்கான வரையறைகளையும் மாதவையா தம் நாவல்களில் எவ்விதம் வெளியிட்டார் என்றும் காணமுடிந்துள்ளது.

2.3.4.3. விதவைநிலையும் மறுமணமும்

மாதவையா காலத்தில், சாதி இந்துக்கள் குடும்பங்களில் விதவை நிலை வற்புறுத்தப்பட்டது. குறிப்பாக பிராமணர் குடும்பங்களில் கணவனை இழந்த பெண்ணின் முடியையும், நகைகளையும் களைந்து, வெள்ளாடை அணிவித்தனர். பிறர் கண்களுக்கு இவர்கள் தீய சகுனங் களாகக் காட்சி அளித்தார்கள். விதவை என்ற சொல் வசைச் சொல்லாகவே பயன்படுத்தப்பட்டது. ஊதியம் பெறாத வேலைக்காரி களாக நடத்தப்பட்டார்கள். தீய எண்ணங்கொண்ட ஆடவரின் இச்சைகட்கு இவர்களுள் சிலர் இரையானார்கள். இத்தகைய கொடுமைகள் தாங்காமல் பலர் தற்கொலை புரிந்தார்கள். சிலர் ‘சதி’ என்னும் உடன்கட்டை ஏறுவதே மேல் எனவும் கருதிச் செயல் பட்டார்கள். குழந்தைப் பருவத்திலேயே விதவையாக ஆக்கப்பட்டவர் கட்குக்கூட மறுமணம் மறுக்கப்பட்டது.

1911ஆம் ஆண்டில் சென்னை மாகாணத்தில் இந்து விதவைகள் தொகை 371,733ஆக இருந்தது. இசுலாமிய, கிறித்தவ விதவைகள் தொகையோடு சேர்த்து 4,08,200 பேர் விதவைகள். ஒருவயது முதல் 30 வயது வரையுள்ள பருவத்தினரான இவ்விதவைகள் இருந்தார்கள்.[75] 1924ஆம் ஆண்டில் சென்னை மாகாணத்தின் மொத்த விதவைகள் தொகை 1,77,49,840 என்று பெருகியது.[76]

விதவை நிலைக்குக் காரணங்கள்

பெண்களுக்கு இழைக்கப்பட்ட சமூக அநீதிகளில் ஒன்று, அவர்களைக் கட்டாய விதவைக் கோலம் கொள்ளச் செய்ததாகும். குழந்தைத் திருமணங்களால் குழந்தை விதவைகளும், இல்லற வாழ்வறியாத இளம் விதவைகளும் பெருகினார்கள். இதற்கு நேர் மாறாக மனைவியை இழந்த ஆடவர்கள் தாங்கள் பெற்ற பெண் குழந்தைகளைவிட வயதில் சிறியவளாயுள்ள சிறுமிகளை மறுமணம் செய்ததால், வயோதிகத்தில் அவ் ஆடவர்கள் இறந்துவிடவே விதவை களான பெண்கள் அநேகராவர். மாதவையா படைத்த நாவல்களில், மீனாட்சியும் (மு.மீ.) கிளாரிந்தாவும் (கி.தா.) கமலாம்பாளும் (ப.ச.) தங்கள் தந்தை வயதையோ, தாத்தா வயதையோ உடைய ஆடவர் களுக்கு வாழ்க்கைப்பட்டு விதவையானவர்களாகப் படைக்கப் பட்டுள்ளார்கள். கல்யாணி (ச.ன்.), சேஷி, நாணிப் பாட்டிகள் (தி.கோ.) முதலானவர்கள் குழந்தை மணங்களால் விதவையானவர்களாகப் படைக்கப்பட்டுள்ளனர். சாவித்திரி (ப.ச.) பரத்தைமை ஒழுக்கம்

புரிந்த கணவன் இறந்ததால் விதவையானவளாகப் படைக்கப் பட்டுள்ளாள். சீதையம்மாள் (ப.ச.) குற்றம்புரிந்து நீதிமன்றத்தால் சிறைத்தண்டனை பெற்று, அங்கேயே கணவன் இறந்தொழிந்ததால் விதவையானவளாகப் படைக்கப்பட்டிருக்கிறாள்.

இப்பெண்கள் விதவைகள் ஆனதற்குக் காரணம் ஆடவரேயா வார்கள். இந்துமத சாத்திரத்தின் பேரால், ஆடவர், கற்புக் கொள்கை யைப் பெண்கள் மீது திணித்ததன் அடையாளம் குழந்தை மணமாகும். இதனால் பலர், விதவை நிலையுற்றனர்.

மனைவியை இழந்த வயது முதிர்ந்த ஆடவர்கள், தம் உடல், வயிற்றுப் பசிகளைத் தீர்க்க இளம் சிறுமிகளையும், பெண்களையும் மணந்து விரைவில் இறந்ததால் சிலர் விதவை நிலையுற்றனர்.

தீயொழுக்கம் புரிந்ததால் கிடைத்த தண்டனையால் ஆடவர்கள் இறந்து போனதால் சிலர் விதவை நிலையுற்றனர். மாதவையாவின் நாவல்களில் காணப்படும் விதவைகள் மேற்சொன்ன மூன்று காரணங் களால் உருவானவர்களாகவே காட்சி தருகின்றனர்.

இவ்வாறு சேர்கிற விதவை நிலையைத் தீர்ப்பதற்கு மாதவையா காலத்தில் அறிவு வட்டத்தினர் பல்வேறு வழிகளில் முயன்றார்கள். விதவையர், அனாதையர் இல்லங்களை நிறுவி விதவையர்க்கு மறுவாழ்வு தரும் முயற்சி ஒருபுறம் நடந்தது. இளம் வயது விதவையர்க்கு மறுமணம் செய்வித்தலே தீர்வு என்று புரட்சிகரமான நடவடிக்கையில் சிலர் இறங்கினார்கள். ‘இந்து’ இதழை நடத்திய ஜி.சுப்பிரமணிய ஐயரும், கே. வீரேசலிங்கம் பந்துலு ஆகியோரும், ‘இந்துப் பெண்கள் மறுமணச் சங்கம்’ என்பது போன்ற அமைப்புக் களும் விதவை மறுமணத்தை வலியுறுத்தினார்கள். எந்த வயதுக்குட் பட்ட விதவைகட்கு மறுமணம் நடத்தலாம் என்பது பற்றி அன்று பலத்த கருத்து மோதல்கள் நடந்தன.

மாதவையா, விதவை நிலைதீர்க்கத் தம் நாவல்களில் இரு வழிகளைச் சுட்டிக் காட்டியுள்ளார்.

கணவனோடு சில ஆண்டுகளோ அல்லது பல ஆண்டுகளோ வாழ்ந்த பெண்கள் விதவையாகியபோது, அவர்கள் மறுமணம் செய்து கொள்ளாமல் பொதுத் தொண்டிலோ அல்லது பெற்ற குழந்தையை வளர்த்து ஆளாக்குவதிலோ நிறைவு கொள்வது ஒருவழியாகும். இதற்கு எடுத்துக்காட்டாக, ‘ப.ச.’ நாவலில் சாவித்திரியும், சீதையம்மாளும், ‘கி.தா.’ நாவலில் கிளாரிந்தாவும் படைக்கப்பட்டிருக்கிறார்கள்.

ஒழுக்கக்கேடான கணவனுடன் சில காலம் வாழ்ந்த விதவையான சாவித்திரி, தன் தம்பி கோபாலனின் ஆதரவில், தந்தை சொத்தில் தனக்குக் கிடைத்த பாகத்தைக் கொண்டு சமூக சேவையில் ஈடுபடுகிறாள். தன் தம்பியின் மனைவிக்கும், குழந்தைகட்கும் பாடம் சொல்லித் தருகிறாள். சில குழந்தைகளுக்கு வீட்டில் வைத்துப் பாடம் நடத்து கிறாள். ஏழைக் குழந்தைகள் படிக்க பண உதவி புரிகிறாள். மருத்துவ மனைகளுக்கு ஆடைகளும், பணமும் தந்து உதவுகிறாள். 'அவள் முகத்தைப் பார்த்தால் யாதொரு விதமான மனக் குறையும் அவளுக்கிருக்கிறதாகத் தோற்றவில்லை' (ப.ச. பக் 262) என்று மாதவையா, சமூகத் தொண்டில், நல்லோர் ஆதரவில் நிறைவு கொள்ளும் விதவை குறித்து எழுதியுள்ளார்.

'கி.தா.' நாவலில், முதலில் திவானுக்கு வாழ்க்கைப்பட்டு விதவையான கிளாரிந்தாபாய், பின்னர் லிட்டில்டன் என்ற ஆங்கிலேயனை மணந்து, அவன் இறக்கவே மீண்டும் விதவையாகிறாள். எஞ்சிய காலத்தை, கிறித்தவ மறைப் பணியாற்றுவதிலும், ஏழை எளிய மக்களுக்குச் சேவை செய்வதிலும் கழிக்கிறாள்.

'ப.ச.' நாவலில் வருகிற சீதையம்மாள், மகன் நாராயணன் உயர்நிலைப் பள்ளியில் கற்கத் தொடங்கிய போது கணவனை இழந்து விதவையாகிறாள். மகனைப் படித்து ஆளாக்குவதற்காகவே எஞ்சிய தன் வாழ்நாளைச் செலவழிக்கிறாள்.

விதவைநிலை நீக்க மாதவையா காட்டிய மற்றொருவழி விதவை மறுமணமாகும். அவர் காலத்திலேயே சிலர் தங்கள் விதவைப் பெண் களுக்கு மறுமணம் செய்வித்தனர். மற்றுஞ் சிலர் அமைப்புக்களை நிறுவி அவற்றின் வழியே பலஇளம் விதவைப் பெண்களுக்கு மறுமணம் செய்வித்தனர்.[77] 1875ஆம் ஆண்டில் புரசைவாக்கம் சேஷையங்கார் என்பவர், அம்மானைப்பாடல் வடிவில் அமைத்த 'ஆதியூர் அவதானி' என்ற நூலில் விதவை மறுமணத்தை நிகழ்த்திக் காட்டினார்.

பழைமைவாதிகளும், படித்த சிலரும் கூட எதிர்த்த விதவை மறுமணத்தை, மாதவையா ஆதரித்தார். தம் நாவல்களில் விதவை மறுமணத்தைக் காதல் திருமணங்களாகப் படைத்துக் காட்டினார். 'மு.மீ' (1903) நாவலில் விதவை மீனாட்சிக்கும், 'ச.ன்.' (1909) நாவலில் விதவை கல்யாணிக்கும், 'கி.தா.' (1915) நாவலில் விதவை கிளாரிந்தா பாய்க்கும் மறுமணங்கள் நிகழ்வதாக மாதவையா படைத்துள்ளார்.

இவ்வாறு விதவை மறுமணத்தை மாதவையா ஆதரித்தாலும், அதில் நான்கு வரையறைகளை அமைத்திருப்பதை அவர்தம் நாவல்கள் வழியே அறியலாம்.

1. கணவனுடன் இல்லறவாழ்வு வாழாமலே விதவையான பெண் மறுமணம் செய்வதைக் காணமுடியும். மீனாட்சி, பருவம் வருவதற்குள்ளேயே, முப்பது வயதான கணவனுடன் கட்டாய மாக உடலுறவு கொள்ள நிர்ப்பந்திக்கப்பட்டாலும்,[78] அவனுடன் அவள் முறையான பாலியல் வாழ்வு வாழவில்லை. இவள் விதவையானபின், மறுமணம் செய்து கொள்கிறாள்.

'கி.தா.' நாவலில், சாவை எதிர் நோக்கியிருக்கும் திவானுக்கு வாழ்க்கைப்பட்ட இளம்பெண் கிளாரிந்தாபாய், அவனுடன் எவ்வித இல்லறவாழ்வும் நடத்தவில்லை. விதவையானபின் ஓர் ஆங்கிலேயனை மணந்து கொள்கிறாள்.

'ச.ன்.' நாவலில் குழந்தைமணம் புரிந்த கல்யாணி, பத்தாண்டு காலமாக நோயுற்றுக்கிடந்த கணவனான சிறுவனுடன் இல்லறம் நடத்தவில்லை. விதவையானபின் மற்றொரு இளைஞனை மணந்து கொள்கிறாள்.

2. விதவைப் பெண்களை மணந்து கொள்ள முன்வந்த இளைஞர்கள் ஆங்கிலக்கல்வி கற்ற பட்டதாரிகளாகவோ, ஆங்கிலேயனாகவோ இருப்பதை மாதவையா கட்டிக்காட்டியுள்ளார். இவ்விளைஞர் களிடம் ஐரோப்பியப் பண்பாட்டின் தாராளவாதச் சிந்தனை களின் தாக்கம் இருந்ததை மாதவையா உணர்த்தியுள்ளார். இவர்கள் சாதி, மத ஆசாரங்கள் மீறும் எண்ணப் போக்கை உடையவர்களாக இருக்கிறார்கள்.

'மு.மீ.' நாவலில், விதவை மீனாட்சியை மணந்து கொள்ளும் சுந்தரேசன் என்ற பிராமண இளைஞன் ஆங்கிலக் கல்வி கற்ற பட்டதாரியாக உள்ளான். சொந்தமாக வியாபாரம் செய்து பொருள் ஈட்டுகிறான். மேற்கத்திய மதிப்பீடுகளையும், தமிழ்ப்பண்பாட்டின் ஒழுக்க நெறிகளையும் ஏற்றுக் கொண்டவனாகவே படைக்கப் பட்டிருக்கிறான்.

'கி.தா.' நாவலில், மராட்டிய பிராமண விதவைப் பெண் கிளாரிந்தாவை மணக்கும் ஆடவன் ஆங்கிலேய கிழக்கிந்தியக் கம்பெனிப் படையின் கேப்டனாவான்; பெண்ணடிமைத்தனத்தை வெறுப்பவன்; உடன்கட்டை ஏற்றப்பட்ட கிளாரிந்தாவை நெருப்பி லிருந்து காப்பாற்றியவன்.

'ச.ன்.' நாவலில், விதவை கல்யாணியை மணந்து கொள்ளும் சத்தியானந்தன் பிறப்பால் பிராமணனாயினும், கிறித்தவப் பாதிரி யாரின் வளர்ப்பால் கிறித்தவனாகி, இறுதியில் மதப் பொதுமை நோக்கு உற்றவனாகிறான். ஆங்கிலக் கல்வி வழியே பி.ஏ. பட்டம்

பெற்று ஆசிரியப் பணிபுரிகிறான். மேலான பண்புகளின் இருப்பிட மாகத் திகழ்கிறான்.

3. விதவை மறுமணங்கள் அனைத்தும் காதல் திருமணங்களாக அமைவதை மாதவையா கோடிட்டுக் காட்டியுள்ளார்.

'மு.மீ' நாவலில் மீனாட்சி சிறுமியாக இருக்கும்போதே 'பெண்டாட்டி' என்று சுந்தரேசன் விளையாட்டாக அழைத்து, பின்னர் அவள் விதவையான பிறகு கடிதங்கள் வழியே தன் காதலை வெளிப்படுத்து கிறான். மீனாட்சியும் அவனை மனதார நேசிக்கிறாள். இறுதியில் அவளுடைய அண்ணன் சுப்பிரமணியத்தின் ஆதரவுடன் சுந்தரேசனுக்கும், மீனாட்சிக்கும் நகரத்தில் திருமணம் நிகழுகிறது.

'ச.ன்.' நாவலில், விதவைக் கோலத்தைத் தாங்க முடியாமல் இளம் விதவை கல்யாணி தற்கொலை செய்ய முயன்றபோது, அவளைக் காப்பாற்றிய இளைஞன் சத்தியானந்தன் அவள் மீது காதல் கொள் கிறான். கல்யாணியும் அவனைக் காதலிக்கிறாள். இறுதியில் முற்போக்கு எண்ணங்கொண்ட அவள் தந்தையின் ஆசியுடன் இருவரும் மணந்து கொள்கின்றனர்.

'கி.தா.' நாவலில், கட்டாயமாக உடன்கட்டை நெருப்பில் இடப்பட விதவை கிளாரிந்தாபாயை ஆங்கிலேய காப்டன் காப்பாற்ற, பின்னர் இருவருக்கும் காதல் மலர்ந்து திருமணத்தில் முடிகிறது.

4. இவ்வாறு நடைபெறும் காதல் மணங்களான விதவை மறுமணங் களில் பிராமண விதவைப் பெண்கள் கிறித்தவ மதம் மாறுகின்றனர், அல்லது மாற்றப்படுகின்றனர், அல்லது மாறும் எண்ணங் கொள்கின்றனர். இவர்களை மணப்பவர்கள் பிறப்பாலேயே கிறித்தவ மதத்தவாராகவோ, வளர்ப்பால் கிறித்தவராகவோ இருக்கின்றனர். பிராமணனாக இருந்தால், வைதீகர்களின் எதிர்ப்புக்கு அஞ்சிக் கிறித்தவனாக மாறும் எண்ணம் கொண்ட வனாக இருக்கிறான்.

பிராமண விதவை கல்யாணி, சத்தியானந்தனை மணப்பதற்காகத் தந்திரமாக ஒரு கிறித்தவப் பெண்ணால் கிறித்தவ மதம் தழுவி ஞானபுஷ்பமாகப் பெயரை மாற்றிக் கொள்கிறாள். சத்தியானந்தன் கிறித்தவனாக வளர்ந்து மதப்பொது நோக்குள்ளவனாக மாறுகிறான் (ச.ன்.). மராட்டிய பிராமண விதவை கிளாரிந்தாபாய், ஆங்கிலேய கேப்டன் லிட்டில்டனைக் காதலித்து அவனுடனே வாழும்போது கிறித்தவ மதக் கொள்கைகள் மீது ஈடுபாடு கொள்கிறாள். ஞானஸ்நானம் பெற்றுக் கிறித்தவளாகிறாள். லிட்டில்டன் பிறவிக் கிறித்தவன். (கி.தா.)

விதவை மீனாட்சியும் அவளை மணந்த சுந்தரேசனும் அக்கிர காரத்தாரின் ஒறுப்புக்கு உள்ளாகிறபோது கிறித்தவமதம் மாறினால் தம் இனத்தாரின் கொடுமைகளிலிருந்து தப்பிக்கலாம் என எண்ணு கிறார்கள் (மு.மீ.).

இவ்வாறு மாதவையா தாம்படைத்த நாவல்களில் விதவை மறுமணங்களை எச்சரிக்கையோடும், தம் காலநிலையை நன்குணர்ந்தும் சித்திரித்துள்ளார். 1903இல் வெளிவந்த 'முத்துமீனாட்சி' நாவல் பிராமண விதவை மறுமணத்தை வரவேற்ற காரணத்தினால் கண்டனத் திற்கு உள்ளாகி, மறுபதிப்புக்காணாமல் கிடந்தது. பின்னர் 1924இல் மாதவையாவே இரண்டாம் பதிப்பாக வெளியிட வேண்டிய நிலை இருந்தது. கிறித்தவ மதத்தைச் சேர்ந்தோரிடையே விதவை மறுமணம் பெரும் சிக்கலாக இல்லாதிருந்ததாலேயே மாதவையா, விதவை மறுமணத்தையும், கிறித்தவ மதத்தையும் இணைத்தார். அதோடு, விதவையை மறும்ணம் செய்வதற்குக் காதல் உணர்வு இன்றியமையாத தாக இருக்க வேண்டியதை மாதவையா உணர்ந்துள்ளார்.

2.3.4.4. பெண் திருமணமும், வரதட்சிணையும்

பிராமண சமூகத்தில், மாதவையா காலத்தில் இருவகைத் திருமணங்கள் நடைபெற்றன என்பது ஏற்கனவே சுட்டப்பட்டது. முதல் வகைத் திருமணத்தில், மாப்பிள்ளை வீட்டார், பெண்பார்த்து, அவள் பெரியவளாவதற்குள் தங்கள் மகனுக்குத் திருமணம் செய்து வைத்தார்கள். இதுவே தொன்று தொட்டு வந்த வழக்கமாகும். மாப்பிள்ளை, சிறுவனாக இல்லாமல் மனைவி இழந்த முதியவராக இருந்தால், பெண் வீட்டார்க்கு அதிகப் பொருள் தந்து பெண்ணை மணக்கும் வழக்கமும் இதில் அடங்கும். 'ப.ச.' நாவலில் சேஷையரும், 'மு.மீ' நாவலில் சுந்தரமையரும், இளஞ்சிறுமிகளை மறுமணம் செய்கிறபோது அதிகப் பொருள் தருவதை மாதவையா எழுதி யுள்ளார். இவ்வாறு பெண்வீட்டார்க்கு, மாப்பிள்ளைவீட்டார் பொருள் தந்து, பெண் எடுத்த வழக்கம் பற்றி 'என் சரித்திரம்' நூலில், உ.வே. சாமிநாத ஐயரும் குறிப்பிட்டுள்ளார். இந்நூலில், தம் தந்தையார் வாழ்ந்த காலம் (1855ஆம் ஆண்டுக்கு முற்பட்டது) பற்றி உ.வே. சாமிநாத ஐயர் எழுதும்போது,[79]

> 'விவாகச் செலவிற்கும் கூறை முதலிய ஆபரணங்களுக்கும் பிள்ளை வீட்டுக்காரர்களே பணம் கொடுப்பது வழக்கம்; ஒரு திருமாங்கலியம் மட்டும் பெண்வீட்டார் பெண்ணுக்குக் கொடுப்பார்கள். ஆதலின் கலியாண விஷயத்தில் இந்தக் காலத்தைப் போலப் பெண்வீட்டார் பொருளில்லையே என்ற கவலை கொள்ளமாட்டார்கள்'

என்று குறிப்பிட்டுள்ளார். ஆனால் ஆங்கிலேயர் ஆட்சியினால் ஏற்பட்ட புதிய பொருளாதார அமைப்பில் தனிமனிதர்களின் வருமானத்தில் குறிப்பிடத்தக்க மாற்றங்கள் ஏற்பட்டன. அதுவரை குடும்ப அடிப்படையில் சொத்து அளவிடப்பட்ட நிலை மாறி, தனிமனிதர் அடிப்படையில் வருமானம் அளவிடப்பட்டது. நிலத்தை அடிப்படையாகக் கொண்ட வருமானத்தில் ஒரே தலைமுறைக்குள்ளாக குறிப்பிடத்தக்க ஏற்றம் ஏற்படவில்லை. ஆனால் ஆங்கிலேயர் உண்டாக்கிய தொழில் சார்ந்த பொருளாதாரக் கட்டமைப்பில், தொழில்களிலோ, வேலைகளிலோ ஈடுபட்ட ஆடவர்கள், ஒரு தலைமுறைக்குள்ளே மிகுந்த அளவில் பொருள் ஈட்ட வழி பிறந்தது. குடும்பங்களில், ஆடவர்களே, ஆங்கில வழிக் கல்வி கற்றுப் பொருள் ஈட்டினார்கள். புதிய வசதிகளை அடைந்தார்கள். இதன் காரணமாகத் திருமணச் சந்தையில் விலை மிக்கவர்களாக ஆனார்கள். அதோடு கூட, பல்லாண்டுகாலமாக, நகரங்களில் தங்கி, பொருளை செலவழித்து, ஆடவர்கள் கற்க நேரிட்டதால் அவர்களுடைய பெற்றோர்கள், தாங்கள் செலவிட்ட தொகையைப் பெண் வீட்டாரிடமிருந்து பெற நினைத்ததும் ஒரு காரணமாக ஆகியது. இந்நிலை பற்றி, மாதவையா, ‘மு.மீ.’ நாவலில் கீழ்வருமாறு குறிப்பிட்டார்:[80]

> ‘அந்த நாட்களில் பெண்களுக்கு மாப்பிள்ளை வீட்டுக்காரர் பணங்கொடுப்பதன்றி, மாப்பிள்ளைக்குப் பெண் வீட்டுக்காரர் நகைகள் செய்து போட்டும், படிப்புச் செலவுக்குப் பண முதவியும் துவிச் சக்கர வண்டிகள் வாங்கிக் கொடுத்தும் பணங் கொடுப்பதும் கிடையாது.’

எனவே, மாப்பிள்ளைக்கு அவனுடைய படிப்பு, பணி, செல்வம் ஆகிய புதிய தகுதிகளுக்கு ஏற்பப் பெண் வீட்டார்கள் பணம், நகை போன்றவற்றைத் தருவதே வரதட்சிணை வழக்கம் என்றாகியது. இந்துமரபில், குழந்தைமணம், விதவை நிலை ஆகியவை பெண்ணுக்குத் தீங்கு விளைவித்தன. புதிதாக ஏற்பட்ட பொருளாதார அமைப்பில், வரதட்சிணை தரும் வழக்கம் பெண்ணுக்கு மேலும் தீங்கு விளை விக்கக் கூடியதாக அமைந்தது. இவ் வரதட்சிணையினால் பெண் வீட்டார் படும் துயரங்களைப் பற்றியும், பெண் வீட்டாரிடமிருந்து அதிகம் வரதட்சிணை பெறுவதற்காக, மாப்பிள்ளை வீட்டார் தம் மகன்கட்குப் பொருத்தமில்லாத பெண்களை மணஞ் செய்வித்த கொடுமைகள் பற்றியும் மாதவையா தம்முடைய ‘குசிகர் குட்டிக் கதை’களில் விவரித்துள்ளார். ‘வரன்தேடும் வைபவம்’ என்ற கதையில், விசுவநாதையர், தம் மகள் யோகாம்பாளுக்கு மாப்பிள்ளை தேடிச் சென்று, மாப்பிள்ளை வீட்டாருக்கு வரதட்சிணையாக 800 ரூபாயும்,

திருமணச் செலவுக்கு 200 ரூபாயும் தருகிறார். ஆனால் கோத்திரம் சரியில்லை என்று அத்திருமணத்தை மாப்பிள்ளை வீட்டார் தடுத்து விடுகின்றனர். விசுவநாதையர் பல ஊர்கட்கு சென்று தோற்றுப் போய் இறுதியில் வேறு வழியின்றி, தொடக்கக் கல்வியில் தேர்ச்சி பெறாமல், சமைத்துப்போட்டு வாழுகின்ற ஓர் ஏழைப்பிராமணப் பையனுக்குத் தம் மகளை மணம் செய்து வைக்கிறார்.

'அதுநேர்ந்த விதம்' கதையில், மாப்பிள்ளை வீட்டார் வரதட்சிணை கேட்டு நெருக்கியதால், அதனைத் தர இயலாமல் தன் பெற்றோர் துயர் உறுவதை அறிந்து பொறுக்க இயலாமல், பெண், கிணற்றில் விழுந்து தற்கொலை புரிகிறாள். வரதட்சிணை வழக்கத்தால் பெண் மட்டும் அவதிக் குள்ளாவதில்லை. ஆணும் துன்புறுகிறான். 'கமலத்தின் கலியாணம்' என்ற சிறுகதையில் கல்வியும், அழகும் ஒருங்கே வாய்த்துள்ள மகனைப் பெற்றவர்கள், பணத்தாசையினால், அழகற்ற பெண்ணைத் தம் மகனுக்கு மணம் செய்துவைக்க, பணக்காரப் பெண் வீட்டாரிடமிருந்து 30 ஆயிரம் ரூபாய் வரதட்சிணையாகப் பெறுகிறார்கள்.

மாதவையா, இக்கதைகள் வழியாக, வரதட்சிணை வழக்க மானது, திருமணவாழ்வில் இணையும் ஆணுக்கும், பெண்ணுக்கும் தீங்காகவே அமைவதை எடுத்துரைத்துள்ளார். பெண் வீட்டாரிட மிருந்து, மாப்பிள்ளை வீட்டார் தம் மகன்கட்கு வரதட்சிணை வாங்குவது, உண்மையிலேயே 'சந்தையில் விலைக்கு விற்பது' போன்றதே என்று மாதவையா, 'அவனாலான பரிகாரம்' என்று கதையில் குறிப்பிட்டுள்ளார்.[81] வரதட்சிணை வழக்கம் இந்துமத சாத்திரங்களில் கூறப்படவில்லை என்று இக்கதையில் (பக். 19) மாதவையா குறிப்பிட்டுள்ளார். குழந்தை மணம், விதவைக் கோலம் போன்றவை, இந்துமதத்தில் இணைந்த ஆசாரக்கேடுகளாக இருக்க, வரதட்சிணை வழக்கம் புதிய காலமாறுதலால் ஏற்பட்ட கேடாக அமைவதைக் காணலாம். இதனை அகற்றுவது எவ்வாறு என்பதை அறிவுறுத்தவே, 'அவனாலான பரிகாரம்' என்ற கதையை மாதவையா படைத்துள்ளார். பழந்தலைமுறைச் சேர்ந்த பெற்றோர்கள் சிலர், தம்முடைய பொருளாசைக்குப் பிள்ளைகளைப் பலியாக்குகிறார்கள். இவர்களால் வரதட்சிணை வழக்கத்தை ஒழிக்க முடியாது. படித்துப் பண்பட்ட இளம் தலைமுறையைச் சேர்ந்த ஆடவர்களால்தான் இது முடியும் என்ற கருத்தை 'அவனாலான பரிகாரம்' எனும் கதைவழியே மாதவையா உணர்த்தியுள்ளார். இக்கதையில் வரும், சாமிநாதன் என்ற இளம் பட்டதாரி, தன்னுடைய குழந்தை மணத்தின்போதும் ருதுசாந்தி கலியாணத்தின்போதும், தன் பெற்றோர் பெண் வீட்டாரிடம்

இருமுறை வரதட்சிணை வாங்கியதை அறிந்து வருந்துகிறான். தன்னை இருமுறை விலைக்கு விற்றுவிட்டதாகவே கருதிப் புழுங்குகிறான். 'பிள்ளை வீட்டுக்காரர் பணம்பறிப்பது, கொள்ளைக்குச் சமானமே' என்றுணர்கிறான். இறுதியில் தன் மனைவியிடம்,

> 'கமலா! நானும் ஓர் ஆண்பிள்ளையானால், இந்தப் பணத்தை, ஆம் எல்லாப் பணத்தையுமே, உன் தகப்பனாருக்குத் திருப்பிக் கொடுக்கும்படி செய்வேன். இல்லாவிட்டால், நானாவது எப்படியாவது வேலை செய்து உழைத்து, அவருக்கு இந்தப் பணத்தைத் திருப்பிக் கொடுக்கும் வரை, என்னையொரு அடிமையென்றே பாவித்து நடந்து கொள்வேன்... இந்தப் பரிகாரத்தைக் கூட நான் செய்யாவிட்டால், நான் ஓர் ஆண் பிள்ளையல்ல. என் படிப்பும் வீணே'[82]

என்று சபதம் செய்கிறான். அதன்படியே செயலில் செய்து காட்டுவதாக மாதவையா கதையை முடித்துள்ளார்.

மேற்காட்டிய மேற்கோளில், வரதட்சிணை வாங்குவது ஆடவரின் தன்மானத்திற்கு இழுக்கு என்ற கருத்தை மாதவையா வலியுறுத்துவதைக் காணலாம். பொருட்களையும், அடிமைகளையுமே விலைக்கு வாங்கவும் விற்கவும் செய்வார்கள். வரதட்சிணை வாங்கித் திருமணம் செய்யும் போது, படித்த ஆண்மகனை விலைக்கு விற்கவும், வாங்கவும் செய்வதால் அவனும் அடிமையும் ஒன்றாகின்றார்கள். விடுதலை, சுதந்திரம், சமத்துவம், அறிவு நோக்கு போன்ற புதிய மதிப்பீடுகளை மேற்கத்திய கல்வி வழியே கற்றறிந்த இளம் ஆண்கள் தாம் கற்ற கல்விக்கு மாறாக, வரதட்சிணை வழக்கத்தால் அடிமைகளாகிறார்கள். எனவே, வரதட்சிணை வழக்கத்தை ஒழிப்பது, படித்த ஆடவர்களின் பொறுப்பாவதை மாதவையா தீர்வாக முன்மொழிந்துள்ளார். இதனால், பெண்ணைப் பெற்றவர்கள் அவமானத்திற்கு உள்ளாவதிலிருந்து விடுதலை பெறுகிறார்கள். பெண்களும், இதனால் தற்கொலை புரியத் தேவை இல்லாமற் போகிறது.

இதுவரை, இவ்வியலில், மாதவையா படைத்த நூல்களிலிருந்து, அவர் முன்வைத்த சமூக சீர்திருத்தக் கருத்துக்களை விரிவாகக் காணமுடிந்தது. இக்கருத்துக்களை மக்களிடம் பரவச் செய்வதற்காகவே மாதவையா தம் நூல்களைப் படைத்திருப்பதை அறியலாம். இக்கருத்துக்களை, சாதி, மதம், செல்வம், பெண் சிக்கல் என நான்கு வகையாகப் பகுத்து அவற்றைப் பிறப்புவழி மேன்மை மறுப்பு, தனிமனித முயற்சி வழி மேன்மை ஏற்பு என்ற கருத்தாக்கங்களைக் கொண்டு விளக்க முயற்சி மேற்கொள்ளப்பட்டுள்ளது.

குறிப்புக்கள்

1. 'Without Social reform our Political reform is a dream, a myth, for, social slaves can never really understand political liberty. And until and unless our social conferences prove a success our National Congress is nothing but glare and dust'

   S. Subramanya Bharati's letter to 'Hindu' in 1904, Quoted in, Rangaswami Parthasarathy, 'A Hundred Years of Hindu' (Kasturi & Sons Ltd., Madras, 1978) p. 76.

2. இளசை மணியன் (தொகுப்பு) 'பாரதி தரிசனம்- முதற்பாகம்' (NCBH, சென்னை, 1975) பக்- 269-70
3. அ. மாதவையா (இதழ்) 'பஞ்சாமிர்தம்' (மாலை 1, காசு 6, புரட்டாசி, சென்னை, 1924) பக். 444
4. மேற்படி இதழ். பக். 445
5. அ. மாதவையா (தலைமைஉரை) 'ஆசார சீர்திருத்தம்' (சுதேசமித்திரன் பிரஸ், சென்னை, 1916) பக். 8.
6. மேற்படி நூல். பக். 8.
7. மே.நூல். பக். 3
8. மே. நூல். பக்.8
9. அ. மாதவையா, 'பத்மாவதி சரித்திரம்' (வானவில் பிரசுரம், சென்னை, 1978) பக். 276
10. அ. மாதவையா, 'முத்து மீனாட்சி' (வானவில் பிரசுரம், சென்னை 1981) பக். 82

    'இது நடந்த பின், அது கரும சண்டாளர் தெருவென்றும், அதிலிருந்தால் தமக்குள்ள பிராமணியமும் போய்விடுமென்றும், அடுத்த நாளே சூத்திரர் தெருவுக்குக் குடி போய்விட்டார்'

11. அ. மாதவையா, 'பத்மாவதி சரித்திரம்' 1, 2, இயல்கள்
12. மே.நூல். பக். 17
13. அ. மாதவையா, 'தில்லை கோவிந்தன்' (தமிழில்) வே. நாராயணன், (பதிப்பு) பி.ஸ்ரீ. (தினமணி காரியாலயம், சென்னை, 1944) 3வது இயல்: 'பழைய நினைவுகளிலும், சம்பவங்களிலும் சிலவற்றைக் கூறுவது'
14. அ. மாதவையா, 'குசிகர் குட்டிக் கதைகள் - இரண்டாம் எட்டு' (ஆசிரியர் அச்சுப் பிரசுராலயம், சென்னை, 1924). 9வது கதை 'தந்தையும் மகனும்'
15. மே.நூல். 1வது கதை 'குதிரைக் காரன் குப்பன்'
16. அ. மாதவையா, 'பத்மாவதி சரித்திரம்' பக். 52.
17. மே.நூல்.. பக். 51-52.
18. மே.நூல்.. பக். 361

19. மே.நூல்.. பக். 361
20. மே.நூல்.. பக். 53
21. மே.நூல்.. பக். 52
22. மே.நூல்.. பக். 83
23. அ. மாதவையா, 'முத்து மீனாட்சி' பக். 52
24. அ. மாதவையா, 'குசிகர் குட்டிக் கதைகள்' - முதல் எட்டு பக்க். 66 - 68
25. அ. மாதவையா, 'முத்து மீனாட்சி' பக். 76
26. மே.நூல். பக்க். 76-77
27. நீக்கப்பட்டது)
28. அ. மாதவையா, 'பத்மாவதி சரித்திரம்' பக். 359
29. A. Madhaviah, 'Thillai Govindan's Miscellany - Ed. by Pamba' (The Madras Christian College Magazine, July, 1907) pp. 17-18
30. அ. மாதவையா, 'முத்து மீனாட்சி' பக். 76
31. அ. மாதவையா, 'பத்மாவதி சரித்திரம்' பக். 275
32. மே.நூல். பக். 279
33. மே.நூல். பக்க். 279-295
34. அ. மாதவையா, 'முத்து மீனாட்சி' பக்க். 53-55
35. அ. மாதவையா, 'தில்லை கோவிந்தன்' (1944, 2வது இயல்)
36. மே. நூல். 15வது இயல்
37. அ. மாதவையா, 'முத்து மீனாட்சி' பக். 85
38. மே.நூல். பக். 85
39. மே.நூல். பக்க். 84-85
40. மே.நூல். பக். 85
41. அ. மாதவையா, 'குசிகர் குட்டிக் கதைகள்' - இரண்டாம் எட்டு (ஆசிரியர் அச்சுப் பிரசுராலயம், சென்னை, 1924) பக். 108
42. அ. மாதவையா, 'பத்மாவதி சரித்திரம்' பக். 359
43. மே. நூ. பக். 322 - 23
44. மே.நூ. பக். 360
45. அ. மாதவையா, 'முத்து மீனாட்சி' பக். 86
46. A. Madhaviah, 'Thillai Govindan's Miscellany' pp. 14, 16, 17-18
47. அ. மாதவையா, 'முத்து மீனாட்சி' பக். 85
48. அ. மாதவையா, 'சத்தியானந்தன்' (தமிழில்) திருமதி. சரோஜினி பாக்கிய முத்து. (கிறிஸ்தவ இலக்கிய சங்கம், சென்னை, 1979) பக். 97 இப்பகுதியின் ஆங்கிலமூலம்:

'May, I care not what God he may worship: let him only be truthful, good and compassionate, and whether the one great God be Siva, Vishnu, Allah, Buddha, or Christ, He will not forsake or reject him'
A. Madhaviah. 'Satyananda' (Mysore review. Banglore), 1909 p. 141

49. A. Madhaviah, 'Satyananda' p. 439
50. அ. மாதவையா, 'தில்லை கோவிந்தன்' 2வது இயல்
51. அ. மாதவையா, 'பத்மாவதி சரித்திரம்' பக்க். 48-49.
52. மே.நூல். பக். 171-72
53. அ. மாதவையா, 'முத்து மீனாட்சி' பக். 39
54. A. madhaviah, 'Thillai Govindan's Miscellany, (The Madras Christian College Magazine, April, 1907) p. 519
55. Ibid. pp. 520-21
56. அ. மாதவையா, 'தில்லை கோவிந்தன்', 12வது இயல் பக். 86-87
57. மே.நூ. 19வது இயல்.
58. இவ் ஆய்வேட்டின் முதல் இயலில், இப்பொருள் பற்றிய விரிவான விளக்கத்தைக் காண்க.
59. 'பத்மாவதி சரித்திரம்' (நாவல்) விதவைச்சிக்கல், பெண்கல்வி, குழந்தை மணத்தின் கேடுகள்.
60. A. Madhaviah, 'Thillai Govindan's Miscellany.' p. 197
61. அ. மாதவையா பத்மாவதி சரித்திரம். பக். 287
62. மே.நூ. பக். 285, 286
63. அ. மாதவையா, 'முத்து மீனாட்சி' பக். 3
64. அ. மாதவையா, ஆசார சீர்திருத்தம் பக். 34
65. அ. மாதவையா, 'பத்மாவதி சரித்திரம்' பக். 265
66. அ. மாதவையா, 'ஆசார சீர்திருத்தம்' பக். 17
67. அ. மாதவையா, 'பத்மாவதி சரித்திரம்', பக். 72
68. ஆயினும், இவர்களுடைய காதலுக்கு, பெண்ணின் பெற்றோரின் பொருளாசையும், வீரசங்கிலித் தேவர் என்ற எதிராளியின் மூடக் காமமும் தடையாக இருந்ததையும் இணைத்தே காணவேண்டும். விஜய மார்த்தாண்டரும், சிவகாமியும் ஒரே சாதி மதத்தினர் என்பதால், இவர்களுடைய காதல் திருமணத்திற்கு சாதி, மதத் தடைகள் காரணங்களாக அமையவில்லை.
69. அ. மாதவையா, 'ஆசார சீர்திருத்தம்', பக். 15
70. அ. மாதவையா, 'பத்மாவதி சரித்திரம்', பக். 285.

71. A. Madhaviah. 'Thillai Govindan's Miscellany' (The Madras Christian College Magazine, October, 1906) p. 195
72. Abbe. J.Q. dubois, 'Hindu Manners, Customs and Ceremonies' (Translated from French into English) Henry K. Beauchamp. (Oxford University Press, Delhi, Third (Indian) edition... 1989, Original Third Edition: 1906) p. 327.

'... prostitutes are the only women who are allowed to learn to read, sing or dance, it would be thought a disgrace to a respectable women to learn to read.. As for dancing it is left absolutely to courtesans and even they never dance with men'

73. A. Madhaviah, 'Thillai Govindan's Miscellany' p. 195
74. அ. மாதவையா, 'பத்மாவதி சரித்திரம்', பக். 93, 186
75. அ. மாதவையா, 'ஆசார சீர்திருத்தம்', பக். 34இல் உள்ள பட்டியலைக் காண்க
76. அ. மாதவையா (இதழ்) பஞ்சாமிர்தம் (மாலை 11, காசு 5 ஆவணி, 1925) பக். 369
77. இப்பொருள் குறித்த விரிவான விளக்கத்தினை, முதல் இயலில் காணலாம்.
78. அ. மாதவையா, 'முத்து மீனாட்சி' பக். 46 - 47
79. உ.வே.சாமிநாதையர், 'என் சரித்திரம்' (பதிப்பு) எஸ். கலியாண சுந்தர ஐயர் (கபீர் அச்சுக் கூடம், சென்னை)
80. அ. மாதவையா, 'முத்து மீனாட்சி' பக். 37
81. அ. மாதவையா, 'குசிகர் குட்டிக் கதைகள்' முதல் எட்டு. பக். 19
82. மே.நூ. பக். 21

3. மாதவையாவின் தமிழ் நாவல்களில் காணப்படும் மரபுக் கூறுகளும் சிறப்பியல்புகளும்

3.0. இரண்டாவது இயலில், மாதவையா படைத்த நாவல்களின் உள்ளடக்கம் ஆய்வுக்குட்படுத்தப்பட்டு, அதில் காணப்பட்ட சமூக சீர்திருத்தக் கருத்துக்கள் பகுத்தறியப்பட்டன. இப்பகுப்பாய்விற்குப் பிறப்புவழி மேன்மை மறுப்பு, தனிமனித முயற்சிவழி மேன்மை ஏற்பு என்ற சமூகவியலாளர் கருத்தாக்கம் பயன்படுத்தப்பட்டது. தனிமனித முயற்சி மேன்மையை மாதவையா போற்றியது விளக்கப்பட்டது. எல்லாவற்றிற்கும் தனிமனிதனே மையமானவன் என்ற புதிய சிந்தனைப் போக்கை மாதவையா ஏற்றிருந்தார். சிந்தனைப் போக்கில் மட்டுமின்றி அவற்றை வெளிப்படுத்துவதற்குப் புதிய இலக்கிய வடிவத்தையும் பின்பற்றினார் என்பதற்கு அவர் 'நாவல்' என்னும் வடிவத்தைக் கையாண்டதன் மூலம் அறிந்து கொள்ளலாம்.

ஐரோப்பிய இலக்கிய வடிவமான நடப்பியல் நாவல் வகையை மாதவையா கையாண்டபோது, தம் காலத்தில் தமிழ் கற்றோரிடையே இன்னமும் செல்வாக்குச் செலுத்திய தமிழ்ச் செய்யுள் இலக்கிய மரபுக் கூறுகளையும் நாவல்களில் கையாண்டுள்ளார். தொடக்க கால இந்திய நாவல் எழுத்தாளர்களிடம் காணப்பட்ட பொதுவான பண்பாக இதனைக் குறிப்பிடுவர். மாதவையா, செய்யுள் இலக்கிய மரபுக்கூறுகளைக் கையாண்டால், தமக்குமுன் வெளிவந்த தமிழ் நாவல்களில் காணமுடியாத சிறப்பியல்புகளையும் தம் நாவல்களில் படைத்துள்ளார். அவருடைய மூன்று தமிழ் நாவல்களும் மூன்று அணுகுமுறைகளில் படைக்கப்பட்டுள்ளன. ஒவ்வொன்றும் தனித் தன்மை கொண்டுள்ளது. இந்நாவல்களில் சிறப்பாக இருவகை எடுத்துரைப்புக்களை (narrations) காணலாம். இவற்றில் மாதவையா பயன்படுத்திய உரைநடை குறிப்பிடத்தக்க புதுமைப் பண்புகளைப் பெற்றிருந்தது. இவை அனைத்திற்கும் மேலாக, 'விஜய மார்த்தாண்டம்' என்ற நாவலைத் தவிர்த்த ஏனைய தமிழ், ஆங்கில நாவல்களில் நடப்பியல் கூறுகள் மிகுதியாக இருப்பது குறிப்பிடத்தக்க சிறப்பியல் பாகும். இந்நடப்பியல் கூறுகளைப் பற்றி நான்காவது இயலில் தனியே

விளக்கமாக ஆயப்படுவதால், இவ் இயலில் இவைதவிர எனைய சிறப்பியல்புகளே விவரிக்கப்படுகின்றன.

மாதவையாவின் நாவல்களில் காணப்படும் தமிழ்ச் செய்யுள் இலக்கிய மரபுக் கூறுகளை, காவியக் கூறுகள், நீதி இலக்கியக் கூறுகள், நாட்டுப்புற இலக்கியக் கூறுகள் என்ற மூன்று உட்தலைப்புக்களில் பிரித்தறியலாம். இந்த மூன்று கூறுகளும், மாதவையா தம் நாவல் களைப் படைத்த இரு நோக்கங்களில் ஒன்றான, நன்னெறி புகட்டும் நோக்கத்திற்காகவே இடம் பெற்றுள்ளன. நீண்ட தமிழ்ச் செய்யுள் இலக்கிய மரபில் தொடர்ச்சியாக நன்னெறி புகட்டும் பண்பே விஞ்சி நிற்கிறது. 19ஆம் நூற்றாண்டின் தொடக்கத்திலிருந்தே, தமிழில் உரைநடையாலியன்ற கதைகளும், கட்டுரைகளும் படைக்கப்பட்ட போது, அவற்றில் இந்த நன்னெறி புகட்டும் மரபே மேலோங்கி நின்றது.

தொடக்ககாலத் தமிழ் நாவலாசிரியர்கட்கு முன்னோடியாகத் திகழ்ந்த ஆங்கில நாவல்களிலும், நன்னெறி புகட்டும் போக்குக் காணப்பட்டது. எனவே அவற்றைப் பின்பற்றி எழுதப்பட்ட தமிழ் நாவல்களிலும் நன்னெறி புகட்டும் மரபு இழையோடுவதைக் கண்டுணர முடிகிறது.

மேலும், தொடக்ககாலத் தமிழ் நாவலாசிரியர்களான வேதநாயகம் பிள்ளை, ஸ்ரீ.வை. குருசாமி சர்மா, பி.ஆர்., இராஜமையர் போன்றோர் ஆங்கில அறிவு மட்டுமின்றி, மரபான தமிழ்ச் செய்யுள் அறிவையும் பெற்றிருந்தனர். வேதநாயகம் பிள்ளை தமிழில் இயற்றியுள்ள நீதிப்பாடல்களும், குருசாமி சர்மா, தம்முடைய 'பிரேம கலாவதீயம்' நாவலில் மேற்கோளிட்டுள்ள தமிழ்ச் செய்யுட்களும், இராஜமையரின் நாவலான 'கமலாம்பாள் சரித்திரத்தில்' இடம் பெற்றுள்ள தமிழ்ச் செய்யுட்களும் இதற்குச் சான்றாகும். மாதவையா ஆங்கிலத்தில் கவிதைகளும், நாவல்களும், கட்டுரைகளும், சிறுகதைகளும் படைத் தாராயினும், தமிழிலும் முறையான கல்வி கற்றிருந்தார். தமிழில் செய்யுளில் அவர் இயற்றிய 'பொது தர்ம சத்கீத மஞ்சரி' (1914), 'புதுமாதிரிக் கல்யாணப் பாட்டு' (2ஆம் பதிப்பு 1925), 'இந்திய தேசிய கீதங்கள்' (1925), பரிசுபெற்ற 'இந்தியக் கும்மி' முதலிய பாடல்கள் மாதவையாவின் தமிழ்ச் செய்யுள் அறிவிற்குச் சான்றாகும். இவை மட்டுமின்றி, இவர் பங்குபெற்ற 'தமிழர் நேசன்' 'பஞ்சாமிர்தம்' ஆகிய இதழ்களில் பல தமிழ்க் கவிதைகளைத் தாமே இயற்றியும், ஆங்கிலத்தி லிருந்து மொழியாக்கம் செய்தும் வெளியிட்டுள்ளார். எனவே, மாதவையா படைத்த புதுமை நாவல்களிலும், அவர்கால வழக்கப்படி தமிழ் இலக்கிய மரபுக் கூறுகள் இடம் பெற்றிருந்தது இயல்பானதே யாகும்.

இவ்வியலில் மாதவையா நாவல்களில் காணக்கூடிய மரபுக் கூறுகளையும், சிறப்பியல்புகளையும் கீழ்வரும் தலைப்புகளில் நோக்கலாம்.

மரபுக் கூறுகள்
1. காவியக் கூறுகள்
2. நீதி இலக்கியக் கூறுகள்
3. நாட்டுப்புற இலக்கியக் கூறுகள்

சிறப்பியல்புகள்
1. மூன்று தமிழ் நாவல்களின் தனித் தன்மைகள்.
2. எடுத்துரைப்பு முறைகள்
3. தமிழ் உரைநடை
4. நடப்பியல் கூறுகள்

ஏற்கனவே கூறியபடி சிறப்பியல்புகளுள் ஒன்றான, நடப்பியல் கூறுகளை, நான்காவது இயலில் தனியே விளக்குவதால் இவ்வியலில் அது பற்றிய ஆய்வு விரிவாக இடம் பெறவில்லை.

3.1. மரபுக்கூறுகள்

மாதவையா நாவல்களில் பயின்று வந்துள்ள மரபுக்கூறுகளில் முதலில், காவியக் கூறுகளாகிய, பெண் பாத்திரப்படைப்பு, வருணனைகள், படிப்பினை போன்றவற்றைக் காணலாம்.

3.1.1. காவியக் கூறுகள்

தொடக்க கால இந்திய நாவலாசிரியர்கள், 'நாவல்' என்பது புதியதொரு இலக்கிய வகை என்பதை உணர்ந்திருந்தாலும், அதனைத் தத்தம் மொழிகளில் படைத்தபோது, தங்களிடம் நன்கு படிந்திருந்த காவிய மரபின் கூறுகளை இணைத்தே படைத்தனர். மராத்தியில் 'காதம்பரி' என்றும், 'நாவல் கதா' என்றும், தெலுங்கில் 'வசன பிரபந்தம்' என்றும், தமிழில் 'வசன காவியம்' என்றும் நாவல் வடிவத்தை அழைத்தனர்¹. சிறப்பாக, 'இராமாயணம்', 'மகாபாரதம்' போன்ற இதிகாசங்களும், வாய்வழிக்கதைக் கூறுகளும் தொடக்ககால இந்திய நாவலாசிரியர்களின் கற்பனையை விட்டகலவில்லை. இதுபற்றி, மீனாட்சி முகர்ஜி, தம்முடைய 'நடப்பியலும் நடப்பும்: இந்திய நாவலும் சமுதாயமும்' என்ற ஆங்கில நூலில் கூறும்போது[2], தொடக்ககால நாவலாசிரியர்களின் ஆழ்மனதில் செவிவழி மரபுக் கதைகளில் காணப்பட்ட புராண மரபும், இருபெரும் இந்திய

இதிகாசங்களான 'இராமாயணம்' 'மகாபாரதம்' ஆகியவற்றின் சம்பவங்களும் நன்கு பதிந்து போயிருந்தன என்றும், இவை அவர்கள் தம் நாவல்கள் மீது தாக்கம் செலுத்தின என்றும் குறிப்பிட்டுள்ளார்.

இக்கூற்று மாதவையாவின் நாவல்களுக்கும் பொருந்தும். அவர் நாவல்களிலுள்ள காவியக் கூறுகளை, பெண் பாத்திரப்படைப்பு, வருணனைகள், படிப்பினை ஆகிய உட்தலைப்புகளில் அறியலாம்.

3.1.1.1. பெண் பாத்திரப்படைப்பு

மாதவையா தம் நாவல்களில் படைத்த பாத்திரங்களில் ஒருசில தவிர்த்த ஏனைய பாத்திரங்கள் எல்லாம் நடப்பியல் பாங்கில் அமைந்தவையே. தாம் வாழ்ந்த காலத்தில் புதிய வாழ்க்கை முறையை நோக்கி மாறிச் சென்று கொண்டிருந்த படித்த பிராமணர்களையும், மாற்றங்களுக்குத் தடையாக இருந்த வைதீக பிராமணர்களையுமே உள்ளது உள்ளபடி படைத்தார். ஆயினும், குறிப்பாகப் பெண் பாத்திரங்களில் மையமாக இடம்பெறும் பாத்திரங்களைப் படைத்த போது, கற்பு என்ற அருவமான கருத்தாக்கத்தை மனதிற்கொண்டே படைத்தார். பெண், ஆணின் தேவைகளை நிறைவேற்றும் கருவி அல்லள்; அவளுடைய அறியாமை நீங்கப் பெண் கல்வி இன்றியமை யாதது; இல்லறத்தில் ஆணும், பெண்ணும் இணையானவர்கள் என்ற புதிய கருத்துக்களை மாதவையா வெளியிட்டாலும், இவற்றைப் பெண்ணின் 'கற்பு'க்குப் பாதகமில்லாத எல்லையில் நின்றே கூறினார். மாதவையா ஆசைப்பட்ட இலட்சியப் பெண் பற்றிக் கட்டுரைகளில் எழுதினாலும், வாழ்வைப் படம்பிடித்துக் காட்டும் நாவலில் கூற முடியவில்லை. ஏனெனில், அவர் காலத்தில் பிராமண சமூகத்தில் நடைமுறையில் பெண்ணுக்கு மிகுந்த கட்டுப்பாடுகள் இருந்தன. புதுமையாக உள்ள எதையும் பெண் பின்பற்றினால், அப்பெண் கற்பிழந்து போய்விடுவாள் என்ற அச்சம் அன்று மேலோங்கியிருந்தது. மாதவையாவின் 'முத்து மீனாட்சி' நாவலில், சங்கரய்யர், தம்மகள் முத்துமீனாட்சி வாசிப்பதாக அறிந்தவுடனே 'முத்துவை யார் வாசிக்கச் சொன்னது. பெண்கள் வாசித்தால் கெட்டுப் போவார்கள். அவள் வாசிப்பதை உடனே நிறுத்தவும்' (மு.மீ. பக். 26) என்று தம்முடைய மகனுக்குக் கடிதம் எழுதுவதாக ஒருபகுதி வருகிறது.

புதுமையும் கற்பும்

'பத்மாவதி சரித்திரம்' என்ற நாவலில், பத்மாவதி ஆங்கிலம் பேசுவதையும், கணவனுடன் வண்டியிலமர்ந்து வெளியில் போய் வருவதையும், 'குலஸ்திரிக்கு அடுக்காத' (ப.ச. 270) செயல்களாகவும் பழந்தலைமுறை விமர்சித்தது. பத்மாவதி, மகளிர் சங்கத்திற்குப்

போய்வருவதைக் கண்டு ‘மானங்கெட்ட சிறுக்கிகளெல்லாம் கூடிக்கொண்டு ஏதோ நம்மைச் சீர்திருத்தப் போகிறார்களாம்' (ப.ச. பக். 271) என்று புதுமை போற்றிய பெண்டிரை, மானங்கெட்டவர் களாகவும் வெறுத்தொதுக்கியது. மேலும் ஆங்கிலக் கல்வி கற்று வேலை பார்த்து நகரங்களில் தனிக்குடும்பமாக வாழத் தலைப்பட்ட ஆடவர்கள், புதுமையைப் போற்றி அதன்படி ஒழுக நினைத்தாலும் கூட, பெற்றோர்க்கும், பிராமண சமுதாயத்திற்கும் அஞ்சி, ஈரடியான வாழ்வை மேற்கொண்டதாக மாதவையா படைத்தார். அவ்வாறிருக் கையில், வீட்டிற்குள்ளே அடைபட்ட பெண்களை, கற்புக் கோட்பாட்டின் படியே படைத்துள்ளார். ஆடவர்களை ஒழுக்கக் குறைவுள்ளவர் களாகவோ, சலனப்படுபவர்களாகவோ மாதவையா படைத்தார். ஆனால், ஒருசில துணைப் பாத்திரங்களான கமலாம்பாள், சாலா (ப.ச.), குட்டியம்மாள் (மு.மீ) போன்ற பெண்களைத் தவிர, ஏனைய பெண்பாத்திரங்களை வேறுசில குறைகொண்டவராய்ப் படைத்தாரே யொழிய, கற்பு எனும் திண்மையிலிருந்து வழுவியவர்களாக மாதவையா படைக்கவில்லை. கமலாம்பாள், குட்டியம்மாள் ஆகியோர் தஞ்சை மாவட்டத்தினர். சாலா, கும்பகோணத்தைச் சேர்ந்தவள். இப்பகுதிப் பெண்களின் நடத்தைமீது மாதவையாவுக்கு உயர்வான கருத்தில்லை என்பதை ‘ப.ச.' ‘மு.மீ.' நாவல்கள் மூலம் அறியலாம்.

இதிகாசங்களில் குறிப்பாக, இராமாயணத்தில், கற்புக் கோட்பாடு சிறந்த இலட்சியமாகப் படைக்கப்பட்டுள்ளது. சீதையைக் கற்பின் இலட்சிய வடிவாகக் காணலாம். இந்தியாவெங்கும், இந்துக்களிடையில் இக்கற்புக் கோட்பாடு ஆழப் பதிந்திருந்தது. மாதவையா படைத்த மையப் பெண் பாத்திரங்களான சாவித்திரி, பத்மாவதி (ப.ச.), முத்து மீனாட்சி (மு.மீ) சிவகாமி (வி.மா.) ஆகிய பாத்திரங்கள், கம்பராமாயணத்தில் படைக்கப்பட்ட சீதையின் கற்புப் பண்போடு ஒத்தவர்களாகவே காணப்படுகின்றன. மாதவையா மட்டுமின்றி வேதநாயகம் பிள்ளை படைத்த சுகுண சுந்தரி (‘சுகுண சுந்தரி') ஸு.வை.குருசாமிசர்மா படைத்த கலாவதி (‘பிரேம கலாவதீயம்') டி.ஆர். இராஜமையர் படைத்த கமலாம்பாள் (‘கமலாம்பாள் சரித்திரம்') ஆகிய பெண் பாத்திரங்கள் சீதையின் சாயலிலே படைக்கப்பட்டன. இவர்களுள் குறிப்பாக, சுகுண சுந்தரி, சீதையை முன் மாதிரிகையாக வைத்துப் படைக்கப்பட்டிருக்கிறாள். தட்சிண தேசத்து அரசன் (இராவணன்), சுகுண சுந்தரியை (சீதை), தந்திரமாக விமான மூலம் கடத்தி, தட்சிண தேசத்திற்குக் (இலங்கை) கொண்டு செல்கிறான். ஆங்குக் கன்னிகையர் மடத்தில் (அசோக வனம்), சுகுண சுந்தரி அடைக்கலமாகிறாள். அவளை மீட்கச்சென்ற அவளுடைய

காதலன் புவனேந்திரன் (இராமன்), தட்சிணநாட்டிற்குள் பிச்சைக் காரிபோல் (அனுமன்), வேடமிட்டுக் கன்னியர் மடத்திலிருந்த சுகுண சுந்தரியைக் கண்டு ஆறுதல் தருகிறான். பின்னர் இறுதியில் அவளை மீட்கிறான்.

மாதவையா, பெண் பாத்திரங்களைப் படைத்தபோது, சீதையை இலட்சிய வடிவாகக் கொள்ளவில்லை. இப்பாத்திரங்கள் கெடுமதி யாளரிடையே தனிமையில் அகப்பட்டபோது இவர்கள் பட்ட துயரங்களை, சுந்தரகாண்டச் சீதையின் துயரங்களோடு ஒப்பிட்டார், அல்லது கணவனைப் பிரிந்து தனிமைத் துயரில் இப்பாத்திரங்கள் ஆழ்ந்தபோது, தங்களைச் சீதையுடன் ஒப்பிடுவதாகவும் படைத் துள்ளார்.

மாதவையா காலத்தில், '...கதைகளைப் பெரும்பாலும் வாசிப் போராகிய இலக்கணமறியாப் பெண்பாலர்...'[3] பற்றி நன்கு அறிந்தவராதலின், இலக்கணவழுவற்ற நன்னடையில் எழுதவேண்டும் என்று குறிப்பிட்டார். பெண்கள் படிக்கும் நாவலின் நடையில் அக்கறை கொண்டிருந்த மாதவையா, நாவலில் படைக்கும் பெண்கள் பற்றி எத்தனை அக்கறை கொண்டிருப்பார் என்று விரித்துரைக்கத் தேவையில்லை. 'பத்மாவதி சரித்திரத்தில்', தீயோர் மத்தியில், எந்நேரமும் தன் கற்புக்குக் கேடு வருமோ என அஞ்சுகிற சாவித்திரி யைப் பற்றி மாதவையா எழுதும்போது[4],

> அரக்கிகளாற் சூழப்பட்டு இலங்கேசனால் துன்பப்படுத்தப் பட்ட சீதா பிராட்டியைப் போல், அவள் (சாவித்திரி) காமாட்சி யம்மாள், கமலாம்பாள், சாலா, முதலியவர்கள் மத்தியில் நாகம்மையரால் துயரடைந்தாள்

என்று, சாவித்திரியைச் சீதையோடும், காமாட்சியம்மாள், கமலாம்பாள், சாலா முதலிய பெண்களை அரக்கியரோடும், நாகம்மையரை, இராவணனோடும் ஒப்பிடுவதைக் காணலாம். ஒப்பிட்டதோடு மட்டுமின்றி, கம்பராமாயணத்தில், 'சுந்தர காண்டத்தி'லிருந்து கீழ்வரும் பாடலையும் மேற்கோளிட்டுள்ளார்.

1. 'வன்மருங் குல்வாள் அரக்கியர் நெருக்க அங்கிருந்தாள்
2. கன்மருங்கெழுந் தென்றும் ஓர் துளிவரக் காணா
3. நன் மருந்துபோல் நலன் அற உணங்கிய நங்கை
4. மென் மருங்குல்போல் வேறுள அங்கமும் மெலிந்தாள்[5]'

இதேபோல, 'வி.மா.' நாவலில், காதலனைப் பிரிந்து, துயரில் வதியும் சிவகாமி என்ற நங்கையை எவ்விதத்திலாவது தானே திருமணம் செய்துகொள்ள வேண்டும் என்ற கொடிய எண்ணங்கொண்ட

வீரசங்கிலித்தேவர், தம்முடைய ஆட்களையும் சிவகாமியின் பெற்றோர் களையும் சிவகாமிக்குக் காவலாக வைக்கிறார். இந்நிலையில் சிவகாமி உற்ற துன்பத்தைச் சிறையிலிருந்த சீதையின் துன்பத்தோடு மாதவையா ஒப்பிட்டுள்ளார். அவள் நிலையை, *'மானிளம் பேடை அயிலெயிற்று வெம்புலிக் குழாத்து அகப்பட்டதன்னாள்'* என்றும், *'தேவு தெண்கடல் அமிழ்து கொண்டனங்கவேள் செய்த, ஓவியம் புடையுண்டதே யனைய தாம் மெய்யாள்'* என்றும் ஒப்பிட்டுள்ளார்.[6]

கொண்டகொழுநனுக்கு உண்மையாய் வாழும் நெறி: (பதிவிரதா தர்மம்)

இவ்வாறு கணவனையோ, (காதலனையோ) பிரிந்து துயருறும் பெண்கள், எத்தகைய சூழலிலும் தங்களுடைய கற்பைக் காத்து நிற்பதை, சரித்திர நூல்கள் 'பதிவிரதா தர்மம்' எனக் கூறுகின்றன. இதனை இலக்கிய வடிவில், காவியங்களும், புராணங்களும் வடித்து மக்களிடம் பரப்பியுள்ளன. மகாபாரதம், இராமாயணம், நைடதம், அரிச்சந்திர புராணம் போன்றவற்றில் வருகின்ற திரௌபதை, சீதை, தமயந்தி, சந்திரமதி முதலான பத்தினிப் பெண்டிர், 'பதிவிரதா தர்மத்'திற்கு எடுத்துக்காட்டாகக் கூறப்பட்டுள்ளனர். மாதவையா படைத்த சாவித்திரி, சிவகாமி போன்றவர்களும் இத்தகையோரே. நாவல்களைப் படிக்கின்ற பெண்களுக்கு ஏற்ற முன்மாதிரிகை களாகவே இவர்கள் சீதையின் சாயலில் படைக்கப்பட்டுள்ளார்கள். எதிராளியிடமிருந்து, தன் கற்பைக் காப்பாற்றித் தன் கணவனுக்கோ காதலனுக்கோ எவ்வித அவச்சொல்லையும் ஏற்படுத்தாமல் இறுதியில் வெற்றி பெறுபவளையே 'பதிவிரதை', 'பத்தினி' என இந்துமத நீதி நூல்கள் சுட்டிக்காட்டுகின்றன. 'ப.ச.' நாவலில், சாவித்திரியின் கணவன் சுந்தரமையர், வீட்டைவிட்டு ஓடிச்சென்ற சாவித்திரியின் தம்பி சங்கரனைத் தேடி வெளியூர் சென்றுவிடுகிறார். சாவித்திரியின் தந்தை புதிதாக மணந்த இளம் மனைவியிடம் கதியெனக் கிடக் கிறார். சாவித்திரியின் தம்பி கோபாலன் படிப்பின் பொருட்டு திருநெல்வேலி சிந்துபூந்துறையில் வாழ்கிறான். இந்நிலையில், சாவித்திரியை எப்படியாவது அடையவேண்டுமென்று நாகமைய்யர், பல பெண்களைவிட்டு ஏவித் துன்புறுத்துகிறார். ஆயினும் சாவித்திரி, கொண்ட கொழுநனுக்கு விசுவாசமாக நடந்து தன் கற்பைக் காக்கின்றாள்.

இதேபோல, 'வி.மா.' நாவலிலும், சிவகாமி, தன் காதலர் விஜய மார்த்தாண்ட தேவர் ஐந்தாண்டுச் சிறைத்தண்டனை பெற்றுப் பிரிந்தபோது பணத்திற்காக ஆசைப்பட்ட பெற்றோர்களால் ஒழுக்கக்கேடுமிக்க வீரசங்கிலித் தேவருக்கு மனைவியாகுமாறு

வற்புறுத்தப்படுகிறாள். தந்திரமாகக் கோவிலில் வைத்துக் கட்டாயமாகத் தாலிகட்ட ஏற்பாடான போது, தற்கொலை முயற்சியில் இறங்குகிறாள். பின்னர், தன் காதலரின் நண்பனுடன் இரவில் தப்பி, ஓடி நகரத்தில் இன்னலுறுகிறாள். ஒரு வேலைக்காரியோடு தனியே குடியிருந்தபோது, இரவில் தன்னைப் பலவந்தப்படுத்த வந்த வீரசங்கிலித்தேவரை எதிர்த்துப் போராடுகிறாள். அச்சந்தர்ப்பத்தில் விடுதலையாகி வந்து நின்ற காதலனுடன் இணைகிறாள். எனவே, எத்துணை இடையூறு நேரினும், இறுதிவரை மனைவியோ அல்லது மனைவியாகப் போகிறவளோ தன் கற்பைக் காத்துக் கொள்ளும் 'கொண்ட கொழுநனுக்கு உண்மையாக வாழும் நெறி'யை மாதவையா சாவித்திரி, சிவகாமி வழியே படைத்துள்ளார். காவியக்கூறுகளில் இது இன்றியமையாத பண்பாகும். மேலும், கணவன் எத்துணை கீழ்மைப் பண்பு கொண்டிருந்தாலும், பிற பெண்டிருடன் தீநெறியில் வாழ்பவனானாலும், அவனை ஏற்று அவனுக்காக ஏங்கி வாழ்பவளே சிறந்த பத்தினிப் பெண்ணாகக் காவியமரபு எடுத்துக் கூறுகிறது. நளாயினியும், தமயந்தியும் இத்தகைய பத்தினிப் பெண்டிராவர். 'ப.ச.' நாவலில் சாவித்திரியின் கணவன், சென்ற இடங்களிலெல்லாம் இன்பத்திற்காகப் பெண்களை வைத்துக் கொள்பவராகக் காட்சி தருகிறார். பலகாலம் பிரிந்திருந்த கணவன் திரும்பி வருவதாகக் கடிதம் வந்ததும், அவளுடைய மனநிலையைக் கீழ்வருமாறு மாதவையா எடுத்துக் காட்டுகிறார்.

> 'அந்தோ! அவர் கெட்ட நடத்தையால் கொஞ்சம் வெறுப்பைக் கூட அடைந்திருந்த அவள் மனத்தில், இப்பொழுது, பிரிவாற்றாமையினால், அவர் முகத்தையாவது கண்டாற் போதுமென்ற ஆசை குடிகொண்டிருந்தது. மறத்தி சுடலி, மலையாளத்து அச்சி முதலிய அவர் வைப்பாட்டிகளில் எத்தனை பேர்களுக்கு வேண்டுமென்றாலும் ஊழியஞ் செய்தாகிலும், எவ்விதமாவது, அவரோடுகூட இருக்கவேண்டுமென்ற அவாவுடையவளா யிருந்தாள்'[7]

பதிவிரதையின் பண்புகளில் 'புல்லானாலும் புருஷன் கல்லானாலும் கணவன்' என்ற பழமொழி உணர்த்துகிற பண்பு தலைசிறந்த பண்பாகும்.

சீதையுடன், தன் பெண்பாத்திரங்கள் பூண்ட ஒப்புமையை இருவிதங்களில் மாதவையா எடுத்துரைத்துள்ளார். இதுவரை எடுத்துக்காட்டியபடி, மாதவையா, தாமே தம் பெண் பாத்திரங்களைச் சீதையுடன் ஒப்பிடுவது ஒன்று. மற்றொன்று, பாத்திரம் தானே தன் நிலையைச் சீதையுடன் ஒப்பிடுவதாகும். 'ப.ச.' நாவலில் இரண்டாம்

பாகத்தில், கணவன் நாராயணனின் ஐயத்திற்காளாகித் தனிமைச் சிறையில் வாடிய பத்மாவதி, தன் துயரங்களை நாட்குறிப்புக்களாக எழுதுகிறாள். அவ்வாறு எழுதுகிறபோது[8],

> 'அசோக வனத்தில் இராவணனால் சிறை வைக்கப்பட்ட சீதா தேவிக்காவது இராப்பகல் ஓய்வில்லாமல் இராட்சசிகள் காவலிருந்தார்கள்... எனக்கோ அந்த பாக்கியமும் இல்லை'

என்று பத்மாவதி தானே தன்னைச் சீதையுடன் ஒப்பிட்டு, அவ்வாறு ஒப்பீடு செய்கையில் சீதையைவிடத் தான் அதிகம் துயர் உறுவதாக வேறுபடுத்தவும் செய்கிறாள்.

இவ்வாறு மாதவையா, தம்முடைய பெண்பாத்திரங்களைக் காவிய, புராணங்களில் இலட்சியப்படுத்திய கற்புநெறி நின்றதும், இந்துமதத்தின் பதிவிரதா தர்மத்தின் வழிப்பட்டும், ஒருவனுக்கு ஒருத்தி என்ற இலட்சிய இல்லற உறவின் மேன்மைக்கு இழுக்கு வராத நிலைபாடுகொண்டும் படைத்துள்ளார். பெண்ணை அளக்கும் அளவுகோலாகக் கற்பையே முதன்மைப் படுத்தினார். பெண்களில் கற்புள்ளவள், கற்பிழந்தவள் என்ற பாகுபாடே தலையாயதாக உள்ளது. ஆண்களில் இந்த அளவுகோலை மட்டுமன்றி, பொது வாழ்வில் நாணயம் இன்மை, ஊழல், திருட்டு, பொய், திறமைக் குறைவு, பணத்தாசை முதலிய அளவுகோல்களையும் மாதவையா பின்பற்றிப் பாகுபடுத்தினார். ஆனால் பெண்களில் 'பதிவிரதா தர்மத்தையே' அடிப்படையாகக் கொண்டு, இத்தர்மப்படி நடப்பவள், நடக்காதவள் என்ற ஒரு பாகுபாடு மட்டுமே செய்துள்ளார்.

மேலும், மாதவையா படைத்த ஆண்பாத்திரங்களில் பலரும் கற்பு நெறியில் வழுவியவையாகவோ, வழுவச் சலனப்படுகின்றவையாகவோ உள்ளன. கோபாலன், சாலா என்ற தாசியுடன் உறவு கொள்கிறான்; சங்கரனும் மணமாகாமலே பல வேசிகளுடன் உறவாடுகிறான்; நாராயணன் தாசி ஒருத்தியின் வீணை இசைகேட்டு அவளைச் சென்று சேரத் திட்டமிட்டுப் போதிய பணம் இல்லாததால் கைவிடுகிறான் (ப.ச.), வீரசங்கிலித்தேவர் இரண்டு மனைவிகள் இருக்க, பல தாசிகளுடன் உறவு கொள்கிறார்; மாற்றானின் காதலியை அடையத் திட்டமிடுகிறார் (வி.மா.). கேடி. ரங்கையர், மனைவி மக்கள் இருந்தும், விதவைப் பெண் ஒருத்தியைக் காமக் கிழத்தியாக்குகிறார் (சத்தியானந்தன்). கோவிந்தன், நகரத்தில் படிக்கும் போது, வேலைக் காரனின் வைப்பாட்டியுடன் உறவு கொள்கிறான். திருமணத்தில் சதிராடிய தாசி ஒருத்தி மீது ஆசையுற்று அலைமோதுகிறான் (தில்லை கோவிந்தன்).

ஆனால் மாதவையா படைத்த பெண்பாத்திரங்களில், ஆண் பாத்திரங்கள் சிலவற்றின் பலவீனங்களைச் சுட்டுவதற்காக சாலா, கமலாம்பாள், குட்டியம்மாள் ஆகிய பாத்திரங்களை ஒழுக்கம் தவறியவர்களாகப் படைத்தாரே தவிர, மற்றப் பெண்பாத்திரங்களைக் கற்பிழந்தவர்களாகப் படைக்கவில்லை. இது காவிய மரபில் உள்ள இலட்சிய விழுமியமாகும். ஆடவர்களை, எப்படி இருக்கிறார்களோ அப்படியே படைத்த மாதவையா, பெண்களை மட்டும் எப்படி இருக்கவேண்டுமோ அப்படிப் படைத்தார். பெண்களுக்குச் சுதந்திரம் வேண்டும், காதல் திருமணம் வேண்டும், பெண்கள் பிற ஆடவருடன் இயல்பாகப் பேசுவதைத் தவறான கண்ணோட்டத்துடன் காணலாகாது என்ற புதுமைச் சிந்தனைகளைத் தம்முடைய நாவல்களில் மாதவையாக கூறியபோதிலும், அவ்வாறு பழகுகின்றவர்களாக எந்தவொரு பிராமணப் பெண்ணையும் படைக்கவில்லை. அவ்வாறு பழகுகின்றவர் களாக வேளாளக் கிறித்தவப் பெண்களையும் (மிஸ். கிரேஸ், ஜேன்கே) ஆங்கிலப் பெண்ணையும் (மிஸ் ஃபுளோரா மன்றோஸ் - சத்யானந்தன்) மறவர் குலப் பெண்ணையும் (சிவகாமி) தான் படைத்தார். இவ்வாறு பழகுவதை மாதவையா வரவேற்றாலும் கூட, தம் நாவல்களில் இலட்சியமாகப் படைத்த பெண்கள், காவியத்தின் கற்பு நெறி நிற்பவர்களாகவே காட்சி தருகின்றனர்.

பெண் கல்வியை வரவேற்ற மாதவையா, அவள் மேற்கொள்ளும் இல்லற தருமத்திற்காகவும், தன் ஒழுக்கத்தைப் பேணுவதற்காகவும் உரிய கல்வியையே முன்மொழிந்துள்ளார். (இரண்டாம் இயலில் (‘பெண்ணடிமையும், பெண்கல்வியும்’ என்ற தலைப்பில் இப்பொருள் பற்றிய விரிவினைக் காண்க).

எனவே இதுவரை கூறியவை மாதவையாவின் தலைமைப் பெண்பாத்திரப் படைப்பினில் காவியத்தின் கற்புக் கோட்பாடே அடிப்படையாக அமைந்துள்ளது என்பதையும், இப் பதிவிரதை களாகிய பெண்கள், தனிமைத் துயரில் வாடும்போது, அவர்கள் நிலை இதிகாச மாந்தருள் ஒருத்தியான சீதையின் நிலையோடு ஒப்பிடப்படு கிறது என்பதையும் விளக்குகின்றன. இவ்வாறு பெண்பாத்திரங்களை மாதவையா படைத்ததற்கான வரையறைகளும் கோடிட்டுக் காட்டப் பட்டுள்ளன.

3.1.1.2. காவியப்படிப்பினை

காவியங்களில், நன்மையின் பக்கம் நிற்பவர்கள் இறுதியில் வெல்லுவதும், தீமையின் பக்கம் நிற்பவர்கள் முடிவில் வீழ்வதும், படிப்போர்க்குத் தரப்படும் படிப்பினையாக அமைக்கப்பட்டிருக்கும்.

தீமை என்ற சொல், எல்லாவகைக் கீழ்மைகளையும் உணர்த்தும் என்றாலும், காவியங்களில் பெரும்பாலும் இது நெறிகெட்ட காமத்தையே சுட்டுவதாக அமைகிறது. இராவணன், கீசகன், இந்திரன், சூரபத்மன் முதலான இதிகாச, புராண மாந்தர்கள் பிறன் மனைவியின் மீது கொண்ட மூடக் காமத்தினால் இறுதியில் தண்டனை பெறுபவர் களாகவே படிப்பினை உணர்த்தப்படுகின்றது.

'ப.ச.' நாவலில், தன் மனைவியிருக்க, மாற்றான் மனைவியை அடைய விரும்பிய நாகமையர் அவமானப்படுத்தப்பட்டு, இறுதியில் தம் வைப்பாட்டி இசக்கியுடன் நெருப்பில் மாய்கிறார். ஒரு இசுலாமியனின் மனைவியை விரும்பி அதனால், நரசிம்ம முதலியார் கொலை செய்யப்படுகிறார். பிறன் மனைவியை விரும்பி அது நடவாததால் அவளுக்கும், அவள் கணவனுக்குமிடையே பிரிவினை உண்டாக்கும் சங்கரன், இறுதியில் அழிகின்றான்.

'வி.மா.' நாவலில், மற்றொருவனை உயிராய் நேசித்து அவனையே மணக்க வேண்டுமென்று வாழ்கின்ற பெண்ணை, மோகித்த வீர சங்கிலித்தேவர் இறுதியில் ஒரு கண் குருடாகிச் சிறைக்குச் செல்லு கிறார். இப்பாத்திரங்களை வெளிப்படையாகவும், மறைமுகமாகவும் மாதவையா இந்திரன், இராவணன், கீசகன் ஆகியோரோடும், சங்கரன் குறிப்பாகக் கீசகனோடும், வீரசங்கிலித்தேவர், இந்திரன், இராவணன் ஆகியோரோடும் ஒப்பிட்டுள்ளார்.

இதற்கு மாறாக, நல்லவர்கள் இறுதியில் வெற்றி பெறுவார்கள் என்ற படிப்பினைக்கு எடுத்துக்காட்டாக இலங்குபவர்கள், தனிமனித முயற்சியால் படித்துப் புதிய மதிப்பீடுகளை ஏற்ற இளந்தலைமுறை யினராக மாதவையா நாவல்களில் படைப்புற்றுள்ளார்கள். ஏழ்மை நிலையிலும் முயன்றுபடித்த நாராயணன் எம்.ஏ. பட்டம் பெற்று மாதம் 150 ரூபாய் சம்பாதிக்கும் ஆசிரியராகிறான். மனைவி மக்களோடு நவீன வாழ்க்கை வாழ்கிறான். அவன் நண்பன் கோபாலன் படித்து மருத்துவராகிறான் (ப.ச.); படித்துப் பண்பட்ட விஜய மார்த்தாண்டர், ஒழுக்கத்திற் சிறந்த மனைவி சிவகாமியுடன் வடநாடு சென்று வியாபாரத்தில் பொருளீட்டி மகிழ்ச்சியான இல்லறம் நடத்துகிறார். (வி.மா.)

இன்று எழுதப்படும் நாவல்களில் படிப்பினையை அல்லது தீர்வினை ஆசிரியர்கள் வெளிப்படையாகக் கூறாமல், படிப்போரின் ஊகத்திற்கே விட்டுவிடுதல் என்ற பண்பைக் காணலாம். ஆனால் தொடக்ககாலத் தமிழ் நாவல்களில், நாவலின் இடையிடையிலும், முடிவிலும், ஆசிரியர் நேரடியாகவோ, நிகழ்ச்சிகள் வாயிலாகவோ

தீர்வினை வெளிப்படையாகக் கூறினார்கள். இதுவும் பழைய காவிய மரபில் காணத்தக்க ஒரு கூறாகும்.

3.1.1.3. வருணனை

காவியங்களில், ஆண், பெண் உடற் கூறுகளையும், இயற்கையின் எழில்களையும் பற்றிய நீண்ட வருணனைகள் இடம் பெற்றன. காவிய இலக்கணங்களில் ஒன்றாக இவ் வருணனை கருதப்பட்டது. இவை, காவியப் புலவனின் கற்பனைத் திறனுக்கும், பல்வேறு அணிகளை வெளிப்படுத்தும் புலமைக்கும் சான்றுகளாகக் கருதப்பட்டன. கம்பராமாயணத்தில் ‘கார்காலப் படலமும்’, ‘கடல்தாவு படலமும்’ இதற்குச் சான்றுகளாகும். எல்லாக் காவியங்களுக்கும் இது பொதுவான பண்பாகும். மலை, கடல், நாடு, பருவம் என்று அமையும் நாட்டுப் படலமும், இதனையடுத்து நகரப் படலமும் பெரிதும் வருணனை களாகவே அமைந்துள்ளன. அதேபோல, காவியப் பாத்திரங்களின் உறுப்புநலன் பற்றிய வருணனைகளும் இடம் பெற்றன.

இத்தகைய வருணனைகள், காவியங்களுக்கு முன்பே தமிழில் தோன்றிய பத்துப்பாட்டுக்களிலும் காணப்பட்டன. இவற்றில் உள்ள அகப்பாடல்களில் முதற்பொருட்களாகிய நிலமும் பொழுதும் பற்றிய வருணனைகளும், பெண்ணின் அங்கவருணனைகளும்; புறப்பாடல் களில் நகரங்கள், பாசறைகள், போர்கள், அரசனின் வீரம், கொடை குறித்த வருணனைகளும் இடம் பெற்றன. பின்னர்த் தோன்றிய தலபுராணங்களிலும், சிற்றிலக்கியங்களிலும் வருணனைகள் தவறாமல் இடம்பெற்றன. எனவே, தமிழ்ச் செய்யுள் இலக்கிய மரபில் வருணனைகள் சிறப்பிடம் பெறுவதாகவே முடிவு செய்யலாம். தொடக்ககாலத் தமிழ் நாவல் ஆசிரியர்கள், நாவலை வசனத்தாலாகிய காவியம் என்று கருதியதால், காவியங்களில் காணப்பட்ட வருணனை யைத் தம் நாவல்களில் கதை ஓட்டத்தின் நடுவே அமைத்தனர். மாதவையாவும் வருணனைகளைப் பயன்படுத்தியே நாவல்களைப் படைத்தார். அவ்வித வருணனைகளை இரு பகுதிகளாகக் காணலாம். குறிப்பாகப் பெண் பாத்திரங்களின் உறுப்பு நல வருணனைகளும், இயற்கைச் சூழல் பற்றிய வருணனைகளும் குறிப்பிடத்தக்கன.

பெண் உறுப்பு நல வருணனை

கம்ப ராமாயணத்தில் சீதையின் வனப்பும், சீவக சிந்தாமணியில் விமலையார், காந்தருவதத்தையார் முதலிய பெண்டிரின் வனப்பும், முடி முதல் அடிவரை (கேசாதிபாதம்) அணிநயங்கள் மிளிர வருணிக்கப்பட்டது போலவே, மாதவையாவின் ‘ப.ச.’ நாவலில், சாவித்திரி பற்றிய வருணனை அமைந்துள்ளது. அப்பகுதியிலிருந்து ஓர் எடுத்துக்காட்டைக் கீழே காணலாம்.

'...கழுத்து, உட்கார்ந்தாற் போலிராமல், கொஞ்சம் தக்கபடி நீண்டு வளைந்திருந்தது, அவள் அணிந்திருந்த கண்டசரத்தை அழகு படுத்தும் பொருட்டே போலும்?... அவள் இடை, மேற்பாகத்தின் விரிவுக்கும், திரட்சிக்கும், எழுச்சிக்கும், உருட்சிக்கும், தக்கபடி யின்றி கொஞ்சம் சுருங்கியிருந்தது... பிறைபோல் வளைந்துள்ள அவள் நெற்றியின் கீழே புருவங்கள் கருத்து, நீண்டு வளைந் திருந்தன. அவள் கண்களோ, என்ன சொல்வோம்!... என்ன அன்பு! என்ன மடமை! என்ன குளிர்ச்சி! என்ன மருட்சி! என்ன களிப்பு! என்ன கூர்மை! என்ன காந்தி! என்ன இளமை! என்ன வளமை!... கருத்திருந்தும் இவ்வளவு ஒளிவீசக்கூடிய வஸ்துவை நாம் கண்டதேயில்லை. இக்கண்களினுடையவும், புருவங் களினுடையவும், குழலினுடையவும், கருமையினாலன்றோ இப்பெரிய விளக்கம் ஒளிகுன்றித் தோன்றுகிறது! இவ்வளவேனும் பிரகாசிப்பது கண்களின் ஒளியே கொல்...? ... கண்குளிர, ஆசைதீர, செய்தவப்பயனாற் கண்ட நாம், இக்காரிகையை இவ்வாறு வருணிப்பது பொருந்தாதோ? முதலில் காணுந் தருணத்தில், இராவணனைப் போல் இருபது கண்களில்லா ததைப் பற்றி எமக்கு கொஞ்ச மன வருத்தந்தான்.'[9]

மேற்காட்டிய, பெண் உறுப்பு நல வருணனையில், பெண்ணின் புருவம், கண், நெற்றி, கூந்தல், கழுத்து, மார்பு, இடை முதலான உறுப்புக்கள் காவிய கதியில் அமைந்திருப்பதைக் காணலாம். 'ப.ச.' நாவலில் பிறிதொரு இடத்தில், சாவித்திரி, பத்மாவதி, கல்யாணி ஆகிய மூன்று இளம் பெண்களின் அக, புற அழகுகள் ஒப்புமைப் படுத்தி வருணிக்கப்பட்டுள்ளன[10].

இயற்கைச் சூழல் வருணனை

காவியங்களில், நாட்டுப்படலங்களிலும், பத்துப்பாட்டில் ஆற்றுப்படை நூல்களிலும் கட்டாயமாக இடம் பெற்ற ஐந்நில வருணனைகளைப் பின்பற்றி, மாதவையா, 'ப.ச.' நாவலிலும், 'வி.மா' நாவலிலும் மலை, பொழில் வருணனையைப் படைத்துள்ளார். எடுத்துக்காட்டிற்காக, 'ப.ச.' நாவலில் இடம்பெறும் குற்றாலமலை பற்றிய வருணனையிலிருந்து ஒரு பகுதியைக் கீழே காணலாம்:

'ஆஹா! இதென்ன அற்புதம்! என்ன காட்சி! இதுதானே! 'மலையார்சாரல் மகவுடன் வந்த மடமந்தி, குலையார் வாழைத் தீங்கனி மாந்தும் குற்றாலம்'... இதுதானோ? அன்றேல், வழி தப்பிச் சுவர்க்கத்தில் தேவ ஸ்திரீகளும் தேவர்களும் கிரீடித்து விளையாடி நீராடும் ஆகாய கங்கைச் சாரலை அடைந்து விட்டோமோ?[11]'

இம்மேற்கோளில், குற்றாலம் பற்றிய செய்யுள் மேற்கோளை, மாதவையா காட்டியிருப்பதோடு, மயக்க அணியையும் பயன்படுத்தி யிருப்பதைக் காணலாம்.

இதே போன்று 'வி.மா.' நாவலில் காடு, சோலை பற்றிய இரு நீண்ட வருணனைகள் இடம் பெற்றுள்ளன.

காடு

> '... பகற்பொழுதில் வாயுதேவனோடு களைப்புத் தீர உறங்குவன போன்று, தாவர வருக்கங்கள் தலைசாய்த்து அசைவற்று நின்றன. அமுத கதிரேசன் மண்டலத்தை மிக வண்ணியதாற் குளிர்ச்சி பொறாது கருங்கம்பளம் போர்த்து நின்றாற் போல பொருப்புக்கள் புயற்போர்வை போர்த்து நின்றன... துரிஞ்சில், ஆந்தை, காட்டுப்பூனை போன்ற சில பிராணிகளும் இடை யிடையே தங்குரலெழுப்பி இரை தேடி உலாவித் திரிந்தன...[12]'

என்ற பகுதியில் தற்குறிப்பேற்ற அணியும், உவமை அணியும், 'புயற் போர்வை' என்ற உருவத்தையும் மாதவையா கையாண்டிருப்பதை அறியலாம்.

சோலை

> '... மாலையிலேனும் காலையிலேனும் அச்சோலைக்குட் சென்று கதிரவனது பொன்னையுருக்கி மழை பொழிந்தாலனைய கிரணங்கள் பலவருண இலைகளின் மீதும், புஷ்பங்களின் மீதும் விளையாடுவதையும், தடாகங்களைப் பொன்மயமாக்கு வதையும் கண் களிக்கக்கண்டு... தத்தம் மநோரதப்படி ஆங்குள்ள பொருள்களைத் தம் ஐம்புலன்களுக்கும் விருந்தூட்டிச் சுகிக்கக் கிடைப்பின், முற்றுந் துறந்த துறவிகளும் ஒருகால் மனந்திகைப் பாரன்றோ[13]'

என்று சோலை வருணனை இடம் பெற்றுள்ளது. இவ்வாறு மாதவையா, பெண் பாத்திர உறுப்பு நலனையும், இயற்கைச் சூழலையும் காவிய கதியில் வருணித்தாலும், நடப்பியல் நாவலில் இடம் பெறத்தக்க, பாத்திர உளவியல் சித்திரங்களும், நடப்பியல்கதைப் பின்னலுக்குரிய சூழல் வருணனைகளும் அவருடைய நாவல்களில் மிகுதியாகக் காணப்படுகின்றன. தற்கால நாவலாசிரியர்கள், நாவலில் தாங்கள் மேற்கொண்டுள்ள, கதைச் சிக்கலுக்கு விளக்கம் தரும் விதத்தில் வருணனைகளைப் பொருத்தமாகக் கையாள்வதற்கு முன்னோடியாக மாதவையா விளங்கினார். இப்பண்பினை நான்காவது இயலில் விளக்கமுறக் காணலாம்.

3.1.2. நீதி இலக்கியக் கூறுகள்

தமிழ் இலக்கிய வரலாற்றில், 'சங்க'காலம் தொடங்கி, 19ஆம் நூற்றாண்டுவரையில் தோன்றிய இலக்கியங்களில் நீதி உரைக்கும் பண்பினைத் தொடர்ச்சியாகக் காணலாம். புறநானூற்றில் பொதுவியல் திணையிலுள்ள பொருண்மொழிக்காஞ்சித்துறைப் பாடல்களும், பெருங்காஞ்சித்துறைப் பாடல்களும், பாடாண் திணையிலுள்ள செவியறிவுறூஉத்துறைப்பாடல்களும் நீதி உரைக்கும் பாடல்களே. பதினெண் கீழ்க்கணக்கிலுள்ள 18 நூல்களில் 11 நூல்கள் முழுக்க முழுக்க நீதி உரைப்பனவாக உள்ளன. இவற்றில் திருக்குறளும், நாலடியாரும், பழமொழிநானூறும் குறிப்பிடத்தக்கவையாகும். காவியங்கள் அனைத்திலும், அறம், பொருள், இன்பம், வீடு என்னும் உறுதிப் பொருள்களின் விளக்கங்கள் அமைந்துள்ளன. பிற்காலத்தில் தோன்றிய ஆத்திசூடி, கொன்றை வேந்தன், நல்வழி, மூதுரை, அறநெறிச் சாரம், நீதி வெண்பா, நீதி நெறிவிளக்கம் ஆகிய அனைத்துமே நீதிஉரைக்கும் எளிய நூல்களாகும். ஆயிரக்கணக்கில் தோன்றிய தனிப்பாடல்களிலும் நீதிகூறும் பண்பு இடம் பெற்றுள்ளது.

ஆங்கிலக் கல்வி தோன்றிப் பரவி நிலைகொள்ளும் வரை, தமிழகத்தில் திண்ணைக் கல்வி முறை இருந்தது. இக்கல்வி முறையில் அரிச்சுவடி முதல், ஆத்திசூடி, கொன்றைவேந்தன் போன்ற பிற்கால நீதி இலக்கியங்கள் வரை மனப்பாடமாகக் கற்கப்பட்டன. நன்னூலும், நிகண்டுகளும் பாராயணம் செய்யப்பட்டன. இத்தகைய முறையில் கற்றுப் பின்னர் வித்துவான்களிடம் காவியங்கட்கும், புராணங்கட்கும் பொருள் கேட்டுணரும் முறையோடு மரபான தமிழ்க்கல்வி அமைவுற்றது. தொடக்ககாலத் தமிழ்க் கட்டுரையாளர்களும், நாவலாசிரியர்களும் ஆங்கிலக்கல்வி கற்றாலும், சிறுபருவத்தில் மரபான தமிழ்க் கல்வி கற்றிருந்தார்கள். ஐரோப்பியச் சிந்தனைகள் பரவிய காலத்தில், தமிழ்ப்பண்பாட்டில் ஏற்பட்ட மாற்றங்களை உணர்ந்த இவர்கள், எது சரியானது, எது தவறானது என்ற தெளிவை ஏற்படுத்தும் கடமையை மேற்கொண்டார்கள். தாம் படைத்த நூல்களை, புதிய கால மாறுபாட்டிற்கேற்ற நீதிகளை உரைப்பதற்கே பயன்படுத்தினார்கள். மரபிலிருந்து பெறத்தக்கவற்றையும் வரையறுத்துக் கூற முன்வந்தனர். தொடக்ககால நாவலாசிரியருள் ஒருவரான வேதநாயகம்பிள்ளை, செய்யுளில் தாம் எழுதிய 'நீதி நூல்', 'பெண்மதி மாலை' 'சமரசக் கீர்த்தனைகள்' ஆகியவற்றுள் கூறிய ஒழுக்க விதிகளுக்குரிய விளக்கமான சித்திரங்களாகவே தம்முடைய நாவல்களைப் படைத்தார். இதேபோல, குருசாமி சர்மாவும், தம்முடைய நாவலை நீதி உரைக்கப் பயன்படுத்தினார். நாலடியார், திருக்குறள்,

தேவாரம் ஆகிய நூல்களிலிருந்தும், ஔவையார், குமரகுருபரர் ஆகியோர் பாடிய நூல்களிலிருந்தும் பல நீதிப் பாடல்களை இவர் பயன்படுத்தியுள்ளார்.

மேலும், ஐரோப்பியர் தமிழ் கற்பதற்காகச் சென்னைக் கோட்டையில் நிறுவப்பட்ட 'சென்னைத் தமிழ்ச் சங்கம்' (Fort of St. George College - 1812 - 1854) முதன் முதலாக உரைநடையிற் தமிழ்க் கட்டுரைகளையும், மராத்தி, வடமொழி, ஆங்கில மூலங்களிலிருந்து தமிழ் மொழிபெயர்ப்புக்களையும் பாடப்புத்தக நோக்கில் வெளி யிட்டது. மரபாகத் தமிழ் பயின்று ஆங்கிலம், வடமொழி, மராத்தி மொழிகளையும் கற்ற வித்வான்கள் இப்பாடநூல்களை ஐரோப்பியரின் முன்முயற்சியால் வெளியிட்டனர். (இதன் விரிவை முதல் இயலில் காணலாம்) இவ்வித்வான்களில் குறிப்பாகத் தாண்டவராய முதலியார், வீராசாமிசெட்டியார் போன்றவர்கள் எழுதி வெளியிட்ட 'வியாசங் களில்' நீதி உரைக்கும் நோக்கம் தெளிவாக இருந்தது. நீதி நூல் களிலிருந்தும், பழமொழிகளிலிருந்தும் பொருத்தமான மேற்கோள் களை இட்டு அமைத்தனர்.

இவ்வாறு 'நன்னெறி புகட்டும்' நோக்கம், தொடக்கக்காலத் தமிழ் உரைநடை நூல்களின் அடிப்படையாக இருந்தது. நாவல் களிலும் இந்த நோக்கம் பரவியதற்கு, அக்காலத்தில் பின்பற்றப் பட்ட பாடப்புத்தக மரபு துணைக்காரணமாக அமைந்தது என்று சோ.சிவபாதசுந்தரம் கூறிய கூற்று ஈண்டு பொருத்தமாக உள்ளது.

> 'நாவல்களில் நன்னெறி புகட்டும் மரபையும், நற்றமிழ் வளர்க்கும் பணியையுமே முக்கிய நோக்கமாகக் கொண்டிருந்தனர். இதற்கும் அக் காலத்தில் அனுட்டிக்கப்பெற்ற ஆங்கிலக் கல்வித் திட்டமும், பாடப் புத்தகமரபும் துணைக் காரணங்களா யுதவின'[14]

என்று சிவபாதசுந்தரம் கூறிய கூற்றின் வழியே, அக்காலத்தில் ஆங்கிலக் கல்வித்திட்டத்தில், தமிழ் நாவல்கள் பாடநூல்களாக வைக்கப்பட்டதாலும், அவற்றைக் கற்கும் இளம் வயதினர் ஒழுக்க விழுமியங்களைப் பெறவேண்டும் என்பதற்காகவும், அந்நாவல்களில் நன்நெறிபுகட்டும் போக்கு இடம் பெற்றதை அறியலாம்.

மாதவையாவும், அவர்கால வழக்கத்தின்படியே, தாம் படைத்த நாவல்களில் நல்லறிவூட்ட வேண்டிய நோக்கத்திற்காகப் பழைய தமிழ் நீதி இலக்கியங்களிலிருந்து நிறைய செய்யுட்களைப் பொதிந்த மைத்தார். 'ப.ச' நாவலில் 12 திருக்குறள்களையும், காளமேகம்,

ஔவையார், தாயுமானவர், பட்டினத்தடிகள் பாடிய நீதிப்பாடல் களையும், சில தனிப்பாடல்களையும் சேர்த்து 19 செய்யுட்களையும் மேற்கோளாக அமைத்துள்ளார். இவை தவிர்த்து, கம்பராமாயணம் (8 பாடல்கள்), சீவகசிந்தாமணி (2 பாடல்கள்) போன்ற காவியங்களின் பாடல்களையும், 'குற்றாலக் குறவஞ்சி', 'மெய்ஞ்ஞான விளக்கம்' நூல்களிலிருந்து பாடல்களையும் மேற்கோளாக அமைத்துள்ளார். இதேபோல, 'மு.மீ', 'வி.மா.', நாவல்களிலும் ஏராளமான செய்யுட் களை மேற்கோளாகக் காட்டியுள்ளார்.* (இம்மூன்று நாவல்களிலும் பயின்று வந்துள்ள நீதி இலக்கிய, காவிய மேற்கோள்களைப் பின் இணைப்பில் காண்க).

தமிழ்ச் செய்யுட்களை மட்டுமின்றி, ஆங்கிலச் செய்யுட்களில் மாதவையா விரும்பிப் போற்றியவற்றையும் தம் நாவல்கள் அனைத் திலும் பயன்படுத்தியுள்ளார். போப் (Pope), டெனிசன் (Tennyson), பைரன் (Byron), ஓர்ட்ஸ்ஒர்த் (Word worth), சேக்ஸ்பியர் (Shakespeare), போன்ற ஆங்கிலக் கவிகளின் பாடல்கருத்துகளைத் தக்க இடங்களில் நீதி விளக்கத்திற்காக மாதவையா கையாண்டுள்ளார்.

இதுவரை கூறியவற்றால், தொடக்க காலத் தமிழ் உரைநடை ஆசிரியர்கள் தாங்கள் படைத்த நூல்களில் பழந்தமிழ் நீதிப்பாக்களை நன்னெறி புகட்டும் தேவையின் பொருட்டு பயன்படுத்தினர் என்பதும், அவருள் மாதவையா தாம் படைத்த நாவல்களில் மிகுதியாகத் தமிழ் நீதிப் பாடல்களைக் கலந்தெழுதினார் என்பதும் அறியப்படுகின்றன.

3.1.3. நாட்டுப்புற இலக்கியக் கூறுகள்

'உயர்' கல்வியில்லாப் பாமர மக்களிடம் தொன்று தொட்டுக் காணப்படும் கலைகளை நாட்டுப்புறவியல் எனக்கூறுவர். இம்மக்களின் குழந்தைப் பருவம் தொட்டு இறக்கும் வரையுள்ள பல்வேறு நிலை களில், சடங்கு, திருவிழா, விளையாட்டு, உழைப்பு, பொழுதுபோக்கு போன்ற நிலைகளில் பாடப்படுகின்ற வாய்வழிப் பாடல்களின் தொகுதியையே நாட்டுப்புற இலக்கியம் என்று கூறுவர்.

இந்நாட்டுப்புற இலக்கியத்தில், தாலாட்டு, ஒப்பாரி, பழமொழி, விடுகதை, தெம்மாங்கு, கதைப்பாட்டு, நாடோடிக்கதை, உழைப்புப் பாட்டு முதலிய பலவும் அடங்கும். தமிழ் இலக்கிய வரலாற்றுக் கட்டங்களில், இந்நாட்டுப்புற இலக்கியங்களில் சில எழுத்திலக்கியங் களில் கலந்துள்ளன. சிலப்பதிகாரம், மாணிக்கவாசகர் திருவாசகம், ஆகியவற்றில் இக்கலப்பினைக் காணலாம். சிலப்பதிகாரத்தில் கண்ணகி பற்றிய கதைப்பாட்டும், திருவாசகத்தில் மகளிர் விளையாட்டுப்பாடல்களும் இடம் பெற்றுள்ளதாக ஆய்வாளர்கள் எடுத்துக்காட்டியுள்ளார்கள்.

இதற்கு மாறாக, இதிகாசங்களில் கிளைக்கதைகளாக ஆதிகாலத்தில் இணைந்த கதைகள் பலவும் நாட்டுப்புறக் கதைப்பாடல்களாகவும் வழங்கப்பட்டு வந்துள்ளன. இவை பிற்காலத்தில் எழுத்து வடிவமும் பெற்றன. 'அல்லி அரசாணி மாலை', 'பஞ்சபாண்டவர் வனவாசம்', 'அர்ஜுனன் தபஸ்', 'பவளக்கொடி' போன்ற கதைப்பாடல்கள், மகாபாரதத்திலிருந்து உருவான நாட்டுப்புறக் கதைப்பாடல்களாகும்.

மேலும், வடுக நாயக்கர் காலந்தொட்டு, வரலாற்றில் வாழ்ந்த பாமரமக்கள் தலைவர்களாகவும், அவர்கள் இறந்த பிறகு அம்மக்களுக்குத் தெய்வங்களாக ஆகியவர்களைப் பற்றியும் கதைப்பாடல்கள் தோன்றின. 'மதுரை வீரன் கதை', 'அண்ணன்மார் சுவாமிகள்கதை' போன்ற கதைப்பாடல்கள் இத்தகையவைகளே. பெரும் போர்கள் மக்களிடையே ஏற்படுத்திய விளைவின் காரணமாக, 'கான்சாகிபு சண்டை', 'இராமப் பையன் அம்மானை', 'ஐவர் ராஜாக்கள் கதை' போன்ற கதைப் பாடல்களும் தோன்றின.

இவைதவிர, ராஜா தேசிங்கு, விக்கிரமாதித்தன் போன்ற அரசர் களை மையமாக வைத்தும் பல நாட்டுப்புறக் கதைகள் தோன்றின. தெனாலிராமன், மரியாதைராமன் ஆகியோரின் சாதுரியக் கதை களும் மக்களிடம் பரவியிருந்தன. இவற்றோடு, '19ஆம் நூற்றாண்டில். ஈசாப் கதைகளும், பஞ்சதந்திரக் கதைகளும் தமிழில் மொழி பெயர்க்கப்பட்டன.'

தமிழில் நாவல் இலக்கியம் தோன்றுவதற்கு முன்னர், வீரமா முனிவர் எழுதிய 'பரமார்த்த குரு' கதையிலிருந்து பல்வேறு செவிவழிக்கதைகளும், நாட்டுப்புறக் கதைகளும், கதைப்பாடல்களும் தமிழில் எழுத்து வடிவம் பெற்றன. நடேச சாஸ்திரி என்பவர், தென்னாட்டுக்கதைகள் பலவற்றைத் திரட்டி ஆங்கிலத்தில் மொழி பெயர்த்து வெளியிட்டார்.

இந்நாட்டுப்புற இலக்கியங்களே பெரும்பாலான மக்களின் பொழுதுபோக்காகவும், வாழ்வியலுக்குரிய நீதிக் களஞ்சியங்களாகவும் திகழ்ந்தன. கல்வியறிவில்லா மக்களிடம் கற்றவர்கள் தங்கள் கருத்து களைப் பரவச் செய்வதற்கு, அம்மக்களிடம் வழங்கிய நாட்டுப்புற இலக்கியங்களைப் பயன்படுத்தும் போக்கு தொன்மையானதாகும். சமணர்கள் தங்கள் கருத்துக்களைப் பரப்புவதற்குப் பழமொழிகள் என்ற நாட்டுப்புற இலக்கியத்தைக் கையாண்டதற்கு 'பழமொழி நானூறு' என்ற இலக்கியம் சான்றாகும். அம்மானை, கழஞ்சு, சுண்ணம் இடித்தலின்போது பாடும் பொற்சுண்ணம், பாவைப்பாட்டு போன்ற மகளிரின் நாட்டுப்புறப் பாடல்களை மாணிக்கவாசகர் தம்முடைய 'திருவாசகத்தில்' கையாண்டுள்ளார்.

இதே நிலையைத் தமிழில் வசன நூல்களை எழுதத்தொடங்கிய ஆசிரியர்களிடமும் காணலாம். நாவல் தோன்றுவதற்கு முன்னர், நாட்டுப்புறக் கதைகளின் சாயல் பெற்ற, 'விக்கிரமாதித்தன் கதை', 'தச குமார சரிதம்' முதலிய மொழிபெயர்ப்புக் கதைகளே உரைநடையில் எழுதப்பட்டன. வேதநாயகம் பிள்ளை படைத்த முதல் தமிழ் நாவலிலும், நாட்டுப் புறக்கதைகளும், விகடக்கதைகளும், பழமொழி களும், விடுகதைகளும் பயின்று வந்துள்ளன. மாதவையா, நடப்பியல் பாங்கிலான சமூக நாவல்களைப் படைத்தார் என்றாலும் நீதி உரைக்கும் நோக்கத்திற்காகவும், நாட்டுப்புறப் பாடல்கள் மீது தமக்கிருந்த நாட்டத்தை நிறைவேற்றுவதற்காகவும் தம் நாவல்களில் நாட்டுப்புற இலக்கியக் கூறுகளைப் பயன்படுத்தியுள்ளார். அவற்றைப் பின்வரும் தலைப்புக்களில் பகுத்துக் காணலாம்.

1. பழமொழிகள், 2. கதைகள், 3. நாட்டுப்புறப் பாடல்கள்.

3.1.3.1. பழமொழிகள்

மக்களிடம் வழங்கிய பழமொழிகள், எளிய உவமைகள், உருவகங்கள் பெற்றவையாக, நேரடியாக நீதிகளைப் பொன்மொழி களாகக் கூறுவனவாக அமைந்துள்ளன. அவை வெறும் நீதி மட்டும் உரைப்பனவாக இல்லாமல் இன்பம் பயக்கும் முறையில் கூறப்பட்டவை யாகவும் உள்ளன. தொடக்ககால நாவலாசிரியர்கள் அனைவருமே பழமொழிகளைப் பயன்படுத்தத் தவறவில்லை.

மாதவையா தம்முடைய மூன்று தமிழ் நாவல்களிலும் எழுபதுக்கும் மேற்பட்ட பழமொழிகளைக் கையாண்டுள்ளார். அவற்றில் சில நீதி உரைப்பனவாகவும், பல எள்ளற்சுவையில் பிறர் தவறுகளை விமரிசிப் பனவாகவும் அமைந்துள்ளன.

நீதி உரைக்கும் பழமொழிகளுக்குச் சில எடுத்துக்காட்டுகள்

'ஐந்தின் வளைந்தாலன்றி
ஐம்பதில் வளையுமோ' (ப.ச. பக். 288)

'எறும்பூரக் கல்லுந்தேயும்' (ப.ச. பக். 164)

'பகல் பக்கம் பார்த்துச் சொல்
இராத்திரி அதுவும் சொல்லாதே' (ப.ச. பக். 11)

'அஞ்சிலே வளையாதது ஐம்பதில் வளையுமா' (மு.மீ. பக். 43)

'துள்ளின மாடு பொதி சுமக்கும்' (மு.மீ. பக். 21)

'தாயும் பிள்ளையும் ஆனாலும்
வாயும் வயிறும் வேறு' (மு.மீ. பக். 73)

'மந்திரங்கால் மதிமுக்கால்' (வி.மா.பக். 235)

'அடாஅது செய்வார் படாஅதுபடுவார்' (வி.மா. பக். 245)

'வேலியே தின்றால் தெய்வமே காவல்' (வி.மா. பக். 205)

'கேடுவரும் பின்னே மதிகெட்டுவரும் முன்னே' (வி.மா. பக். 84)

'ஆறிலும் சாவு நூறிலும் சாவு' (வி.மா. பக். 121)

இவைதவிர, பிறர் தவறுகளை எள்ளற் சுவைபட மொழியும் பழமொழிகளில் சிலவற்றைக் காணலாம்.

'குரங்கு சாகக் கொடுத்த ஆண்டிபோல' (ப.ச.பக். 84)

'பூசணிக்காய் களவாண்டவன்
தோளைத் தொட்டுப் பார்த்துக் கொண்ட கதை' (ப.ச. பக். 12)

'காத்திருந்தவன் பெண்டாட்டியை
நேற்றுவ ந்தவன் கொண்டுபோனான்' (ப.ச.பக். 97)

'சோற்றிலே கிடந்த கல்லைப் பொறுக்க முடியவில்லையாம்,
சொக்கனார் கோவில் மதிற்கல்லைப் பிடுங்கப் போகிறார்களாம்'
(ப.ச. பக். 272)

'அறுத்துவிட்டதாம் கழுதை
எடுத்துவிட்டதாம் ஓட்டம்' (ப.ச. பக். 271)

'வேலைக்கள்ளிக்குப் பிள்ளை மேலே சாக்கு' (மு.மீ. பக். 59-60)

கழுதைக்குத் தெரியுமோ கற்பூர வாசனை' (மு.மீ. பக். 10)

'பிணநாற்றம் கழுகுக்குத் தெரிவதுபோல' (வி.மா. பக். 30)

'பாலுக்குக் காவல், பூனைக்குத் தோழன்' (வி.மா. பக். 232)

எள்ளல் சுவைபடக் கதை எழுதிய வீரமாமுனிவர், வேதநாயகம் பிள்ளை ஆகியோர் போலவே, மாதவையாவும் தம் நாவல்களை எள்ளற்சுவை மிளிரப் படைத்தபோது, அத்தகைய சுவை கொண்ட பழமொழிகளைப் பரவலாகப் பயன்படுத்தினார். இது அவருடைய இயல்புக்கு இயைந்த ஒன்றாகவே காணப்படுகிறது.

3.1.3.2. கதைகள்

நாட்டுப்புறக் கதைகளை மாதவையா தம் நாவல்களில் அப்படியே பயன்படுத்தவில்லை. இவ்விதத்தில் இவருக்கு முன் நாவல்படைத்த வேதநாயகம் பிள்ளையிடமிருந்து மாதவையா வேறுபடுகிறார். சில படிப்பினைகளை உணர்த்துவதற்காக மாதவையா கையாண்ட நாவல்

நிகழ்ச்சிகள், நாட்டுப்புறக் கதைகளின் சாயலை ஒத்திருப்பது ஈண்டு கவனத்தில் கொள்ளப்படுகிறது. இத்தகைய நாவல் நிகழ்ச்சிகளில் இரண்டு 'ப.ச.' நாவலில் இடம் பெற்றுள்ளன.

1. பெண்தேடி அலைதல்

நாட்டுப்புறக் கதைகளில், ஒருவன் தன் தகுதிக்கும், வயதிற்கும், உருவத்திற்கும் பொருத்தமில்லாத செயலில் ஈடுபட்டு, அவமானப் படுவது நகைச்சுவையை ஏற்படுத்தும் விதத்தில் கூறப்படுவது வழக்கம். தனக்குரிய மனைவியைத் தேடிப் பல ஊர்களுக்கும் சென்று பலவாறு அவமானப்பட்டு, இறுதியில் அவளை அடைவதாக உலக நாட்டுப்புறக் கதைகளில் காணலாம். இப்படிப்பட்ட கதைகள் வாயிலாக, இருப்பதைக் கொண்டு மனநிறைவாக வாழவேண்டும் என்ற படிப்பினை உணர்த்தப்படுகிறது.

மாதவையா, 'ப.ச.' முதற்பாகத்தில் (15.17.19.20வது இயல்கள்) மேலே குறிப்பிட்ட கதைச் சாயலை உடைய ஒரு நீண்ட நிகழ்ச்சியை விவரித்துள்ளார். வயோதிக காலத்தில், பண்ணை சேஷையர், இளைஞனைப் போலத் தன்னை ஒப்பனை செய்து கொண்டு, துணைக்கு ஒரு தோழனை அழைத்துக் கொண்டு, திருநெல்வேலி மாவட்டத்திலுள்ள அரியூரிலிருந்து வடக்கே தஞ்சாவூர் மாவட்டத் திற்குப் பெண் தேடிப் பயணம் செய்கிறார். முதலில் சிட்டூர் என்ற கிராமத்திற்குச் சென்று ஒரு சிறுமியை நிச்சயம் செய்துவிட்டு ஊர் திரும்புகிறார். வந்தபின்னர், அச்சிறுமி இறந்து விட்டதாகச் சேதி வரவே துயரடைகிறார். பின் மீண்டும் வடக்கே பயணம் செய்து சிட்டூர்ப் பெண் வீட்டார் தன்னை ஏமாற்றியதை அறிந்து நொந்து, வஞ்சனூர் செல்லுகிறார். ஒருவழியாக அவ்வூர்ப் பெண் ஒருத்தியை மணந்து கொள்கிறார்.

இந்நிகழ்ச்சியின் வாயிலாக, மாதவையா, பிராமண சமூகத்தின் மூத்த தலைமுறையினரின் பிற்போக்குத் தனத்தை விமரிசித்துள்ளதை அறியலாம். இத்தகைய ஆடவரை, நாட்டுப்புறக் கதைகளில் ஊராரின் கேலிக்குரியவர்களாகவே இருப்பதை ஒத்து, சேஷையரும் ஊராரின் கேலிக்கு ஆளாகிறார்.

2. தகாத காமத்தால் தண்டனை பெறுதல்

தகாத காமத்தால் ஆடவர்கள் தண்டனை பெறுதல் என்ற கதைக் கரு காவியங்களில் இருப்பதைப் போலவே நாட்டுப்புறக்கதை களிலும் இருக்கிறது. ஹோமர் படைத்த கிரேக்க இதிகாசமான 'இலியட்' ('lliad') என்ற இதிகாசத்தில் மாற்றான் மனைவியை விரும்பியதால் பிரின்ஸ் (Prince) என்ற இளவரசனும், அவனுடைய

டிராய் (Troy) நகரமும் அழிவுறுகின்றனர். இந்திய இதிகாசமான 'இராமாயணத்தில்' இராவணன் இவ்வாறு அழிபவனாக உள்ளான். மகாபாரதத்தில், திரௌபதை மீது காமுற்ற கீசகன் என்ற இளவரசனும் ஒறுப்புறுகிறான்.

இதிகாசங்கள் எல்லாம் அடிப்படையான ஒரு தொன்மைக்காலக் கதையைக் கொண்டிருந்தாலும், அது மக்களிடம் பரவிய போது, அவர்களிடம் தொன்று தொட்டு வழங்கும் நாட்டுப்புறக் கதைகளும் இதிகாசங்களில் கிளைக்கதைகளாக உருமாறுகின்றன. இதிகாச மாந்தரைச் சுற்றி நாட்டுப்புறக் கதைகளும், கதைப்பாட்டுக்களும் தோன்றியுள்ளன. இவ்வாறு தோன்றுகிற கதைகள் பலவும் பல இடங்களில் உண்மையில் நிகழ்ந்தவையாகப் பேசப்படுவதும் நாட்டுப்புற மக்களின் நம்பிக்கையாக உள்ளது.

இன்னொருவன் மனைவிமீது தகாத காமுற்ற ஒருவனை, அப்பெண்ணின் உறவினரான ஆடவர்கள் இரவில் தனி இடத்திற்குப் பெண் மூலம் வரவழைத்து, ஒறுத்து, அவமானப்படுத்துவதாகப் பல ஊர்களிலும் கதைகள் வழங்கி வருவதைக் காணலாம். நடந்த நிகழ்ச்சியை நாட்டுப்புறக் கதையா அல்லது நாட்டுப்புறக் கதையை, நடந்த நிகழ்ச்சிபோல் வழங்குகின்றார்களா என்பதை அறிய இயலவில்லை.

மாதவையா, 'ப.ச.' முதற்பாகத்தில், மேலே குறிப்பிட்ட கதைச் சம்பவத்தைப் பெரிதும் நினைவூட்டுகிற நிகழ்ச்சியொன்றை விவரித்துள்ளார்[15]. பிறன் மனைவி சாவித்திரிமீது மோகமுற்ற நாகம்மைய்யர், அவளை இரவு பதினோரு மணிக்கு ஊருக்கு ஒதுக்குப்புறமான ஓரிடத்திற்கு வருமாறு மொட்டைக் கடிதம் எழுதுகிறார். அவளுக்கு உடன்பாடென்றால் மாலை ஆறுமணியளவில் அவள் வீட்டுக் கொல்லைப் புறச் சுவற்றின்மீது பூசணிப்பூவை நட்டுவைக்கும் படி குறிப்பிடுகிறார். எழுதியவன் யாரென்று ஊகித்தறிந்த சாவித்திரியின் தம்பியும், அவன் நண்பனும், இரவில் நாகம்மையரைக் குறிப்பிட்ட இடத்திற்கு வரவழைக்கின்றனர். அங்கே தனியே முக்காடிட்ட உருவத்தைச் சாவித்திரி என நினைத்து நாகம்மைய்யர் ஆசை மொழி பேசித் தழுவியபோது, முக்காட்டை எடுத்தெறிந்துவிட்டு ஒரு மறக்குல ஆடவன் எழுகிறான். தயாராக இருந்த நான்கு மறவர்கள், நாகம்மைய்யரின் வாயைக் கட்டித் தூணில் சாற்றுகிறார்கள். சாணியைக் கரைத்துத் தலையில் ஊற்றி விளக்குமாற்றால் அடிக்கிறார்கள். கழுத்தில் எருக்கமாலை, சூட்டி, குடுமியைக் கத்திரிக்கிறார்கள். மீசையையும் கொளுத்துகிறார்கள். அடித்தொடையில் சூடுபோட்டு முகத்தில் காறி உமிழ்ந்து விரட்டுகிறார்கள்.

பொதுவாக, பாதகமான குற்றங்களைச் செய்தோர்க்குப் பழங்கால கிராமப் பஞ்சாயத்துக்களில், முடிகளைதல், எருக்கம் பூச்சூடல், சாணியால் குளிப்பாட்டுதல் அல்லது சாணியைக் கொண்டு எறிதல், கழுதைமீது ஏற்றிப் பவனி வரச் செய்தல் போன்ற தண்டனைகள் தரப்பட்டன. காமக்குற்றம் செய்தோர்க்கு நாட்டுப்புறக் கதைகளிலும் இத்தகைய தண்டனை தரப்படுவதாகக் குறிப்பிடப்படுகிறது. 'பெருங்கதை' என்ற காப்பியத்திலும் சாங்கியத்தாய் என்பவளுக்கு இத்தகு தண்டனை தரப்படுவதைக் காணலாம். மாதவையா, இப்படி யொரு நிகழ்ச்சியை அமைத்ததற்கு, கிராமங்களில் நடந்த நிகழ்ச்சி யாக அவர் இதனைப் பற்றிக் கேள்வியுற்றிருப்பது காரணமாகலாம். அல்லது அவர்காலத்தில் கூத்தாக நடிக்கப்பட்ட 'கீசகவதை' என்ற நாடகத்தின் கதை ஒரு காரணமாக இருக்கலாம். கீசகன், திரௌபதை என எண்ணிக் கொண்டு முக்காடிட்ட பீமனைத் தழுவ, அவன் கீசகனை அடித்துக் கொல்லுகிறான். இக்கதையைச் சற்றுத் திருத்தி, கிராமங்களில் நடந்ததாகப் பரவலாகப் பேசப்பட்ட நிகழ்ச்சியையும், நாட்டுப்புறக் கதைக் கூறினையும் கலந்து மாதவையா தம்நாவல் நிகழ்ச்சியை அமைத்திருக்கலாம்.

3.1.3.3. நாட்டுப்புறப் பாடல்கள்

நாட்டுப்புறக் கதைகள் போலவே நாட்டுப்புற மக்களின் அன்றாட வாழ்வுடன் நெருங்கிய உறவு பூண்டவை நாட்டுப்புறப் பாடல்களாகும். இப்பாடல்களை இம்மக்கள் நாட்டுப்புற இசையில் பாடி வருகிறார்கள். நவீன நாகரீக வளர்ச்சி பெருகப் பெருக இப்பாடல்கள் அழிந்து வருகின்றன. இந்நிலையை மாதவையா அன்றே உணர்ந்துள்ளார். எளிய மக்களின் பாடல்கள் மீது மாதவையாவுக்கிருந்த ஈடுபாட்டை, 'வி.மா.' நாவலில், விஜய மார்த்தாண்டர் வழியாகப் பின்வருமாறு உரைத்துள்ளார்.[16]

'...தெம்மாங்கு, சிந்து நொண்டி, குறவஞ்சி முதலியவற்றிற்குக் காலம் நெருங்கிக் கொண்டிருக்கிறது. கிருதிகளும், பதசாகித்யங்களும், இந்துஸ்தானி மெட்டுப் பாட்டுக்களும், நாடகப் பாட்டுக்களும், இங்கிலீஷ் 'நோட்டுக்கள்' போன்ற பாட்டுக்களுமே இப்பொழுது விரும்பப்படுகின்றன... நாட்டுப் புறங்களில் மறப்பெண்கள் கும்மியடிப் பதையும், பள்பாடுவதையும் பார்க்க எனக்கெப்பொழுதும் ஆசை; சில வண்டிக்-காரர் தெம்மாங்கு பாடுவதும் வெகு நன்றாகக் கேட்டிருக் கிறேன்...'

மாதவையா இக்கூற்றின் வழியாக, நாட்டுப் புறங்களில் வழங்கும் கும்மி, தெம்மாங்கு முதலான நாட்டுப்புறப் பாடல்களில் தமக்கிருந்த ஈடுபாட்டைப் புலப்படுத்தியுள்ளார். மாதவையா மேற்கொண்ட

உப்பு - சுங்க இலாகாப் பணியின் பொருட்டுச் சென்னை மாகாணத்தின் இராமநாதபுரம் முதல் வடக்கே ஆந்திரம் வரைச் சுற்றி வந்துள்ளார். நகரங்களுக்கு வெகு அப்பாலிருந்த கிராமங்களுக்குப் பணியின் காரணமாகச் சுற்றிவந்த மாதவையாவுக்கு நாட்டுப்புற மக்களின் பாடல்களைப் பற்றிய அறிவும், அவற்றில் ஈடுபாடும் ஏற்பட்டிருக்க வாய்ப்பிருந்திருக்கும். மாதவையா தம்முடைய நாவல்கள் மூலம், குறிப்பாக 'வி.மா.' நாவல் மூலமாக, தமிழ்நாட்டு மக்கள் மறக்கத் தொடங்கியிருந்த நாட்டுப்புறப் பாடல்களை நினைவூட்டியுள்ளார். 'வி.மா.' நாவலில் 'கள்ளர்பாட்டு' எனப்படும் மறவர் பாட்டுக்களையும். ஆண்டிப்பாட்டையும் எழுதியுள்ளார். 'மு.மீ.' நாவலில் தாலாட்டுப் பாடல் ஒன்றையும் எடுத்தாண்டுள்ளார்.

மறவர் பாட்டு

'வி.மா.' நாவலில் திருடிப் பிழைக்கும் மறவர்கள் பாடுவதாகக் கீழ்வரும் மூன்று பாடல்களை எடுத்துக் கூறியுள்ளார் மாதவையா[17].

'பனை கறுத்திருக்கும் பறங்கி
சோறு வெளுத்திருக்கும்
அதிலே வடியும் சாற்றைக் குடித்தால்
தலை கிறுகிறுக்கும்.
முக்கலச் சாராயம் பறங்கி
முன்னூறு கோழிமுட்டை
எத்தனை தின்னாலும் பறங்கி
வெற்றிலை தின்னாற்போம்.
கறுத்த கண்களடா, பறங்கி
பருத்த கொண்டையடா
சிறுக்கி முறுக்கி உருக்கி
மனத்தைக் கிறுக்கி விட்டதடா.

இப்பாடல்களை நாட்டுப்புறப் பாடல்களிலிருந்து மாதவையா எடுத்தாண்டாரா, அல்லது அவற்றின் சாயலில் தாமே படைத்துக் கொண்டாரா என்பதை அறிந்து கொள்ளச் சான்றெதுவும் கிடைக்க வில்லை.

ஆண்டிப்பாட்டு

'வி.மா.' நாவலில்,

'சங்கர சங்கர சம்பு, சிவ
சங்கர சங்கர சம்பு
சங்கர சங்கர சம்பு'...[18]

எனத் தொடங்கும் நீண்ட ஆண்டிப்பாட்டு மாதவையாவால் நாவலின் கதைக்கேற்பப் பயன்படுத்தப்பட்டுள்ளது. வழக்கில் இருந்த ஆண்டிப் பாட்டு வடிவத்தை ஏற்றுக் கொண்ட மாதவையா, அதில், கதைத் தலைவி சிவகாமிக்கு மட்டும் புரிந்து கொள்ளத் தக்கவிதத்தில் செய்தியை மாதவையாவே படைத்துள்ளார்.

தாலாட்டு

தமிழ்நாட்டுக் குடும்பங்களில் தாலாட்டுப் பாட்டு என்பது எல்லாச் சாதியினரிடமும் காணக் கூடியதாக உள்ளது. ஒவ்வொரு சாதியினரிடமும் பிற சாதியினரிடமிருந்து வேறுபடுத்திப் பார்க்கத் தக்க விதத்தில் மொழிவழக்கு வேறுபடுகிறது. இதனைச் சாதிமொழி என்பர். பிராமணக் குடும்பங்களில் பேசப்படும் மொழி வழக்கை ஒட்டியே அவற்றின் தாலாட்டுப்பாட்டின் மொழி வழக்கு அமைந் துள்ளது. 'மு.மீ.' நாவலில், விதவை முத்து மீனாட்சி, தன் அண்ணன் குழந்தையைத் தாலாட்டுகின்றபோது 15 அடிகள் கொண்ட நீண்ட ஒரு தாலாட்டுப் பாட்டு இடம் பெறுகிறது[19].

'ஆராரோ ஆராரோ ஆரார் அடித்தாரோ?
ஆரடித்து நீ அழறாய் அஞ்சனக் கண்மைகரைய
....
....
ஆரடித்து நீ அழறாய் அடித்தாரைச் சொல்லியழு'

மேற்கண்ட தாலாட்டுப் பாட்டில் 'அழறாய்' என்ற சொல்லாட்சி பிராமணச் சாதியினர் வழங்கும் கிளைமொழிச் சொல்லாக உள்ளது குறிப்பிடத்தக்கது.

இதுவரை, மாதவையாவின் நாவல்களில் காணத்தகும் மரபுக் கூறுகள் விரித்துரைக்கப்பட்டன. தமிழின் நடப்பியற்பாங்கான சமூக நாவலுக்கு மாதவையாவை முன்னோடி எனக் கூறினாலும், அவர்தம் காலச்சூழலின் தாக்கத்திற்கு உட்பட்டே தமிழ்ச் செய்யுள் இலக்கியத்தின் மரபுக் கூறுகளை விரவி நாவல்களைப் படைத்தார் என்பது புலப்படு கிறது. காவியக் கூறுகளும், நீதி இலக்கியக் கூறுகளும், நாட்டுப்புற இயலின் கூறுகளும் நடப்பியல் கூறுகளோடு கலந்து அமைக்கப் பட்டனவாக அவருடைய நாவல்கள் காட்சியளிக்கின்றன.

3.2. சிறப்பியல்புகள்

மாதவையா, தாம் வாழ்ந்த காலத்தில் தாக்கங்கட்கு உட்பட்டு நாவல்களைப் படைத்தாலும், அக்காலச் சூழலை மாற்றும் விதத்திலும் தம்முடைய தனித்தன்மைகளையும் நாவல் ஆக்கத்தில் வெளிப்படுத் தினார். இத்தன்மைகளையே இவரது சிறப்பியல்புகள் என்றழைக்கலாம்.

தொடக்ககாலத் தமிழ் நாவலாசிரியர்களிடம் காணவியலாதவை இவ்வியல்புகளாகும். ‘கமலாம்பாள் சரித்திரம்’ என்ற ஒரே நாவலைப் படைத்த பி.ஆர். இராஜமையரிடம் மட்டும் இச்சிறப்பியல்புகளில் ஒருசில காணப்படினும், அவர் மிக இளம்பருவத்திலேயே இறந்ததால், அச்சிறப்பியல்புகளை முழுமை பெற்றவையாகக் கொண்டு ஆய்ந்து முடிவு செய்ய இயலாது. ஆனால் மாதவையா இத்தகைய ஆய்வுக்கு முழுமையாக உட்படக் கூடியவராகத் தமிழிலும் ஆங்கிலத்திலும் ஏழு முழுமையான நாவல்களைப் படைத்திருப்பதைத் குறிப்பிடலாம்.

நாவல் என்ற நவீன உரைநடை இலக்கிய வகையின் தன்மைகளை மாதவையா நன்கு புரிந்திருந்ததால்தான், அவர் காலத்தில் வாழ்ந்த தொடக்ககாலத் தமிழ் நாவலாசிரியர்களின் நாவல்களில் பெருமளவிற்குக் காணமுடியாத சிறப்பியல்புகளை மாதவையா நாவல்களில் காணமுடிகிறது.

இச்சிறப்பியல்புகளைக் கீழ்வரும் உட்தலைப்புக்களில் காணலாம். 1. மூன்று தமிழ் நாவல்களின் தனித் தன்மைகள் 2. எடுத்துரைப்பு முறைகள் 3. தமிழ் உரைநடையைப் பயன்படுத்தியமை 4. நடப்பியற் கூறுகள்.

3.2.1. மூன்று தமிழ் நாவல்களின் தனித்தன்மைகள்:

19ஆம் நூற்றாண்டில் தமிழ்நாட்டில் நாவல் படைத்தோரில் குறிப்பிடத்தக்கவர்களாக, வேதநாயகம்பிள்ளை, குருசாமிசர்மா, இராஜமையர், நடேச சாஸ்திரி, மாதவையா போன்றோரைக் குறிப்பிடலாம். 1897ஆம் ஆண்டு முதல் வி.கோ. சூரிய நாராயண சாஸ்திரியார் தம்முடைய ‘மதிவாணன்’ நாவலைத் தொடர்கதையாக வெளியிட்டாலும், 1902ஆம் ஆண்டில்தான் அது புத்தக வடிவம் பெற்றதால், வி.கோ. சூரிய நாராயண சாஸ்திரியாரை இருபதாம் நூற்றாண்டு நாவலாசிரியராகவே கொள்வார்கள்.

வேதநாயகம் பிள்ளையவர்கள் படைத்த இரு நாவல்களும் ஒரே வகையில் அமைந்துள்ளன. இரண்டுமே அற்புத நவிற்சிக் கூறுகளை மிகுதியாகக் கொண்ட ‘உரோமன்ஸ்’ (Romance) வகை நாவல்களாகும். குருசாமி சர்மா படைத்த ஒரே நாவலும் இவ்வகை நாவலாகும்.

இராஜமையர் படைத்த ஒரே நாவல், முழுமையான நடப்பியல் வகை நாவல் எனக்கொள்ளத்தக்கதாக இல்லை. அவருடைய ‘கமலாம்பாள் சரித்திரம்’ நாவலின் முதற் பாதி, நடப்பியல் பாங்கிலும், இரண்டாம் பாதி இராஜமையரின் வேதாந்தக் கோட்பாட்டிற்குரிய விளக்கமாக அமைவதால், நடப்பியற் பண்புகள் குறைந்த தாயும் அமைந்துள்ளது. நடேச சாஸ்திரி படைத்த பல நாவல்களில் ‘தீனதயாளு’

ஒன்றே அவருடைய சொந்தப் படைப்பாகும். ஏனையவை ஆங்கில நாவல்களின் தழுவல்களே.

மாதவையா தமிழில் மூன்று நாவல்களையும், ஆங்கிலத்தில் நான்கு நாவல்களையும் படைத்துள்ளார். இவை அனைத்துமே அவருடைய சொந்தப் படைப்புக்களாகும். இவற்றில், 'விஜய மார்த்தாண்டம்' நாவலைத்தவிர ஏனையவை நடப்பியல் பாங்கில் உருவான சமூக நாவல்களாக உள்ளன.

மாதவையாவின் தமிழ் நாவல்கள் மூன்றும் தனித்தன்மைகள் கொண்டவையாக உருவாக்கப்பட்டுள்ளன. இது, அன்று நாவலாசிரியர்களிடம் காணவியலாத ஒரு சிறப்பு இயல்பாகும். ஒவ்வொரு நாவலும் எவ்வாறு தனித்தன்மைகளைக் கொண்டுள்ளது என்பதை இனிக் காணலாம்.

3.2.1.1. 'பத்மாவதி சரித்திரம்'

மாதவையா தம்முடைய 26வது வயதில் படைத்தளித்த முதல் தமிழ் நாவலாகவும், 53வது வயது நடந்து கொண்டிருந்தபோது முற்றுப்பெறாத இறுதித் தமிழ் நாவலாகவும் விளங்குவது 'பத்மாவதி சரித்திரம்' நாவலாகும். இதன் முதல் இரு பாகங்களுக்கும் 25 ஆண்டுகள் கழித்து எழுதப்பட்ட மூன்றாம் பாகத்திற்கும் இடையில் கதைத் தொடர்ச்சியில் வேறுபாடில்லாவிடினும், நடப்பியல் பண்பையும், சீர்திருத்தக் கருத்துக்களையும் வெளிப்படுத்துவதில் வேறுபாடுகள் காணப்படுகின்றன.

முதல் இரு பாகங்களில் மாதவையா தாமே நேரடியாகக் கதையின் இடையே வாசகர்களை விளித்துத் தம்முடைய கருத்துக்களைக் கட்டுரை போலக் கூறியதற்கு மாறாக மூன்றாம் பாகத்தில் கதையின் ஊடே அவரது குறுக்கீடுகள் இல்லை. பாத்திரங்களுக்குள் நடைபெறும் உரையாடல்கள் வழியாகவே தம்முடைய கருத்துக்களை வாதத்திற்கு உட்படுத்தியுள்ளார். இவ்விதத்தில், முதல் இருபாகங்களைவிட, மூன்றாம் பாகம் நடப்பியல் பண்புகள் மிக்கதாக அமைகிறது. அடுத்த படியாக, முதல் இருபாகங்களில் குழந்தை மணம் ஆடவருக்கும், பெண்டிருக்கும் தீங்கினை விளைவிக்கக்கூடியது என்ற சமூக சீர்திருத்தக் கருத்தை மாதவையா எடுத்துரைத்தாலும், அதற்கு மாற்றான திருமணம் பற்றிக் கூறவில்லை. மூன்றாம் பாகத்தில், உரிய பருவம் வந்த ஆணும் பெண்ணும் ஒருவரை ஒருவர் புரிந்து, அன்பு பாராட்டித் தங்களுடைய எதிர்காலத்தைத் தாங்களே தீர்மானிக்கும் காதல் திருமணமே சரியான திருமணம் என்ற புரட்சிகரமான கருத்தை விவரித்துள்ளார்.

இத்தகைய புரட்சிகரமான திருமணத்தைக் குழந்தை மணத்திற்கு மாற்றாக முன்வைத்த மாதவையா, நடப்பு வாழ்வில் அதற்கு எழுந்த தடைகளையும் விளக்கியுள்ளார். பிராமண, வேளாளச் சாதியினர்க்குள் இந்து-கிறித்தவ மதத்தைச் சேர்ந்தோர்க்கிடையே கலப்பு மணம் ஏற்படமுடியாதபடி, சாதி, மத வேறுபாடுகள் முட்டுக்கட்டை இட்ட நடப்பியல் உண்மையை மாதவையா எடுத்துக்காட்டியுள்ளார்.

'பத்மாவதி சரித்திரம்' மூன்று பாகங்களையும் ஒட்டுமொத்த மாக வைத்துப் பார்க்கும்போது, இது, ஆசிரியரின் படர்க்கைக் கூற்றில் வைத்துச் சொல்லப்பட்ட நடப்பியற்பாங்கான சமூக நாவல் என முடிவு செய்யலாம்.

3.2.1.2. முத்து மீனாட்சி (1903)

'சாவித்திரி சரித்திரம்' என்று, 'விவேக சிந்தாமணி' இதழில் 1892ஆம் ஆண்டு ஜூன் மாதம் முதல் நவம்பர் மாதம் வரை தொடராக வந்து நின்று போன நாவலையே, மாதவையா பின்னர் சற்றுத் திருத்தி முழுமையாக 'முத்து மீனாட்சி' (1903) என்ற பெயரில் வெளியிட்டார்.

இந்நாவலும், 'பத்மாவதி சரித்திரம்' போல் நடப்பியல் பாங்கான நாவலாயினும், அதிலிருந்து எடுத்துரைக்கும் முறையில் வேறுபட்டுள்ளது. நடப்பியல் உண்மையை உரைக்க 'பத்மாவதி சரித்திரத்தை' ஆசிரியரின் பார்வையில் எடுத்துரைத்த மாதவையா, 'மு.மீ.' நாவலை, அதன் தலைமைப் பாத்திரத்தின் தன்மைக் கூற்றாகப் படைத்துள்ளார். முத்து மீனாட்சி என்ற பெண் பாத்திரம், தன் வாழ்க்கை வரலாற்றைத் தானே கூறுகிற விதத்தில் நாவல் அமைக்கப்பட்டுள்ளது. இதற்குச் சிறப்பானதொரு காரணம் இருந்தது. பிராமண விதவைப் பெண்ணின் மறுமணத்தை இந்நாவலின் மையச் சிக்கலாக மாதவையா படைத் துள்ளார். குழந்தை மணத்தாலும், பன்னிரண்டு வயதிலேயே அடைந்த விதவைக் கோலத்தாலும் ஒரு பெண் அடைந்த துயரங்களை, அப்பெண்ணே தன்வரலாறாகக் கூறுவதற்கும், அவற்றை ஆசிரியர் தன் பார்வையில் எடுத்துரைப்பதற்கும் வேறுபாடு உண்டு. சமூகக் கொடுமைக்கு உள்ளானவள் அக்கொடுமைபற்றித் தானே வாசகரிடம் கூறும்போது, அக்கொடுமையின் தீவிரத்தையும், அது அகலவேண்டிய அவசியத்தையும் வாசகரால் எளிதில் உணரமுடியும்.

விதவை மறுமணம் என்ற தீர்வினை அக்கால பிராமண சமுதாயம் எளிதில் ஏற்றுக்கொள்ளவில்லை. படித்தோரிடையே விதவை மறுமணம் கருத்தளவில் ஏற்றுக் கொள்ளப்பட்டாலும், நடைமுறைப்படுத்துவதற்குச் சமூகத் தடையை மீறும் துணிவு அனைவருக்கும் ஏற்படவில்லை.

எனவே, விதவையைக் கொண்டு, சமுதாயத்தின் மனச்சாட்சிக்குக் குரல் எழுப்புவதற்காகவே, மாதவையா 'மு.மீ.' நாவலில் விதவையின் கூற்றினை அமைத்துள்ளார். மாதவையா, நாவல்களில் கூறவிரும்பிய கருத்துக்களின் தன்மைக்குப் பொருத்தமான கூற்றுக்களை (Point of view) அமைத்திருப்பது குறிப்பிடத்தக்க சிறப்பியல்பாகும். நாவல் வடிவத்தை அவர் நன்கு உணர்ந்திருந்தார் என்பதற்கு இது சான்றாகும்.

மேலும் 'ப.ச.' நாவலில் பல்வேறு சீர்திருத்தக் கருத்துக்களைப் பல பாத்திரங்களைக் கொண்டு மாதவையா வெளிப்படுத்தியதால், தனியொரு பாத்திரத்தின் பார்வையில் கதையைக் கூறுவதைத் தவிர்த்துள்ளமையை ஊகிக்கலாம். 'மு.மீ.' நாவலில் சீர்திருத்தக் கருத்துக்களில் பலரும் ஏற்கத்தயங்கும் விதவைமறுமணம் என்ற ஒரு கருத்தை மட்டுமே முதன்மைப்படுத்தியதால், தனியொரு பாத்திரத்தின் பார்வையில் கதை செல்லும் முறையை மாதவையா மேற்கொண்டார் என முடிவு செய்யலாம்.

3.2.1.3. 'விஜய மார்த்தாண்டம்' (1903)

முன்னர்க்கூறிய இருநாவல்களும் கூறும் முறையில் வேறு பட்டாலும், தன்மையில் நடப்பியல் நாவல்களாக அமைந்துள்ளன. ஆனால் 'வி.மா.' நாவல், நடப்பியற் பண்புகள் குறைந்த அற்புத நவிற்சிப்பாங்கான (romance) நாவலாக அமைந்துள்ளது. 'ப.ச.' மூன்றாம் பதிப்பின் முன்னுரையில் (1911), வேதநாயகம் பிள்ளையின் 'பிரதாப முதலியார் சரித்திரம்', குருசாமி சர்மாவின் 'பிரேம கலாவதீயம்' ஆகிய நாவல்களை, '... அசாதாரண அற்புத சம்பவங்களே...' மிகுந்துள்ள 'உரோமன்ஸ்'[20] என்று குறிப்பிட்டார். 'வி.மா.' நாவலும் இவ்வாறு அசாதாரணமான அற்புத சம்பவங்கள் மிகுந்த அற்புத நவிற்சி நாவலாக அமைந்துள்ளது. மாதவையா 1924-25ஆம் ஆண்டுக் காலத்தில் நடத்திய 'பஞ்சாமிர்தம்' என்ற இதழிலும், 'வி.மா.' நாவலை அன்றைய விமர்சகர் ஒருவர் (ஏ.அரங்கசாமி ஐயங்கார்) 'ரோமன்ஸ்' என்றே குறிப்பிட்டுள்ளார்[21]. இந்நாவலில் திருடர்கள் வழிப்பறி செய்தல், கொள்ளையடித்தல், கொலைசெய்தல், பெண்ணைக் கடத்துதல், நீதிமன்றத்தில் பெண் வழக்காடுதல், தூக்குத்தண்டனை யைக் கடைசிக் கணத்தில் தடுத்தல், முதலிய நிகழ்ச்சிகள் எதிர்பாராத திருப்பங்களைக் கொண்டவையாக வைத்து வருணிக்கப்பட்டுள்ளன.

முந்தைய இருநாவல்களில், மாதவையா நன்கறிந்த பிராமணச் சமுதாயத்தின் சிக்கல்களையும், சீர்திருத்தக் கருத்துக்களையும் காண முடிவது போல், 'வி.மா.' நாவலில் காண இயலாது. இங்கு, மறவர் சமுதாயத்தைப் பற்றிய ஒரு காதல் கதையையே மாதவையா சித்திரித் துள்ளார். திருமணத்திற்கு முன்பே ஆணும் பெண்ணும் சந்தித்து

உரையாடுவதையும், இருவரும் தனிமையில் தழுவுவதையும், இரவில் பெண், வீட்டை விட்டோடி நகரத்திற் தங்கிப் பணிபுரிவதையும், இந்நாவலில் படைத்த மாதவையா, இதே போன்ற நிகழ்ச்சிகளை, பிராமண சமுதாயம் பற்றிய முன்னிரு நாவல்களில் படைக்கவில்லை. மாதவையா சமுதாயப் பின்னணியில் கூற இயலவில்லை. இதற்கு, அச்சமூகத்தில் நிலவிய சாதி, மத ஆசாரக் கட்டுப்பாடுகளே காரணம் என்பது வெளிப்படை. எனவேதான் இத்தகைய ஆசார இறுக்கம் அதிகம் இல்லாத மறவர் சமுதாயத்தையே, தாம் கூறவிரும்பிய காதல் கதைக்குப் பின்புலமாகக் கொண்டிருக்கலாம்.

மேலும் 'வி.மா.' நாவல் மற்றொரு விதத்தில், மற்ற இருநாவல் களிலுமிருந்தும் வேறுபட்டுள்ளது. இந்நாவலைப் பத்துப் பத்து இயல்கள் கொண்ட இரு பாகங்களாகப் பிரித்து, அவற்றுக்கு 'காதற்பத்து', 'கற்புப் பத்து' என்று மாதவையா பெயரிட்டுள்ளார். இப்பெயர் வைப்பு முறை 'சங்க' இலக்கியங்களின் அகப்பொருள் பற்றிய தொல்காப்பியப் பாகுபாட்டை அடியொற்றியதாகும். பொருளதிகாரத்தில் அகப்பொருள் பற்றி இலக்கணம் கூறும்போது, தொல்காப்பியர் 'களவியல்' 'கற்பியல்' என்ற இயல்களை அமைத் துள்ளார். மாதவையா 'வி.மா.' நாவலை வெளியிட்ட 1903ஆம் ஆண்டுக்கு முன்பே தொல்காப்பியமும், 'பத்துப் பாட்டு', 'கலித்தொகை' முதலான சங்க நூல்களும் பதிப்பிக்கப்பட்டிருந்தன. எனவே மாதவையா, தொல்காப்பிய இயல் பெயரமைப்பைத் தழுவி தமது நாவலின் இருபாகங்களுக்கும் பெயரிட்டிருப்பது தெரிகிறது. 'வி.மா.' நாவல், 'செந்தமிழ் நாவல்கள்' என்ற தலைப்பில்தான் வெளி வந்துள்ளது. இந்நாவலில் மாதவையா தம்முடைய தமிழ்ப் புலமையை வெளிப்படுத்தியுள்ளார். (இதன் விரிவை இவ்வியலில் 'உரைநடை' என்ற தலைப்பில் காணலாம்) முந்தைய இரு நாவல்களிலும், உரையாடல்களில் பிராமணச் சாதி வழக்குகள் மிக்கப் பேச்சுத் தமிழையும், ஆசிரியர் எடுத்துரைப்பில் எளிமையான மறுமலர்ச்சி நடையையும் கையாண்ட மாதவையா, இந்நாவலில் கல்லாத மறவர்களின் உரையாடல்களில் கொச்சைத் தமிழ் நடையையும், பிற இடங்களிலெல்லாம் கற்றோர் போற்றும் புலமை நடையையும் பின்பற்றியுள்ளார். மற்ற நாவல்களைவிட, இந்நாவலில்தான், அதிகமான பழமொழிகளையும், நீதி, காவிய இலக்கிய மேற்கோள் களையும், நாடகப்பாட்டுக்களையும், நாட்டுப்புறப் பாடல்களையும் மாதவையா பயன்படுத்தியுள்ளார்.

எனவே, 'வி.மா.' நாவலை, மாதவையா தம்முடைய பிற நாவல் களிலிருந்து முற்றிலும் வேறுபட்ட நாவலாகத் திட்டமிட்டே

அமைத்துள்ளார் என்பது விளங்கும். இவ்வாறு தாம் படைத்த நாவல் ஒவ்வொன்றையும் ஒவ்வொரு விதத்தில் படைத்துள்ள சிறப்பியல் பினைத் தொடக்ககால நாவலாசிரியருள் மாதவையாவிடமே காண முடிகிறது. அவர் படைத்த ஆங்கில நாவல்களிலும் இத்தகைய வேறுபாடுகளைக் காணமுடியும். 'கிளாரிந்தா' ஒரு வரலாற்று நாவல், 'சத்தியானந்தா' ஓர் இலட்சியப் பாங்கான நாவல், 'தில்லை கோவிந்தன்' ஒரு தன் வாழ்க்கை வரலாற்று நாவல். எல்லா நாவல்களிலும் மாதவையா தம்முடைய சீர்திருத்த எண்ணங்களைக் கூறினாலும், ஒவ்வொரு நாவலையும் தனித்தன்மை பெற்றதாகவே படைத்தார். பொதுவாகத் தொடக்க கால நாவலாசிரியரிடம் காணவியலாத ஓர் அரிய திறமையாக இதனைக் கருத வேண்டும்.

3.2.2. எடுத்துரைப்பு முறைகள்

நாவல் எனப்படுவது, சிறிய, பெரிய நிகழ்ச்சிகளால் இயலும் ஒரு நெடிய கதையை எடுத்துரைக்கும் இலக்கியமாகும். கதையை நிகழ்த்திக் காட்டும் நாடகத்திலிருந்து கதையை எடுத்துரைக்கும் விதத்தில் நாவல் வேறுபடுகிறது. நாடகத்தில், ஆசிரியன் எழுதிய வசனத்தை, நடிகர்கள், மேடையில் அங்க அசைவுகளுடன் நிகழ்த்துவதன் மூலமாகக் கதை, பார்வையாளருக்கு உணர்த்தப்படுகிறது. ஆனால், நாவலில், பார்வையாளருக்காகவன்றி, தனிப்பட்ட வாசகன் படித்துணரக்கூடிய விதத்தில், ஆசிரியன் நோக்கிலோ, அல்லது பாத்திரங்களின் நோக்கிலோ, கதை எடுத்துரைக்கப்படுகின்றது. சில வேளைகளில் நாவல் நிகழ்ச்சிகள் நாடகப் பாங்கில் எடுத்துரைக்கப் படுகின்றன.

மாதவையா தாம்படைத்த நாவல்களில் இத்தகைய எடுத்துரைப்பு முறைகளைக் கையாண்டாலும், சிறப்பாகக் குறிக்கத்தக்க இரு எடுத்துரைப்பு முறைகளை ஈண்டுக் காணலாம். அவற்றை நாடக வகை எடுத்துரைப்பு என்றும், எள்ளல்வகை எடுத்துரைப்பு என்றும் பெயரிடலாம் (Dramatic Narration and Satirical Narration). ஏனைய வகை எடுத்துரைப்புகள் 'மாதவையாவும் நடப்பியல் நாவலும்' என்ற இயலில் விரித்துரைக்கப்பட்டுள்ளன.

3.2.2.1. நாடகவகை எடுத்துரைப்பு:

தொடக்க கால ஐரோப்பிய நாவல்களில் கதை கூறும் முறையில் நாடகத்தின் தாக்கம் இருந்தது. இந்நாவல்களை முன்னோடிகளாகக் கொண்டு தமிழில் முதல் நாவல்களைப் படைத்தவர்களுடைய நாவல்களில் நாடகப்பாங்கான எடுத்துரைப்பு முறை தவிர்க்க இயலாதபடி இடம் பெற்றது.

'திருமலை சேதுபதி' (1910), 'பாரிஸ்டர் பஞ்சநாதம்' (1917) முதலிய நாடகங்களைப் படைத்தும், சேக்ஸ்பியரின் 'ஒதெல்லோ' (Othello) நாடகத்தை இருமுறை மொழி பெயர்த்தும் நாடகமியற்றும் தம் திறமையை மாதவையா வெளிப்படுத்தியுள்ளார். எனவே தாம் படைத்த நாவல்களிலும் நாட்கப்பண்பு மிளிரும் எடுத்துரைப்பு உத்தியை மாதவையா பின்பற்றியுள்ளார். ஏனைய தொடக்ககாலத் தமிழ் நாவலாசிரியர்களிடமும் இப்பண்பு காணப்படினும், மாதவையா விடம் இது ஒரு சிறப்பியல்பு எனக்கூறத்தக்க விதமாக அமைந்துள்ளது.

மாதவையா கையாண்ட நாடகவகை எடுத்துரைப்பானது, நாடகப் பாங்கான வசனம் கொண்டதாக உள்ளது. உணர்ச்சி வெளிப்பாட்டு நிலையில் பாத்திரங்கள் பாடுவதாக அமைந்துள்ளது. நாடகத்தனமான நிகழ்ச்சி அமைப்பைப் பெற்றுள்ளது. 'பத்மாவதி சரித்திரம்' நாவல் கதையின் உச்சநிலை, 'ஒதெல்லோ' நாடக அமைப்பைப் பெற்றுள்ளது; தமிழ்நாடகப் பாட்டுக்களைக் கொண்ட தாகக் காணப்படுகிறது. வேறுவிதத்தில் கூறுவதானால், மாதவை யாவின் நாவல் எடுத்துரைப்பில் நாடகக்கூறுகளின் தாக்கம் இருந்தது எனலாம். அவற்றைக் கீழே காணலாம்.

3.2.2.1.1. நாடகப்பாங்கான வசனம்:

நாடகங்களில், பாத்திரங்கள் பேசவேண்டிய வசனங்களை, பாத்திரங்களின் பெயர்களை முதலில் எழுதி, அதன்பின் அவ்வசனங்களை எழுதி அமைப்பர். மேலும், குறிப்பிட்ட வசனத்தைப் பேசும்போது, பாத்திரம் வெளிப்படுத்தவேண்டிய மெய்ப்பாடுகளையும் உடல் அசைவுகளையும் (அபிநயம்) பிறைக்கோட்டிற்குள் சுருங்க எழுதுவார்கள். இம்முறை ஐரோப்பிய நாடகத் தாக்கத்தால் வந்த முறையாகும்.

இந்த முறையைப் பின்பற்றி, மாதவையா தம்முடைய நாவல் பாத்திரங்களின் உரையாடல்களை அமைத்துள்ளார். 'பத்மாவதி சரித்திரத்திலும்' 'விஜயமார்த்தாண்டம்' நாவலிலும் இத்தகைய நாடகப்பாங்கான வசனங்களைக் காணலாம்.

பத்மாவதி சரித்திரம்

'நாராயணன்: (சிரித்துக்கொண்டு அவளை முதுகில் தட்டிக் கொடுத்து) உன்னையா, நீ துஷ்டத்தனமொன்றுஞ் செய்யா மலிருந்தால்...' (பக். 32)

'நாராயணன்: (வெட்கத்துடன் தலையைக் கவிழ்ந்து கொண்டு) நான் பண்டிதனும் இல்லை; பாடகனும் இல்லை' (பக். 53)

'சாவித்திரி ஆமாம், நேற்றுத்தான் வந்தார். (தணிந்த குரலில்) அதோ போகிறாளே, அந்தப் பெண்ணைக் கலியாணஞ் செய்து கொண்டு வந்திருக்கிறார்' (பக். 109)

'கோர்ட்டார்: (கோபமாய்) ஓய், பார்ப்பான், கதையைக் கட்டு மென்றால் தெரியாதா, (பக். 17)'

'பத்மாவதி: (கண்ணீர் பெருக, அங்கமெல்லாம் நடுங்கி வாய்குழற) ஐயோ! இதென்ன அநியாயம்' (பக். 289)

'கல்யாணி: (அழுது கொண்டும், முகத்தைத் துடைத்துக் கொண்டும்) நான் என்ன செய்வேன்' (பக். 268)

விஜய மார்த்தாண்டம்

'விஜய மார்த்தாண்டம் (சிரித்துக்கொண்டு) சோமி?... (பக். 124)

'சிவகாமி பாட்டா? சந்திரனையே பாடுகிறேன் (பாடுகிறாள்)...' (பக். 126)

'சிவகாமி (அவரைத் தழுவிக்கொண்டு) அத்தான்! நீங்கள் இவ்விதம் பேசினால் என்னாற் பொறுக்க முடியாது' (பக். 132)

மேலே காட்டியுள்ள எடுத்துக்காட்டுக்கள், ஒரு நாடகத்திற்கு எழுதப் பட்ட வசனம் (Script) போன்ற அமைப்பில் இருப்பதைக் காணலாம்.

3.2.2.1.2. உணர்ச்சி வெளிப்பாட்டு நிலையில் பாடல்களைக் கையாளுதல்

பார்வையாளர் முன்னிலையில், பல்வேறு மெய்ப்பாடுகள் தோன்றுமாறு நடித்துக் காட்டப்படும் நாடகங்களில், உணர்ச்சி வெளிப்பாட்டிற்கு உறுதுணையாகப் பாடல்கள் அமைகின்றன. 19ஆம் நூற்றாண்டில் தமிழ் நாடகங்கள், முற்றிலும் கீர்த்தனை களாகவும், சிந்துப்பாடல்களாகவும் அமைந்து படிப்படியாக உரைநடையில் அமையலாயின. ஆயினும் பாடல்கள் முற்றாக நீங்கவில்லை. மிகுதியான உணர்ச்சி வெளிப்பாட்டின் போதெல்லாம் பாடல்கள் இடம்பெற்றன. நாடகத்தின் இவ்வியல்பு பற்றி டாக்டர். மு. வரதராசன் ஒரு நூலின் முன்னுரையில் குறிப்பிடும் போது[22],

'...பழங்காலத்தில் இத்தகைய நாடகங்கள் பெரும்பாலும் இசை நாடகங்கள் என்று கூறத்தக்கவாறு அமைந்திருந்தன. நாடகம் காண்பவர்க்குத் தெளிவாக விளங்கும் பொருட்டு, இடையிடையே சிற்சில இடங்களில் வசன உரையாடலும் வருதல் உண்டு. என்றாலும் நாடகம் இசைப் பாட்டுக்களிலேயே அமைந்து முழுமை பெற்றுவிடக் காண்கிறோம்... அந்தப் பாட்டுக்களின் இசையும் நடையும் நாடக மாந்தரின் உணர்ச்சி வேகத்திற்கு ஏற்றாற்போல அமையும்'

என்று குறிப்பிட்டார். தமிழ் நாடகங்கள், திரைப்படங்களான போதும் பாடல்கள் தொடர்ந்து தவிர்க்க இயலாத அங்கங்கள் ஆகிவிட்டன. நாடகத்தில், பார்வையாளர்களின் காட்சிக்கு நடிப்பும், செவிக்குப் பாட்டும் சேர்ந்து, நடிக்கும் பாத்திரத்தின் மெய்ப்பாடுகளுடன் இணையும் நிலை உருவாகிறது. ஆனால் நாவல் என்ற வடிவம் தனியொரு வாசகனின் அந்தரங்கமான வாசிப்புக்கு உரிய உகந்த கலை வடிவமாகும். கண்ணால் வாசிப்பதைக்கொண்டு, வாசகன், தன் கற்பனையாற்றலால், நாவல் பாத்திரங்களுடன் உறவு கொள்கிறான். இந்நிலையில், பாடல்களைக் கேட்கின்ற தேவையோ, அவசியமோ அவனுக்கு இல்லை. எனவே தற்கால நாவல்களில், பாடல்கள் இடம் பெறுவதில்லை. அவ்வாறு இடம் பெற்றாலும், பாத்திரத்தின் மெய்ப் பாட்டைப் புலப்படுத்துவதற்காகவன்றி வேறு நோக்கங்களுக்காக இருக்கும்.

ஆனால், மாதவையா நாவல்களில், உணர்ச்சி மிகுகின்ற நிலையில், பாத்திரங்கள் பாடுவதாக அமைக்கப்பட்டுள்ளன அவர்கள் பாடும் பாடலையும் மாதவையா எழுதியுள்ளார். 'ப.ச.' நாவலில், மனைவி பத்மாவதி நடத்தை மீது ஐயுற்று நாராயணன் அமைதியின்றித் தவிர்க்கிறபோது ஓர் ஆங்கிலப் பாடலைத் தனக்குள் முணுமுணுப்பதாக மாதவையா எழுதியுள்ளார். அவ் ஆங்கிலப்பாட்டின் தமிழாக்கத் தையும் மாதவையா தந்துள்ளார்.[23]

மேலும், 'ப.ச.' நாவலில், கணவனால் வெறுக்கப்பட்டு மனம் நொந்து தனிமையில் வாடிய பத்மாவதி, தன் துயரத்தை ஒரு கீர்த்தனை யாகப் பாடுகிறாள். அதனை மாதவையா கீழ்வருமாறு மேற் கோளிட்டுள்ளார்.[24]

'இராகம்: சங்கராபரணம் தாளம்: ஆதி
பல்லவி
எப்போதான் இரங்குமோ ஏதோ உன் திருஉள்ளம்
அனுபல்லவி
தற்பொன்றும் செய்தறியேன், தமியேன் மிகச் சிறியேன்
அப்பனே...'

இவ்வாறு, 'ப.ச.' நாவலில், துன்ப உணர்வுகளை வெளிப்படுத்த, பாத்திரங்கள் பாடுவதாகப் படைத்த மாதவையா, 'வி.மா.' நாவலில், விஜயமார்த்தாண்டரும், அவருடைய காதலி சிவகாமியும் நிலவொளியில் தனிமையில் அமர்ந்து காதல் மொழி பேசும் போது, சிவகாமி பாடும் காதற் சுவைப் பாடல்களை எழுதியுள்ளார். அவ்வாறு அவள் பாடும் பாடல்கள், 'ஸ்திரிபுருஷ ஸம்வாதமாக' (வி.மா.பக். 129)

அமைவதாக மாதவையா குறிப்பிட்டுள்ளார். இவ்வகைப் பாடல்கள் சங்கரதாஸ் சுவாமிகளின் நாடகங்களில், ‘தர்க்கப்பாட்டு’, என வழங்கப்பட்டன. பாத்திரம் பாடும் பாடல்களை, தம் காலத்து நாடகங்களில் பாடப்பட்ட பாடல்களின் சாயலில் மாதவையா அமைத்துள்ளார். ‘வி.மா.’ நாவலில், சிவகாமி பாடுவதாக அமைந்த இரு காதல் பாடல்களுக்கு ஒப்புமை கொண்ட இரு நாடகப்பாடல் களைக் காணலாம்.

காதலியைச் சேரத்துடிக்கும் ஆர்வத்தைக் கட்டுக்கடங்காத முறையில் காதலன் பாடித் தெரிவிக்கிறபோது, காதலி பாடும் பாட்டாக ‘வி.மா.’ நாவலில் கீழ்வரும் பாடல் காணப்படுகிறது.

‘காதலி

நல்ல துடுக்கிது நல்ல கொழுப்பிது
நாணமும் நன்று நன்றே - உனைச்
சொல்லக் குறையிலை கண்டு கொண்டாய்
துணை யாருமில்லை, என்றே
கல்லைக் குனித்த கடவுளராணை! இங்கேதுஞ்
சொலேன் உரையே - இனி
அல்லற்படுத்தாதே ஆக்கப் பொறுத்தனை
ஆறப் பொறு துரையே’ (வி.மா. பக். 130)

சங்கரதாஸ் சுவாமிகளின் பல நாடகங்களில், இதே போன்ற சூழலில், காதலி பாடுவதாக வரும் பாடல்களை ‘தர்க்கப்பட்டு’ என்றழைத்தனர். மேலே காட்டியுள்ள காதலி பாட்டு ‘சுலோசனாசதி’ நாடகத்தில் வரும் பாட்டுடன் ஒப்புமை கொண்டுள்ளது.

‘தர்க்கப்பாட்டு

இராகம் - பூர்வகல்யாணி தாளம்: ஆதி

பாட்டு

புத்திமதி கெட்டுப் போகத்தாசைப் பட்டுப்
பித்தமு மேலிட்டுப் பேசுவதை விட்டு
சத்தியத்தைக் கிட்டு தர்மநெறி தொட்டுச்
சித்தந் தெளிந்திட்டுச் செய்வீர் இந்தமட்டு’[25]

இவ்விரு பாடல்கள் வெவ்வேறு சூழலில் பாடப்படினும், அமைப்பு ஏறத்தாழ ஒன்றாக இருத்தலைக் காணலாம்.

‘வி.மா.’ நாவலில் விஜய மார்த்தாண்டர் காதல் பாட, அதற்குப் பதிலாகச் சிவகாமி தனக்குத் தெரிந்த சிந்துப் பாடல்களைப் பாடுகிறாள். அவற்றில் ஒன்று கீழ்வருமாறு:

'சிந்து
ஐயகோ நான்பெற்ற கோதாய்
அடிபேதாய் நிஜம் ஓதாய் - உனைச்
செய்தென்ன அவன் சூதாய் - அந்த
மாயத்தன மாயாவியின்
நேயத்தினில் நீயாவியை
விட்டிடவோ, வுன் விதியும் இந்த
மட்டிளிவோ வுன்மதியும்' (வி.மா. பக். 128)

இப்பாடல் அமைப்பு சங்கரதாஸ் சுவாமிகளின் நாடகங்களான 'அபிமன்யு சுந்தரி'[26], 'சுலோசனா சதி'[27] 'சீமந்தனி'[28] ஆகியவற்றில் வரும் தர்க்கப்பாடல்களுடன் ஒப்புமை கொண்டதாகும்.

ஒப்புமைக்காக, 'சீமந்தனி' நாடகத்தில் வரும் ஒரு தர்க்கப் பாட்டினைக் காணலாம்.

'தர்க்கப்பாட்டு

இராகம்: செஞ்சுருட்டி தாளம்: ரூபகம்

காவடிச் சிந்து

அந்த மாது மீது மோகம்
கொண்ட சோகம் மிகுதாகம் - ஆகி
ஐயையோ வாடுது தேகம் - இனி
அரை நாழிகை வரையாயினும்
நிலையாகுவதிலையே கெதி
யாதோ கலங்கும் விவேகம் - என்
ஆவி பிழைத்தல் சந்தேகம்'[29]

இவ்விருபாடல்களின் ஓசை ஒழுங்கிலுள்ள ஒப்புமை குறிப்பிடத்தக்க தாகும். 'வி.மா.' நாவலிலிருந்து இதுவரை எடுத்துக் காட்டப்பட்ட பாடல்கள், காதலர்கள் பாடுவதாக அமைவதோடு, அக்கால நாடகங் களில் பாடப்பட்ட பாடல்களோடு ஒப்புமை கொண்டவையாகவும் இருப்பதை அறியலாம்.

3.2.2.1.3. நாடகப்பாங்கான நிகழ்ச்சி அமைப்பு

முன்கூறிய இரு தலைப்புக்களிலும், மாதவையாவின் எடுத் துரைப்பில் நாடகக் கூறுகளின் தாக்கம் இருந்தது அறியப்பட்டது. அதோடுமட்டுமின்றி, மாதவையா, தம் நாவல்களின் நிகழ்ச்சிகளையும் நாடகப் பாங்கில் அமைத்திருப்பதையும் காணலாம்.

நாடகங்களில் நிகழ்ச்சிகள், உரையாடல் வழியே முரண்பாட்டை நோக்கி இயங்குதல் என்பது இன்றியமையாப் பண்பாகும். அவ்வாறு

இயங்கும் நிகழ்ச்சிகள், கதைத் திருப்பங்கட்கு வழி கோலுபவையாக, பார்ப்போரின் கவனத்தை ஈர்ப்பவையாக அமைய வேண்டும். மாதவையாவின் 'ப.ச.' 'வி.மா.' ஆகிய நாவல்களில் இப்பண்புகளைக் காணலாம்.

'ப.ச.' நாவலின் முதற்பாகத்தில், இரு நிகழ்ச்சிகள், உரையாடல் மூலமாகத் தொடங்கி முரண்பாட்டில் சென்று முடிந்து, நாவலின் கதைத் திருப்பங்களுக்கு அடிப்படையாக அமைந்துள்ளன.

1. 'ப.ச.' நாவல் தொடக்கத்தில், சீதாபதி ஐயருக்கும் இராமப் பிள்ளைக்கும் இடையில் எழுகின்ற சாதாரண உரையாடல் படிப்படியாக வளர்ந்து இருவரும் தாக்கிக் கொள்ளும் நிலைக்குச் சென்று, முரண்பாடு முற்றுகிறது. தாக்கப்பட்ட இராமப்பிள்ளை நீதிமன்றத்தில் முறையிட, வழக்கு நடக்கிறது. முடிவில் சீதாபதி ஐயர் சிறைத்தண்டனை பெற்றுத் திருச்சிச் சிறையில் இறந்து போகிறார். இதன் காரணமாகச் சீதாபதி ஐயரின் மனைவி சீதையம்மாளும், அவள் மகன் நாராயணனும், சீதையம்மாளின் தமையன் ஆதரவில் வாழ நேரிடுகிறது. தங்களுடைய வறுமை நிலையைப் போக்க நாராயணனை ஆங்கிலக் கல்வி கற்று வேலை பார்க்க வேண்டிய நிலை உருவாகிறது.

2. இந்த முதல் நிகழ்ச்சியின் விளைவாக ஏற்பட்ட திருப்பத்தால், சீதையம்மாளும், அவள் மகனும், அவள் தமையன் வீட்டோடு கூட்டுக் குடும்பமாக வாழ வேண்டிய நிலை ஏற்படுகிறது. சீதையம்மாளின் தமையன் ஐயாவையருக்கும், அவர் மனைவி சுப்பம்மாளுக்கும் இடையில் தோன்றிய இயல்பான வாய்ச் சண்டை, சீதையம்மாளைக் குத்திக் காட்டுவதில் சென்று முடிகிறது. சுப்பம்மாளின் ஏச்சுக்களைப் பொறுக்கமுடியாமல், சீதையம்மாள், தன் மகனை அழைத்துக் கொண்டு, திருநெல்வேலியில் உள்ள சிந்து பூந்துறைக்குக் குடிபெயர்கிறாள். இதனால் நாராயணன் இந்துக் கல்லூரியில் ஆங்கிலம் கற்கும் வாய்ப்பும் கைகூடுகிறது.

மேலே காட்டிய இருநிகழ்ச்சிகளும் ஒன்றின் முரண்பாட்டிலிருந்து மற்றது தோன்றி, கதையில் இன்றியமையாத திருப்பங்களைத் தோற்றுவிப்பதைக் காணலாம்.

நாடகங்களில், பார்வையாளரின் ஆர்வத்தைத் தூண்டுவதற்காக, பார்வையாளர்கள் ஆவலாய் அறியத்துடிக்கும் கதைப் பகுதியை மறைத்துப் பின்னர் புலப்படுத்துவது இன்றியமையாத கூறாகும். இதன் காரணமாக நாடகத்தில் விறுவிறுப்பும், சுவையும் ஏற்படுகிறது.

இக்கருத்துக்கு அரணாக டாக்டர் மு. வரதராசன் கூற்றை ஈண்டுக் காண்பது பொருத்தமாக இருக்கும்.

நாடகத்தில், 'கதைப்பகுதிகள் சிலவற்றைச் சொல்லாமல் மறைத்துச் சென்று, நாடகம் காண்பவர்க்கு மேன்மேலும் ஆர்வத்தை வளர்த்து, இறுதியில் அவை புலப்படுமாறு செய்தல் உண்டு. இவ்வாறு மறைத்துப் புலப்படுத்தும் முறையால், நாடகம் கவர்ச்சி மிக்கதாக விளங்கும்... கதையின் அமைப்பிலேயே இவ்வாறு கவர்ச்சி அமைக்கலாம்; அல்லது கதையின் பகுதிகளை முன்னும் பின்னுமாக மாற்றி அமைக்கும் முறையிலும் கவர்ச்சியை அமைக்கலாம்'[30]

என்று அவர் குறிப்பிடுகிற நாடகப்பண்பினை, மாதவையா படைத்த 'வி.மா.' நாவலில் சிறப்பாகக் காணலாம். விஜய மார்த்தாண்டர், தமக்கு உதவிபுரிந்த வீரமாகாளி, வடக்கத்தியான் ஆகிய இரு திருடர்களையும் தூக்கிலிடுமாறு நீதிமன்றம் அளித்த தீர்ப்பை அறிவதாக ஒன்பதாவது இயலில் மாதவையா குறிப்பிடுகிறார். பத்தாவது இயலில், ஆங்கிலேயர் ஆட்சிக் காலத்தில் தூக்கிலிடும் முறையை விளக்கமாக மாதவையா வருணித்துவிட்டு மேற்குறித்த இரு திருடர்களும் தூக்கிலிடப் படுவதற்குத் தயார் நிலையில் நிறுத்தப்பட்டிருப்பதாகக் குறிக்கின்றார். இதைப் படிக்கின்ற வாசகர்கள், விஜய மார்த்தாண்டர், தமக்கு உதவியவர்களைக் காப்பாரே, அவ்வாறு காக்கவேண்டுமெனில் இக்கட்டான இச்சூழலில் எவ்வாறு காப்பார் என்ற வேட்கையில் ஈர்க்கப்படுவது உறுதி. இச்சந்தர்ப்பத்தில்,

'இதற்குள் நாக்கை வெளியே தள்ளிப் பெருமூச் செறியும் ஒரு பெரிய வெள்ளைக் குதிரை சிறைச்சாலைப் பக்கத்திலிருந்து தூக்கு மரத்தை நோக்கி யோடி வந்தது'[31]

என்று மாதவையா எழுதுகையில், வாசகர்கள் எதிர்பார்த்த திருப்பம் நேர்கிறது. மாவட்ட ஆட்சியாளரின் தனி ஆணையின்படி இறுதி நேரத்தில் தூக்குத்தண்டனை நிறுத்தப்படுகிறது.

எவ்வாறு அத்திருடர்கள் இருவரும் எதிர்பாராத முறையில் காப்பாற்றப்பட்டனர் என்பதை ஒன்பதாவது இயல் முடிந்ததும் மாதவையா விளக்கியிருக்க வேண்டும். அவ்வாறு செய்யாமல், திருடர்கள் காப்பாற்றப்பட்ட பின்னர், விஜய மார்த்தாண்டர், அவர் களைக் காப்பாற்ற விரைந்து செயல்பட்ட விதத்தை எழுதியுள்ளார். முன்னர் வரவேண்டிய கதைப்பகுதியைப் பின்னர் இடம் பெறச் செய்வது நாடகத்தின் பண்பாகும். இப்பண்பையே 'வி.மா.' நிகழ்ச்சியில் காணமுடிகிறது.

3.2.2.1.4. 'ஒதெல்லோ' நாடகத்தாக்கம்

இதுவரை, மாதவைய்யாவின் எடுத்துரைப்பாலும், நிகழ்ச்சி அமைப்பிலும் பொதுவான நாடகப் பாங்கினைக் காண முடிந்தது. ஆயினும், தனிப்பட்ட ஒரு நாடகத்தின் பாதிப்பில் மாதவையா, 'ப.ச.' நாவலின் உச்சநிலையை (climax) அமைத்திருப்பதை இனிக் காணலாம்.

மாதவையாவுக்கு, ஆங்கில 'ஒதெல்லோ' நாடகத்தின் மீதிருந்த அளப்பரிய ஈடுபாட்டிற்கு அதனை இரண்டுமுறை அவர் தமிழ்ப் படுத்தியதே சான்றாகும். 'வி.மா.' நாவலில் 'ஒதெல்லோ' நாடகத் திலுள்ள டெஸ்டிமோனா என்ற பெண் பாத்திரத்தின் ஒரு கூற்றை மொழி பெயர்த்துத் தந்துள்ளார் (வி.மா. பக். *194-195*) என்பதும் அவருடைய ஈடுபாட்டைப் புலப்படுத்தும்.

இனி 'ப.ச.' நாவலின் உச்சக்கட்டத்தை 'ஒதெல்லோ' நாடகத்தின் உச்சக்கட்டத்தைப் போல மாதவையா அமைத்துள்ளதை விளக்கலாம். தம் நாவலில் இவ்வாறு 'ஒதெல்லோ' நாடக அமைப்பை ஒத்து எழுதியதை மாதவையா வெளிப்படையாகவே எழுதியுள்ளார்.

முதலில் 'ஒதெல்லோ' நாடகத்தின் உச்சக்கட்டத்தைக் காணலாம். நாடகத்தலைவன் ஒதெல்லோ, தன் முகவாட்டத்திற்கான காரணத்தை அவன் மனைவி டெஸ்டிமோனா கேட்டபோது, மனநோயால் வருந்தும் உண்மையைச் சொல்லாமல் மறைத்துத் தனக்குத் தலைவலி என்றும் பொய் கூறுகிறான். கணவனின் தலைவலியைத் தீர்க்க அவன் தலையைக் கட்டுதற்காக மனைவி தன் கைக்குட்டையை எடுக்கிறாள். பேச்சுப்பழக்கத்தில் அவளையறியாமல் கைக்குட்டை கீழே விழுகிறது. இதனை இமிலியா எடுத்து இயாகோ கையில் கொடுக்க அதுவே டெஸ்டிமோனா மீது ஒதெல்லோவிற்குச் சந்தேகம் எழக் காரணமாகிறது. கணவன் கொண்ட சந்தேகத்தால் பெரும் துயரடைந்த டெஸ்டிமோனா இறுதியில் கணவன் கையால் கொலை செய்யப்படுகிறாள்.

'ப.ச.' நாவலில், நாராயணனும், கோபாலனும் வீட்டிலுள்ள பெயரிவர்கட்குத் தெரியாமல், பத்மாவதிக்கு மட்டும் தெரியப்படுத்தி விட்டு நாடகம் பார்க்கச் செல்லுகிறார்கள். இந்தக் கள்ளநடத்தை யைப் பொய் என்று குறிப்பிடும் பத்மாவதி, எவ்வாறு மனநோயை மறைத்துத் தலைவலி என்று ஒதெல்லோ சொன்ன பொய் இறுதியில் பெரும் நாசத்தில் சென்று முடிந்தது என்று எச்சரிக்கிறாள். மாதவையா பத்மாவதி மூலம், 'ஒதெல்லோ' அமைப்பில் நாவலின் உச்சக் கட்டத்தை அமைத்திடவிருக்கும் தம் நோக்கத்தை வெளிப்படுத்தி யுள்ளார்.

நாடகம் பார்க்கச் சென்ற இடத்தில் வெகுகாலம் பிரிந்திருந்த தம்பி சங்கரனைக் கோபாலன் காணுகிறான். அவனை வீட்டிற்கு அழைத்து வருகிறார்கள் நண்பர்கள். தீய நடத்தை கொண்ட சங்கரன், நாராயணன் மனைவி பத்மாவதிமீது மோகங்கொண்டு அவளுடன் பேச முனைகிறான். அவள் அதற்கு இடம் தராதது மட்டுமின்றித் தன் கணவனிடமும் கூறுகிறாள். இனி எல்லோரும் ஒரே வீட்டில் சங்கரனை வைத்துக்கொண்டு இருக்க முடியாதென்று பத்மாவதியும் நாராயணனும் அவன் தாயாரும் பக்கத்தில் வேறு வீட்டிற்கு குடிபோகிறார்கள். தான் அவமானப்பட்டதற்குப் பழிதீர்க்க, சங்கரன், தன் அண்ணன் கோபாலன் தாசி சாலாவுக்கு எழுதிய காதல் கடிதத்தை, பத்மாவதி பெயருக்கு அனுப்புகிறான். அதைப்படித்த நாராயணன் மனதில் மனைவிபேரில் கடும் சந்தேகம் எழுகிறது. மீண்டும் மீண்டும் நடந்த இயல்பான சிறு நிகழ்ச்சிகள் எல்லாமே, அவன் மனதில் புகுந்த சந்தேகத்தை அதிகரித்தன. மனைவியை உதைக்கிறான். அவள் கருச்சிதைவுக்கு ஆளாகித் துயர் அடைகிறாள். இந்நிலை பற்றி மாதவையா எழுதும்போது[32], நாராயணன்,

'தன் மனைவி மேலுள்ள சந்தேகம் தெளிவாயும் உறுதியாயும் மனத்துக்குத் தோன்றிய பொழுதெல்லாம் ஒதெல்லோவைப் போல் அவளைக் கொலை செய்துவிடாமல் உயிர்வாழ விட்டிருப்பதையும், தன் மனத்திடக் குறைவையும் நினைத்து நொந்து கொள்வான்'

என்று மீண்டும் 'ஒதெல்லோ' நாடகத்துடன் தொடர்புபடுத்தி யுள்ளார். முடிவில், நாராயணன் சந்தேகம் தெளிவது மட்டுமே வேறுபடும் பகுதியாகும். எனவே நாராயணன், பத்மாவதி, சங்கரன் ஆகியோரை நாவலின் உச்சக்கட்டத்தில், முறையே ஒதெல்லோ, டெஸ்டிமோனா, இயாகோ ஆகியோரின் சாயலில் மாதவையா படைத்துள்ளார் என்பது தெரிகிறது. கைக்குட்டையின் காரணமாக 'ஒதெல்லோ' நாடகத்தில் சந்தேகம் எழுவதுபோல, 'ப.ச.' நாவலில் வேறொருவர்க்கு எழுதிய கடிதத்தால் சந்தேகம் எழுகிறது.

நாடகவகை எடுத்துரைப்பு என்ற தலைப்பினில் இதுவரை மாதவையா தம் நாவல்களில் நிகழ்ச்சிகளை அமைப்பதிலும், உரையாடல்களை எழுதியமுறையிலும், பாடல்களைப் பயன்படுத்திய பாங்கிலும், உச்சக்கட்டத்தை 'ஒதெல்லோ' நாடகத்தை மனதிற் கொண்டு அமைத்த முறையிலும் நாடகத்தின் தாக்கம் கொண்டவர் என்பதை அறியமுடிந்தது. இவ்வாறு நாடகத்தின் தாக்கமுற்று நாவலை எடுத்துரைத்த சிறப்பியல்பினைத் தொடக்க காலத் தமிழ் நாவலாசிரியருள் மாதவையாவிடமே சிறப்பாகக் காணமுடிகிறது.

3.2.2.2. எள்ளல்வகை எடுத்துரைப்பு

சமூக மதிப்பீடுகளில் காணும் குறைபாடுகளையோ, தனி மனிதர்களிடம் காணும் குறைபாடுகளையோ கண்டு பொறுக்காமல், அவற்றைக் களைவதற்கு இலக்கியத்தில் பலவழிமுறைகளை ஆசிரியர்கள் பின்பற்றுவர். சினந்து சீறிக் கடிவது ஒரு முறை; பொறுமையாக ஆய்ந்து, அறிவுரை புகட்டுவது ஒருமுறை; குறைகளைக் கண்டு வெறுத்துப் புலம்புவது ஒருமுறை; குறைகளைக் கண்டு எள்ளி நகையாடுவது ஒருமுறை. சில ஆசிரியர்கள் இவ் எல்லாவித முறைகளையும் பின்பற்றுவர். மற்றும் சிலர், இவற்றுள் ஏதாவது ஒன்றினையே தமது தனித்தன்மையாக வளர்த்துக்கொள்வர்.

தமிழ்ச் செய்யுள் இலக்கியப்பரப்பில் மேற்குறித்த எல்லா முறைகளும் உள்ளன. குறிப்பாக எள்ளல் முறையை அங்கதம் என்று தமிழ் இலக்கணம் விளக்கியுள்ளது. ஆங்கிலேய ஆட்சிக்காலத்தில், தமிழ் உரைநடை இலக்கியம் தோன்றி வளர்ந்தபோது, எள்ளல் முறையில் ஆசிரியர்கள் சிலர் இலக்கியம் படைத்தனர். ‘பரமார்த்த குரு கதை’ எழுதிய வீரமாமுனிவரும், ‘பிரதாபமுதலியார் சரித்திரம்’ எழுதிய வேதநாயகரும் இத்தகைய ஆசிரியர்களாவர்.

ஆயினும், இவர்கள் பயன்படுத்திய எள்ளல்முறை எடுத்துரைப்பில் ஆழமான சமூக விமர்சனமோ, சமூக மாற்றத்திற்கான மாற்றுத் திட்டங்களோ பெரிய அளவில் இருக்கவில்லை. பண்பாட்டுக் கவலையில் மேற்கொள்ளப்பட்ட எள்ளல் எடுத்துரைப்பாக அவர்களுடைய படைப்புக்களில் காணப்படும் எடுத்துரைப்புக்கள் பெரிதும் இல்லை எனலாம். வீரமாமுனிவர், இந்துமதத்தின் குரு-சீடன் வாழ்க்கையிலுள்ள மூடத்தனங்களை நகைச்சுவை தோன்ற எடுத்துரைத்தார். வேதநாயகர், தமிழக மக்களிடம் வழங்கிய நகைச்சுவைத் துணுக்குகளையும், ஐரோப்பிய நகைச்சுவைக் கதைகளையும், கலந்து ‘பிரதாப முதலியார் சரித்திரத்தில்’ நகைச்சுவை விருந்தளித்தார்.

இவர்களுக்கு அடுத்தபடியாக, மாதவையாவே, எள்ளல் முறையில் சிறப்பாகத் தம் நாவல்களைப் படைத்துள்ளார் என்பதை அறியலாம். பிராமண சமூகத்தை அடித்தளமாகக் கொண்டு ஐரோப்பிய, இந்திய மதிப்பீடுகளை விமர்சித்த மாதவையா, ஒழுக்கவியலை மையமாகக் கொண்ட சுதந்திரம், சமத்துவம் ஆகிய மதிப்பீடுகளைப் பேணினார். இத்தகைய மதிப்பீடுகளைக் கொண்ட, சமுதாயத்தையும், தனிமனிதர்களையும் விமரிசித்தார். அவ்வாறு விமரிசித்தபோது எள்ளல் எடுத்துரைப்பையே தம் நாவல்களில் பெரிதும் கையாண்டுள்ளார். நாவல்களில் மட்டுமின்றி, சிறுகதைகள், நாடகம், பத்திரிகைக்

குறிப்புக்கள், கட்டுரைகள் முதலிய எல்லாவித வடிவங்களிலும் இத்தகு எடுத்துரைப்பினையே மாதவையா கையாண்டார். மாதவையாவின் நடை (style) எதுவென வினவினால் எள்ளல் சுவைமிக்க நடையையே குறிப்பிட்டுச் சொல்லமுடியும்.

மாதவையா, தம்முடைய எழுத்துக்களைப் பொழுது போக்கிற் காகவோ, வெறும் நகைச்சுவைக்காகவோ படைக்கவில்லை. தாம் நம்பிய சமூக சீர்திருத்தக் கருத்துக்களுக்கு விளக்கங்களாக அமையும் படியே நூல்களைப் படைத்தளித்தார். இங்கிலாந்தில் இவருக்கு முன்னோடியாக விளங்கிய தாக்கரே போலவே, மாதவையாவும், மாந்தரின் வெளி வேடங்களையும், போலிப் பகட்டுக்களையும் அம்பலப்படுத்த எள்ளல்வகை எடுத்துரைப்பை மேற்கொண்டார்.

மாதவையா நாவல்களில், பிற்போக்குத் தனமான கருத்துக்களைக் கொண்ட பாத்திரங்கள் கேலிச்சித்திரங்களாகவோ (cartoon) கேலிக்கு உரியவர்களாகவோ படைக்கப்பட்டிருப்பதைக் காணலாம்.

கேலிச்சித்திர பாத்திரங்கள்

பி.ஆர். இராஜமையர், தம் நாவலில் ஆசாடுபட்டி அம்மையப்ப பிள்ளை என்ற முழுமையான கேலிச்சித்திர பாத்திரத்தைப் போல மாதவையா படைக்கவில்லை எனினும், 'ப.ச.' நாவலில், சேஷையர், பஞ்சாங்கம் பப்பு சாஸ்திரி, ஐயாசாமி வாத்தியார் என்ற பாத்திரங் களும், 'வி.மா.' நாவலில் வீர சங்கிலித்தேவர் என்ற பாத்திரமும் கேலிச் சித்திரங்களாகக் கருதத்தக்க விதத்தில் படைக்கப்பட்டுள்ளன. மாதவையா, இவர்களைப் படைத்தபோது, இவர்களுடைய செயல்கள் வழியாகவும், இவர்களுடைய உருவ வருணனை வழியாகவும் கேலிச் சித்திரங்களை வரைந்தார்.

'ப.ச.' நாவலில், சேஷையரும், ஐயாசாமி வாத்தியாரும் தஞ்சைப் பகுதி கிராமங்களில் 'கழுகுமலைச் சந்தையில் மாடுகள் பிடிப்பது போல்' (ப.ச.பக். 82) பெண் தேடி அலைந்து அவமானப்படும் நிகழ்ச்சி மாதவையாவின் எள்ளல் எடுத்துரைப்பிற்குச் சிறந்த எடுத்துக்காட்டாகும். (இதன் விளக்கத்தை இவ்வியல் எண் 3.1.2.1.1.இல் காணலாம்). இதே நாவலில், மாற்றான் மனைவிக்குக் கடிதம் எழுதி இரவில் தனி இடம் வரச்சொன்ன நாகம்மையர், மறவர்களிடம் பெற்ற 'பூசை' குறித்த வருணனையும் மாதவையாவின் எள்ளல்வகை எடுத்துரைப்பிற்குச் சான்றாகும். (இதன் விளக்கத்தை இவ்வியல் எண் 3.1.3.2.2.இல் காணலாம்). பஞ்சாங்கம் பப்புசாஸ்திரி என்ற பாத்திரமும், நீதி மன்றத்தில், வழக்கறிஞர்கள் முன்னிலையில் கேலிக்கு ஆளாக்கப்படும் பாத்திரமாகவே 'ப.ச.' நாவலில் வருகிறது.

இவ்வாறு குறைபாடுகளைக் கொண்ட பாத்திரங்களின் செயல்களை எள்ளி நகையாடிய மாதவையா, அப்பாத்திரங்களின் உருவ வருணனையிலும் அதேமுறையைப் பின்பற்றினார். இத்தகைய பாத்திரங்களாக 'ப.ச.' நாவலில் சேஷையரும், 'வி.மா.' நாவலில் வீரசங்கிலித்தேவரும் படைக்கப்பட்டுள்ளனர்.

'ப.ச.' நாவலில், முதிய பருவத்தில், இளம்பெண் தேடியலையும் சேஷையரைப் பற்றிய உருவ வருணனை கீழ்வருமாறு

அவரை இப்பொழுது பார்த்தவர்கள் அவருடைய பருத்த தொந்தியையும், அப்பங்கள் போல் ஊதிப் புடைத்த கன்னங்களையும், தேங்காய்க்குக் குடுமி வைத்ததுபோல் உச்சியில் மட்டுமிருக்கும் ஐந்தாறு வெள்ளி மயிர்களையும், இருந்த கழுத்தையும் பார்த்தால், கலியாணத்துக்கிசைந்த மாப்பிள்ளை யென்று கனவிலும் நினையார்கள்[33]

இவ் உருவ வருணனை, கேலிச்சித்திரம் வரைந்த மாதவையாவின் எள்ளல்வகை எடுத்துரைப்பிற்குச் சரியான எடுத்துக்காட்டாகும். இதேபோல, 'விமா.' நாவலில், வேறொருவரைக் காதலிக்கும் பெண்ணை மூன்றாந்தாரமாக மணந்துகொள்ள அலையும் கீழ்மைகள் கொண்ட வீரசங்கிலித்தேவரையும், உருவ வருணனை வழியாகக் கேலிச் சித்திரம் படைத்துள்ளார் மாதவையா. அந்நாவலின் கதைத்தலைவன் விஜய மார்த்தாண்ட தேவரை அறிமுகப்படுத்தும் போது அழகும், அறிவும் பெற்றவராக வருணித்துவிட்டு, அடுத்து வீரசங்கிலித்தேவரை அறிமுகப்படுத்தும் போது,[34] கீழ்வருமாறு வருணித்துள்ளார்:

'உச்சி சுருங்கியுயர்ந்து கீழுள்ள தாடைப்பக்கம் பருத்தூதிச் சுரைக்காய் போற்றோன்றும் தலையும், இருந்த கழுத்தும், சுருங்கிய மார்பும், ஆலின் விழுதுகளைப் போல் தொங்கும் சூம்பிய கைகளும், நாலைந்து தலைமுறையாக விபாகமாகாத பெரியகுடும்பத்து உலைப் பானையைப் போன்ற தொந்தியும், மேலரையோடு முரணியோ, தொந்திச் சுமையைத் தாங்கமாட்டாமலோ மிகக் குறுகிய கால்களுமுள்ள ஒருவர்...'

இவ்வாறு, பாத்திரங்களின் பண்புநிலையை வெளிப்படுத்த மாதவையா, கேலிச்சித்திர வருணனைகளைக் கையாண்ட நிலையைக் காணலாம்.

பாத்திரங்களின் மனநிலை செயல்

உருவ வருணனை வழியாகக் கேலிச்சித்திரங்களை உருவாக்க எள்ளல்வகை எடுத்துரைப்பைப் பயன்படுத்திய மாதவையா, பாத்திரங்களின் மனநிலையிலுள்ள கீழ்மைகளையும், அவற்றின் ஒழுக்கக்கேடான செயல்களையும் வருணித்தபோதும் எள்ளல்வகை எடுத்துரைப்பைப்

பயன்படுத்தினார். மாதவையாவின் நாவல்கள் அனைத்திலும் இத்தகைய எடுத்துரைப்பினைப் பார்க்கக் காணலாம். எடுத்துக்காட்டிற்காக ஒரு சிலவற்றை ஈண்டுக் குறிப்பிடலாம். சிறப்பாக, 'பத்மாவதி சரித்திரம்' நாவலில் இவ் எடுத்துரைப்பு மிளிரக்காணலாம்.

தாமஸ் கே என்பவர் ஆரிய- திராவிடக் கலப்பில் பிறந்த கிறித்தவர். யுரேஷிய வாழ்க்கை முறையை மேற்கொண்டவர். தம் ஒரே மகளை, மணக்க முன் வந்த பிராமண இளைஞனுக்குத் தர மறுத்து, கிறித்தவ மதத்தில் மாப்பிள்ளை தேடியபோது, பீட்டர் சாமுவேல் என்ற இளைஞனை முடிவு செய்கிறார். ஆனால், சாமுவேலின் குல ஆராய்ச்சியில் ஈடுபட்ட பின், தாமஸ் கே மனநிலை எவ்வாறு இருந்தது என்பதை மாதவையா பின்வருமாறு குறிப்பிட்டார்:

'தன் மனதுக்கிசைந்த மாப்பிள்ளையான பீட்டர் சாமுவேலின் சரீரத்திலுலாவும் இரத்தத்தில், சுந்தரர் அப்பர் மரபினோர் இரத்தக் கலப்பிலும், திருநாளைப் போவார், ஏனாதி நாயனார் மரபினரின் இரத்த சம்பந்தமே அதிக மென்பதை அறிந்தவுடன் காரியம் மேற்போகாமல் அவர் தடுத்துவிட்டார்'[35]

என்று அமைகிற எடுத்துரைப்பில் பொதிந்துள்ள எள்ளல் சுவை மாதவையாவின் திறனுக்குச் சான்றாகும். பீட்டர் சாமுவேல் தாழ்ந்த குலத்தைச் சேர்ந்தவர் என்பதை நேரடியாகக் கூறாமல், அங்கதமாக மாதவையா கூறியுள்ளார். 'ப.ச.' நாவலில், நரசிம்ம முதலியாரின் பண்புநலனைப்பற்றி அறிமுகப்படுத்தும்போது, 'நரசிம்ம முதலியாருக்கு எல்லாரிலும் உயர்ந்த அதிகாரத்துடன், யாவரினும் மிக்க காமமும் அமைந்திருந்தது' (ப.ச.பக். 14) என்று மாதவையா மிகக் குறைந்த சொற்களைக் கொண்டு, ஒரு பாத்திரத்தின் கீழான பண்புநலனை எள்ளல் சுவைதோன்றக் கோடிட்டுக்காட்டியதை அறியலாம். மேலும், மேற்கண்ட பாத்திரப்பண்பு விளக்கத்தில், உயர்ந்த அதிகாரத் திற்கும் மிகுந்த காமத்திற்கும் இடையில் இயைபுபடுத்தி எள்ளலை உருவாக்கியது போல, இருசெயல்களுக்கு இடையில் இயைபு உள்ளதைக் கூறும் போது உறழ்வு ஏற்படுத்தி எள்ளலை உருவாக்கி யதை 'வி.மா.' நாவல் இறுதியில் காணலாம்.

இந்நாவலில், இறுதியில், சிவகாமியைக் கட்டாயப்படுத்த முனைந்த வீரசங்கிலித்தேவரின் இழி செயலுக்குத் தண்டனையைச் சிவகாமிக்குக் காவலாக இருந்த சுந்தரம் தருவதாக ஒருபகுதி இடம் பெற்றுள்ளது. சிவகாமியை அடைய, வீரசங்கிலித்தேவர், தன் ஐந்நூறு ரூபாய் விலையுள்ள கைக்கடிகாரத்தைச் சுந்தரத்திற்குக் கையூட்டாகத் தரும்போது, அதைச் சுந்தரம் அவர் முகத்தில்வீசி எறிகிறான். அது

அவருடைய கண்களில் ஒன்றைக் குருடாக்குகிறது. இதனை மாதவையா வருணிக்கும் போது,[36]

'தகாத காமத்தால் இந்திரன் ஆயிரம் கண்களைப் பெற்றதற்குப் பதிலாக அதே காரணத்தினால் வாணாள் முழுதும் ஒற்றைக் கண்ணர்...'

ஆக வீரசங்கிலித் தேவர் ஆகிவிட்டதாகக் குறிப்பிட்டுள்ளார். இங்கு, தகாத காமத்தால் தண்டனை பெற்ற இந்திரனையும் வீரசங்கிலித் தேவரையும் இயைபுபடுத்திய மாதவையா. இவ்வியைபிற்குள்ளும், இந்திரனுக்கு ஆயிரம் கண்ணும், தேவருக்கு ஒரு கண்ணும் கிடைத்தன என்ற உறழ்பினை மாதவையா சுட்டிக்காட்டியுள்ளார். ஈண்டு, எள்ளல் சுவை தோன்றுவதற்கு இயைபிற்குள் படைக்கப்பட்ட உறழ்பே காரணமாகிறது.

கற்பு நெறிகெட்ட வாழ்க்கையை மாதவையா விமர்சித்தபோதும், எள்ளல் வகை எடுத்துரைப்பைப் பயன்படுத்தியுள்ளார். இயைபு, உறழ்வு மூலம் இத்தகு எள்ளலை ஏற்படுத்தியதோடு, செய்யுளில் காணக்கூடிய இயைபுத்தொடை மூலமாகவும் ஏற்படுத்தி 'ப.ச.' நாவலில், சேஷையர் முதிய வயதில் மணந்து கொண்டுவந்த கமலாம்பாள் என்பவளும், அவளுடைய தாய் காமாட்சியம்மாள் என்பவளும், சேஷையரின் ஏவலாள் ஆகிய ஐயாசாமி வாத்தியார் என்பவருடன் நெறிகெட்ட வாழ்க்கை நடத்துவதை மாதவையா எழுதியுள்ளார். அவ்வாறு எழுதும்போது, இயைபுத் தொடையைக் கையாண்டு தமது எள்ளல்வகை எடுத்துரைப்பை அமைத்துள்ளார்.

அவ்வாத்தியார் இப்பொழுது இரண்டு வருஷங்களாகச் சேஷையர் வீட்டில் தான் வாசம், அவருக்கும் சேஷையர் மாமியார் 'இங்கிலீஷ் கைம்பெண்டாட்டி' காமாட்சியம்மாளுக்கும், தொன்று தொட்ட பாசம், அவருக்கும் சேஷையர் மனைவி கமலாம்பாளுக்கும், அந்தரங்க நேசம். அவ்விரண்டு அம்மாள்களின் கற்போ மோசம்; ஆகவே சேஷையரின் இல்வாழ்க்கையெல்லாம் முற்றிலும் நாசம்[37]

என்ற மேற்கோளில், மாதவையா இயைபுத் தொடையைப் பயன் படுத்தி எள்ளல்வகை எடுத்துரைப்பை அமைத்துள்ளதைக் காணலாம். (1930-40களில் சிறுகதைகளைப் படைத்த புதுமைப்பித்தனுக்கு இவ்விதத்தில் அ. மாதவையாவை 'முன்னோடி' என்பது தகும்).

இதுவரை கூறியவற்றால், மாதவையா எள்ளல்வகை எடுத்துரைப் பினைப் பல்வேறு முறைகளில் அமைத்துப் பாத்திரங்களையும், நிகழ்ச்சிகளையும் நாவல்களில் எவ்வாறு விமரிசித்தார் என்பது தெளிவாகின்றது. இந்த எள்ளல்வகை எடுத்துரைப்பு, ஆசிரியரின்

பார்வையில் அமைந்துள்ளது. பாத்திரங்களின் உரையாடல் வழியாகவும் எள்ளல் சுவை ஏற்படுத்தப்பட்டுள்ளது. இதனை இவ்வாய்வு கருத்தில் கொள்ளவில்லை. ஏனெனில், உரையாடல் பண்புகளில் ஒன்றாக இது அமைந்து விடுவதால், ஆசிரியரின் நேரடி எடுத்துரைப்பின் கீழ் பாத்திர உரையாடல் வருவதில்லை.

3.2.3. உரைநடை

முடியாட்சிமுறை செயல்பட்ட தமிழ்ச்சமுதாயத்தில் செய்யுள் வடிவமே ஓலைச் சுவடிகளில் பழகி வந்தது. ஆனால் ஆங்கிலேயரின் வருகைக்குப்பின் எழுந்த குடியாட்சி முறையில், உரைநடை வடிவமே, அச்சு எந்திரங்களால் குறுகிய காலத்திற்குள் உற்பத்தியான புத்தகங் களில் பழகிவரத் தொடங்கியது.

ஐரோப்பிய கிறித்தவ மத போதகர்கள், 'கிறித்தவமறைக் கருத்து களைப் பரப்பும் சங்கம்' (Society for Promoting Christian Knowledge) நிறுவியும் (1815), 'சென்னை, மதத் துண்டுப்பிரசுர சங்கம்' (Madras Religious Tract Society) நிறுவியும் (1818), இலவசமாகத் துண்டுப்பிரசுரங் களை வெளியிட்டன. சென்னையில் மட்டுமின்றி யாழ்ப்பாணம், பாளையங்கோட்டை, நாகர்கோவில், நெய்யூர், திருவாங்கூர், தஞ்சாவூர் ஆகிய நகரங்களிலும் மேற்படி சங்கங்களை நிறுவி ஏராளமான துண்டுப்பிரசுரங்களை வெளியிட்டனர். இவற்றோடு திங்கள், வார இதழ்களையும், செய்திமடல்களையும் வெளியிட்டன. கிறித்தவ மதபோதகர்களினுடையே இம்முயற்சியைத் தொடர்ந்து இந்துக்களும் இப்பணியில் ஈடுபட்டனர்[38]. இத்துண்டுப் பிரசுரங்களில் உரைநடை இடம் பெற்றது. 18ஆம் நூற்றாண்டில் தமிழகத்தில் வாழ்ந்த வீரமா முனிவரும், தத்துவ போதகசாமியும் இதன் முன்னோடிகள் ஆவர்.

மதப்பிரச்சாரத்திற்குப் பயன்பட்ட உரைநடையை, வீரமாமுனிவர், அங்கதத்தை எழுதப் பயன்படுத்தினார். இவர் எழுதிய 'அவிவேக பரிபூரண குருகதை' சிறுவர்களும் கற்கத்தக்க எளிய வசனத்தைக் கொண்டிருந்ததாகச் செல்வக் கேசவராய முதலியார் குறிப்பிட்டுள்ளார்[39]. ஆனால், 18ஆம் நூற்றாண்டில், பழைய உரையாசிரியர்கள் உருவாக்கிய உரைநடையை, இலக்கணச் சூத்திர உரைகள் எழுதுவதற்கு வைத்தியநாத தேசிகர், சுப்பிரமணிய தீட்சிதர், சுவாமிநாததேசிகர், சிவஞானமுனிவர் போன்ற புலவர் மரபினர் பயன்படுத்தினார்கள்.

இவ்வாறு 18ஆம் நூற்றாண்டு முதற்கொண்டு, தமிழில் இருவித உரை நடைகள் உருவாகி வளர்ந்தன. சிறுவரும் கற்கத்தக்க எளிய உரைநடையை, 19ஆம் நூற்றாண்டின் பிற்பகுதிவரை மேலும் வளர்ப்பதற்குப் பல அமைப்புக்களும், இதழ்களும் தோன்றின.

'சென்னைக் கல்விச்சங்கம்' (1812-54), ஆறுமுக நாவலரின் 'சைவப்பிரகாச வித்தியாசாலை', 'இராசதானிக் கலாசாலை', 'சுதேச பாஷாபிவிருத்தி சங்கம்', இது நடத்திய 'ஜனவிநோதினி' எனும் மாத இதழ், ஏனைய 'புதினமான வர்த்தமான பத்திரிகைகள்' ஆகியவை இத்தகைய அமைப்புக்களும், இதழ்களும் ஆகும்.[40]

19ஆம் நூற்றாண்டில் வளர்ந்த தமிழ் உரைநடையானது, வடமொழி, ஆங்கில மொழி, மராட்டிய மொழியிலிருந்த கதைகள், கட்டுரைகளின் தமிழ் மொழிபெயர்ப்பாகவோ, அவற்றின் சாரமாகவோ அமைந்தன. அல்லது, வீராசாமி செட்டியார் இயற்றிய 'விநோதரச மஞ்சரி' போல நிகழ்கால நடப்பு பற்றிய கட்டுரையாகவோ, தமிழ் மரபுவழிக் கதையாகவோ அமைந்தது. 1879ஆம் ஆண்டில் வேதநாயகர், படிப்போர் விழையுமாறு எளிய உரைநடையில் முதல் நாவலைப் படைப்பதற்கு முன்பும் பின்பும் தமிழில் பாடப்புத்தக நோக்கத்திற் காகப் பல உரைநடைக் கதைகள் வெளிவந்தன. 'கதாமஞ்சரி' (1826), 'பஞ்சதந்திரக்கதை' (1826), (1847), 'தமிழறியும் பெருமாள் கதை' (1869), போன்றவை அவற்றுள் சில.

கல்வியறிவு மக்களிடையே, கல்வி, செய்தி இதழ், பதிப்பகம் போன்றவற்றால் பரவியபோது உடைநடையானது மறுமலர்ச்சி நடையாக உருவாயிற்று. மிகக்குறைந்த கல்வியறிவுள்ள மக்கள் படிக்கும் நடையையே மறுமலர்ச்சி நடை என்று கூறலாம். மாதவையா எழுத்துப்பணியில் ஈடுபட்ட காலத்தில் வாழ்ந்த சிந்தனையாளர்கள் பலரும் சிறுவர், பெண்டிர், குறைந்த கல்வியறிவு பெற்றவர்கள் ஆகியோர் படித்தறிவதற்கான எளிய உரைநடை உருவாக வேண்டும் என முயன்றனர். மாதவையாவும் தம்பங்கிற்கு மறுமலர்ச்சித் தமிழ் நடை வளர நாவல்களைப் படைத்தார்.

மாதவையாவின் உரை நடையை, எளிய மறுமலர்ச்சி நடை என்று பொதுவாகக் குறிப்பிட்டாலும், அந்நடையில், புலவர் நடை, ஓரளவிற்குத் தனித் தமிழ் நடை, மொழிபெயர்ப்புச் சாயல் கொண்ட நடை, நீண்ட தொடர்களால் ஆகிய நடை என்ற பிறவகை நடை களின் கூறுகளும் படிந்திருக்கின்றதைக் காணலாம்.

3.2.3.1. மறுமலர்ச்சி நடை

செய்யுளில் காணப்படுகின்ற ஓசைகள், விகாரங்கள், அளபெடைகள், புணர்ப்புகள் முதலானவை பெரிதும் இல்லாத, எளிதில் பலரும் புரிந்து கொள்கிற சொற்களையும், தொடர்களையும் பெற்று, ஆனால், இலக்கணவழுக்கள் இல்லாமல் எழுதப்படுவதையே மறுமலர்ச்சி நடை எனலாம். இப்படிப்பட்ட எளிய உரைநடையில்

பல தமிழ் நூல்கள் தோன்ற வேண்டும் என்று வேதநாயகம்பிள்ளை நாவலைப் படைத்தார்.

எளிய உரைநடைக்கும், கதை இலக்கியத்திற்கும் நெருங்கிய உறவு உள்ளது. இலக்கணச் சூத்திரங்கட்கும், இலக்கியச் செய்யுட் களுக்கும் உரை எழுதிய போதும், சிந்தனைகளை 'வியாசம்' என்னும் கட்டுரையாக வடித்தபோதும், மதக்கருத்துகட்கு விளக்கவுரை எழுதிய போதும் அத்தனை எளிமையுறாத உரைநடையானது, வீரமாமுனிவர், கதை எழுதிய காலந்தொட்டு, கதையை எடுத்துரைத்த காரணத்தால் எளிமை பெறத் தொடங்கியது எனலாம். கற்றுப் புலமை பெறும் வாய்ப்பு இல்லாத குறைந்த கல்வியறிவைப்பெற்ற பெரும்பான்மை மக்களுக்குக் கதை படித்தல் என்பது எளிதாக இருந்தது. வேதநாயகர் தாம் செய்யுட்களில் பாடிய நீதிநெறிக் கருத்துக்களைப் பெரும்பான்மை மக்கட்குக் கூற நினைத்தபோது புனைகதை இலக்கியமான நாவலையே தேர்ந்தெடுத்தது இதனை விளக்கப் போதுமானதாகும்.

இத்தகைய எளிய, மறுமலர்ச்சி நடையில் நூல்கள் அன்று அரிதாக இருந்த நிலையை மாதவையாவும் உணர்ந்திருந்தார். 'வசன நூல்களே மிக அருமையான நமது தமிழ் பாஷை...' (ப.ச.பக். 4) என்று 'ப.ச.' நாவல் முகவுரையில், 1911ஆம் ஆண்டில் எழுதியுள்ளார். இக்குறையைத் தீர்க்க மாதவையா நாவல் எழுதும் செயலை மேற்கொண்டார். தாம், சமுதாயத்திற்குக் கூற விரும்பிய சீர்திருத்தக் கருத்துக்களை நாவல் வழியே, 'நன்னடை'யில் கூற முன்வந்தார். 'ப.ச.' முகவுரையில் பொதுவாக உரைநடை நூல்கள் எத்தகைய நடையில் எழுதப்படவேண்டும் என்று கூறுகிறபோது[41], கல்வித் தேர்ச்சி யில்லாதவர்களும், பெண்களும் புரியுமாறு முடிந்தவரை இலேசாக நடையில், இலக்கணவழுக்கள் இல்லாமல் எழுதப்படும் நடையாக இருக்க வேண்டும் என்றார். இதனை 'நன்னடை' என்று குறிப்பிட்டார். மேலும், இது செய்யுளின் போலி என்று கூறத்தக்க கடுநடையாகவும் இல்லாமல், கொச்சைச் சொற்களும், வழுக்களும் மிக்க வழுநடை யாகவும் இல்லாமல், பெரும்பாலோர் படித்துணரும் மறுமலர்ச்சி நடையாக இருக்கவேண்டும் என்ற கருத்திலேயே மாதவையா நாவல்களையும், சிறுகதைகளையும் படைத்தார்.

மாதவையா காலத்தில் வாழ்ந்த செல்வக்கேசவராய முதலியார், 'விநோதரச மஞ்சரி'யில் வீராசாமி செட்டியார் கையாண்ட உரைநடை பற்றிக் குறிப்பிட்டபோது,[42]

"... சந்தர்ப்பத்துக்கேற்ற பழமொழிகள் வழங்கப்பெற்று, மிக்க திரிபின்றி, பெரும்பான்மையும் உலக வழக்கை உள்ளிட்டுத்

திராஷாபாகமாக இருந்ததால், தமிழறிந்த ஸ்திரிபுமான்கள் அனைவரும் எக்காலத்தும் படித்து மகிழத்தக்கது." என்று எழுதியுள்ளார். இவ்விளக்கத்தின்படி, மாதவையா மொழிந்த 'நன்னடை' என்னும் மறுமலர்ச்சி நடையானது, பழமொழிகள் விரவப்பெற்றதாக இருக்க வேண்டும்; சொற்புணர்ச்சியால் ஏற்படும் திரிபுகள் இருக்கக்கூடாது; உலக வழக்கோடு ஒட்டிய சொற்கள் பயிலவேண்டும்; படிப்பதற்கு இனிமை தரவேண்டும்; தமிழறிந்த ஆண், பெண் அனைவரும் படித்து மகிழக் கூடியதாக இருக்க வேண்டும் எனத் தெளிவு ஏற்படுகிறது. இத்தகைய மறுமலர்ச்சி நடையைப் போற்றி வளர்த்தவர்களான வீரமாமுனிவர், வீராசாமி செட்டியார், வேதநாயகம் பிள்ளை, முதலானவர்களின் வரிசையில் மாதவையாவும் அடங்குவார். செல்வக் கேசவராய முதலியார் மறுமலர்ச்சி நடைக்குத் தந்த விளக்கத்தின்படி, வீரமாமுனிவர் எழுதிய கதையிலிருந்தும், வீரசாமி செட்டியார் எழுதிய கட்டுரையிலிருந்தும், மாதவையா எழுதிய 'ப.ச.' நாவலி லிருந்தும் எடுத்துக்காட்டுக்களைக் காணலாம்.

'அவிவேக பரிபூரணகுரு' - வீரமாமுனிவர்:

'பிறகு அக்கரைக்குப்போய்ப் பார்த்தபொழுது ஊசியினால் உறுதியாய்ச் சந்தில்லாமல் தைத்திருந்த கோணிப் பையின் வாய் சற்றுந் திறவாமலிருக்க, அதற்குள்ளிருந்த உப்பையெல்லாம் ஆறானது, 'தோலிருக்கச் சுளை விழுங்கினதுபோல' உபாயமாய்த் திருடித் தின்றுவிட்டதைக் கண்டார்கள்...'[43]

'விநோதரசமஞ்சரி' - வீராசாமி செட்டியார்:

'இக்காலத்தில் எழுதப்பட்டவைகளேயன்றி, அச்சிடப்பட்டவை களும் 'கனமழை பெய்து காடுதளிர்த்ததுபோல' நாளுக்கு நாள் அதிகரித்து, உலகமெல்லாம் புஸ்தகமயமாய் நிறைந்திருக்கின்றன'[44]

'பத்மாவதிச் சரித்திரம்' - மாதவையா:

'ஊர்வாயை மூட உலைமூடியுண்டா? பொறாமைக்காரரான உலகத்தார் பலவிதமாய்த்தான் பேசுவார்கள்; நாம் காதில் விழுந்ததை யெல்லாம் வேதவாக்காகக் கொள்ள வேண்டியதில்லை. பொதுவாய், நரசிம்ம முதலியார், மற்றுஞ்சில சப் மாஜிஸ்திரேட்டுகளைப்போல், அரிசி, வாழைக்காய், இலை, விறகு முதலிய சாமான்களையும் கூட, 'வந்ததை வரப்பற்று' என்ற கொள்கையின்பேரில் இச்சிக்கப்பட்ட வரல்லர். கூடிய மட்டிலும் யோக்கியரென்றே கூற வேண்டும்'[45]

மேலே கொடுக்கப்பட்டுள்ள மூன்று மேற்கோள்களும், மறுமலர்ச்சி நடை அல்லது நன்னடைக்குச் சான்றுகளாகும். இப்படிப் பொது மக்கட்குப் புரிகின்ற நடையையே மாதவையா படைத்த நாவல்களில்

பெரும்பாலும் காணலாம். 'ப.ச' முதற்பாகம் (1898) வெளிவந்தபோது, அதற்கு மதிப்புரை எழுதிய 'தி சிலோன் இண்டிப் பெண்டெண்ட்' (The Ceylon Independent) என்ற இதழ், நாவலின் நடை பற்றி எழுதிய போது[46], அது, தமிழ்ப்பண்டிதர்கள் போற்றும் நடையாகவும் இல்லாமல், அதே வேளையில், பேச்சுத் தமிழ் நடையாகவும் இல்லாமல், பல்லாயிரக்கணக்கான பொதுமக்களுக்குரிய நடையாக உள்ளது எனக் குறிப்பிட்டது. மாதவையா வாழ்ந்த காலத்திலேயே, அவருடைய உரைநடைபற்றி வந்த மதிப்பீடு இது என்பதால் மாதவையாவின் நடை, மக்கள் உணரக்கூடிய இலகு நடை, எளிய நடை, நன்னடை, மறுமலர்ச்சிநடை என்பது உறுதிப்படுகிறது.

3.2.3.2. தனித்தமிழை நோக்கிய நடையும் கலையழகு குன்றாத நிலையும்.

தற்காலத் தமிழ் உரைநடையைத் தங்கள் துண்டுப்பிரசுரங்கள், இதழ்கள், நூல்கள் வழியே உருவாக்கிய கிறித்தவமத போதகர்கள், இலத்தீன், ஆங்கிலம் ஆகிய மொழிகளில் இருந்த கிறித்தவமதக் கலைச் சொற்களைத் தமிழ்ப்படுத்தினார்கள். அவ்வாறு மொழி மாற்றம் செய்தபோது, 'இந்து' மதத்தின் மொழியாகக் கருதப்பட்ட சமஸ்கிருத மொழிச் சொற்களை மிகுதியாகப் பயன்படுத்தினார்கள். அவர்கள் நடத்திய பள்ளிக் கூடங்களில் வரலாறு, புவியியல், மருத்துவம் தொடர்பான ஆங்கிலக்கலைச் சொற்களைத் தமிழ்ப்பண்டிதர்களின் துணைகொண்டு தமிழ்ப்படுத்தியபோது, அச்சொற்கள் பெரிதும் தமிழ்மயமான ஆங்கிலச் சொற்களாகவும் இடையிடையே சமஸ்கிருதச் சொற்கள் கலந்தும் அமைந்தன என்று டாக்டர் க. மீனாட்சி சுந்தரம் தமது ஆய்வில் குறிப்பிட்டுள்ளார்.[47]

இவ்வாறு தற்காலத் தமிழ் உரைநடை உருவாகிய காலம் முதற்கொண்டே ஆங்கிலமும், சமஸ்கிருதமும் கலந்த நடையாகவே அமைந்தது. 19ஆம் நூற்றாண்டின் பிற்பகுதி முதல் 20ஆம் நூற்றாண்டின் முற்பகுதிவரை தமிழகத்தில் ஏற்பட்ட பண்பாட்டு மறுமலர்ச்சியின் விளைவாக, மதம், கல்வி, மொழி, இலக்கியம், வரலாறு போன்றவற்றில் புதிய ஆக்கங்கள் எழுந்தன. அந்நியரான ஆங்கிலேயரைவிடத் தமிழர் தொன்மையான நாகரிகம் பெற்றவர்கள் என்றும், தங்களுடைய பண்பாடு, ஆங்கிலேயர்க்கு இணையானதென்றும் தமிழ்நாட்டு அறிவுவட்டத்தினர் நிலைநாட்ட முயன்றனர். தங்களுடைய தனித் தன்மையைப் பேணும் முயற்சியில் மொழிக்கலப்பு கூடாதென்ற எண்ணமும் தமிழ்நாட்டார்க்கு எழுந்தது. மேலும், இந்தியாவில், சமஸ்கிருதம் அல்லாத திராவிட மொழிகளில் தமிழே மூத்த மொழி என்று கால்டுவெல் நிறுவிய திசையில் ஆய்வுகள் மேற்கொள்ளப் பட்டன. இதன் விளைவாகத் தமிழகத்தில் பிராமணர், பிராமணர்

அல்லாதார் சாதி சமத்துவ உரிமை அரசியல் தோன்றியது. இதன் ஒரு கிளையாக, ஆரியரின் சமஸ்கிருதத்தைக் கலவாமலும், ஆங்கிலேயரின் ஆங்கிலத்தைக் கலவாமலும் தனித்தமிழில் எழுதும் இயக்கம், மறைமலையடிகள் தலைமையில் எழுந்தது. பாரதியார், சுப்பிரமணிய சிவா, திரு. வி. கல்யாண சுந்தரனார் போன்ற தேசிய அரசியல்வாதிகள், குடியேற்ற ஆட்சியின் கீழ் வாழும் தமிழர்களின் தமிழ் மொழிப் பெருமையை எடுத்துரைத்தார்கள். ஆங்கில, சமஸ்கிருத கலப்பின்றித் தனித்தமிழில் எழுதும் அவசியத்தை வெளியிட்டார்கள். தாய்மொழிப் பற்று, அந்நிய ஆட்சியை எதிர்க்கும் ஒரு கருத்தாயுதமாகவே தேசியவாதிகளிடம் செயல்பட்டது. அதே வேளையில், தனித்தமிழ் மொழிப்பற்று, பிராமணரை எதிர்க்கும் ஒரு கருத்தாயுதமாக, தனித்தமிழ் வாதிகளிடம் செயல்பட்டது.

இக்காலகட்டத்தில் வாழ்ந்து எழுதியவரான மாதவையாவும் தனித்தமிழில் நூல் படைக்க எண்ணியது இயற்கையாகும். ஆனால் முன்னர்க் கூறியவர்களைப்போல தேசிய, மற்றும் சாதி சமத்துவ உரிமை அரசியலின் காரணமாக மாதவையா தனித்தமிழில் எழுதும் ஆர்வத்தைப்பெற்றார் எனக் கூறவியலாது. ஏனெனில் இவ் இருவித அரசியலிலும் மாதவையாவுக்கு ஈடுபாடு கிடையாது. சாதி, மத வேற்றுமைகட்கு இடமில்லாத புதிய நடுத்தர வகுப்பின் நவீன வாழ்வை மேற்கொண்ட மாதவையா, அவ்வகுப்பினர்க்காகவே எழுதினார். அவ்வகுப்பைச் சேர்ந்த இளம் மாணவர்கள் கற்கும் போது, ஆங்கிலத்தை மட்டுமின்றித் தமிழையும் கற்கவேண்டும், தமிழ் கட்டாயப்பாடமாக வேண்டும் என்ற கருத்தில் உறுதியாக நின்றார் மாதவையா. அவ்வாறு தமிழ் கற்கின்ற மாணவர்கள் ஆங்கில, சமஸ்கிருத சொற்கலப்பற்ற தனித் தமிழில் கற்பது அவர்கட்கு நன்மை பயக்கும் என்ற எண்ணத்தில்தான் தனித் தமிழை வரவேற்றார். 1918ஆம் ஆண்டில் அவர் எழுதி வெளியிட்ட 'சித்தார்த்தன்' என்னும் புத்தர் பற்றிய வரலாற்று நூலின் முன்னுரையில் தனித்தமிழ் பற்றிக் குறிப்பிட்டபோது,[48]

> 'இங்ஙனம் எழுதுகையில், வடமொழிச் சொற்களே கலவாத நூலொன்றும் தமிழில் இதுகாறும் யானறிந்தவரை இல்லாமை யையும், அத்தகைய நூல் தமிழ் மாணவருக்குப் பேருதவியாகும் என்பதையும் நினைந்து கூடியவரை இந்நூலைத் தனித் தமிழில் இயற்றியிருக்கிறேன்'

என்றெழுதினார். இக்கூற்று, மாதவையாவின் தனித்தமிழ் ஆர்வத் திற்குச் சான்றாவதுடன், இக்கூற்று தானே தனித்தமிழில் அமைந் திருப்பது ஒரு சிறப்பாகும். மாதவையாவுக்குத் தனித் தமிழில் எழுதும்

ஆர்வம் தொடர்ந்து வளர்ந்தது என்பதற்கு, அவர், 1924ஆம் ஆண்டில் தம்முடைய திருந்திய 'மு.மீ.' நாவலை இரண்டாம் பதிப்பாக வெளியிட்டபோது, அதற்கெழுதிய முகவுரையே சான்றாகும். பழைமையை மாற்றும் முயற்சியில், தமக்குக் கிட்டிய நிறைவு பற்றி அதில் குறிப்பிட்டபோது,[49] பின்வருமாறு எழுதினார்:

'மிகப் பல தலைமுறைகளாக ஒரே பழஞ் சுவட்டில் சுற்றி வந்து கொண்டிருந்த நமது ஜன சமூக வாழ்க்கைப் பெருந்தேரானது, இவ்வண்ணம் புதுச் சுவடுகள் பற்றிப் புதியதோர் கிளர்ச்சியோடு நாளுக்குநாள் முன்னேற்றம் அடைந்துவரும் புத்தியக்கத்துக்கு நானுமே ஒரு சிறு தூண்டுகோலென நம்பி, என் மனம் மகிழ்கின்றது'

மேற்கோளிட்ட இப்பகுதியில் 'ஜனசமூகம்' என்ற சொற்றொடரைத் தவிர மற்றயவை தனித்தமிழில் எழுதப்பட்டுள்ளதை அறிந்து கொள்ளலாம். மேலும் 'பழஞ்சுவடு', 'புத்தியக்கம்' போன்ற 'சொல்லாட்சிகள்' மாதவையாவின் தனித்தமிழ் ஆர்வத்திற்குச் சிறந்த சான்றுகளாகும். ஆயினும், பிராமண சமுதாயம் சீர்திருந்த வேண்டும் என்ற இலட்சிய நோக்கில் மாதவையா தம்முடைய நாவல்களைப் படைத்தபோது, பிராமணர்களிடையே இயல்பாக வழங்கிவந்த சமஸ்கிருதச் சொற்களைக் கலந்தே எழுதினார். 'காலாஷேபம்', 'ஸ்திரீ', 'ஸௌபாக்கியம்', 'சாஸ்திரம்' 'ஸதாசரம்', 'துராசாரம்' போன்ற வடசொற்கள் மேற்கூறிய காரணத்தால் இடம் பெற்றுள்ளன. மேலும் அரசாங்கப் பணியில் அமர்ந்த மாதவையா இசுலாமிய அரசர்கள் காலத்திலிருந்து தொடர்ந்த அரசு கலைச்சொற்களையும் தம் நாவல்களில் பயன்படுத்தினார். மேலும் புதிய அரசாட்சி முறையை ஏற்படுத்திய ஆங்கிலேயர், அத்துறையில் வழங்கிய ஆங்கிலக் கலைச் சொற்களுக்கு ஏற்ற தமிழ்ச் சொல்லோ, தமிழர்களால் கண்டறியப் படாத நிலையில், தமிழ் வரிவடிவத்தில், தமிழ் ஒலிப்புமுறைக்கு ஏற்றவிதத்தில், ஆங்கில ஆட்சி இயல் சொற்களை எழுதிய போக்கும் அன்றிருந்தது. மாதவையா படைத்த நாவல்களில் இவ்வகைச் சொற்களையும் காணலாம்.

'பிராமிசரி நோட்டு' (promisary Note), 'மேஜர்' (Major), 'அப்பாத்துக்கரி (apothecary), கேசு (case), கோர்ட் (court), சப் மாஜிஸ்திரேட் (Sub Magistrate), 'பீசு' (fees), அப்பீல் (appeal), ஹைகோர்ட் (High court), மைனர் (minor), ஜெயில் (jail) போன்ற சொற்கள் இதற்குச் சான்றாகும்.

'சித்தார்த்தன்' என்ற வாழ்க்கை வரலாற்றியல் நூலில் இயன்ற வரை வடமொழிக் கலப்பின்றி எழுதிய மாதவையா, தம்முடைய

'ப.ச.' 'மு.மீ.' என்ற பிராமண சமுதாயம் பற்றிய நாவல்களில் அதிகமாக வடசொற்களைக் கலந்தும், 'வி.மா.' என்ற மறவர்குலம் பற்றிய நாவலில் சற்றுக் குறைவான வடசொற்களைக் கலந்தும் எழுதினார். படைப்பிலக்கியத்தில், நடையழகு குன்றிவிடக்கூடாது என்பதற்காகத் தனித்தமிழ் நடையை அவர் பின்பற்றவில்லை. 'தமிழ் இலக்கிய அபிவிருத்தி' என்ற தலைப்பில், 1921ஆம் ஆண்டில், 'தமிழர் நேசன்' என்ற இதழில், மாதவையா எழுதியபோது,[50]

'தனித்தமிழ்ச் சொல்லன்றிப் பிறவற்றைக் கையாளேம் என்று வீண் வருத்தமுற்று நடையழகு குன்றி இடர்ப்படுவது மதியாகாது'

எனக் குறிப்பிட்டார். படைப்பிலக்கியத்தில், நடையழகைத் தடை செய்தபோது, தனித்தமிழ் நடையை மாதவையா ஒதுக்கியது இக்கூற்றால் புலப்படுகிறது. தனித்தமிழ் நடை என்றாலே புலவர் போற்றும் நடை என்று நினைத்து வி.கோ. சூரியநாராயணசாஸ்திரியார் படைத்த 'மதிவாணன்' (1902) நாவலும், கற்றோர் புரியும் தமிழ் நடையில், மறைமலையடிகள் எழுதிய 'நாகநாட்டரசி குமுதவல்லி' (1911), 'கோகிலாம்பாள் கடிதங்கள்' (1921) ஆகிய நாவல்களும், உயர்தனிச் செம்மொழியில் எழுதப்பட்டன. குறிப்பாக, வி.கோ. சூ. எழுதிய 'மதிவாணன்' நாவல், தேனினும் இனிய செய்யுள், உரை நடை கலந்து எழுதப்பட்டது. இதில் அமைந்த தனித்தமிழ் நடையில், செய்யுளுக்கேயுரிய புணர்ச்சி விகாரங்களும், அளபெடைகளும், பழந்தமிழ்ச் சொற்களும், வினை, பால் முடிவுகளும் இடம் பெற்றுள்ளன. தமிழ்ச் செய்யுள் இலக்கிய மரபை நன்கு கற்றவர்க்கே, தனித்தமிழ் நடை புரியக் கூடியதாக இருந்தது. ஆனால் மாதவையா, தனித்தமிழ் நடையைப் போற்றினாலும் கூட, குறைந்த கல்வியறிவு பெற்றாரும் பெண்டிரும் படித்து உணரக்கூடிய நடையிலேயே நாவல்களைப் படைத்தளித்தார். எனவே, மாதவையாவுக்குத் தனித் தமிழ் நடைமீது விருப்பம் இருந்தாலும் கூட, எளிய முறையில், மக்களுக்குத் தாம் நினைத்த சீர்திருத்தக் கருத்துக்களைச் சொல்லிப் புரியவைப்பதற்கு, அது தடையாக இருந்ததால், அந்நடையை முழுமையாகப் போற்ற வில்லை.

3.2.3.3. மொழிபெயர்ப்பை ஒத்தநடை

தொடக்ககாலத் தமிழ் நாவலாசிரியர்கள் அனைவரும் ஆங்கிலம் கற்றவர்களாவார்கள். புதிய ஐரோப்பிய சுதந்திரச் சிந்தனைகள் அனைத்தும் ஆங்கிலத்திலேயே இருந்தன. இச்சிந்தனைகளை ஏற்றுக் கொண்ட தமிழ் நாட்டு அறிவு வட்டத்தினர், தமிழ்ப் பண்பாட்டிற்கு ஏற்றவிதத்தில் அவற்றைக் கூறவந்தபோது தமிழ் மொழிபெயர்ப்பு வடிவத்தை மேற்கொண்டனர். 19ஆம் நூற்றாண்டில், ஆங்கிலேய

மதிப்பீடுகளைக் கொண்ட வரலாறு, இலக்கியம் போன்றவை மொழிபெயர்க்கப்பட்டன. *'ஆதிகாலச் சரித்திரச் சங்கிரகம்' (1828), 'பூர்வீக சரித்திரம்' (1850), 'பரசேதி மோட்சப் பிரயாணம்' (1853), 'ஷேக்ஸ்பியர் நாடகக் கதைகள்' (1889), "வயோலா சரித்திரம்' (1892), 'ஊசேன் பாலந்தை கதை' (1891), 'நடுவேனிற் கனவு' (1893), 'வீல நாடகம்' (1894), 'சுகுண சேகரர்' (1889), 'மங்களவல்லி நாடகம்' (1894), 'சரசாங்கி' (1897), 'வெனிஸ் வணிகன்' (1876)* போன்ற நூல்கள் ஆங்கிலத்திலிருந்து தமிழில் மொழிபெயர்க்கப்பட்டவையாகும்.

முற்றிலும், தனிமனிதனை, அவன் மதம், பிறப்பு, சாதி, தொழில் ஆகிய அளவுகோல்களால் அணுகாமல், முயற்சி, வருவாய், உத்தியோகம், நவீனச் சிந்தனை போன்றவற்றால் அணுகிய போக்கு, தமிழ்ச் சூழலில் பெரிதும் இல்லாதிருந்தது. எனவே, இத்தகைய புதிய சிந்தனைகளைத் தமிழில் கூறுவதற்குப் பாடப்புத்தகங்கள் வழியாகவும், பின்னர் தனி ஈடுபாட்டின் வாயிலாகவும், கற்றறிந்த அறிவுவட்டத்தினர், தமிழ் மொழிபெயர்ப்பையே நம்பினர்.

மாதவையாவும் ஆங்கிலத்தில் எழுதியதோடு, ஆங்கிலத்திலிருந்து தமிழில் மொழி பெயர்க்கும் பணியையும் மேற்கொண்டார். ஷேக்ஸ்பியரின் *'ஒதெல்லோ'* நாடகத்தை இருமுறை தமிழ்ப்படுத்தினார்; ஆங்கிலத்தில் தாம் படைத்த *'தில்லை கோவிந்தன்'* நாவலை *'தமிழர் நேசன்'* இதழ்களில் 1917 முதல் தொடராக மொழிபெயர்த்து வெளியிட்டார். 1924-25ஆம் ஆண்டுகளிலும் 1917-1920ஆம் ஆண்டுகளிலும், ஆங்கிலக் கவிதைகளை முறையே, *'பஞ்சாமிர்தம்' 'தமிழர் நேசன்'* இதழிலும் மொழிபெயர்த்து வெளியிட்டார். முதலில், ஆங்கிலத்தில் எழுதிய 'குசிகர் குட்டிக் கதைகளைத்' தமிழ்ப்படுத்தினார். மாதவையா, 26ஆம் வயதில் படைத்த 'ப.ச.' முதற்பாகத்தில், தாக்கரே மீது கொண்ட ஈடுபாட்டின் காரணமாக, அந்நாவலாசிரியரின் *'பென்டென்னிஸ் சரித்திரம்'* நாவலின் சில கருத்துரைப்பகுதிகளை மொழிபெயர்த்தார். (இதனை 'மாதவையா, தாக்கரே ஓர் ஒப்பீடு' என்ற இயலில் விரிவாகக் காணலாம்). மேலும் தம்முடைய தமிழ் நாவல்கள் அனைத்திலும் விக்டோரிய ஆங்கிலக் கவிகளின் பாடல்களை ஆங்காங்கே மொழிபெயர்த்தமைத்துள்ளார்.

இக்காரணங்களால், மாதவையாவின் தமிழ் உரைநடையில் மொழி பெயர்த்தாற் போன்ற சாயல் சில இடங்களில் படிந்துள்ளது. இதனை, மாதவையா காலத்திலேயே வி.கோ. சூரியநாராயண சாஸ்திரியார் எடுத்துக் காட்டியுள்ளார்.[51] மாதவையா 'ப.ச.' முதற்பாகத்தில் பயன்படுத்திய சிற்சில இடங்களில் மொழிபெயர்ப்பு நடை போன்ற பகுதிகள் இருப்பதாகக் குறிப்பிட்டுள்ளார்.

தற்காலத் தமிழ் ஆய்வாளராக விளங்கிய டாக்டர். இராதண்டாயுதம் அவர்களும், மாதவையா 'ப.ச.' நாவலில் பயன்படுத்திய நடையில் மொழி பெயர்த்தாற்போன்ற சாயல் இருப்பதைக் கீழ்வருமாறு தெரிவித்துள்ளார்.[52]

'மாதவையாவின் நடை... சிற்சில இடங்களில்... ஆங்கிலப் பகுதிகளை அப்படியே மொழி பெயர்த்து எழுதினாற் போலக் கரடுமுரடாகவும் உள்ளது.'

இவ்வாறு குறிப்பிட்ட தண்டாயுதம் 'ப.ச.' நாவலிலிருந்து,

> 'ஓய் நாராயண மனதே, நீர் பொய் சொல்லா மெய்யர் என்பதும், ஓய் கோபால மனதே இவ்வளவு சீக்கிரம் ருதுசாந்தி முகூர்த்தம் வைப்பதில் உமக்குப் பிரியமே இல்லையென்பதும் எங்களுக் கெல்லாம் தெரியும், நீங்கள் அதிகமாகப் பெருமை பாராட்ட வேண்டாம்'

என்ற பகுதியை மொழிபெயர்ப்பு நடைக்கு உதாரணமாகக் கூறியுள்ளார்.[53] இது தவிர, 'ப.ச.' நாவலில், மாதவையா நடையில் தமிழ் மொழிபெயர்ப்பு நடைச் சாயல் வெளிப்படுகிற சில இடங் களைக் காணலாம். அவை பின்வருமாறு:

'சும்மா வைத்துக் கொண்டிரு; ஆனால் அதைக் காதைப் பற்றிக் கிள்ளிக் கூப்பிடச் செய்யாதே.'[54] 'நண்பர்களே! இவ்வுலக வாழ்வே இரு நெடுங்கனவுதான்; அக்கனவு கூடிய மட்டும் சந்தோஷகரமாகவே கழிந்து போகும்படி பிரார்த்திப்போமாக'[55] 'பலே, ஸபாஷ், இப்பொழுது பிரசங்கம் செய்த கனவானுக்கு நான் அநேகம் வந்தனமளிக்கின்றேன்'[56]

ஆயினும், மாதவையா, தம்முடைய 26, 27ஆம் வயதில் எழுதிய 'ப.ச.' முதல் இருபாகங்களில்தான், இத்தகைய மொழிபெயர்ப்பு நடையைப் பயன்படுத்தினார். ஏனைய நாவல்களில் இந்நிலையைக் காணவியலாது. தொடக்ககாலத் தமிழ் நாவலாசிரியர்களுள் மாதவையா வைப்போல் தமிழில் விட, ஆங்கிலத்தில் அதிகம் நாவல், சிறுகதை, கவிதை, கட்டுரைகள் எழுதிய ஆசிரியர்கள் வேறொருவரும் இல்லை. அவர் ஆங்கிலத்தில் முதலில் எழுதிய 'தில்லை கோவிந்தன்' நாவலை லண்டனில் இருந்த 'அன்வின்' கம்பெனியார் லண்டனில் வெளி யிட்டுள்ளதை நோக்கும் போது மாதவையாவின் ஆங்கில நடை, ஆங்கிலேயர் ஏற்றுக் கொண்ட நடையாக இருந்திருப்பது புலனாகிறது. இதனால் மாதவையா ஆங்கிலத்தில் சிந்தித்து எழுதினார் என்பதை அறியலாம். ஆங்கிலத்தில் சிந்தித்துத் தமிழில் சில பகுதிகளை அவர்

எழுதியிருக்க வாய்ப்பிருந்தது. இதனாலும், மொழிபெயர்ப்பு நடையை மாதவையா படைத்த 'ப.ச.' முதற்பாகத்தில் காணமுடிகிறது.

2.3.3.4. நீண்ட தொடர்களாலாகிய நடை

தொடக்ககாலத் தமிழில் உரைநடைநூல் ஆசிரியர்கள் பயன் படுத்திய நடையில், நீண்ட சொற்றொடர்கள் இடம் பெற்றன. திரு.வி.க., ரா.பி.சேதுப்பிள்ளை, டாக்டர். மு. வரதராசன் போன்றவர்கள் சிறு சிறு வாக்கியங்களால் இயலும் தமிழ் உரைநடையை உருவாக்கிய காலகட்டத்திற்கு முன்பு, நீண்ட வாக்கியங்களால் ஆகிய நடையே பின்பற்றப்பட்டது. தமிழ் உரையாசிரியர்கள் காலம் தொட்டு இந்நிலையே வளர்ந்து வந்தது. தமிழில், தனித்தமிழ் நடையை உருவாக்கியதில் பெரும்பங்காற்றிய மறைமலையடிகள் கையாண்ட நீண்ட வாக்கியங்களை அவரியற்றிய 'முல்லைப்பாட்டாராய்ச்சியில்' காணலாம்.

மாதவையாவின் நாவல்களில், நீண்ட வாக்கியங்களைப் பரவலாகக் காணலாம். குறிப்பாக 'வி.மா.' நாவலில், இப்பண்பினை மிகுதியாகக் காணலாம். இந்நாவலின் ஐந்தாவது இயலில், 71ஆம் பக்கத்தில் தொடங்கி, 72ஆம் பக்கத்தில் முடிகிற நீண்டதொரு வாக்கியத்தைக் காணலாம். 'உலக வாழ்க்கையிற் காணப்படும் ஏற்றத் தாழ்ச்சிகளைப் போல...' எனத் தொடங்கி, 'மழையணிந்தோங்கிய தோர் வானுறு குன்றின் குடுமியின் கீழ் அப்பெருமான் தம் நுதல் விழியைத் திறந்தாற்போலத் திடீரென்றோர் வெளிச்சம் அந்நடுநிசிக் கட்டோன்றிற்று'[57] என்பது அந்நீண்ட வாக்கியமாகும். 'ப.ச.' இரண்டாம் பாகத்தை முடிக்கின்ற போதும் (ப.ச. பக். 263) இத்தகைய நீண்ட வாக்கியத்தைக் கையாளுகிறார். பொதுவாக, வருணனை களும், தொகுப்புரைகளும் இடம் பெறும் போது நீண்ட வாக்கியங்கள் இடம் பெற்றுள்ளன.

3.2.3.5. செய்யுள் தாக்கமுற்ற புலமை நடை

மரபான தமிழ்க் கல்வியில், செய்யுளால் இயன்ற பாடல்களுக்குப் பொருள் கூறுவதும், செய்யுள் இயற்றுவதும் மிகச் சிறந்த புலமை யாகக் கருதப்பட்டது. ஆங்கிலக் கல்வி பரவியபோது, அம்முறையில் கற்றுத் தேறிய தமிழ் அறிவு வட்டத்தினர், ஆங்கில உரைநடை இலக்கியத்தைப்போல, தமிழில் எளிமை வாய்ந்த உரைநடை இலக்கியத்தின் மூலம் பலரும் அறியத் தம் கருத்துக்களைக் கூற முயன்றனர். ஆனால் மரபு வழிப்பட்ட தமிழ் அறிவிற்குத் தலைமை தாங்கிய பண்டித அறிவு வட்டத்தினர் செய்யுள் நடையையே புலமையின் சின்னமாகக் கருதினர்.

குறைந்த கல்வியறிவு பெற்றவர்கட்காக எழுதப்பட்ட எளிய மறுமலர்ச்சி நடை, புலமைக் குறைவின் அடையாளமாகக் கருதப் பட்டது. நாவல்களில் பயன்பட்ட உரைநடையும், நாவல் இலக்கியமும் தரத்தில் தாழ்ந்தவையாகக் கருதப்பட்டன. புதிய இலக்கிய வடிவம் தோன்றும் போதெல்லாம், மரபு இலக்கியம் அதைத் தாழ்வாகக் கருதுவது இயல்பே. தற்காலத்தில், புதுக்கவிதை என்ற யாப்புக் கட்டற்ற கவிதைகள் வெளிப்போந்த போது, மரபியலாளர்கள் தரங்குறைந்தவையாகக் கருதியதை இதனோடு ஒப்பு நோக்கலாம். நாவல் இலக்கியத்தின் நவீனப் பண்புகளை உணராத சிலர் எளிய நடையில், மக்கள் புரியும் மொழியில் எழுதப்பட்ட நாவல்களைத் தரங்குறைந்தவை என்றொதுக்கி 'தேனினும் இனிய செய்யுள், செந்தமிழ் உரை எதையும் ஏன் எனக் கேளாதிருக்கின்ற...'[58] தங்கள் காலத்தில், புலவர் போற்றும் செய்யுட் போலியான நடையினில் நாவல் எழுதினார். தனித்தமிழில் நாவல் புனைய வந்த நாவலாசிரியர்கள் தோன்றவில்லை என்று, 'நாகநாட்டரசி குமுதவல்லி' என்ற தம் நாவலில் முன்னுரையில் கூறினார். வி.கோ.சூ.வும் மறைமலையடி களும், புலவர் போற்றும் நடையில் எழுதப்பட்ட நாவலையே நல்ல நாவல் எனக் கருதினர். இத்தகு புலமை நடை, உரையாசிரியர் களிடமிருந்து தொடங்கி இருபதாம் நூற்றாண்டின் முதற் காற்பகுதி வரை தொடர்ந்தது.

மேலும், கல்வித் திட்டத்தில், தமிழைக் கற்கும் மாணவர்கட்கு வைக்கப்பட்ட உரைநடை நூல்கள், பொதுமக்கள் படித்த நூல் களிலிருந்து நடையில் வேறுபட்டுக் கடின நடை கொண்டவையாக இருந்தன. இந்நிலையை இன்று வரையிலும் காணமுடியும். பொது மக்களிடம் வழங்கும் நூற்களை விட, கல்வி வட்டத்தினரிடம் வழங்கும் நூல்கள் எளிமை குன்றிய புலமை நடையில் இருப்பதைக் காணலாம்.

எனவே, தொடக்ககால நாவலாசிரியர்களில், குறைந்த கல்வியறி வுள்ள நடுத்தர வகுப்பு மக்களுக்கு எழுதிய ஆசிரியர்கள், தாம் படைத்த புனைகதை இலக்கியங்கள், புலமை நலம் கொண்டவையாக உள்ளன என்பதையும், தாங்கள், மரபான செய்யுள் அறிவும் புலமையும் பெற்றவர்களே என்பதையும் நிலை நாட்ட வேண்டிய நிலையில் இருந்தார்கள்.

ஆகவே, தாம்படைத்த உரைநடை இலக்கியங்களில், பழஞ் செய்யுட்களைப் பெரும் அளவில் மேற்கோளாக இட்டார்கள்... மாதவையா தாம் படைத்த எல்லா நாவல்களிலும், தம்முடைய மரபான தமிழ்க் கல்வியறிவை வெளிப்படுத்தத் தயங்கவில்லை.

சிறப்பாக 'வி.மா.' நாவலில், மாதவையா, திட்டமிட்டே புலமை சான்ற நடையைப் பயன்படுத்தி, செய்யுள் கற்றோர் பாராட்டும் நோக்கில் செயல்பட்டிருப்பது தெரிகிறது. இந்நாவலில், மாதவையா பயன்படுத்திய சொற்றொடர்கள் பல செய்யுளில் போற்றப்பட்டு வந்த புணர்ச்சி விதிகளின்படி அமைந்துள்ளன. நிலை மொழி ஈற்றொலிகளும், வருமொழி முதல் ஒலிகளும் அடைகிற திரிபுகளும், ஈருயிர்ப்புணர்ச்சியின் போது, இடையில் ஏற்படும் யகர, வகர, உடம்படு மெய்களும் கொண்டவையாக, 'வி.மா.' நாவலில் பல சொற்றொடர்கள் காணப்படுகின்றன. அவற்றில் சிலவற்றைக் காணலாம்:

'கட்டோன்றும், 'வளர்ந்தடரப்பெற்ற', 'அணிந்தோங்கியதோர்' புயற்போர்வை', 'வெள்ளுடுக்கள்', 'மிக வண்ணியதாற் குளிர்ச்சி பெறாது', 'இடையறாச் செல்வின வாகிய', 'சிற்றொளியாலுற்று', 'மதயானை யினுரி போர்த்த', 'வாயிற்றுணியை' (வி.மா. பக். 112), 'தட்டானொருவனும்' (பக். 117), 'பழமொழியோதினான்' (பக். 121), 'பாழ்ங்குடிசை' (பக். 196), 'என்பொருட்டன்றோ' (பக். 133), 'பணவாசை' (பக். 146), 'என்னாயகரை' (பக். 149) 'கிடைத்தன வெல்லாவற்றையும்' (பக். 99), 'வாய் குழறியோலமிட' (பக். 101) 'இத்தகையிடுக்கண் வாய்ப்பட்டுழலும்' (பக். 65).

மேலும் செய்யுட்களில் பெரிதும் பயின்று, மக்களிடம் வெகு அரிதாக வழங்கப்பட்ட சொற்களையும் மாதவையா, 'வி.மா.' நாவலில் கலந்து படைத்தார். 'உடு', 'தியங்கி', 'வன்தளை', 'வயின்', 'பொருப்பு', 'புயல்' (மேகம்), 'அஃதெங்ஙனமாயின்' (பக். 73) 'மக்கட்பதடிகள்' (பக். 176) 'வெளிப் போந்து' (பக். 200), 'கட்செவி' (பாம்பு) (பக். 217), ஆகிய சொற்கள் பெரிதும் செய்யுளிலேதான் பயின்றுவரக் கூடியவை.

இதோடு மட்டுமின்றி, செய்யுளில் இடம் பெற்ற 'செய்யா' எனும் வாய்பாட்டு வினை எச்சங்களைச் சற்று மிகுதியாகவே மாதவையா, 'விமா.' நாவலில் பயன்படுத்தியுள்ளார். எடுத்துக்காட்டாக, 'கேளாநிற்க' (பக். 81), 'பெய்யா நிற்க' (பக். 196), 'புறப்படா நிற்க' (பக். 198), 'அழாநிற்க' (பக். 199), 'எழா நிற்க' (பக். 200), 'வெளிப்படா நிற்க' (பக். 222) ஆகிய சொற்றொடர்கள், செய்யா எனும் வாய்பாட்டு வினையெச்ச வடிவங்களாகும். மேலும், 'வரைகுவாம்' (பக். 80) என்ற தன்மை, பன்மை வினைமுற்று வடிவம் செய்யுட்கேயுரியதாகும். இதனை, 'வி.மா.' நாவலில் மாதவையா பயன்படுத்தியுள்ளார். மேலும், தனிப்பாடல்கள் பலவற்றிலும், னகர மெய்யெழுத்திற்குப் பதிலாக, நகர மெய்யிட்டு வழங்கியதைப் போலவே, மாதவையாவும், 'வி.மா.' நாவலில் சில சொற்களை அமைத்துள்ளார். 'கந்நிகை' (கன்னிகை), 'மநம்' (மனம்), 'நடநம்' (நடனம்), 'ஜந்மம்' (ஜன்மம்) ஆகிய சொற்களை எடுத்துக் காட்டுக்களாகக் குறிப்பிடலாம்.

செய்யுளில், எதுகை, மோனை முதலான தொடைகள் அமைத்து ஓசை நயம்பட எழுதுவது மரபாகும். மாதவையாவும், 'வி.மா.' நாவலில் கையாண்ட உரைநடையில், மோனைத் தொடையைப் பயன்படுத்தி யுள்ளார். எடுத்துக்காட்டாகக் கீழ்வரும் இரு கூற்றுக்களைக் காணலாம்:

> '...ஐவரும் வறிதே பார்த்திருக்க, அரிவையர்க்கு அருங்கலமாகிய மானத்தை அழிக்கவெண்ணித் துச்சாதனன் அணுகிய அமயத்திலே அருந்ததியன்ன பாஞ்சாலி, ஆதாரமேதுமற்ற தன்னிலைமையை அறிந்து... ('வி.மா.' பக். 217)

> '... அதன் ஆட்சியெல்லாம் அறமாகிய ஆதித்தன் வெளிப்படும் அளவே.' ('வி.மா.' பக். 218)

இவ் எடுத்துக்காட்டுக்களில், அகர மோனை இடம் பெற்றுள்ளதைக் காணலாம். இதுவரை கூறியவற்றால் மாதவையா, குறைந்த கல்வி யறிவுடையோரும் எளிதில் படித்தறியத் தக்க மறுமலர்ச்சி நடையை மட்டுமின்றி, தமிழ்ச் செய்யுள் கற்றவர்கள் மட்டுமே உணரக்கூடிய புலமைத் தமிழ் நடையையும் கையாண்டுள்ளார் என்பது தெளிவாகிறது.

இதுவரை, இவ் இயலில் மாதவையாவின் தமிழ் நாவல்களில் காணக்கூடிய மரபுக் கூறுகளும், சிறப்பியல்புகளும் விரித்துரைக்கப் பட்டன. மரபுக் கூறுகளாகக் காவியக் கூறுகளும், தமிழ் நீதி இலக்கியக் கூறுகளும், நாட்டுப்புற இலக்கியக் கூறுகளும் இவை எவை எனப் பகுத்தாயப்பட்டன. இம்மரபுக் கூறுகள், பொதுவாகத் தொடக்க காலத் தமிழ் நாவல் ஆசிரியர்களிடம் காணக் கூடியவையாக உள்ளன. ஆனால், மாதவையாவிடம் மட்டும் சிறப்பாகக் காணத்தக்கவையான சில சிறப்பியல்புகளும் உள்ளன. மாதவையா படைத்த மூன்று தமிழ் நாவல்களையும் மூவித அணுகு முறைகளுடனே படைத்தார். இந்நாவல்களில் அவர் கையாண்ட எடுத்துரைப்பு முறைகளில் நாடகப் பாங்கான எடுத்துரைப்பையும், எள்ளல் வகை எடுத்துரைப்பையும், மாதவையாவுக்கே உரிய சிறப்பியல்புகளாகக் கூறமுடியும். மேலும், மாதவையா நாவல்களில் சிறப்பாகக் காணக் கூடிய இயல்பாக நடப்பியல் பண்புகளைக் குறிப்பிடலாம். இச் சிறப்பியல்பினை விரிவாக ஆய்வதே 'மாதவையாவும் நடப்பியல் நாவலும்' என்ற அடுத்த இயலாகும். மாதவையா படைத்த நடப்பியல் நாவல்களில், எளிய, மறுமலர்ச்சி நடையையும், அவர் படைத்த அற்புத நவிற்சிப் பாங்கான நாவலில் ('வி.மா.') செய்யுளின் தாக்கம் நிறைந்த புலமை நடையையும் கையாண்டார் என்பதையும் இவ் இயலில் காண முடிந்துள்ளது.

குறிப்புகள்

1. Meenakshi Mukherjee, 'Realism and Reality: The Novel and Society in India' (Oxford University Press, Delhi, 1985) pp. 12-13.

   ..... 'Yet the unconscious influence of these works, of the Puranic tradition of oral narratives and the memory of the episodes from Ramayana and Mahabharata on which the imagination of most Indian writers was sustained cannot be ignored altogether.'

2. Ibid. - p. 9
3. அ. மாதவையா, 'பத்மாவதி சரித்திரம்', பக். 6
4. மே.நூ... பக்க். 125-126
5. மே.நூ... பக். 126
6. அ. மாதவையா, 'விஜய மார்த்தாண்டம்' பக். 191
7. அ. மாதவையா, 'பத்மாவதி சரித்திரம்' பக். 135
8. மே.நூ... பக். 242
9. அ. மாதவையா, 'பத்மாவதி சரித்திரம்' பக். 44 - 45
10. மே.நூ. பக்க். 131 - 142
11. மே.நூ... பக்க். 175 - 176
12. அ. மாதவையா, 'விஜய மார்த்தாண்டம்' பக்க். 71-72
13. மே.நூ... பக். 67
14. சோ. சிவபாதசுந்தரம், 'தமிழ் நாவல் வளர்ச்சி' (பதிப்பு) தி. பாக்கியமுத்து 'தமிழ் நாவல்களில் மனித விமோசனம்' (கிறித்தவ இலக்கிய சங்கம், சென்னை 1976) பக்க். 23-24
15. அ. மாதவையா, 'ப.ச.' பக்க். 111-113
16. அ. மாதவையா, 'வி.மா.' பக்க். 128-129
17. மே.நூ. பக். 73
18. மே.நூ... பக்க். 96-97
19. அ. மாதவையா, 'முத்து மீனாட்சி' (வானவில் பிரசுரம், சென்னை 1981) பக்க். 65-66
20. அ. மாதவையா, 'ப.ச.'பக்க். 3
21. ஏ. அரங்கசாமி ஐயங்கார் B.A., B.L., 'நாவல்கள்' (பஞ்சாமிர்தம், மாலை ii, காசு 6, புரட்டாசி, 1925) பக். 405.
22. சங்கரதாஸ் சுவாமிகள், 'சுலோசனா சதி': (சங்கரதாஸ் சுவாமிகள் நினைவு மன்றம் வெளியீடு, 1966, சென்னை) முன்னுரை: பக். IV
23. அ. மாதவையா, 'ப.ச.'... பக். 247

24. மே.நூ... பக். 248
25. சங்கரதாஸ் சுவாமிகள், 'சுலோசனாசதி' பக்.13
26. சங்கரதாஸ் சுவாமிகள், 'அபிமன்யு சுந்தரி' (சங்கரதாஸ் சுவாமிகள் நினைவு மன்றம் வெளியீடு, சென்னை, 1963) பக்க். 48-49
27. சங்கரதாஸ் சுவாமிகள், 'சுலோசனா சதி'... பக். 49
28. சங்கரதாஸ் சுவாமிகள், 'சீமந்தினி'... 1969) பக். 69-70
29. மே.நூ... பக். 69
30. டாக்டர். மு. வரதராசன், 'இலக்கிய மரபு' (பாரி நிலையம், சென்னை, 1968) பக். 89
31. அ. மாதவையா, 'வி.மா.' பக்க். 141-142
32. அ. மாதவையா, 'ப.ச.'... பக். 245
33. மே.நூ... பக். 83
34. அ. மாதவையா, 'வி.மா.' பக்க். 8-9
35. அ. மாதவையா, 'ப.ச.' பக். 323.
36. அ. மாதவையா 'வி.மா.' பக். 247
37. அ. மாதவையா, 'ப.ச.' பக். 181
38. மயிலை. சீனி.வேங்கடசாமி, 'பத்தொன்பதாம் நூற்றாண்டில் தமிழ் இலக்கியம்' (சாந்தி நூலகம், சென்னை, 1962) பக்க். 72-74
39. தி. செல்வக் கேசவராய முதலியார், 'தமிழ் வியாசங்கள்', பக்க். 79-80
40. மயிலை. சீனி. வேங்கடசாமி, 'பத்தொன்பதாம்'... பக்க். 74-75
41. அ. மாதவையா, 'ப.ச.' பக். 6
42. தி. செல்வக் கேசவராய முதலியார், 'தமிழ் வியாசங்கள்' பக். 77
43. வித்துவான் அஷ்டாவதானம் வீராசாமி செட்டியார், 'விநோதரச மஞ்சரி' (பதிப்பாளர்) B.R. பாலகிருஷ்ணன் சென்னை, 1969) பக். 405
44. மே.நூ... பக். 85
45. அ. மாதவையா, 'ப.ச.'... பக். 13

    'The Padmavati Charitram is perhaps the first Tamil contribution towards high class vernacular fiction in Tamil India... even the style is modern for it is not the Tamil of the great masters nor colloquial either. It is the style of the million'

46. அ. மாதவையாவின், 'உதயலன் என்கிற கொற்கைச் சிங்களவன்,' (சுதேசமித்திரன் பவர் பிரஸ், சென்னை 1918) என்ற நூலின் முதற்பக்கத்தில் மாதவையாவின் படைப்புக்கள் குறித்த விளம்பரம் வெளியாகியுள்ளது. அதில், 'ப.ச.' நாவல் பற்றி 'தி சிலோன் இண்டிபெண்டண்ட்' ('The Celon Independent'), இதழில் வந்த மதிப்புரையின் ஒரு பகுதி

47. Prof. Dr. K. Meenakshi Sundaram, 'The contribution of European scholars to Tamil' (Madras University, Madras) p. 303
48. அ. மாதவையா, 'சித்தார்த்தன்' (சுதேசமித்திரன் ஆபீஸ், சென்னை, 1918) முன்னுரைப்பகுதி
49. அ. மாதவையா 'மு.மீ.' பக்க. III-IV
50. அ. மாதவையா, விசேஷ நிரூபம்: 'தமிழ் இலக்கிய அபிவிருத்தி' (தமிழர் நேசன், 'நாலாவது தொகுப்பு', 1920-21 மார்கழி, பகுதி, சென்னை) பக். 242
   'One seems in places detect the laboured language of translation' (673)
51. V.G. Surianarayana Sastri. B.A., 'Padmavathi Charitram: A New Tamil Novel' (The Madras Christian College Magazine, May, 1898) pp. 671-673.
52. டாக்டர் இரா. தண்டாயுதம், (தமிழில்) டாக்டர் சு. வேங்கடராமன், 'சமூக நாவல்கள்' (தமிழ்ப்புத்தகாலயம், சென்னை, 1979) பக். 209
53. அ. மாதவையா, 'ப.ச.' பக். 71
54. மே.நூ... பக். 33
55. மே.நூ.. பக். 42
56. மே.நூ.. பக். 55
57. அ. மாதவையா, 'வி.மா.' பக்க. 71-72
58. வி.கோ. சூரியநாராயண சாஸ்திரி, மதிவாணன் (1912) முன்னுரை

4. மாதவையாவும் நடப்பியல் நாவலும்

4.0.1. எல்லா வகை இலக்கியங்களும், குறிப்பிட்ட சில மரபு களைப் பின்பற்றி வாழ்க்கையைப் பற்றிப் பேசுவனவாகவே உள்ளன. ஆயினும், 18ஆம் நூற்றாண்டில், ஐரோப்பாவில் தோன்றிய புதுவகை உரைநடை இலக்கியமான நாவல் இலக்கியம், வாழ்க்கையை உள்ளபடி பிரதிபலிப்பதாகப் பலராலும் மொழியப்பட்டது. இந்நாவல்வகை தோன்றுவதற்கு முன்பாக, ஐரோப்பாவில் அற்புத நவிற்சிப் பாங்கில் இலக்கியம் படைக்கப்பட்டது. பலருக்கும் இயல்பானதாக இல்லாத, மிகவும் கற்பிதமான, நம்ப முடியாத நிகழ்ச்சிகளைக் கொண்டதாகவும், அன்றாடம் வாழ்வில் காணமுடியாததாகவும் உள்ள மாந்தர்களைக் கொண்டதாக, அற்புத நவிற்சி இலக்கியம் அமைந்தது. நவீனத்துவ மாற்றத்திற்கான முன்னோடியாக இது கருதப்பட்டது.

அறிவியல் சிந்தனையின் வளர்ச்சி காரணமாக வாழ்க்கையைப் புறவய நோக்கில் (objective) அணுகியதன் காரணமாக, வாழ்க்கையின் உண்மை நிலைகளைக் காணத் தொடங்கினர். கருத்துக்களின் விளக்கமாக வாழ்வைக் காண்பதிலிருந்து விலகி, குறிப்பிட்ட கால இடச் சூழ்நிலைமைகளின் விளைபொருளாக வாழ்வைக் காணும் பார்வை மேலோங்கிற்று. இப்பார்வையை அடியொற்றியே நடப்பியல் நாவல் படைக்கப்பட்டது. ஒரு குறிப்பிட்ட காலத்தில் வாழ்கின்ற சராசரி ஆடவரையும், பெண்டிரையும் பாதிக்கின்ற கற்பிதமில்லாத, உண்மையான சிக்கல்களைப் பற்றிய கவனம்தான் நடப்பியல் என்று அர்னால்டு கெட்டில்[1], இப்பார்வை பற்றிக் கூறுவார்.

நடப்பியல் நாவலுக்கு முன்னர் தோன்றிய காவியங்களிலும், அற்புத நவிற்சி இலக்கியங்களிலும் சராசரி மனிதனைப் பற்றிய பார்வைகள் தலையாய இடம் பெறவில்லை. ஒப்புயர்வற்ற இலட்சிய மாந்தர்களைப் பற்றியும், வீரசாகசங்கள் புரிந்த தலைவர்களைப் பற்றியும் அற்புத நவிற்சிப் பாங்கில் வருணனைகள் இடம் பெற்றன. ஆனால், நடப்பியல் நாவலானது, பழைய நில உடைமைச் சமுதாயம் மாற்றமடைந்து, புதிய தொழில் வகுப்பும் நடுத்தர வகுப்பும் தோன்றிய தன் விளைவாக உருவெடுத்ததால், தன் முயற்சியால் முன்னேறிய

சராசரி மனிதரின் அன்றாட வாழ்க்கையைப் பற்றியே பேசத் தொடங்கியது. எனவே நடப்பியல் நாவல் என்பது, பழைய சமுதாயம் மாறிப் புதிய சமுதாயம் உருவாகிய சமூக மாற்றத்தின் விளை பொருளாக அமைந்தது என்பதைக் கருத்தில் கொள்ள வேண்டும். புதிதாக உருவாகிய சமுதாயத்தைப் பிரதிபலித்த நடப்பியல் நாவலில், காலச் சூழலும், இடச் சூழலும் பெரும்பான்மையோர் ஏற்றுக் கொள்கிற விதத்தில் நம்பகத்தன்மையோடு படைக்கப்படுகின்றன. இச்சூழல்களின் தாக்கங்களால் நாவல் மாந்தர்கள் படிப்படியாக வளர்ச்சியும் மாற்றமும் பெறுகின்றார்கள். என்றென்றும் மாறாத சில ஒழுக்கவியல் அடிப்படையில் பாத்திரங்கள் வார்க்கப்படாமல், மாற்றங்கட்கிடையில் பாத்திரங்கள் மேற்கொள்கிற குறை, நிறைகளைத் தற்சார்பு இல்லாமல் நடப்பியல் நாவல்கள் விவரிக்கின்றன. சமூக அசைவின் வெளிப்பாடாக அமைந்தது நடப்பியல் புனைவு.

4.02. நடப்பியல் நாவலின் தோற்றம்

ஐரோப்பாவில், 18ஆம் நூற்றாண்டு வரை நாடகப்பாங்கான நிகழ்ச்சிகளையும், ஒழுக்கவியல் கட்டுரைகளையும் கொண்ட பரந்த புலக்காட்சி நாவல்களும் (Picturesque Novel), இலட்சிய மாந்தரின் வீரதீரச் செயல்களை விவரிக்கும் அற்புதநவிற்சிக் கதைகளும் தோன்றி வளர்ந்தன. ஆனால் 18ஆம் நூற்றாண்டிலிருந்து, இயற்கை இகந்த சக்திகளின் தலையீடுகளும், விதியின் குறுக்கீடுகளும் இல்லாமல், தனிமனிதனின் முயற்சியால் மட்டுமே தோன்றி வளரும் வாழ்க்கை முறையை நடப்பியல் நாவல்கள் கூறத் தொடங்கின. டேனியல் டிஃபோ (Daniel Defoe) எழுதிய 'ராபின்சன் குருசோ' (Robinson Crusoe) இப்படிப்பட்ட தனிமனித முயற்சியால் உருவாகும் புதுவித வாழ்க்கை முறையைப் பேசிய நடப்பியல் நாவலாகும். 18ஆம் நூற்றாண்டில் நடப்பியல் நாவல் வகையை உருவாக்கிய முன்னோடிகளாக டிஃபோ, ரிச்சர்ட்சன் (Richardson), ஃபீல்டிங் (Fielding), ஸ்டெர்ன் (Sterne), ஸ்மோலெற் (Smollett) ஆகியோரைக் குறிப்பிட்டுச் சொல்வார்கள்.

இவர்கள் படைத்த நடப்பியல் நாவல்களின் தலைமைப் பாத்திரங்கள், தங்கள் வாழ்க்கையைத் தாமே தீர்மானிக்கின்ற தனிமனித சுதந்திரம் கொண்டோராய்க் காணப்பட்டனர். நன்மைக்கும், தீமைக்கும் அவர்களே காரணகர்த்தாக்களாக அமைந்தார்கள். இந்நாவல் மாந்தர்கள் தொடர்பு கொண்ட நிகழ்ச்சிகள் எல்லாம் நல்ல, தீய பேறுகளால் அன்றி, காரண, காரிய தொடர்புகளால் பின்னலுற்று, ஒன்றிலிருந்து மற்றொன்று வளர்ந்து செல்பவையாக அமைக்கப் பட்டிருந்தார்கள். நாவல் மாந்தர்கள், அற்புத நவிற்சிப் பூச்சுக்களின்றி,

வாழ்க்கையில் எப்படி வாழ்கின்றார்களோ அப்படியே நிறைகுறை களோடு படைக்கப்பட்டார்கள். உண்மையில், மேலே குறிப்பிட்ட ரிச்சர்ட்சன் முதலான ஆசிரியர்களின் படைப்புகளிலிருந்தே நடப்பியல் நாவல்கள் நடைமுறைக்கு வந்தன எனக் கூறலாம்.

4.03. இந்தியத் தொடக்ககால நாவல்களும், நடப்பியலைப் படைப்பதிலிருந்த சிக்கல்களும்:

19ஆம் நூற்றாண்டில், இந்தியாவில், ஆங்கிலக் கல்வி கற்றவர்கள், 18ஆம் நூற்றாண்டு இங்கிலாந்தில் நடப்பியல் நாவல்களுடனும், அதன் பின்னர் தோன்றிய விக்டோரிய கால நாவல்களுடனும் தொடர்பு கொண்டார்கள். இந்திய தொடக்ககால நாவலாசிரியர்களின் முதல் தலைமுறையினர்க்கு முன்மாதிரிகையாக வாய்த்த ஆங்கில நடப்பியல் நாவல்களைப் போலத் தத்தம் தாய் மொழிகளில் நாவல்களைப் படைக்கின்ற ஆர்வம் மேலோங்கிற்று. ஆனால், அதனை எவ்வாறு செயல்படுத்துவது என்பது சிக்கலுக்குரியதாக இருந்தது. இதனைப் பற்றி, மீனாட்சி முகர்ஜி குறிப்பிடுகிற போது[2],

'... நடைமுறைச் சமூக வாழ்விலே, மாற்றங்கட்கு எளிதில் இணங்காத நிலைமையிருக்க, நடப்பியல் இலக்கியத்திற்குத் தேவைப் படும் பண்புகளோடு, உண்மை நிலையை எவ்வாறு பொருத்துவது என்பது தொடக்ககால இந்திய நாவலாசிரியர்களின் அடிப்படையான சிக்கலாக இருந்தது' என்று எழுதியுள்ளார்.

இந்திய சமுதாயத்தில், மனிதர்களைச் சாதி, பால், மதம், குடும்பம் போன்ற பிறப்பால் வந்தமையும் சார்புகளை அடிப்படையாகக் கொண்டு நோக்கிய நோக்கிற்கும், ஆங்கில நடப்பியல் நாவல்களில் வலியுறுத்தப்பட்ட தனிமனிதக் கொள்கைக்கும் முரண்பாடு எழுந்தது. டிஃபோ, ஃபீல்டிங் போன்ற நடப்பியல் நாவலாசிரியர்களின் நாவல் களில், ஒழுக்கக் குறைவான பாத்திரங்கள் படைக்கப்பட்டிருந்தன. இவ்வாறு ஒழுக்கக் குறைவான மாந்தர்களை இந்திய தொடக்க கால நாவலாசிரியர்களால் படைக்கத் தயக்கமாக இருந்தது. இவ்வாறு படைத்தால், படிப்போர்க்குத் தீமை புரிந்ததாக ஆகிவிடும் என்று கருதி, கோல்டு சுமித் (Gold Smith), ஜான் பன்யான் (John Banyan) போன்றோர், ஒழுக்க விழுமியங்களை வலியுறுத்திப்படைத்த நூல் களையே தொடக்ககால இந்திய நாவல் ஆசிரியர்கள் பின்பற்றியதாக மீனாட்சி முகர்ஜி குறிப்பிட்டுள்ளார்.[3] நடப்பியல் நாவல் தோன்ற வேண்டுமானால் அதற்குரிய சமூகச் சூழலும், மாந்தரின் அகநெருக்கடி களும் வேண்டும். ஆங்கிலேய சமூக மாற்றத்தைப் பற்றி உரைக்கும் போது[4] அர்னால்டு கெட்டில், நில உடைமைச் சமுதாயத்திலிருந்து,

புதிதாக உருவான சமூகப் பிரிவினர், நில உடைமைச் சமுதாயத்தின் அற்புதநவிற்சிப் பாங்கான இலக்கியப் பூச்சுக்களை அகற்றிவிட்டு, தற்சார்பின்றிப் புதிய சமுதாயத்தை அறிந்து எழுதுவதற்கு உரைநடையைக் கையாண்டனர் என்பார். நில உடைமை அமைப்பின் அற்புத நவிற்சித் திரையை அகற்றுவதன் வழியாக, நடப்பியல் எழுத்தாளர்கள் தம் சமுதாயத்தின் சுதந்திரத்தைப் பேணினார்கள்.

தனிமனிதனை அடிப்படையாக நோக்கிய புதிய சமூக மாற்றத்தையும், இச் சமூக மாற்றங்களுக்கிடையில் வாழ்ந்த மனிதர்கள் உணர்ந்த அகநெருக்கடிகளையும், தற்சார்பில்லாத முறையில் உரைநடையில் உள்ளவாறே படைப்பது என்பது தொடக்கக்கால இந்திய நாவலாசிரியர்கட்குப் பெரும் சிக்கலாகவே இருந்தது.

தனிமனிதனுக்கும், சமுதாயத்திற்கும் இடையில் ஏற்பட்ட நெருக்கடியானது ஒரு குறிப்பிட்ட ஆழ்பரிமாணத்தை எட்டியதால், ஐரோப்பாவில் நடப்பியல் நாவல் தோன்றியது. இப்படிப்பட்ட நெருக்கடிகள் ஐரோப்பாவில் வேறானவையாகவும், இந்தியாவில் வேறானவையாகவும் இருந்தன. ஐரோப்பிய சிந்தனைகள், ஆங்கிலக் கல்வி வழியாக, சிறுபான்மை இந்தியப் படிப்பாளிகளிடையே பரவியபோது, அச்சிறுபான்மையினரிடையேதான் அக நெருக்கடி தோன்றியது. ஏறுவரிசை முறையையும் முழுமையியல் கருத்தையும் கர்மவினைக் கோட்பாட்டையும் ஆதாரமாகக் கொண்ட இந்துப் பெரு மரபிற்கும் இவற்றை முற்றிலும் மறுக்கின்ற மேற்கத்திய அறிவு நோக்கும் தனிமனிதக் கொள்கையும் கொண்ட தாராளவாதச் சிந்தனைக்கும் இடையில் முரண்பாடுகள் தோன்றலாயின. மேற்கத்திய சிந்தனைகளை உள்வாங்கிய இந்தியர்களுக்கும், அவர்கள் வாழ்ந்த இந்துச் சமுதாயத்திற்கும் இடையில் நெருக்கடி தோன்றிப் பல்வேறு முறைகளில் வெளிப்பட்டன. இந்துச் சாதி, மதச் சீர்திருத்த முயற்சிகள் இவற்றில் ஒரு பகுதியாகும். இவ்வகையான சமூக சீர்திருத்த முயற்சிகளை சமாஜங்கள், சங்கங்கள், சபைகள் மூலமாகவும், பத்திரிகைகள் வழியாகவும், மாநாடுகள், கருத்தரங்குகள், மேடைப் பேச்சுக்கள் வழியாகவும் மேற்கொண்டார்கள். ஒரு சிலர், நடப்பியல்வகை நாவலைப் பயன்படுத்தி, படித்த சிறுபான்மை இளந்தலைமுறையினர்க்கும், அவர்கள் பிறந்த சாதி, மதத்திற்கும் இடையில் தோன்றிய நெருக்கடிகளைச் சீர்திருத்த எண்ணங்களாக வெளிப்படுத்தினர். இத்தகைய நெருக்கடி ஏற்பட்டிராவிடில், நாவலானது, காவியம் அல்லது அற்புதநவிற்சி இலக்கியக் கூறுகளையே தொடர்ந்து பேணி வந்திருக்கும் என்று மீனாட்சி முகர்ஜி உரைத்திருப்பது[5] கவனத்திற் குரியதாகும். தமிழின் முதல் நாவலாசிரியர் வேதநாயகரின் 'பிரதாப

முதலியார் சரித்திரத்தில்' அற்புதநவிற்சிக் கூறுகள் மிகுந்தும், மாதவையா படைத்த 'ப.ச.', 'மு.மீ', 'தி.கோ.' போன்ற நாவல்களில் நடப்பியற் கூறுகள் மிகுந்தும் காணப்படுவதற்கு, முன்னர் உரைத்த அகநெருக்கடியால் உந்தப்பட்ட சமூக சீர்திருத்த வேகமே காரண மாகின்றது. புதிதாக ஏற்பட்ட பொருளாதார அமைப்பில், நகரங் களில் கிட்டிய உயர் கல்வி, பதவி, வருவாய் ஆகியவற்றிற்காக கிராமங்களையும், அவற்றில் இருந்த கூட்டுக் குடும்ப வாழ்வையும் விட்டகன்று, புதிய இடம், சூழல், வாழ்க்கை ஆகியவற்றால் பாதிக்கப் பட்டு, ஈரடியான வாழ்க்கை முறையில் பழகிக் கொண்டிருந்த ஒரு புதிய சமுதாய மாற்றத்தை மாதவையா கண்டுணர்ந்தார். இச்சமூக நோக்கு அவர்க்கு இருந்ததாலேயே தமிழில் நடப்பியல் நாவலுக்குரிய பாதையை அவரால் இடமுடிந்தது. மேலும், நாவலைப் பற்றியும், மேலைநாடுகளில் நாவல்களில் இருந்த வகைகளைப் பற்றியும் அவற்றில் குறிப்பாக நடப்பியல் நாவலைப் பற்றியும், அறிந்திருந்தார். நடப்பியல் நாவல், மனித அனுபவத்தைக் கண்ணாடி போலப் பிரதிபலிப்பதாக அறிந்து அதன்படியே நாவல்களைப் படைக்கவும் செய்தார்.

4.04. மாதவையா, தமிழின் முன்னோடி நடப்பியல் நாவல் ஆசிரியர்

தமிழ்நாட்டில், 19ஆம் நூற்றாண்டின் பிற்பகுதிக் காலம் தொட்டுப் புதிய நாவல் இலக்கியம் தோன்றிப் பெருகியது. முதலாவதாக வெளிவந்த 'பிரதாப முதலியார் சரித்திரம்' முதல் தமிழ் நாவலாகக் குறிக்கப்படினும், அது நடப்பியல் கூறுகளைக் குறைவாகவே கொண்டிருந்தது. மானிடர் வாழ்வில் மேற்கொள்ள வேண்டிய நீதி நெறிகளுக்குரிய நிகழ்ச்சிகளைக் கொண்டதாகவே அந்நாவல் அமைக்கப்பட்டது. அற்புத நவிற்சிப் பாங்கான கதைகளுக்கிடையில், ஆங்கிலக்கல்வியின் சிறப்பு, பெண் கல்வி முதலிய புதிய சிந்தனை களையும், மரபான ஒழுக்க விதிகளையும் கலந்து அமைக்கப்பட்டதாக அந்நாவல் உள்ளது. அதன் பின் வெளிவந்த இராஜமையரின் 'கமலாம்பாள் சரித்திரமும்', முழுமையான நடப்பியல் நாவலாக உருவாகவில்லை. முற்பாதி நடப்பியலை வடிப்பதாகவும், மறுபாதி, இராஜமையரின் வேதாந்த தத்துவத்தை விளக்குவதாகவும் அமைந் துள்ளது. நடப்பியல் வாழ்க்கையின் மீது, இராஜமையர் தம்முடைய வேதாந்த தத்துவப் பார்வையைச் செலுத்திப் பார்த்ததன் விளைவாகவே அந்நாவல் உருவாயிற்று. இவரையடுத்து, 1898ஆம் ஆண்டில் மாதவையா தம்முடைய முதல் நாவலான, 'ப.ச.' நாவலை வெளியிட்ட போது, அதனை நடப்பியல் நாவலாக வி.கோ. சூரிய நாராயண

சாஸ்திரியார் மதிப்பிட்டார். இது குறித்துச் சென்னைக் கிறித்தவக் கல்லூரி இதழ் ஒன்றில் மதிப்பிட்ட அவர், பின்வருமாறு எழுதினார்[6]:

> 'கதை மொத்தத்தில் மிகுதியும் நடப்பியல் கொண்டதாகவும், பெரும்பாலான பாத்திரங்கள் வாழ்வில் உள்ளது போலவும் செதுக்கப்பட்டுள்ளன'

மேற்காட்டிய பகுதியில், 'ப.ச' நாவலின் கதை அமைப்பும், பாத்திரப் படைப்பும் நடப்பியல் பாங்கில் அமைந்துள்ளதன்மை எடுத்துரைக்கப்படுவதை அறியலாம். 1903ஆம் ஆண்டில் வெளிவந்த மாதவையாவின் 'தில்லை கோவிந்தன்' என்ற ஆங்கில நாவலை, ஃபிரெடரிக் ஹாரிசனும் (Frederick Harrison), ஆர்.ஈ. ஆலந்தும் (R.E. Holland) நடப்பியல் வகை நாவலாகவே சுட்டிக் காட்டினர்.[7]

மாதவையாவின் ஆங்கில நாவல்களை ஆய்வுக்குட்படுத்திய கே.எஸ். இராமமூர்த்தி, 'தி.கோ' நாவலைப்பற்றிக் கூறுகையில்[8], இதன் கதைத் தலைவன் சந்திக்கிற ஒழுக்க, ஆன்மீக நெருக்கடிகள் யாவும், மாதவையா வாழ்ந்த காலத்து உயர்கல்வி கற்ற நடுத்தர வகுப்புப் பிராமண இளம் தலைமுறையினர் சந்தித்தவையே என்று இந்நாவலின் நடப்பியற் பண்பைச் சுட்டிக் காட்டியுள்ளார். தற்காலத் திறனாய்வாளரான டாக்டர் க. கைலாசபதியும், மாதவையாவை நடப்பியல் நாவலாசிரியராகவே நோக்கியிருப்பது[9] கீழ்வரும் கூற்றால் புலப்படும்:

> "மாதவையாவின் 'பத்மாவதி சரித்திரம்' யதார்த்தப் போக்கை எமது நாவலிலக்கியத்துறையிற் புகுத்தியதெனக் கொள்ளலாம். அதாவது சமூக நாவல் என்ற வகையின் பிறப்பை அது குறிக்கிறது."

மேலேயுள்ள கூற்றில் யதார்த்தப் போக்கு என நூலாசிரியர் சுட்டுவது நடப்பியல் போக்கையே ஆகும். இதுவரை கூறியவற்றால், மாதவையா தமிழ் இலக்கியத்தில், நடப்பியல் நாவல் தோன்ற முக்கிய பங்களிப்பினைச் செய்தார் என்பது தெளிவாகிறது. ஆயினும், நடப்பியல் பண்புகள் எவை என்றும், அவை எவ்வாறு மாதவையா நாவல்களில் பயின்று வருகின்றன என்றும், குறிப்பான ஆய்வு மேற்கொள்ளப்படவில்லை. அதனை இனிக் காணலாம்.

மாதவையா எழுதிய தமிழ், ஆங்கில நாவல்களை நான்கு வகையாகக் காணலாம். 'ப.ச.' 'தி.கோ.' ('லெப்ட். பஞ்சு') ஆகிய நாவல்களை நடப்பியல் மிகுந்த நாவல்கள் என்றும், 'மு.மீ.' 'ச.ன்.' ஆகிய நாவல்களை, நடப்பியற் கூறுகளுடைய இலட்சியப்பாங்கான நாவல்கள் என்றும், 'கிளாரிந்தா' நாவலை, வரலாற்று நாவல் என்றும்,

'வி.மா.' நாவலை, அற்புத நவிற்சி நாவல் என்றும் வகைப்படுத்தலாம். இவற்றுள் இறுதியாகச் சொன்ன 'வி.மா.' நாவலைத் தவிர்த்த ஏனைய நாவல்களில் காணக்கூடிய நடப்பியற் பண்புகளைச் சூழல், கதைப் பின்னல், பாத்திரப்படைப்பு, நடப்பியல் உத்திகள் ஆகிய தலைப்புக் களில் காணலாம்.

4.1.1. சூழல்

ஒரு நாவலை ஆக்குவதற்குரிய கூறுகளில் அடிப்படையாக அமைவது சூழலாகும். இது காலம், இடம் என்று இருவகைப்படும். பொதுவாக, நடப்பியல் நாவல்களில், ஆசிரியன் வாழ்ந்த, வாழுகின்ற கால, இடச் சூழல்களும் பெருமளவிற்கு ஒத்திருக்கக் காணலாம். ஆசிரியன், சில காரணங்கட்காக இடத்தின் பெயரையும், பாத்திரங்களின் பெயர் களையும் மாற்றியமைத்திருக்கலாம். ஆயினும், நாவல் மூலம் மறைமுகமாக உணர்த்தப்படுகின்ற கால, இடச் சூழலால், அந்நாவல் நடப்பியல் பற்றியதே என்பதை ஊகித்தறிய முடியும்.

தமிழ்நாட்டில், மாதவையாவுக்கு முன் வெளிவந்த 'பிரதாப முதலியார் சரித்திரமும்', 'சுகுணசுந்தரி'யும், 'பிரேமகலாவதீயமும்', 'கமலாம்பாள் சரித்திரமும்' முழுமையான நடப்பியல் நாவல்களாக அமையவில்லை. 'பிரதாப முதலியார் சரித்திரத்தில்' காலமும் இடமும் குறிப்பிட்ட ஒரு காலத்தையோ, இடத்தையோ சுட்டிக் காட்டாமல், அடையாளம் காணமுடியாத ஒரு முடியாட்சிக் காலத்தையும், இடத்தையும் குறிப்பதாக உள்ளது. முடியாட்சிக் கால கட்டத்தோடு, மக்களாட்சிக் காலக் கருத்துக்கள் வலிந்து பொருத்தப்பட்டுள்ளன. இதே போலவே 'சுகுண சுந்தரி' நாவலிலும், கற்பிதமானதொரு காலமும் இடமும் அமைக்கப்பட்டுள்ளன. இந்நாவல்களில் ஒரு குறிப்பிட்ட காலத்திலும், இடத்திலும் காணக் கூடிய சமூகச் சிக்கல்களைக் கூறுவதற்குப் பதிலாக, பெண்கல்வி, ஒழுக்கம், மொழிப்பற்று, நாட்டுப்பற்று, தெய்வ பக்தி, சான்றோர் பெருமை போன்ற கருத்துக் களை உரைக்கின்ற நோக்கமே தலையாயதாக உள்ளது.

'பிரேம கலாவதீயம்' நாவலின் இடச்சூழலாக மழபாடி, அன்பில், திருவையாறு போன்ற தஞ்சைப் பகுதிகள் இடம் பெறினும், காலச் சூழலாக ஆசிரியர் வாழ்ந்த காலம், இடம் பெறவில்லை. சமண மதத்திலிருந்து சைவமதத்திற்கு மாறிய ஒரு சோழ மன்னன் வாழ்ந்த காலச்சூழலே நாவலில் காணப்படுகிறது. நடப்புச் சமுதாயத்தின் மாபெரும் மாற்றங்களிலிருந்து கருத்துக்களைப் பெற்று உரைப்பதற்குப் பதிலாக, இந்நாவலாசிரியர்கள் தாம் கற்றறிந்த நீதிக் கருத்துக்களை ஓர் இலட்சியப் புனைவு கொண்ட சமுதாயத்திற்குப் போதனை செய்யும்

நிலைமையே காணப்படுகிறது. 'கமலாம்பாள் சரித்திரம்' என்ற நாவல், தமிழின் நடப்பியல் நாவலுக்கான தொடக்கம் என்று கூறலாம். ஆயினும், இதனை முழுமையான நடப்பியல் நாவல் எனக்கூற இயலாது. இதனை முதற் பாதியில், இராஜமையர் வாழ்ந்த கால கட்டத்தையும், இடத்தையும் காணமுடியும். உயர்கல்வி கற்பதற்காக கிராமத்திலிருந்து சென்னைக்கு இளம் தலைமுறையைச் சேர்ந்த பிராமணர்கள் இடம் பெயர்ந்த நடப்பியல் உண்மையைக் கண்டறியலாம். ஆனால் பின்பாதி நாவல் நம்ப இயலாத நிகழ்ச்சி களைக் கொண்டதாகவும், வேதாந்தக் கருத்தின் விளக்கமாகவும் அமைக்கப்பட்டுள்ளது. இதனைக் கொண்டுதான், புதுமைப்பித்தனும் இந்நாவலின் முன்பாதி கதை என்றும், பின்பாதி கனவு என்றும் விமரிசித்தார். இராஜமையரையும், மாதவையாவையும் நடப்பியல் நாவலின் முன்னோடிகளாகக் கொண்டு ஆய்வு செய்த கே.எஸ். இராமமூர்த்தி, இருவரையும் ஒப்பிட்டு[10], இருவருள் மாதவையாவே நடப்பியல் நாவல் படைத்ததில் முழு வெற்றி கண்டார் என்றும், இராஜமையரைப் புனைகதை எழுத்தாளர் என்று கூறுவதை விட, வேதாந்தி என்றுதான் கூற வேண்டும் என்றும் கூறியது ஈண்டு ஒப்பு நோக்கத்தக்கதாகும். எனவே 1898ஆம் ஆண்டு வெளிவந்த 'ப.ச.' நாவலே தமிழில் வெளிப் போந்த முழுமையான முதல் நடப்பியல் நாவல் என்ற கருத்தை முன்வைத்து, மேற்கொண்டு ஆய்வைத் தொடரலாம்.

4.1.1.1. மாதவையா நாவல்களில் காலச் சூழல்

மாதவையாவின் பத்தாண்டுக் குழந்தைப் பருவத்தைக் கழித்து விட்டு, அவர் அறிவார்ந்த முறையில் வாழ்ந்த காலமாக, 1883 முதல் 1925 வரையுள்ள ஆண்டுகளைக் குறிப்பிடலாம். இக்கால கட்டத்தில், ஆங்கில ஆட்சியின் விளைவாகத் தமிழகத்தில் அரசியல், பொருளா தாரம், சமூக அமைப்பு, பண்பாடு ஆகிய துறைகளின் மகத்தான மாற்றங்கள் தோன்றின. வேறெந்தக் காலத்தில் நடந்தவற்றோடும் ஒப்பிடமுடியாத அளவிற்குத் தன்மை மாற்றங்கள் (qualitative changes) நிகழ்ந்த காலமாக இக்காலத்தைக் குறிப்பிடலாம். இந்திய அரசியல் தளத்தில், இந்திய தேசிய காங்கிரஸ் (1885) என்ற அமைப்பு உருவாகி, படித்த இந்தியர்க்கு ஆங்கில ஆட்சியில் உரிய பங்கினைத் தரவேண்டும் என்ற கோரிக்கை எழுந்தது.

இக்காலத்தில்தான், உலக அரசியல் தளத்தில் முதல் உலகப் போரும் (1919-1922), ருசியப் புரட்சியும் (1905, 1917) தோன்றி நாடு களின் எல்லைகளை மாற்றியமைத்தன. கல்வித் தளத்தில் தமிழ் நாட்டில், பழைய செய்யுள் கல்வி முறை மாறி, கல்லூரிகளிலும், பல்கலைக்கழகங்களிலும் பிராமணரும், அவர்க்கடுத்த நிலைவகுத்த

சாதியாரும் மதம் மாறிய கிறித்தவரும், உயர்கல்வி கற்றுப் புதிய வாழ்க்கை முறைக்கு மாறியதும் இக்காலத்தில்தான். பண்பாட்டுத் தளத்தில், புதிய மேற்கத்திய சிந்தனைகளை உள்வாங்கிய படித்த சிறுபான்மையினர், அவற்றின் அடிப்படையில் தம்முடைய சாதி வழக்கங்களையும் மத ஆசாரங்களையும், சீர்திருத்துவதற்காகப் பல்வேறு நிலைகளில் நின்று இயங்கியதும் இக்காலத்தில்தான். பொருளாதாரத் தளத்தில், படிப்படியாக கிராமியத் தன்னிறைவு வேளாண்முறைமாறி, தனிமனித முயற்சியாலும், பெரும் முதலீட்டாலும் நகரங்களில் பெருமளவில் சம்பாதித்த நடுத்தர வகுப்பினரின் புதிய தனிக்குடும்ப வாழ்க்கை முறை மேல்நிலைக்கு வந்ததும், இக்காலத்தில் தான். இக்காலத்தில் தோன்றிய நாவலானது, மேற்குறித்த காலச் சூழலை நேரடியாகவோ அன்றி மறைமுகமாகவோ வெளிப்படுத்துமே யானால், அதனையே நடப்பியற்பாங்கான நாவல் எனக் கருதலாம். மாதவையா படைத்த அத்தனை நாவல்களிலுமே மேற்சொன்ன காலச்சூழல் இடம் பெற்றுள்ளது. 'கிளாரிந்தா' (கி.தா) நாவல் மட்டுமே இதற்கு விதிவிலக்காக அமைந்துள்ளது. இந்நாவலில், 18ஆம் நூற்றாண்டில், தக்காணப் பகுதியில், ஆங்கில கிழக்கிந்தியக் கம்பெனி, ஆதிக்கத்தை அடைந்து கொண்டிருந்த காலச்சூழல் இடம் பெற்றுள்ளது. 'ப.ச.', 'மு.மீ.', 'ச.ன்.', 'தி.கோ.', 'லெ.ப.' ஆகிய நாவல்களில், இளைய தலைமுறையைச் சேர்ந்த பிராமண இளைஞர்கள், கிராமங்களை விட்டு நகரங்கட்டு இடம் பெயர்ந்து ஆங்கிலக் கல்வி கற்றுப் பட்டதாரி களாகவும், நடுத்தர வகுப்பினராகவும் ஆவது சுட்டப்பட்டுள்ளன. எல்லா நாவல்களிலும் படித்த இளைஞர்கள் வழியாக, இந்துச் சாதி மத, ஆசார சீர்திருத்தங்கள் பற்றிய கருத்து மோதல்கள் இடம் பெற்றுள்ளன. இந்திய தேசிய காங்கிரசின் வழியே செயல்பட்ட அரசியல்வாதிகளைப் பற்றி, 'ச.ன்.' நாவலிலும், 'தி.கோ.' நாவலிலும் விமர்சனங்கள் இடம் பெற்றுள்ளன.[11] மருத்துவப்பட்டம் பெற்ற பஞ்சு, காதல் வாழ்வில் தோல்வியுற்று, முதல் உலகப்போரில் பெல்ஜியத்தில் நேசப்படையின் சார்பில் ஜெர்மானியருடன் போரிட்ட இந்திய வீரர்கட்குச் சேவை செய்வதற்கான பெல்ஜியம் சென்று இறப்பதை 'லெ.ப.' நாவலில் தெளிவாகக் காணலாம். 'வி.மா.' நாவல், அற்புத நவிற்சிப் பாங்கில் எழுதப்பட்டிருந்தாலும், ஆங்கில ஆட்சி யினரால் நடைமுறைக்கு வந்த நீதிமன்றங்களின் செயல்பாடு, தூக்குத் தண்டனை நிறைவேற்றப்பட்ட முறை, சிறை நடைமுறை போன்ற நடப்பியற் கூறுகளைக் கொண்டதாகவே காணப்படுகின்றது. ஆசார சீர்திருத்தங்கட்காக, வங்காளம், பம்பாய், சென்னை நகரங்களில் செயல்பட்ட 'சமாஜங்களை' பிரதிபலிப்பதாக, 'ச.ன்.' நாவலில் 'சத்ய சமாஜம்' அமைந்துள்ளது. கிராமங்களை விட்டகன்று, நகரங்களில்

தங்கிப் பணி செய்து வாழும் புதிய வாழ்க்கை முறையை மாதவையாவின் எல்லாச் சமூக நாவல்களுமே எடுத்துரைத்துள்ளன. எனவே, மாதவையாவின் சமூக நாவல்களில் நடப்பியற் பாங்கான காலச்சூழல் இடம் பெற்றிருந்தது என்பது அனைவராலும் ஒத்துக் கொள்ளத்தக்க உண்மையே ஆகும்.

4.1.1.2. மாதவையா நாவல்களில் இடச்சூழல்

மாதவையா தாம் வாழ்ந்த காலத்தை நாவல்களின் காலப் பின்புலமாக ஆக்கியதைப் போலவே, தாம் வாழ்ந்த இடங்களையும், நாவலின் இடச் சூழலாக அமைத்தார். மாதவையாவின் குழந்தைப் பருவம், திருநெல்வேலி மாவட்டத்தின் தென்கிழக்கில் இருந்த பெருங்குளம் கிராமத்தில் கழிந்தது. உயர்நிலைப் பள்ளிப் பருவம், திருநெல்வேலி இந்துக் கல்லூரியிலும், சிந்து பூந்துறையிலும் கழிந்தது. பின்னர் அவருடைய பணிப்பருவம், அலுவலின் தன்மை காரணமாகச் சென்னைக்கு வெகு தொலைவான இடங்களில் கழிய நேர்ந்தாலும், 'தமிழர் நேசன்', 'சென்னைக் கல்விச் சங்கம்', 'பஞ்சாமிர்தம்', 'சென்னைக் கிறித்தவக் கல்லூரி இதழ்', 'இந்து', 'சுதேசமித்திரன்' முதலானவற்றின் மூலம் தம் சிந்தனைகளைச் சென்னையை மையமாகக் கொண்டே வெளியிட்டார். மாதவையா காலத்தில், இவ்வாறு கிராமங்களை விட்டு நகரங்கட்குக் கல்வி, வேலை காரணமாக இடம் பெயர்தல் என்பது காலத்தின் கட்டாயமாக இருந்தது. காலமாற்றத்திற்கு ஏற்ப, மாந்தர்கள் தாங்கள் வாழ்ந்து பழகிய இடங்களையும் மாற்ற வேண்டியதிருந்தது.

இத்தகைய புதிய சூழலுக்குத் தக்க தம்மை மாற்றிக் கொண்டவர்கள் முன்னேறினார்கள். பழைமையைப் போற்றிக் கிராம வாழ்விலும், அதன் மரபான பண்பாட்டிலும் ஊறியவர்கள் படிப்படியாக வரலாற்றின் ஓரங்கட்கு ஒதுக்கப்பட்டார்கள். தொழில்மயமான பொருளாதார அமைப்பு ஏற்படும் போது அதன் விளைவாக நகரமயமான வாழ்க்கை முறை தோன்றுகிறது. அப்போது, மாந்தர் கிராமங்களை விட்டு நகரங்களுக்குப் புதிய வாழ்க்கை வசதிகளை அடைய இடம் பெயர்தல் என்பது ஒரு வரலாற்று உண்மையாகும். இங்கிலாந்தில், தொழிற் புரட்சியின் விளைவாக, கிராமங்கள் படிப்படியாக அழிந்து புகைகளைக் கக்கும் தொழிற்சாலைகளாக மாறிய போது, இயற்கைக் கவிஞர்கள், இயற்கையை நோக்கித் திரும்பிச் செல்ல வேண்டிய கருத்தினை வெளியிட்டார்கள். கோல்டு ஸ்மித்து (Goldsmith) எளிமையும், அமைதியும் மிக்க கிராம வாழ்வை இலட்சியமாகப் படைத்தார். ஆயினும், நகரமயமான வாழ்க்கை முறை, இவர்களுடைய குரலால் அகற்றப்படவில்லை. மாறாக, மாந்தரின்

விருப்பு, வெறுப்புக்கு எவ்விதத்திலும் விட்டுக் கொடுக்காத படி, தொழில் மயமாதலும், நகரமயமாதலும் வளர்ச்சி பெறவே செய்தன. இந்த வரலாற்று உண்மை, தமிழகத்திலும் மாதவையா காலத்தில் காணக்கூடியதாக இருந்தது. இடப் பெயர்ச்சியோடு தொடர்பு கொண்ட இவ்வரலாற்று உண்மையை, மாதவையாவின் எல்லாச் சமூக நாவல்களிலும் காணமுடியும். 'ப.ச.' நாவலில், தலைமைப் பாத்திரங்கள், அரியூர், சிறுகுளம் என்ற கிராமங்களிலிருந்து திருநெல்வேலிக்கும் இறுதியில் சென்னைக்கும் இடம் பெயர்கின்றன. 'தி.கோ.' நாவலின் தலைமைப் பாத்திரம், தில்லை கிராமத்திலிருந்து மூங்கிலூருக்கும், இறுதியில் சென்னைக்கும் இடம் பெயர்கின்றது. 'மு.மீ.' நாவலில், இராமபுரம் கிராமத்திலிருந்து வரியூருக்கும், இறுதியில் திருவனந்தபுரம், சென்னை, பம்பாய், கல்கத்தா போன்ற பெரும் நகரங்கட்கும் தலைமைப் பாத்திரங்கள் இடம் பெயர்கின்றன. 'வி.மா.' நாவல் ஓர் அற்புதநவிற்சி நாவலாக அமைந்தும் கூட, அதிலும், பாத்திரங்கள் திருநெல்வேலி மாவட்டத்திலுள்ள புலிமலை ஜமீனிலிருந்து, திருநெல்வேலி நகருக்கும் இறுதியில், வடநாட்டிலுள்ள ஒரு நகருக்கும் இடம் பெயருகின்ற நிலைமை சுட்டப்படுகிறது. 'ச.ன்.' நாவலில் திருநெல்வேலி சென்னை ஆகிய நகரங்களே நிகழ்ச்சியின் மைய இடங்களாகக் காணப்படுகின்றன. 'லெ.ப.' நாவலில் தலைமைப் பாத்திரம், தஞ்சையிலிருந்து, சென்னைக்கும், இறுதியில் மேற்கத்திய நாடான பெல்ஜியத்திற்கும் இடம் பெயர்வதாகக் காணலாம். மாதவையா, தமக்கு முன் நாவல் எழுதியவர்களை விட, இடப்பின்புலத்தை ஆழ்ந்த சமூக நோக்குடன் பார்த்திருப்பதை அறியலாம். இடச்சூழல் என்பது வெறும் இடத்தைப் பற்றிய வருணனையாக மட்டுமின்றி, அதுவே ஒரு குறிப்பிட்ட காலத்தில் கோலங்களைச் சுமப்பதாகவும் காணும் பார்வையே ஆழ்ந்த சமூகப் பார்வையாகும். மாதவையாவுக்குச் சற்று முன் வெளிவந்த 'கமலாம்பாள் சரித்திரம்' நாவலில், கிராமத்திலிருந்து தொடங்கி, மீண்டும் கிராமத்திலே சென்று முடிவாக அமைந்துள்ளது. இங்குக் காட்டப்படுகிற இடப் பெயர்ச்சியானது, அக்காலத்தின் மாற்றத்தைப் பிரதிபலிப்பதாக அமையாமல், இராஜமையரின் வேதாந்தக் கருத்தை விளக்குகின்ற குறியீடாகவே அமைந்து விடுவதைக் காணமுடியும். எனவே இடச்சூழலை சமூக நோக்குடனும், வரலாற்றுப் பார்வையுடனும் தமிழ் நாவல்களில் படைத்தளித்த முதல் நடப்பியல் நாவலாசிரியராக மாதவையாவைக் காணுவதில் தவறேதும் இல்லை.

4.1.2. கதைப்பின்னலில் நடப்பியல் பாங்கு

நாவலாசிரியர்கள், தாம் தெரிவு செய்த நாவற் பொருளை, அழகியல் தோன்றுமாறு, பல்வேறு முறைகளில் கதைப்பின்னலாகப்

புனைவார்கள். அவற்றுள், அற்புதநவிற்சிக் கதைப் பின்னல், நன்கமைந்த கதைப் பின்னல், நெகிழ்வுக் கதைப் பின்னல், சுழல் வட்டக் கதைப் பின்னல், நாடகமுறைக் கதைப் பின்னல், நேர்கோட்டுக் கதைப் பின்னல் என்று பல்வேறு கதைப் பின்னல் முறைகள் உள்ளன.

இவற்றுள், நேர்கோட்டுக் கதைப் பின்னல் முறையை மாதவையா தம்முடைய பெரும்பான்மையான நாவல்களில் கையாண்டுள்ளார். இந்நேர்கோட்டுக் கதைப் பின்னல் முறையானது, 18, 19ஆம் நூற்றாண்டு ஐரோப்பிய நடப்பியல் நாவல்களில் காணக்கூடிய முறையாக இருந்தது. இந்நாவல்களின் அமைப்பானது, ஒரு கால அச்சினைச் சார்ந்து நிகழ்ச்சிகள், நீள்கோட்டுப் பாதையில் ஒன்றையடுத்து ஒன்று வளர்வதாக அமைந்தது என்று மீனாட்சி முகர்ஜி கூறியிருப்பது[12] கருதத் தக்கதாகும். மாதவையாவின் 'லெ.ப.' நாவலைத் திறனாய்வு செய்த கே.எஸ். இராமமூர்த்தி, இதன் கதைப் பின்னலையும், வளர்ச்சி யையும் பற்றிக் குறிப்பிடும் போது[13],

> இதன் முழுக்கதையும் காரண காரிய விதியாலும், வினை-எதிர்வினையாலும் ஆளப்படுகின்றது, இதன் வளர்ச்சிக் கட்டத்தில் எவ்விடத்திலேனும், விதிக்கோ, தலையெழுத்திற்கோ இடமே இல்லை. இதனால் வலிந்து செய்யும் குறுக்கீட்டிற்கு இடம் இல்லாமற் போகிறது, இது இயல்பாக 'வளரும்' ஒரு கதையாக இருக்கிறது.

என்று எழுதியுள்ளார். 'லெ.ப.' நாவலைப் பற்றிய இக்கூற்று, 'ப.ச.', 'மு.மீ', 'தி.கோ.' ஆகிய ஏனைய நாவல்கட்கும் பொருந்தும். 'ச.ன்.' நாவலில் நேர்கோட்டுக் கதைப் பின்னலுக்கு மாறாக சுழல்வட்ட அமைப்பு காணப்படுகிறது. திருநெல்வேலி பாலத்தடியில் ஓடும் தாமிரவருணி ஆற்றங்கரையில் கதை தொடங்கி, சென்னை வரை வளர்ந்து, இறுதியில் மீண்டும் தாமிரவருணி ஆற்றங்கரை மணலில் வந்து முடிகிறது. மதப் பொதுமை, உயர்ந்த ஆன்மீக இலட்சியம் ஆகியவற்றை ஓர் உன்னத இலட்சியமாக மாதவையா, 'ச.ன்.' நாவலில் படைத்துக் காட்டியதால், இத்தகைய சுழல்வட்ட முறையைக் கையாண்டார் எனலாம். தாமிரவருணி ஆற்றங்கரைக் கல்மண்டபத்தில் நள்ளிரவில் அனாதையாகக் கதறி அழுத குழந்தையாக அறிமுகமாகும் இந்நாவலின் தலைவன் சத்தியானந்தன், இறுதியில் 'சத்தியசமாஜம்' என்ற பொதுநல அமைப்பை நிறுவி ஆதரவற்றோர்க்கு உதவுபவனாக மாறி, அதே தாமிரவருணி ஆற்றங்கரை மணலில், தன் குழந்தை, தன் நண்பனின் குழந்தையோடு விளையாடுவதைக் கண்டு மகிழ்வதாகக் கதையின் நிகழ்ச்சிகள் தொடங்கிய இடத்தில் வந்து முடிகின்ற சுழல் வட்ட அமைப்பைப் பெற்றுள்ளன. இவ்விதத்தில், இது, 'கமலாம்பாள்

சரித்திரத்தின்' கதைப் பின்னலை ஒத்ததாகக் காணப்படுகிறது. ஆனால், நடப்பியல் உண்மைகளைக் கூறுகின்ற மாதவையாவின் 'ப.ச.', 'மு.மீ.', 'தி.கோ.' நாவல்களில் நேர்கோட்டுக் கதைப் பின்னலில், நிகழ்ச்சிகள் காரண காரிய பொருத்தமுடன் காலத்தோடு வளர்ந்து செல்வதாக அமைக்கப்பட்டுள்ளன.

'ப.ச.' நாவலில், முதல் இரண்டு பாகங்களில் துணை நிகழ்ச்சி களைக் கொண்ட நான்கு பெரும் நிகழ்ச்சிகள் ஒன்றிலிருந்து மற்றொன்று தோன்றி நீள்கோட்டில், கால அச்சிலிருந்து பிறழாமல் வளர்ந்து செல்வத்தை மாதவையா விளக்கியுள்ளார். 'ப.ச.' நாவலின் முற்றுப்பெறாத மூன்றாம் பாகத்தில் ஒரு நிகழ்ச்சி வளர்ந்து முடிவு தெரியாமல் நின்று போவதையும் காணலாம்.

முதலாவது நிகழ்ச்சி நாவலின் தொடக்கமாகச் சிறுகுளம் கிராமத்தில் தொடங்குகிறது. சிறுகுளத்தில் இராமப்பிள்ளைக்கும், கதைத்தலைவன் நாராயணனின் தந்தை சீதாபதி ஐயருக்கும் இடையில் தொடங்கிய இயல்பான உரையாடலானது இருவருக்கும் இடையில் கைகலப்பில் முடிந்து நீதிமன்றம் வரை செல்கிறது. நீதி மன்றத்தால் ஐந்தாண்டுக் காலச் சிறைத் தண்டனை பெற்ற சீதாபதி ஐயர் சிறை யிலேயே மரணமடைகிறார். இந்நிகழ்ச்சியின் தொடர்ச்சியாக, நாராயணனின் தாய் சீதையம்மாள் தன் அண்ணன் குடும்பத்தோடு வாழ நேரிடுகிறது[14]. அவ்வாறு வாழும்போது, அவளுடைய அண்ணன் மனைவியோடு ஏற்பட்ட சண்டையால், சீதையம்மாளும் நாராயணனும், சொந்தக் காலிலே நின்று வாழ்வதற்காகத் திருநெல்வேலிக்குக் குடியேறும் சூழல் ஏற்படுகிறது. எப்பாடு பட்டாகிலும் தன் மகன் நாராயணனை ஆங்கிலக் கல்வி கற்றுச் சம்பாதிக்க வைக்க வேண்டும் என்ற உறுதி சீதையம்மாளுக்கு ஏற்படுகிறது[15].

இரண்டாவது நிகழ்ச்சி அரியூர் கிராமத்தைத் தளமாகக் கொண்டுள்ளது. அரியூர்ப் பண்ணை சேஷையரின் மகள் சாவித்திரிக்கு வாய்த்த கணவன் பிறன் மனைவியிடமும், கணிகையரிடமும் மையலுற்றுத் திரிகிறபோது, சாவித்திரியைப் பெண்டாட நாகமைய்யர் என்ற மணமான ஆடவன் முயல்கின்றான். இதனையறிந்த அவளுடைய தம்பி கோபாலனும், கோபாலனின் நண்பன் நாராயணனும் அவனை அவமானப்படுத்துகிறார்கள். நாராயணனுடன் கோபாலனும் திருநெல்வேலியில் தங்கி உயர்நிலைப் பள்ளிக் கல்வி கற்றபோது தனிமையில் வாடிய சாவித்திரி, தம்பியின் ஆதரவில் திருநெல்வேலிக்குக் குடிபெயர்ந்து விடுகிறாள். விரைவில் நாராயணனுக்கும் அவனுடைய மாமன் மகள் பத்மாவதிக்கும் மணமாகவே, பத்மாவதியும் திருநெல்வேலி வருகிறாள்[16]. இவ்விரு நிகழ்ச்சிகளின் முடிவில், நாராயணனும்

அவனுடைய தாயும் மனைவியும், கோபாலனும் அவனுடைய அக்காளும் மனைவியும் திருநெல்வேலி நகருக்கு இடம் பெயர்கிறார்கள்.

மூன்றாவது பெரும் நிகழ்ச்சியாக அரியூர்ப் பண்ணை சேஷையர் தம் முதிய பருவத்திலும் பெண்ணாசையால் உந்தப்பட்டு, பணத்தாசை படைத்த அய்யாசாமி வாத்தியாரின் துணையோடு, தஞ்சை மாவட்டத்தில் வஞ்சனூர், சிட்டூர் முதலான கிராமங்களில் அலைந்து, ஏமாற்றம் அடைந்து, இறுதியில் ஏராளமாகப் பணத்தைச் செலவிட்டு, ஒரு சிறுமியை மணந்து அரியூர் திரும்புவது விவரிக்கப்படுகிறது[17]. இப்பெரு நிகழ்ச்சியோடு தொடர்புடையனவாக இரு துணை நிகழ்ச்சிகள் அமைகின்றன. சாவித்திரியைப் பிரிந்து வேறு பெண்களுடன் வாழ்ந்துவிட்டு வறியவராகத் திரும்பி வந்த அவள் கணவன், திருநெல்வேலி நாடகக் கொட்டகைத் தீ விபத்தில் மாண்டு போகவே, சாவித்திரி இளம் விதவையாவது முதல் துணை நிகழ்ச்சி[18]. சேஷையரின் கடைசி மகன் சங்கரன் சிறுவயதிலேயே திருமண ஆவலால் கிறித்தவ மதம் மாற முயன்று மீட்கப்படுகிறான். பின்னர், தன் தந்தை மறுமணம் புரிவதிலேயே கவனம் கொண்டதால், அக்காளின் நகைகளைத் திருடி, திருடர்களிடம் பறிகொடுத்துப் பின்னர் மலையாளம், கோவா போன்ற இடங்களில் கணிகையாருடன் வாழ்கிறான். இறுதியில் நாடகக் குழுவில் சேர்ந்து நடிகனாகிச் சென்னை வந்து சேர்கிறான். இது இரண்டாவது துணை நிகழ்ச்சி.[19] இதுவரை சுருங்க உரைக்கப்பட்ட மூன்று நிகழ்ச்சிகளின் தொடர்ச்சியாக, நாராயணனின் மனைவியும் தாயும், கோபாலனின் மனைவியும், விதவை அக்காளும், நெறி கெட்டலைந்த சங்கரனும் சென்னை நகருக்கு இடம் பெயர்வதாக முதற்பாகம் முடிகிறது.

படித்து முன்னேறும் எண்ணங்கொண்ட இளைய தலைமுறையும், அதனைச் சார்ந்து, அதற்கு உதவுகின்ற அதன் குடும்பத்தாரும் கிராமங்களை விட்டு நகரத்திற்கு இடம் பெயரும் வரலாற்றுண்மையை மாதவையா, காரண காரியத் தொடர்பான நிகழ்ச்சிகளின் வளர்ச்சிப் போக்கில் எடுத்துரைத்துள்ளது புலப்படும். இளைய தலைமுறையைச் சேர்ந்த சங்கரன் மட்டும் விதிவிலக்காகப் படைக்கப்பட்டுள்ளான். இவன், திருநெல்வேலியில் தன் அண்ணன் கோபாலனுடன் தங்கி உயர்நிலைப் பள்ளியில் படித்தாலும் அவன் எண்ணங்கள் எல்லாம், பழைய தலைமுறையினர்க்குரியனவாகவே இருப்பதை மாதவையா சுட்டிக்காட்டியுள்ளான். இது, புதிய தலைமுறையினரை மாதவையா கண்மூடிப் போற்றவில்லை என்பதை உணர்த்துவதாகவே உள்ளது. மேலும், 'ப.ச.' நாவலில் நான்காவது பெரு நிகழ்ச்சியின் தூண்டு கோலாகச் சங்கரனை மாதவையா படைத்திருப்பதாலும், நாடகத்தோடு

தொடர்புடைய மாந்தர்களின் ஒழுக்கக்கேடுகளை வெளிப்படுத்து வதற்காகவும், சங்கரன் என்ற எதிராளிப் பாத்திரத்தைச் சென்னைக்கு இடம் பெயர்க்கச் செய்துள்ளார்.

நான்காவது பெரும் நிகழ்ச்சி 'ப.ச.' நாவலின் இரண்டாம் பாகம் முழுவதிலும் இடம் பிடித்துள்ளது. சென்னையில், நாராயணனும், கோபாலனும் ஒரே வீட்டில் தங்கள் உறவினருடன் தங்கிப் படித்த போது, சங்கரனின் வருகையால் இந்நிகழ்ச்சி தோற்றம் கொள்கிறது. நாடக நடிகனாகி வந்த சங்கரன், நாராயணனின் மனைவி பத்மாவதி மீது மோகமுற்று, அது மறுக்கப்படவே, தன் அண்ணன் கோபாலன் தாசியொருத்திக்கு வரைந்த காதல் கடிதத்தைப் பயன்படுத்தி நண்பர்களைப் பிரிக்கிறான். பத்மாவதி மீது நாராயணனுக்கும் ஐயம் ஏற்பட வழி செய்கிறான். இறுதியில், நண்பர்களுக்கிடையில் தோன்றிய பிணக்கு விலகி, பிரிந்தவர்கள் மீண்டும் இணைவதாக நான்காவது நிகழ்ச்சி முடிகிறது. அதோடு இரண்டாம் பாகமும் முடிகிறது[20]. இதுவரை சுருங்க உரைக்கப்பட்ட நான்கு பெரும் நிகழ்ச்சிகளும், ஒன்று மற்றொன்றுடன் தருக்க ரீதியாகப் பொருந்தி யுள்ளதை எளிதில் உணர்ந்து கொள்ளலாம். கிராமத்திலிருந்து, முன்னேறுகின்ற இளந்தலைமுறையும், அதற்குத் துணைபோகும் பெண்களும் நகரத்திற்கு இடம் பெயர்கின்றார்கள். சிறுவர்களாக இருந்த கதைத் தலைவர்கள் இருவரும், நகரத்தில் உயர்கல்வி கற்றுப் பட்டம் பெறுகிறார்கள். பழைய மதிப்பீடுகளைப் பின்பற்றியவர்கள் அனைவருமே தவிர்க்கவியலாதபடி தங்களுடைய அழிவைத் தேடிக் கொள்கிறார்கள். காலத்தோடு வளர்ச்சி பெற்ற இளைய தலை முறையைச் சேர்ந்த மாந்தர் மீண்டும் தொடங்கிய இடமான கிராமத்திற்கு வர இயலாத நிலையை எய்துகின்றனர். 'ப.ச.' மூன்றாம் பாகத்தை மாதவையா பல்லாண்டுகள் கழித்து எழுதத் தொடங்கிப் பாதியிலேயே முடிவு தெரியாதபடி, அவரது மரணம் தடுத்துவிடுகிறது. இம் மூன்றாம் பாகத்தில், நகரச் சூழலில், படித்தவர்களிடையே தோன்றும் காதலும், அது தொடர்பான சாதி, மதச் சிக்கல்களும் பெரும் நிகழ்ச்சியாக விவரிக்கப்படுகின்றன. மனைவியை இழந்த கோபாலன் கிறித்தவ மங்கையைக் காதலித்து, அவளை அடைவதற் காகக் கிறித்தவ மதத்திற்கு மாறுவதா வேண்டாமா என்ற மனப் போராட்டத்தில் தவிக்கிறான். மாதவையாவின் திடீர் மரணத்தால் இந்நிகழ்ச்சிக்கு முடிவு தெரியாமற் போய்விட்டது.

இதுவரை கூறப்பட்ட 'ப.ச.' நாவல் நிகழ்ச்சிகள், மீண்டும் அழித்து எழுத முடியாதபடி, ஒன்றிலிருந்து ஒன்று பிறந்து மற்றதைத் தோற்றுவிப்பதாக அமைந்திருப்பதைக் காணலாம். இப்படிப்பட்ட

நடப்பியல் கதைப் பின்னல் முறையை மாதவையாவின் 'தி.கோ.' நாவலிலும் காணலாம். 'மு.மீ.' நாவலிலும் காணலாம். 'தி.கோ.' நாவலில் தில்லை கிராமத்தில், ஏனைய சிறுவர்களைப் போலவே மாங்காய் திருடி, ஆசிரியரிடம் 'கோதண்டம்' என்ற தண்டனையை அனுபவித்த கோவிந்தன் என்ற சிறுவன், கால ஓட்டத்தில் சென்னையை வந்தடைந்து கல்லூரியில் கற்றுப் பட்டங்கள் பெற்று வழக்கறிஞனா கிறான். சீர்திருத்த எண்ணங்களைப் போற்றி முடிவில், மதப் பொதுமைக் கொள்கையில் நிலை கொள்கிறான். இவ்வாறு கீழிருந்து மேல்நோக்கி வளரும் நிகழ்ச்சித் தொடரமைப்பானது காரண காரியப் பொருத்தம் மிக்கதாக கட்டுண்டிருப்பதைக் காணலாம். 'மு.மீ.' நாவலிலும், ஆறுவயதில் மணமாகி, பல கொடுமைகட்கு ஆளாகி, பன்னிரண்டு வயதில் விதவையான மீனாட்சி, படித்த இளைஞனுடன் காதலுற்று, இறுதியில் அவனையே மணம் புரிந்து பிராமணச் சமுதாயத்தின் வெறுப்புக்கு ஆளாவதை ஒன்றன்பின் ஒன்றாகப் பொருத்தமுற அமைத்துள்ளார் மாதவையா. இதுவரை கூறியவற்றால், மாதவையா கையாண்ட கதைப்பின்னல் முறையானது, பெரிதும் நம்பகத் தன்மை கொண்ட நடப்பியல் கதைப்பின்னல் முறையே என்பது விளக்கமுறுகிறது.

4.1.3. பாத்திரப்படைப்பில் நடப்பியல் பாங்கு

நடப்பியல் நாவலின் மாந்தர்கள், அன்றாட வாழ்வில் சந்திக்கக் கூடிய சாதாரண மாந்தர்களாக இருப்பார்கள். தங்களுடைய பண்பு நலன்களாலும், தாங்கள் மேற்கொள்கிற முயற்சியாலும் இவர் தங்களுடைய இலக்கினை எட்டுபவர்களாக இருப்பார்கள். கால மாற்றத்தாலும், இடச்சார்பாலும் பெரிதும் பாதிக்கப்பட்டு, எல்லா உயிரினங்களையும் போல வளர்சிதை மாற்றங்கட்கு உட்படுபவர்களாக இருப்பார்கள். காவிய மாந்தர்க்கும், அற்புத நவிற்சி இலக்கிய மாந்தர்க்கும், முன் கூட்டியே தீர்மானிக்கப்பட்டிருக்கும் சமூகப் பாத்திரத்தைப் (Social role) பெறுபவர்களாக இல்லாமல், தங்களுடைய இலக்கினைத் தாங்களே தேர்வு செய்பவர்களாக இருப்பார்கள். எனவே காவியத் தலைவர்களைப் போலத் தன்னேரில்லாத தலைவர் களாகவோ, அற்புத நவிற்சி இலக்கிய மாந்தர்களைப் போல வீரதீர சாகசம் புரிகின்ற அற்புத மாந்தர்களாகவோ இவர்கள் படைக்கப் படுவதில்லை. தொழில்மயமான புதிய சமுதாயத்தில், ஒவ்வொரு மனிதனும், அவனவனுக்குப் பிறப்பால் வந்தமையும் தகுதியின் (ascribed status) அடிப்படையில் இன்றி, அவனவன் சொந்த முயற்சியால் ஈட்டுகிற தகுதியின் (achieved status) அடிப்படையிலேயே அளந்தறியப்படுகிறான். நன்மை, தீமை ஆகிய ஒழுக்கவியல் மதிப்பீடு களின் குறியீடுகளாக அன்றி, இம்மதிப்பீடுகளால் தாக்கமுற்றுச்

சூழலுக்கேற்ப நல்லவர்களாகவோ, தீயவர்களாகவோ மாறுபவர்களாகவே புதிய சமுதாய மாந்தர்கள் நோக்கப்பட்டார்கள்.

மாதவையாவுக்கு முன்னோடி நாவல்களாக வாய்த்த 18, 19ஆம் நூற்றாண்டு ஆங்கில நடப்பியல் நாவல்களில் மேற்குறித்த சராசரி மாந்தரே பாத்திரங்களாக இருந்தன. ஹென்றி ஃபீல்டிங் (Henry Fielding) படைத்த டாம்ஜோன்ஸ் (Ton Jones) என்ற கதைத்தலைவன், 'கதைத் தலைவனுக்குரிய தன்மைகளற்ற கதைத்தலைவனாக' இருந்தான்.[21] மாதவையா பெரிதும் பின்பற்றிய தாக்கரே (Thackeray) படைத்த ஆர்தர் பென்டென்னிஸ் என்பவன் குறைபாடுகள் கொண்ட சராசரி மனிதனாகவே காணப்பட்டான். எனவே, ஆங்கில நடப்பியல் நாவல் மரபினை ஏற்று மாதவையா தமிழ் நாவல் படைத்தபோது, அதில் வரும் பாத்திரங்களையும் நடப்பியல் பாங்கிலேயே படைத்துள்ளார். இதனை விளக்கமாக அறிய, பாத்திரங்களின் சாதி, வகுப்புத் தோற்றம், பாத்திரங்களின் உளவியற் பண்புகள், பாத்திரங்களின் ஆண் - பெண் உறவுச் சிக்கல்கள், பாத்திரங்களின் வளர்ச்சியும் இலக்கும் என்ற தலைப்புக்களில் பகுத்துக் காணலாம்.

4.1.3.1. பாத்திரங்களின் சாதி, வகுப்புத் தோற்றம்

மாதவையா படைத்த எல்லா நாவல்களிலுமே மாந்தரின் சாதி, வகுப்புச் சார்புகள் வெளிப்படையாகப் பேசப்பட்டுள்ளன. இந்திய சுதந்திரத்திற்குப் பின் எழுந்த தமிழ் நாவல்களில் பெரும்பாலும் நாவல் மாந்தரின் சாதித்தோற்றம் மறைக்கப்பட்டிருப்பதை இங்கு ஒப்பு நோக்கலாம். இவ்விதம் மறைக்கப்படுவதற்குச் சமூக ஒத்திசைவு (Communal Harmony) என்ற நோக்கம் ஒரு காரணமாக இருந்தாலும் நடப்பியல் பண்பு தற்கால நாவல்களில் இதனால் குறைவுபட்டிருப்பதை மறுக்கவியலாது. ஆனால் மாதவையா படைத்த பாத்திரங்களை, ஐரோப்பியர், யுரேசியர், இந்துக்கள், மதமாறிய கிறித்தவர்கள், வேளாளர்கள், பிராமணர்கள், மறவர்கள், சாணார்கள், பள்ளர், பறையர், மரைக்காயர் என்று தெளிவாகச் சாதி, மதச் சார்புகளுடன் காணமுடியும்.

மாதவையா படைத்த நாவல்களுள், 'வி.மா.' நீங்கலாக மற்றெல்லாம், பிராமணச் சாதியினரின் வாழ்க்கையைப் பற்றியதாகவே அமைந்துள்ளன. தமிழகத்தில், 19ஆம் நூற்றாண்டில், புதிதாக ஏற்பட்ட ஆங்கிலக் கல்வி முறையில் முதன் முதலாகச் சேர்ந்து பட்டம் பெற்றுப் பதவிக்கு வந்தவர்கள் பிராமணச் சாதியினராவர். இவர்களையடுத்து உயர்நிலையில் வாழ்ந்த வேளாளச் சாதியினரில் சிறுபான்மையினரே பட்டதாரிகளாக ஆயினர். ஆங்கில உயர்கல்விப் பட்டம் பெற்றுப் பதவிக்கு வந்த பிராமணருள் மாதவையாவும்

ஒருவர். இவ்வாறு பிராமணச் சாதியில் பிறந்து, புதிய படிப்பாளி வகுப்பினராக மாறிய சமூக மாற்றத்தால் மாதவையாவும் தாக்கம் பெற்றார். இப்புதிய நிலைமையில், தம்மை ஒத்தவர்கள் சந்தித்த வாழ்வியற் சிக்கல்களையே மாதவையா நாவல் பொருளாகக் கொண்டார். பிராமணச் சமுதாயத்தைச் சீர்திருத்துவது, மொத்த தமிழ்ச் சமுதாயத்தையே சீர்திருத்துவதற்கு ஒப்பாகும் என்றும், ஏனெனில் எண்ணிறந்த தலைமுறைகளாக, மிகச் சிறுபான்மை யோராக இருந்த பிராமணரே, ஏனைய சாதியாரை ஆட்டுவித்தனர் என்றும் மாதவையா கூறுவது[22], அவர் நாவல்களில் பிராமணச் சமுதாயமே இடம் பெற்றதற்கு ஒரு காரணமாகும்.

மாதவையா நாவல்களில் படைக்கப்பட்ட பிராமணச் சமுதாயத்தினர் இரு தலைமுறைகளைச் சேர்ந்தவர்களாகக் காட்சியளிக்கின்றனர். 'ப.ச.' நாவலில் சேஷையர், ஐயாவையர், சீதாபதி ஐயர், முத்தையர், சுந்தரமையர், சுப்பம்மாள், சீதையம்மாள் முதலானவர்கள் பழந்தலை முறையினராகவும், நாராயணன், கோபாலன், சங்கரன், பத்மாவதி, கல்யாணி முதலானோர் இளைய தலைமுறையினராகவும் காணப்படு கின்றனர். 'மு.மீ.' நாவலில் சுப்பிரமணியம், சுந்தரேசன், முத்துமீனாட்சி ஆகியோர் இளைய தலைமுறையினராகவும், முத்து மீனாட்சியின் மாமியார் வீட்டார் பழந் தலைமுறையினராகவும் உள்ளனர். 'வி.மா.' நாவல் மறவர் சமுதாயத்தைப் பற்றியதாக உள்ளது. ஆயினும், இதில் வரும் மாந்தர்களும் இருதலைமுறையைச் சேர்ந்தோராகவே படைக்கப் பட்டுள்ளனர். வீரசங்கிலித் தேவர், சிவகாமியின் பெற்றோர், போ.சுப்பையர் போன்றவர்கள் பழந் தலைமுறையினராகவும், விஜய மார்த்தாண்டதேவர், சிவகாமி, சுந்தரம் முதலானவர்கள் புதிய தலைமுறையினராகவும் படைக்கப்பட்டுள்ளனர். இதே போல, 'தி.கோ.', 'ச.ன்.', 'கி.தா.', 'லெ.ப.' முதலிய ஆங்கில நாவல்களிலும் பிராமண சமூகத்தின் இருதலைமுறையைச் சேர்ந்தோர் படைக்கப் பட்டுள்ளனர். இவ்விரு தலைமுறையினரும் இருவித சமூக தளத்தைப் பிரதிபலிப்பவர்களாக உள்ளனர். பழந்தலைமுறையினர் கிராமத் தோடும், நிலத்தோடும் தொடர்புடைய மரபான சமூக தளத்தைச் சேர்ந்தவர்களாக உள்ளனர். புதிய இளம் தலைமுறையினர் கிராமங் களில் தோற்றமெடுத்து, நகரங்களில் கல்வி கற்றுச் சொந்தத் தொழிலிலோ அல்லது அரசுப் பணிகளிலோ அல்லது நிறுவனங் களில் வேலைபுரிந்தோ பொருட்கள் ஈட்டுபவர்களாக உள்ளனர். இப்புதிய பொருளாதார வாழ்வை மேற்கொண்ட வகுப்பாரை நடுத்தர வகுப்பினர் என்று குறிப்பார்கள். புதிய உயர்கல்வி கற்று பி.ஏ., எம்.ஏ., பி.எல்., மருத்துவ பட்டங்கள் பெற்று ஆசிரியர்களாகவோ (நாராயணன் - 'ப.ச.' சத்தியானந்தன் 'ச.ன்.') மருத்துவர்களாகவோ

(கோபாலன் - 'ப.ச.') பஞ்சு - ('லெ.ப.') வழக்கறிஞர்களாகவோ (கோவிந்தன் - 'தி.கோ., கே.டி ரங்கையர், தண்டபாணி - 'ச.ன்.') காவல் துறை உதவி ஆய்வாளர்களாகவோ (கோவிந்தன் - தி.கோ.) உதவி நீதிபதிகளாகவோ ('கே.டி ரங்கையர் - 'ச.ன்.') தொழில் புரியும் புதிய நடுத்தர வகுப்பினர்கள் மாதவையா படைத்த நாவல் மாந்தர்களாக உள்ளார்கள். இவ்விளந் தலைமுறையினர் தாம் பிறந்த பிராமணச் சமூக வாழ்விற்கும், புதிதாக தாமே முயன்று எட்டிய நடுத்தர வகுப்பு வாழ்விற்கும் இடையில் தோன்றிய சிக்கல்களையே மாதவையா நாவல் பொருளாக ஆக்கியுள்ளார். இவ்விளந் தலைமுறையினர், புதிதாக அடைந்த நடுத்தர வகுப்பு வாழ்நிலைக்கும், தமக்குப் பிறப்பால் தானே வந்து சேர்ந்த வாழ்நிலைக்கும் இடையில் சிக்கிக் கொண்டு, தமக்காக ஒரு வாழ்வையும், சமுதாயத்திற்காக ஒரு வாழ்வையும் வாழ்கிற ஈரடியான வாழ்க்கை முறையை மேற்கொள் பவர்களாகவே பெரிதும் காட்சியளிக்கின்றனர்.

இதனால், மாதவையாவின் நாவல் மாந்தர்கள் பெரிதும் நம்பகத் தன்மை கொண்டவர்களாகவே காட்சியளிக்கின்றனர். இவ்வாறு நாவல் மாந்தர்களை அவரவரின் சாதி, வகுப்புச் சார்புகளுடன் படைப்பதால் இலக்கியத்தில் நடப்பியல் பண்பு மிகுவதோடு, நாவலாசிரியரின் ஆழ்ந்த சமூகப் பார்வையும் புலனாகிறது. இதனை வேறு சொற்களில், ஆழ்ந்த சமூகப் பார்வை கொண்ட ஆசிரியனுக்கே நடப்பியல் மாந்தர்களை இலக்கியத்தில் படைக்க இயலும் என்று கூறலாம். தொடக்க காலத் தமிழ் நாவலாசிரியர்களிடையே மாதவையா தனிச்சிறப்புப் பெறுவது அவர்தம் சமூகப் பார்வையாலேயாகும். இந்நிலையில், அவர் பின்வந்த தமிழ் நடப்பியல் ஆசிரியர்கட்கு வாய்த்த முன்னோடி எனக் கூறினும் தகும்.

4.1.3.2. பாத்திரங்களின் உளவியற் பண்புகள்

நாவல் மாந்தரைக் குறிப்பிட்ட சாதியையும், வகுப்பையும் சேர்ந்தவர்களாகப் படைப்பது நடப்பியலின் பாற்பட்டதாயினும், அவர்களைத் தனித்தன்மை பெற்ற தனிமனிதர்களாகப் படைப்பதும் நடப்பியல் பண்பாகும். மாந்தரின் தனித்த மன உலகினைப் பற்றிச் சிறப்பாகப் பேசக் கூடிய இலக்கியம் நாவலாகும் என்று[23] கா.சிவத்தம்பி கூறியிருப்பது இக்கருத்திற்கு அரணாக அமைகிறது. இங்கு அவர் நாவல் எனப் பொதுவாகக் கூறியிருப்பினும், அது நடப்பியல் நாவலுக்கே பொருந்துவதாக உள்ளது. நாவலின் தோற்றத்திற்கும், தனிமனிதக் கொள்கைக்கும் உள்ள நெருங்கிய உறவு பற்றிப் பலரும் குறிப்பிட்டுள்ளனர். தனி மனிதர்களாக மாந்தரைக் காணும் போது ஒவ்வொருவருக்கும் உரிய உளவியற் பண்புகளைப் பற்றி விளக்க

வேண்டிய தேவை எழுகிறது. மாதவையா தாக்கரேயால் தாக்க முற்றவர். தாக்கரே போற்றிய தனிமனிதக் கொள்கையை அடியொற்றியே மாதவையா தம் நாவல் மாந்தரைப் படைத்தார். மாதவையாவின் பாத்திரப் படைப்பு பற்றிக் கூறும் போது[24] டாக்டர் இரா. தண்டாயுதம்,

> ‘மாந்தர் படைப்பில் ஆழமான உளவியல் நுட்பத்தை அவர் காட்டுகின்றார். இந்த அடிப்படையில் அக்கால கட்டத்தின் முன்னோடிகளுள் முதலணியில் நிற்கிறார்’

என்று உரைத்துள்ளார். நாவல் மாந்தரைத் தனி மனிதக் கோட்பாட்டின்படி மாதவையா அணுகியபோது, அவர்தம் உளவியல் நுட்பங்களை வெளிப்படுத்த வேண்டியதிருந்தது. மேலும், மாதவையாவுக்கு, மேனாட்டு நாவல் வகைகளில் ஒன்றான ‘மனோ தத்துவ ஆராய்ச்சி நாவல்’[25] என்பது பற்றிய அறிவு இருந்திருப்பதை, ‘ப.ச.’ நாவலின் மூன்றாம் பதிப்பிற்கு (1911) அவர் வழங்கிய முன்னுரையிலிருந்து அறியலாம். மனிதர்கள் சமுதாயம் வாழ்வில் மற்றவர்களோடு உறவு பாராட்டி வாழ்ந்த போதிலும், அந்தரங்கத்தில் தனித்த நலன் கொண்டவராக விளங்குவதை மாதவையா உணர்ந்திருந்தார். இவ்வாறு உணர்ந்ததைப் ‘ப.ச.’ நாவலில் கீழ்வருமாறு[26] வெளிப்படுத்தியுள்ளார்:

> *‘எல்லோரும் ஒருவருக்கொருவர் நேசமாயிருக்கும், எவ்வளவோ அன்பு பாராட்டியும், ஒவ்வொருவருக்கும், தனியாக ஒரு அந்தரங்க விருப்பமிருந்து கொண்டேயிருக்கிறது. பல வாத்திய கோஷத்தின் மத்தியில் ‘தம்புரு’ சுருதிவிடாது தொனிப்பது போல், பலவித முயற்சிகளின் மத்தியிலும் அவரவருக்குள் அந்தரங்க ஆசாபாசங்கள் விடாது, அவர்கள் ஒவ்வொரு எண்ணத்திலும் செய்கையிலும் தங்கள் குறியையிடுகின்றன.’*

மேலே காட்டியுள்ள பகுதியில், மனிதரிடம் இருவகை மனப்போக்குகள் இருப்பதை மாதவையா சுட்டிக் காட்டியுள்ளார். பொதுவாழ்வில், அறிவின் கட்டுப்பாட்டிற்கிணங்கித் தன்னுணர்வுடன் உறவு கொள்ளும் மனத்தை மேல் மனம் (Conscious mind) என்றும் இதற்கு மாறானதை அடிமனம் என்றும் சிக்மண்ட் ஃபிராய்டு (Sigmond Freud) என்ற உளவியலாய்வாளர் குறிப்பிட்டார். மாதவையா, மனிதரின் புறவாழ்வையும், அந்தரங்க விருப்பத்தையும் பற்றிக் குறிப்பிடுவதை முற்றிலும் மேல் மனம், ஆழ்மனம் என்ற உளவியல் சிந்தனையுடன் பொருத்த இயலாதெனினும், மாதவையா நாவல் மாந்தரை நடப்பியல் பாங்கில் படைத்திருப்பதை மேலும் நன்குணருவதற்கு, மேற்சொன்ன உளவியல் சிந்தனை பெரிதும் துணை புரியும்.

உளவியலின்படி, மாந்தரின் ஆழ்மனதின் இயல்பூக்க உணர்வுகள் (instincts) விலங்கினங்களைப் போல நேரடியாக வெளிப்படாமல், மேல்மனதில் சமூகக் கட்டுப்பாடுகளால் உருவான ஒப்புக்கொள்ளப் பட்ட முறைகளிலேயே வெளிப்படுகின்றன. பால் உணர்வு, பசி போன்ற இயல்பூக்க உணர்வுகள் சமுதாயத்தின் பண்பாடு மற்றும் மதிப்பீடுகளால் வரையறுக்கப்பட்டு, அனைவரும் ஏற்றுக் கொள்ளத்தக்க விதங்களில் வெளிப்படுகின்றன. இவ்வாறு இயல்பூக்க உணர்வுகள், சமூக ஒப்புதலைப் பெறும் முறைகளில் ஒன்றாக உயர்மடைமாற்று (sublimation) என்ற முறையை உளவியலில் குறிப்பிடுவர். இயல்பூக்க உணர்வு உள்ளபடியே வெளிப்பட்டால், அதனைச் சமூகம் ஏற்காமல் வெறுத்துவிடும் என்று மேல்மனம் உணர்வதால், சமூகம் ஏற்றுக் கொள்ளக் கூடிய விழுமிய வேறொன்றாக அவ் இயல்பூக்க உணர்வு மடைமாற்றுச் செய்யப்படுகின்றது[27]. இத்தகைய உளவியல் கூறினை மாதவையா படைத்த நாராயணன் என்ற பாத்திரப்படைப்பிலும், கோவிந்தன் என்ற பாத்திரப்படைப்பிலும் காணமுடியும்.

வளரிளம் பருவத்தைச் சேர்ந்த சிறுவன் நாராயணன், முதன் முதலாக சாவித்திரியைக் காணும் போது அவன் மனநிலை பற்றிப் 'ப.ச.' நாவலில் மாதவையா விவரிக்கின்ற இடத்தில் மேற்குறிப்பிட்ட உளவியற் பண்பினைக் காணலாம். பிறன் மனைவி என்று அறிந்தும் கூட சாவித்திரியின் எழில், நாராயணனிடம் பாலுணர்வுக் கிளர்ச்சியை ஏற்படுத்துகிறது. அவளைக் கண்டதும் நிலைகுத்தி நிற்கிறான்; மயிர்க்கூச்செறிகிறான்; ஒருவகை மயக்கமுறுகிறான். இந்நிலையில்,[28]

'அவள் அவசரமாக எதிரே வரத் தற்செயலாக, அவள் தோளில் அணிந்து கொண்டிருந்த 'வங்கி' இவன் மேற்கொஞ்சம் பட்டது; ஐந்து நிமிஷம் வரை தேகபரவசனாயிருந்தான்.'

என்று மாதவையா வருணிக்கும் போது, நாராயணன் முதன் முதலாகப் பெண்ணின் தொடு உணர்வால் அடைந்த பாலுணர்வுக் கிளர்ச்சியை அறிய முடிகிறது. அன்றிரவு சாவித்திரிக்குப் பாடம் சொல்லித் தருவதுபோல நாராயணன் கனவு காண்கிறான். இவ்வாறு ஆழ்மனதில் உந்தி வருகின்ற பாலுணர்வு வேட்கையை, அவ்வடிவத்திலேயே நாராயணனால் வெளிப்படுத்த இயலாதபடி சமூகத் தடைகள் செயல்படுகின்றன. அவளைச் சகோதரி, இலட்சுமி, சரசுவதி என்கிற உயர்ந்த பிம்பங்களாக ஆக்கிப் போற்றுகிறான் நாராயணன். சகோதரி தெய்வம் ஆகியவர்கள் பாலுறவுக்கு விலக்கானவர்களாகவும், அதனால் மரியாதைக்குரியவர்களாகவும் சமூகம் ஏற்றுள்ளது.

நாராயணன் உடலில் உந்தி எழுந்த பாலுணர்வு என்ற இயல்பூக்க உணர்வானது, மனதில் பாலுறவுச் சேர்க்கையை இழந்து, சகோதரியுடன்

கொள்ளும் அன்பாகவும் தெய்வங்களிடம் பூணும் பக்தியாகவும் மடைமாற்றம் செய்யப்படுவதைத் தெளிவாக அறியலாம்.

இதே போல, 'தி.கோ.' நாவலில், நகரத்தில் தங்கி கல்லூரியில் கற்கும் இளைஞன் கோவிந்தன், தான் மணக்கவிருக்கும் மணப் பெண்ணைக் காணும் ஆவலில் கிராமத்திற்குச் செல்கிறான். இரவில் மணப்பெண்ணுக்குப் பக்கத்தில் படுத்திருந்த பதினெட்டு வயதுக் கன்னிப் பெண்ணின் பருவ வனப்பில் மனத்தைப் பறிகொடுக்கிறான். ஆனால் உடனே அப்பாலுணர்வைப் பக்தியாகப் பதிவு செய்து கொள்கிறான். அக்கன்னிப் பெண்ணை வழிகாட்டும் தேவதை (Guardian angel) யாகக் கருதி மீள்கிறான்[29].

18,19ஆம் நூற்றாண்டுகளில், ஐரோப்பாவில் இயற்கை அறிவியலில் தோன்றிய புதிய கண்டுபிடிப்புகளால், மனிதனின் உடல் மற்றும் மனம் பற்றிய அறிவானது விரிவடைந்தது. சூழலுக்குத் தக்கவாறு உயிரினங்கள் தம்மைத் தக அமைத்துக் கொள்கின்றன என்ற பரிணாமக் கொள்கை மனிதனுக்கும் பொருத்திப் பார்க்கப்பட்டது. மானிடர் எப்போதும் நல்லவராகவோ, தீயவராகவோ இருப்பதில்லை; சூழ்நிலையின் காரணமாகவே அவ்வாறு ஆகின்றனர் என்ற சிந்தனை உளவியற் சிந்தனையாக எழுந்தது. மனிதர்கள் மேல்மனத்தளத்தில் ஒழுக்கந்தவறாதவர்களாகவும், எப்பேர்ப்பட்ட சூழலிலும் தம் ஒழுக்கத்தைக் காக்க வல்லவர்களாகவும் தம்மை நினைத்துக் கொண்டாலும், சூழ்நிலையின் தாக்கத்தினால், ஆழ்மனத்திலிருந்து உந்தி எழுகின்ற பாலுணர்வு வேட்கையைக் கட்டுப்படுத்த இயலாதவர் களாகி விடுகின்றனர். இவ்வுளவியல் உண்மையை மாதவையாவின் மூன்று பாத்திரங்கள் புலப்படுத்துகின்றன.

'ப.ச.' நாவலில், குழந்தை மணம்புரிந்த மனைவியை அவளுடைய பெற்றோருடன் இருக்கச் செய்துவிட்டு, நாராயணன் சென்னை நகரில் தங்கிப் படிக்கின்றான். கல்வியிலும், ஒழுக்கத்திலும் மேம்பட்ட வனாக வாழ்கிறான். அவன் பயிலும் கல்விச்சாலைத் தமிழ்ச் சங்கத்தில் பரத்தைமையின் கேடுகள் பற்றி உரையாற்றியிருந்தும் கூட, ஒரு நாள் தாசியின் வீணை இசையில் மயங்கி, அவள் மீது காமுற்று, மானம், நற்புத்தி, பயம் ஆகியவற்றைத் துறந்து விடுகிறான். மனைவியைத் தவிர வேறொருத்தியையும் தொடுவதில்லை என்று நெருப்பின் மீது சூளுரைத்தவனாக இருந்தும் கூடத் தற்போது அதனை மறந்து விடுகிறான். அத்தாசியை அடையத் தன்னிடம் போதிய பணம் இல்லாத காரணத்தால், தன் நண்பனிடம் கடன் வாங்கவும் தீர்மானிக்கிறான். இறுதியில் அவனுடைய நற்புத்தி வெல்கிறது[30]. வீணை இசையும், அதன் வழியே அதனைமீட்டிய தாசியும், அவள் வனப்பும், மனைவியைப்

பிரிந்து நகரத்தில் வாழும் இருபது வயது இளைஞனின் மன உறுதியைக் குலைக்கின்ற சூழல்களாக இங்கு அமைந்துள்ளன.

நாராயணன் தடுமாறி மீண்டது போல, 'ப.ச.' நாவலில் அவன் நண்பன் கோபாலன் மீளவில்லை. இளம் மனைவியோடு இல்லறத்தில் ஈடுபட்ட பின்னர், அவளைப் பிரிந்து சென்னை நகரில் தங்கிப் படிக்க நேரிட்ட போது, கோபாலன், சூழலுக்கு அடிமையாகிறான். மனைவி மீது அன்பு மாறாதவனாக இருந்தும், ஒழுக்கத்தைப் பேணுபவனாக இருந்தும், நாடகத்தைக் கண்டு மகிழச் சென்றபோது, தீயொழுக்கம் புரிவோரின் உறவால் பரத்தைமை ஒழுக்கத்தில் வீழ்கிறான்[31]. பரத்தைமை வாழ்க்கை நடத்தும் அளவிற்கு அவன் செல்வந்தனாக இருந்ததும், சூழலுக்கு அவன் அடிமையாவதற்குத் துணையாகிறது.

'தி.கோ.' நாவலில் சென்னை நகர விடுதியொன்றில் தங்கிக் கல்வி கற்கும் கோவிந்தன் என்ற இளைஞன் மேற்கத்திய நாத்திகச் சிந்தனையாளர்களால் ஈர்க்கப்படுகின்றான். பிராமண சமுதாயத்தின் கட்டுதிட்டங்களைக் கைவிடுகிறான். பறையர் நடத்தும் சிற்றுண்டிச் சாலைகளில் சாப்பிடத் தொடங்குகிறான். தனக்கு மணம் புரிவதற்கு நிச்சயம் செய்திருந்த பெண்ணைக் கண்டு இன்புற்றுச் சென்னை திரும்பி வந்து விடுதியில் தங்குகிறான். அம்மனநிலையில், தனிமையில் அவன் இருக்க நேரிட்டபோது, விடுதி வேலையாள் ரங்கா என்பவனுடைய காதற்கிழத்தியைத் தழுவி, அதுவரை கட்டிக் காத்த ஒழுக்கத்தைக் கைவிடுகிறான்[32].

இவ்வாறு நகரத்தில் தங்கிக் கல்வி கற்கின்ற இளைஞர்கள் தனிமையில் வதிவதாலோ, இசை, நாடகம், தவறான புதிய சிந்தனை ஆகியவை ஏற்படுத்தக் கூடிய மனநிலையில் பாலியல் தவறு செய்ய விழைபவர்களாகவோ, தவறு செய்பவர்களாகவோ இருப்பதை மாதவையா படைத்துள்ளார். மனிதமனம் சூழலுக்கு இரையாகும் உளவியல் பண்பு இத்தகைய பாத்திரப் படைப்பின் வழியே வெளிப்படுகின்றதைக் காணலாம்.

4.1.3.3. பாத்திரங்களில் ஆண் - பெண் பாலியல் உறவுச் சிக்கல்கள்

தொடக்ககால இந்திய நாவல்களில் வரையறுக்கப்பட்ட ஆண்-பெண் பாலியல் உறவுகளையே பெரிதும் காணலாம். பெற்றோர்களும், பெரியவர்களும் தேர்வு செய்த பெண்ணை ஆடவன் மணம் புரிந்து, அத்திருமண அமைப்பிற்குள்ளே தான் அவளுடன் உறவு கொண்டான். காவியங்களில் திருமணத்திற்கு முந்திய ஆண் - பெண் காதல் ஒழுக்கம்

போற்றப்பட்டாலும், நடைமுறை வாழ்வில் நேர்மாறான நிலையே இருந்தது.

தொடக்ககால இந்திய நாவலாசிரியர்கள் விக்டோரிய காலத்து ஆங்கில நடப்பியல் நாவல்களை முன்மாதிரிகையாகக் கொண்ட போது அவற்றில் காணப்பட்ட ஆண்-பெண் காதலையும், அது தொடர்பான சித்திரிப்புக்களையும் இந்தியச் சூழலில் எடுத்தாளத் தயங்கினார்கள். இந்திய உயர்சாதிகளிடையே திருமணக் கட்டுப் பாடுகள் இறுக்கமாக இருந்தன. ஆண்-பெண் சமூக உறவுகள் திருமணத்திற்கு முன் அனுமதிக்கப்படவில்லை. பெண்கள், பெரியவர்களாவதற்கு முன்பே மணவாழ்வில் புகுத்தப்பட்டார்கள். அவ்வாழ்வில் உணர்வுப்பூர்வமான காதல் உறவுக்குப் பதிலாகக் கடமையே விஞ்சிநின்றது. கூட்டுக் குடும்ப வாழ்வில், இளம் கணவனும் மனைவியும் உளமாரப் பழகும் சூழல் அரிதாகவே இருந்தது. இந்திய நாவலாசிரியர்கள் திருமணத்திற்கு வெளியில் ஏற்படும் ஆண்-பெண் உறவைச் சமூகக் கட்டமைப்பிற்கு வெளியிலிருந்த பரத்தையர், விதவையர் ஆகியோருடன் ஆடவர் கொள்ளும் கள்ள உறவாகவே படைத்தார்கள் என்று[33] மீனாட்சி முகர்ஜி கூறியது இங்குக் கருதத் தக்கதாகும்.

இக்கருத்தை மனதிற் கொண்டு தொடக்க காலத் தமிழ் நாவலாசிரியர்களை நோக்கும் போது, ஆண்-பெண் உறவுகளில் பல்வேறு நிலைகளை எடுத்துரைத்த பான்மையை மாதவையா விடமே காண முடியும். மீனாட்சி முகர்ஜி கூறியபடியே, மாதவையா பரத்தையர், விதவையர்பால் ஆடவர் கொண்ட உறவை மட்டுமின்றி, வேறு வகை உறவுகளையும் படைத்துள்ளார். இவ்வுறவுகளை நால் வகைகளாகப் பகுத்துக் காணலாம். அவற்றை ஒருதலைக் காதல், விதவையருடன் கொள்ளும் உறவு, பொருள் தந்து பரத்தைமை ஒழுக்கம் புரிதல், உரிய பருவம் எய்தியவரிடையே காதல் உறவு என்று பகுக்கலாம்.

ஒருதலைக் காதல்

மாதவையா தம்முடைய ஆங்கில நாவல்களான 'ச.ன்.', 'கி.தா.', 'லெ.ப.' ஆகியவற்றில், ஒருதலைக் காதல் என்ற அளவில் மூன்று வகையான ஆண்-பெண் உறவைச் சித்திரித்துள்ளார். மூன்றுமே ஆண்பெண் உறவின் பாலியல் உளவியல் நுட்பத்தோடு படைக்கப் பட்டுள்ளன.

'ச.ன்.' நாவலில், யுரேசியனாக வளர்ந்து பி.ஏ. பட்டம் பெற்ற சத்தியானந்தன், கிறித்தவ மதப்பிரச்சாரத்தில் ஈடுபாடு கொண்ட

ஆங்கிலேயரான டாக்டர். மன்றோஸ் (Dr. Montrose) என்பவருடன் தங்கிப் பணிபுரிந்தபோது, அவருடைய மகள் மிஸ். புளோரா மன்றோஸ் (Miss. Flora Montrose) என்ற இளம் பெண் மீது காதல் கொள்கிறான். ஆங்கிலேயப் பண்பாட்டின்படி ஆடவருடன் சுதந்திரமாக புளோரா பழகுவதை, இந்திய மண்ணில் பிறந்து வளர்ந்த சத்தியானந்தன் காதலாகவே எண்ணி மயங்குகின்றான். அவள் கையைப் பற்றிக் கொண்டு அவன் தன் காதலை வெளியிட்டபோது, புளோராவுக்குச் சிரிப்பாகவும் வினோதமாகவும் படுகிறது. இருவரும் நண்பர்களாகவே இருக்கலாம் என்கிறார். புளோராவின் கரங்களைத் தன் இதழ்களில் வைத்துப் பலமுறை ஆவேசமாக முத்தங்களிட்டுச் சத்தியானந்தன் பிரிவதோடு இந்த ஒருதலைக் காதல் முடிகிறது. இருவிதப் பண்பாட்டுப் பின்னணியில் வளர்ந்தவர்களுக்கு இடையில் எழுந்த உறவை ஒவ்வொருவரும் ஒவ்வொரு விதமாக எடுத்துக் கொள்வது இங்குச் சுட்டப்படுகிறது. பாலியல் உறவுக்கும், பண்பாட்டுப் பின்புலத்திற்கும் இடையிலுள்ள தொடர்பு இங்கு உணர்த்தப்படுகிறது.

'கி.தா.' நாவலில் இடம் பெறும் ஒருதலைக் காதல் மிகவும் வேறுபட்ட சிக்கலைக் கொண்டதாக உள்ளது. வயதில் மிகவும் முதியவனுக்கு வஞ்சகமாக மனைவியாக்கப்பட்ட இளம் பிராமண மங்கை கிளாரிந்தா பாய் என்ற மராட்டிய பெண் மீது, அரண்மனையில் பணிபுரியும் மாதவராவ் என்ற இளைஞன் காதல் கொள்கிறான். கிளாரிந்தா பாய் இயல்பாகப் பழகுவதைக் காதல் என்ற உறவாக நினைக்கிறான். ஆனால் அது காதல் இல்லை என்றறிந்த மாதவராவ், அவள் தனிமையில் இருக்கும் போது அவளை வெறியுடன் அணைத்து முத்தமிட்டு விட்டுப் பிரிந்து செல்கிறான். சத்தியானந்தன் போன்றே இவனும் ஏமாற்றத்தில் பிரிந்தாலும், இவன் கொள்ளும் உறவு பிறன்மனை நயக்கும் (Adultery) தீநெறி வயப்பட்டதாக இருப்பதைக் காணலாம். மேலும் மாதவராவ் மணமானவனும் கூட.

'லெ.ப.' நாவலில் இடம்பெறும் ஒருதலைக் காதல் தனித்தன்மை வாய்ந்ததாகும். பஞ்சுவின் நண்பன் பாலாஜி சிறு வயதிலிருந்தே பஞ்சுவின் குடும்பத்தோடு தொடர்புகொண்டு பழகுகின்றான். பஞ்சுவின் தங்கை குஞ்சுவுடன் அண்ணனைப் போலப் பழகுகிறான். பின்னர் குஞ்சு மணமாகிக் கணவன் வீடு சென்று, சில காலம் கழித்துக் கணவனால் ஒதுக்கப்பட்டுப் பிறந்த வீடு வருகிறாள். இரண்டாயிரம் ரூபாய் கொடுத்தால்தான் மீண்டும் அவளைச் சேர்த்துக் கொள்வதாக அவள் கணவன் கூறுவதை ஏற்காத பஞ்சு, வீட்டில் வைத்தே ஆசிரியை ஒருத்தியைக் கொண்டு, படிக்க வைக்கிறான். பாலாஜியும் குஞ்சுவும்

அண்ணன் தங்கை போலப் பழகி வந்ததால், எவ்வித விகற்பமும் இன்றி, பாலாஜியும் அவளுக்குப் பாடம் சொல்லித் தருகிறான். ஆயினும் பாலாஜியின் ஆழ்மனதில் குஞ்சுவைப் பாலியல் முறையி லேயே நோக்கும் உணர்வு கிளர்ந்தெழுந்து, ஒரு நாள் இருவரும் தனிமையில் இருந்தபோது, பாலாஜி குஞ்சுவை இறுகத் தழுவிவிட்டு ஊரைவிட்டே ஓடிவிடுகிறான். அச்சத்தினால் குஞ்சு இதனைத் தன் தாயிடம் கூறாமல் மறைக்கிறாள். இரண்டு ஆண்டுகள் கழித்தே குஞ்சு இதனைத் தன் தாயிடம் வெளிப்படுத்துகிறாள். இந்த உறவிலும் கூட பிறன் மனைவியை நயக்கும் போக்கு இருந்தாலும், முற்றிலும் இதனைத் தீய ஒழுக்கமாகக் கருத இயலாது. ஏனெனில் இருவருக்கும் மிகச் சிறு வயதிலிருந்தே சகோதர உறவு போன்ற உறவு ஏற்பட்டு, இடையில் திருமணத்தால் தடைபட்டு, மீண்டும் புதிய தளத்தில் இருவரும் பழகுகின்றார்கள். இந்நிலையில் இருவருக்குமுள்ள பழைய சகோதர உறவு, இளம் வயதின் பாலியல் வேட்கையின் காரணமாகப் பாலியல் வகைப்பட்ட உறவாக மாறுவது பாலியல் உளவியற் பண்பேயாகும். பாலாஜியின் ஆழ்மன உந்துதல், குஞ்சுவைத் தழுவச் செய்கிறது, ஆனால் அவள் பிறன் மனைவி என்ற மேல்மன எச்சரிக்கையினால், தான் தவறு செய்துவிட்டதாக எண்ணி பாலாஜி ஊரைவிட்டே அகன்று செல்கிறான். குஞ்சு எதிர்பாராத விதத்தில், தன் குழந்தைப் பருவத்தோழன் காமவயப்பட்டுத் தழுவியதால் இயல்பாகத் தோன்றும் பாதுகாப்பு உணர்வினால், அதனை உடனே தாயிடம் கூறாமல் மறைக் கிறாள். ஆனால் இரண்டாண்டுகளாக, அக்கணத்தை ஆழ்மனதிற்குள் வைத்திருந்து, பின்னர், தாயிடம் அதைப் பற்றிக் குஞ்சு கூறுவதில் பெண்ணின் உளவியலின் ஒரு கூறு வெளிப்படுகிறது. குஞ்சுவின் ஆழ்மனதிலும் பாலாஜி மீது அன்பு இருந்தாலும், சமுதாயத்தில், தான் அடுத்தவன் மனைவி என்ற நிலையில் இருப்பதால் அவ் அன்பை மனதிற்குள்ளே பூட்டிவிடுகிறாள். இவ்வாறு, பாலாஜி, குஞ்சு உறவில் அக்காலத்தில் எழுதத் தயக்கமான ஆண்-பெண் உறவின் ஒரு பரிமாணத்தை மாதவையா எழுதியிருப்பது குறிப்பிடத்தக்கதாகும். இதுவரை கூறிய மூன்று விதமான ஒருதலைக் காதல்களில், சத்தியானந்தன், புளோரா உறவு பண்பாட்டுச் சிக்கலால் எழுந்ததாகும். மற்ற இரண்டுமே, சமுதாயத்தின் ஒழுக்க நெறியை உடைக்கத் துடிக்கின்ற இளம் பருவத்துப் பாலியல் வேட்கையைக் குறிப்பாக ஆடவரின் பாலியல் பிறழ்ச்சிப் போக்கைச் சுட்டுவதாக அமைந் துள்ளன.

விதவையர் - ஆடவர் உறவு

மாதவையாவின் நாவல்களில் விதவை குறித்த சிக்கல் சிறப்பிடம் பெற்றுள்ளது. கட்டாய விதவை நிலையால் ஒழுக்க நெறி தவறும்

போக்கையும், இதனை அகற்ற இளம் விதவையர்க்கு மறுமணமே ஒரு தீர்வாக அமையும் என்பதையும் மாதவையா எடுத்துரைத்துள்ளார். எனவே இவ்விருவித நிலைகளிலும் விதவையர் ஆடவர் உறவுகள் மாதவையா படைத்துள்ளார். முதலாவதாக விதவையருடன் தீயொழுக்கம் புரியும் ஆடவர்களைப் பற்றிக் காணலாம். 'ச.ன்.' நாவலிலும், 'என்னை மன்னித்து மறந்து விடு' என்ற சிறுகதையிலும், விதவைகளை, ஆடவர்கள் தங்கள் காமத்தின் கருவிகளாகப் பயன் படுத்துவதை, மாதவையா சுட்டிக் காட்டியுள்ளார். 'ச.ன்.' நாவலில், ஆணைப் போலச் சுதந்திரமாக வளர்க்கப்பட்ட ஆண்டாள் என்ற பெண் இளம் விதவையாகிறாள். தன்னை மணந்து கொள்வதாக ஆசை காட்டிய ஓர் இளைஞனுடன் உறவாடிக் கருவுறுகிறாள். இதனையறிந்த அவ் இளைஞன் அவளை ஏற்காமல் விலகுகிறான். கருவை அழித்த பின்னரும், ஆண்டாள், ஏற்கனவே மணமாகித் தந்தையாகிவிட்ட ரங்கையர் என்பவருடன் உறவாகி ஓர் ஆண் குழந்தையைப் பெற்றெடுக்கிறாள். இவ் உண்மை வெளிப்பட்டால், தன்னுடைய சமூகப் பெருமை குலைந்துவிடும் என்று ரங்கையர் ஆண்டாளுக்குப் பத்தாண்டுச் சிறைவாசம் ஏற்பட வழி செய்கிறார். சிறையிலிருந்து மீண்டு வந்த பின்னரும் அவளுக்குக் கெடுதல் செய்கிறார். பின்னரும் அவளுக்குக் கெடுதல் செய்கிறார். இறுதியாக வளர்ந்துவிட்ட தன் மகனைக் கண்டு நிறைவோடு ஆண்டாள் இறக்கிறாள். இவ்வித உறவு சமூகக் கேடானது என்பதை உணர்த்தவும், விதவையர்க்கு ஆடவர் இழைக்கும் கொடுமையை வெளிப்படுத்தவும் மாதவையா இவ்வாறு படைத்துள்ளார்.

'என்னை மன்னித்துவிடு மறந்துவிடு' என்ற சிறுகதையில்[34], சீதை என்ற இளம் விதவையை, அவளுடைய அண்ணன் மனைவியுடைய தம்பி ஆசை வார்த்தைகள் பேசிக் கருவுறச் செய்கிறான்; அவமானத்தால் சீதை கிணற்றில் வீழ்ந்து தற்கொலை புரிகிறாள். இவ்வாறு மாதவையா, விதவையருடன் ஆடவர் தகாத உறவு கொள்வதைச் சித்திரிப்பதற்குக் காரணம், இளம் விதவையர்க்கு மறுமணம் செய்விப்பதே ஒழுக்கக் கேட்டை அகற்றும் என்ற சீர்திருத்த எண்ணமேயாகும். எனவே, இரண்டாவதாக, விதவையருடன் காதல் கொண்டு மறுமணம் புரியும் ஆடவர் பற்றிக் காணலாம்.

'மு.மீ.' நாவலில் இளம் விதவை மீனாட்சியைப் படித்த இளைஞன் சுந்தரேசன் காதலித்து மறுமணம் புரிகிறான். 'ச.ன்.' நாவலில் இளம் விதவை கல்யாணியை, சத்தியானந்தனும், 'கி.தா.' நாவலில் இளம் விதவை கிளாரிந்தாவை ஆங்கிலேயப் படைத்தலைவன் லிட்டில்டனும் காதலித்து மணந்து கொள்கின்றனர். விதவையர்க்கு மறுமணமே

சமூக ஒழுக்கத்தை நிலைநிறுத்தும் தீர்வாக மாதவையா இதன் மூலம் உணர்த்தியுள்ளார்.

பரத்தையருடன் உறவு

பொருளுக்காக உடல் சுகத்தை விற்கும் பரத்தையருடன் ஆடவர்கள் பாலியல் உறவு கொள்வதை மாதவையா படைத்துள்ளார். இத்தகைய ஒழுக்கக் கேடான உறவைப் பழந்தமிழ் இலக்கியந் தொட்டே புலவர்கள் பாடிவந்துள்ளார்கள். தொன்று தொட்டே, பரத்தைமை என்பது ஒரு நிறுவனம் போல இயங்கி வந்துள்ளது. ஆண் ஆதிக்கச் சமுதாய அமைப்பினில், ஆணின் குழந்தைகளுக்குத் தாயாகும் தகுதி பெற்ற பெண்களைக் குலமகள்கள் என்றும், ஆணின் காமக் கேளிக்கைகட்குக் கருவியாகும் பெண்களைப் பரத்தையர்கள் என்றும் பாகுபடுத்தியிருப்பது வரலாற்று உண்மையாகும். நீதி இலக்கியங் களில், இத்தகைய பரத்தைமை கடியப்பட்டிருந்தாலும், சிலவகைச் சிற்றிலக்கியங்களிலும், சில தனிப்பாடல்களிலும் பாட்டுடைத் தலைவனைப் பெருமைப்படுத்தும் விதத்தில் பரத்தைமை வருணிக்கப் பட்டுள்ளது. மாதவையா, பரத்தைமையைச் சுட்டிக் காட்டுவது, நீதி இலக்கிய மரபை அடியொற்றியதாக உள்ளது. பரத்தைமை ஒழுக்கம் பூண்ட நாவல் மாந்தர்கள் பலர் அழிவதாகவும், ஒரு சிலர் இத்தவத்றை உணர்ந்து திருந்தி மீண்டும் ஒழுக்கமுள்ளவர்களாக ஆவதாகவும் மாதவையா படைத்துள்ளார். 'ப.ச.' நாவலில், சங்கரன், சுந்தரமையர், நாகமையர், நரசிம்ம முதலியார் போன்ற நாவல் மாந்தர்கள் பரத்தைமை ஒழுக்கம் பூண்டதால் தங்களுடைய அழிவைத் தேடிக் கொள் கிறார்கள். 'பச.' நாவலில் கோபாலனும், 'தி.கோ.' நாவலில் கோவிந்தனும் பரத்தையரிடம் தவறினாலும் பின்னர் திருந்தி வாழ்கிறவர்களாகக் காணப்படுகின்றனர்.

காதல் உறவு

மேற்கத்திய நாவல்களில், நன்கு பருவம் வந்த ஆடவரும் பெண்டிரும் சந்தித்துக் காதல் கொள்வதும், காதல் கடிதங்கள் எழுதுவதும் நடப்பியல் பண்போடு வருணிக்கப்பட்டன. தொடக்க கால இந்திய நாவலாசிரியர்கள் பலராலும், நடப்பியல் நாவலைப் படைத்த போது இவ்வித சுதந்திரமான ஆண் பெண் காதல் உறவைப் படைக்க இயலவில்லை. இவ்வாறு மணமாகுமுன், பிற ஆடவனுடன் ஒரு பெண் பழகினால் அவளை ஒழுக்கக் குறைவுள்ளவளாகவே இந்து மரபில் நோக்கினர் ஆயினும், மாதவையா தாம் படைத்த 'ப.ச.' மூன்றாம் பாகத்திலும், 'லெ.ப.' என்ற ஆங்கில நாவலிலும் பருவம் வந்த ஆடவரும் பெண்டிரும் தனித்துச் சந்தித்துப் பழகிக் காதலுறுவதாக எழுதியுள்ளார். ஆயினும், இரு விதக் கட்டுப்பாடுகளைக் கையாண்டு

தான் இவ்விதக் காதலைப் படைத்துள்ளார். 'ப.ச.' நாவலில், கோபாலையரும், மிஸ். ஜேன் கேயும் தனிமையில் சந்தித்து நெருங்கிப் பழகுவதையோ, 'லெ.ப.' நாவலில் பஞ்சுவும், மிஸ். கிரேசும் தனிமையில் உறவாடுவதையோ மாதவையா விவரிக்கவில்லை. இக்காதல்களுக்குச் சாதி, மதச் சிக்கல்கள் தலையிடுவதைச் சுட்டிக் காட்டவே இவற்றைப் படைத்துள்ளார். மேலும், திருமணத்திற்கு முன்னர், பிற ஆடவனைக் கண்டு காதலுறும் பெண்களாக மாதவையா இந்துப் பெண்களைப் படைக்காமல், மதம் மாறிய கிறித்தவப் பெண்களையே படைத்துள்ளார். வைதீக இந்து சமூக அமைப்பில் பெண்கள் திருமணத்திற்கு முன்பே காதலிப்பதை ஏற்றுக் கொள்ளாததால் இவ்வாறு கிறித்தவப் பெண்கள் காதலிப்பதாக மாதவையா சித்திரித்துள்ளார். இக்காதல் களும் கூட இறுதியில் திருமணத்தில் முடியாமல், சாதி, மதத் தடை களின் காரணமாகப் பிரிவில்தான் முடிகிறதைக் காணலாம். இது, மாதவையா கால நடப்பியல் வாழ்விற்குள், மாதவையா தமது இலட்சியக் காதல் மணத்தைத் திணிக்காமல், உள்ளதை உரைத்த பாங்கினையே புலப்படுத்துகிறது.

இதுவரை கூறியவற்றால், பாத்திரப் படைப்பினில், குறிப்பாக ஆண்-பெண் பாலியல் உறவுத் தளத்தினில் மாதவையா மிகவும் துணிச்சலாக உளவியல் பண்புகளையும் அவற்றின் வழியாக நடப்பியல் பாங்கினையும் வெளிப்படுத்தியதை அறிந்து கொள்ளலாம். இவ்விதத்தில் மாதவையா தொடக்க காலத் தமிழ் நாவலாசிரியர்களில் தனிச்சிறப் பினைப் பெறுகிறார். இது தொடர்பாக, டாக்டர். க.கைலாசபதி கூறியுள்ளது[35] அரணாக அமைகிறது.

'தமிழில் மாதவ்வய்யாவிற்கு முன் ஆண் பெண் உறவு சம்பந்தமான பிரச்சினைகளை அத்தனை தெளிவாகவும் துணிவாகவும் எழுதியவர் இலர்'

என்ற கூற்று, இதுவரை விரித்துரைக்கப்பட்ட ஆண்-பெண் உறவு வகைகளை மாதவையா எவ்விதம் படைத்தார் என்பதற்கான பாராட்டுரையாக அமைகிறது.

4.1.3.4. பாத்திரங்களின் வளர்ச்சியும் இலக்கும்

நாவல்களில் இடம்பெறும் பாத்திரங்களைத் திறனாய்வாளர்கள் வகைப்படுத்தும் போது பலவாறாகப் பாகுபடுத்துவர். அவ்வித வகை களில் இரண்டு இங்குக் கவனத்திற்குரியனவாம். நாவலில் அறிமுக மாகும் போது இருந்தது போலவே நாவலின் இறுதியிலும் குறிப்பிடத் தக்க மாறுதல்கள் ஏதும் உறாமல் இருக்கும் பாத்திரங்களைக் கிடைநிலைப் பாத்திரங்கள் (Flat characters) என்பர். இதற்கு மாறாக,

நாவலின் வளர்ச்சியை ஒட்டிப் பெரும் மாறுதல்களையடையும் பாத்திரங்களை வளர்நிலைப் பாத்திரங்கள் (Round characters) என்பர். கிடைநிலைப் பாத்திரங்கள், பெரிதும் காவியங்களிலும் சிறுபான்மை, நிகழ்ச்சிகளை அடிப்படையாகக் கொண்ட நாவல்களிலும் இடம் பெறுகின்றன. ஆனால் வளர்நிலைப்பாத்திரங்கள், பாத்திரங்களின் பண்பாராய்ச்சியை அடிப்படையாகக் கொண்ட நடப்பியல் நாவல் களில் இடம் பெறுகின்றன. இவ்வித நாவல்களில் நிகழ்ச்சிகளின் வளர்ச்சிப் போக்கினைப் பாத்திரங்களின் பண்பு விளக்கத்திற்குத் துணை செய்வதாகவே நாவலாசிரியர்கள் அமைப்பார்கள்.

மாறிக் கொண்டிருக்கிற வாழ்க்கையை உள்ளவாறே படைக்க வேண்டுமெனில், அவ்வாழ்வால் பாதிப்புறும் மாந்தரும் மாறிக் கொண்டிருக்கும் நிலைமையையும் படைக்க வேண்டும். நடப்பியல் நாவலின் இன்றியமையாப் பண்பாக இதனைக் கூறலாம். மாறிவரும் வாழ்க்கை முறையை நடப்பியல் நாவலாக்கிய மாதவையா, தாம் படைத்த பல தலைமைப் பாத்திரங்களை மாற்றங்கட்கு உட்பட்டு வளர்ந்து தேறுவதாகவும், குறிப்பிட்ட இலக்குகளை எட்டுவதாகவும் படைத்துள்ளார். குறிப்பாக 'ப.ச.' நாவலில் நாராயணன், கோபாலன் ஆகிய பாத்திரங்களும், 'தி.கோ.' நாவலில் கோவிந்தனும், நாவலின் நிகழ்ச்சிப் போக்கினூடாக மாற்றங்களை அடைந்து வளர்ந்து இறுதியில் அவரவரின் இலக்குகளை அடைபவைகளாகப் படைக்கப் பட்டுள்ளனர். 'ச.ன்.' நாவலில் சத்தியானந்தனும், 'கி.தா.' நாவலில் கிளாரிந்தாவும் குறிப்பிட்டதொரு இலட்சியத்தை அடைவதற்காக முன்கூட்டியே ஆசிரியரால் தீர்மானிக்கப்பட்டவர்களாகக் காணப்படு கின்றனர். தொடக்கத்திலிருந்தே சத்தியானந்தனும், கிளாரிந்தாவும் நல்லவர்களாகவே படைக்கப்பட்டு, அந்நற்குணம் வர வர இலட்சியப் பாங்கினை அடைவதாகவே மாதவையா படைத்துள்ளார். எனவே, நாராயணன், கோபாலன், கோவிந்தன் ஆகிய நாவல் மாந்தர்களையே வளர்ச்சியடையும் நடப்பியல் பாத்திரங்களாகக் காணலாம்.

நாராயணன்

'ப.ச.' முதற்பாகத்தில் பத்துவயதுச் சிறுவனாக அறிமுகமாகும் நாராயணன், 'ப.ச.' மூன்றாம் பாகத்தில், எம்.ஏ. பட்டம் பெற்று ஆசிரியனாகப் பணிபுரிந்து, அதில் வரும் மாத ஊதியத்தைக் கொண்டு படித்த மனைவி மக்களோடு ஓர் ஆங்கிலக் கனவான் போலத் தனிக் குடும்ப வாழ்வை நடத்துபவனாக வளர்ந்தோங்கிக் காட்சி தருகிறான். சிறுவனாக அறிமுகமாகும் போதே, நீதிமன்றத்தில் குற்றஞ்சாட்டப் பட்டு நிற்கும் தந்தையைக் காப்பாற்றப் பொய் கூறுபவனாகவே படைக்கப்பட்டுள்ளான்.

பின்னர், தந்தை இறந்ததால், தாயுடன் திருநெல்வேலிக்கு இடம் பெயர்கிறான். வறுமை நிலை தீரவேண்டுமாயின் ஆங்கிலக் கல்வி கற்று வேலை பார்த்துச் சம்பாதிப்பது ஒன்றே வழி என்று திருநெல்வேலி இந்துக் கல்லூரியில் உயர்நிலைப் பள்ளிக் கல்வியைக் கருத்துடன் கற்கின்றான். தனியே மயனூர் பூசாரியிடம் தமிழும் கற்கிறான். தன் வாழ்க்கைக்கு உரிய இலக்கினைத் தெளிவாக அறிந்து கொண்டவனாக மாறுகின்றான்.

அடுத்த கட்டமாக, உயர்கல்வி கற்பதற்காகத் தாயுடனும், தன் நண்பனுடனும் சென்னைக்கு இடம் பெயர்கின்றான். இவ் இளமைப் பருவத்தில் நாராயணனுக்குத் திருமணமாகிறது. மனைவி இன்னும் வயதுக்கு வராததால், அவளைக் கிராமத்தில் இருத்திவிட்டு நகரத்தில் தாயுடன் வாழ்கிறான். கல்வியில் கருத்தாக இருந்து முதல் நிலைகளில் தேர்ச்சி பெறுகிறான். சூழலில் காரணமாக, பரத்தையிடம் சென்று விட முடிவு செய்தாலும், நாராயணனிடம் நிரந்தரமாக இருந்த வறுமையும் நல்லறிவும் அவனைத் தவறிவிடாமற் காக்கின்றன. இந்நிகழ்ச்சிக்குப் பின்னர், உயர் ஒழுக்க நெறியில் மேலும் உறுதியாக வாழ முடிவு செய்கின்றான்.

பின்னர் மனைவி பெரியவளாகி இவனுடன் இல்லறம் நடத்தச் சென்னை வருகிறாள். இது நாராயணனுக்குப் புதிய அன்பான சூழலை அமைத்துத் தருகிறது. தானும் கற்கிறான்; மனைவியையும் கற்பிக்கிறான். குடும்பத்தில் மனநிறைவான வாழ்க்கை அமைந்ததால், கல்வியிலும் முதன்மை இடம் பெறுகிறான் நாராயணன். ஆயினும், நாராயணன் இளம் வயதினனாக இருந்ததால், மனைவியுடன் வாழும் வாழ்வில் முதிர்ச்சி பெறாதவனாகவே காணப்படுகிறான். தன் நண்பன் கோபாலனைப் பற்றி நன்கறிந்திருந்தும், தன் மனையாளின் அன்பையும் உண்மை ஒழுக்கத்தையும் நேரில் வாழ்ந்தறிந்தும் கூட மனச் சஞ்சலம் நீங்கியவனாக இன்னமும் மாறவில்லை. எதிராளி ஒருவன் வஞ்சமாக, நாராயணன் மனதில் நஞ்சினைப் பாய்ச்சிவிடும் அளவிற்கு இன்னமும் பலவீனனாகவே நாராயணன் இருக்கின்றான். தன் நண்பனுக்கும், தன் மனைவிக்கும் கள்ள உறவு இருப்பதாக நம்பிய நாராயணன், மனைவியை வதைக்கின்றான்; உதைக்கின்றான்; அவளுடைய கரு கலைவதற்குக் காரணமாக இருக்கின்றான். குடும்பத்தில் அமைதி குறைந்ததால் நாராயணனின் கல்வியிலும் குறை நேர்கிறது. இறுதியாக நாராயணனிடம் எஞ்சியிருந்த நல்லறிவு விழித்துக் கொள்ளவே உண்மை நிலைமை வெளிப்படுகிறது. மனைவி மீது பன்மடங்கு அன்பு பெருகுகிறது. நண்பனையும் நல்வழிப்படுத்தி அவன் மனைவியை அழைப்பிக்கச் செய்கிறான். பி.ஏ. பட்டம் பெற்று வேலைசெய்து

கொண்டே எம்.ஏ. பட்டமும் பெறுகிறான். இரண்டு தங்கப் பதக்கங் களைப் பரிசாகப் பெறுகிறான். மாதம் நூற்றைம்பது ரூபாய் சம்பளத்தில் ஆசிரியப் பணியை மேற்கொள்கிறான். தாக்கரே நாவல்ஒன்றில், ஆர்தர் பென்டென்னிசுக்கு அவனுடைய தாய்மாமன் எடுத்துரைக்கின்ற இலட்சிய கனவான்[36] வாழ்வை நாராயணன் நடத்துகின்றான். ஆங்கிலத்தில் உரையாடும் மனைவி, குதிரைகள் பூட்டிய 'சாராட்டு' வண்டி, மாலை நேரங்களில் சேக்ஸ்பியர் நாடகங்கள், இரண்டே குழந்தைகளைக் கொண்ட தனிக்குடும்பம் என்ற இலக்கினை அடைகின்றான் நாராயணன். தற்போது, நாராயணையர், தலைப்பாகை நீங்கலாக ஐரோப்பியர் போலவே உடையுடுத்தியிருந்தார் என்று மாதவையா வருணித்துள்ளார்.[37] சிறுகுளம் கிராமத்தில் தந்தையைச் சிறுவயதிலேயே இழந்து வறுமையில் வாடிய நாராயணன், பெரும்பட்டதாரியாகி ஐரோப்பியர் போலவே வாழ்க்கை நடத்தும் நாராயணையராக மாறிய பெரும் மாற்றத்தைச் சமூக மாற்றத்தின் அடியொற்றி மாதவையா படைத்துள்ளார். இதனால், நாராயணனின் வளர்ச்சியும் இலக்கும் பெரிதும் நடப்பியற் பாங்கில் புனையப்பட்டிருப்பது தெளிவாகிறது.

கோபாலன்

'ப.ச.' நாவலில் நாராயணனுக்கு அடுத்த சிறப்பிடம் பெறும் நாவல் மாந்தனாகக் கோபாலன் காட்சி தருகிறான். அரியூர் கிராமத்தின் பண்ணையாரின் மகனாக அறிமுகமாகும் கோபாலனுக்குப் போதிய செல்வம் இருந்தும், சமூகப் பெருமைக்காகவும், நாராயணனுடன் ஏற்பட்ட நட்பின் காரணமாகவும் ஆங்கிலக் கல்வி கற்க முடிவு செய்கிறான்.

கோபாலன் பிறந்த குடும்பம் செல்வச் செழிப்புமிக்கதாக இருந்தது போலவே, அக்குடும்பத்தில் அவன் தமக்கை சாவித்திரி தவிர, தந்தை, தம்பி, தமக்கையின் கணவர் ஆகிய ஆடவர்கள் இளம் பெண்ணுக்காகப் பணத்தை வாரி இறைப்பவர்களாகவோ, அல்லது பரத்தைகளிடம் பொருளை அழிப்பவர்களாகவோ இருக்கிறார்கள். இந்தக் குடும்ப இயல்பு கோபாலனிடம் தலைகாட்டவே செய்கிறது. நாராயணனுடன் சேர்ந்து கோபாலன் கல்வி கற்றுப் புதிய மதிப்பீடு களை அறிந்திராவிடில், அவன் குடும்பத்தைச் சேர்ந்த பிற ஆடவரைப் போலவே நெறி பிறழ்ந்த வாழ்வை மேற்கொண்டிருப்பான்.

செல்வக் குடும்பத்தில் பிறந்தவளை மனைவியாக்கிக் கொண்டு, சென்னையில் இல்லறம் நடத்திக் கொண்டே கோபாலன் கற்கிறான். ஆனால், செல்லக் குழந்தையாகவே வளர்ந்த மனைவி, தன் கணவன்

கோபாலனை அன்புத் தொல்லைகளால் சரிவர கற்க முடியாதபடி செய்கிறாள். தேர்வில் தோல்வியைத் தழுவுகிறான். மனைவியைப் பிறந்த வீட்டிற்கு அனுப்பிவிட்டுச் சென்னையில் தங்கிக் கல்வியில் முழு கவனத்தையும் வைக்க அவன் முடிவு செய்கிறபோது, அவனுடைய தம்பியின் வரவால், வாழ்க்கை சிக்கலாகிறது. நாடகப் பெண்ணிடம் கோபாலன் சேர்கிறான். நண்பர்கள் பிரிகிறார்கள். இறுதியில் தெளிவு ஏற்பட்டு, கோபாலன், மனைவியிடம் தன் நடத்தைக்கு மன்னிப்புக் கேட்கிறான்.

இறுதியில் கோபாலன் பி.ஏ. முடித்து, மருத்துவப் பட்டமும் பெற்று மருத்துவனாகிறான். உண்மையில் மணமுடிக்க வேண்டிய இக்காளைப் பருவத்தில், இரண்டு குழந்தைகளை இவனுக்குப் பெற்றெடுத்த மனைவி இறக்கிறாள். குழந்தைத் திருமணத்தால் மனமும், உடலும் முதிராத பருவத்தில் ஒருவரையொருவர் நன்கு புரியாமலேயே கோபாலனும், அவன் மனைவியும் பெற்றோராக ஆவதை உணர்த்திய மாதவையா, தற்போது மனைவியை இழந்தபின் உண்மையான புரிதலோடு, கோபாலன் ஒரு கிறித்தவப் பெண்ணைக் காதலிப்பதை ‘ப.ச.’ மூன்றாம் பாகத்தில் குறிப்பிட்டுள்ளார்.

கோபாலன், மேற்கத்திய மதிப்பீடுகளைக் கற்றவனாகையால், தான் பிறந்த குடும்பத்தின் ஆடவர்களைப் போல முற்றிலும் பரத்தைமையிலும், இளம் பெண் மீது கொண்ட மையலிலும் வீழ்ந்து விடாமல், மீள்கிறான். தன் தந்தையைப் போல மனைவியை இழந்து மறுமணம் செய்ய விழைந்தாலும், ஒத்த பருவத்தைச் சேர்ந்த, பண்பும், கல்வியும் பெற்ற தகுதி வாய்ந்த இளம் மங்கையைக் காதலித்தானே யொழிய, தந்தையைப் போலப் பருவம் வராத சிறுமியை விலை கொடுத்து வாங்கவில்லை. இதே போலத் தன் தம்பி போலவும், அக்காள் கணவனைப் போலவும் பரத்தைமை ஒழுக்கம் புரிந்தவன் என்றாலும், நண்பனின் அறிவுரையாலும், கற்ற கல்வியால் உணர்ந்த நல்லெண்ணத்தாலும் தவறு மீண்டும் நேராதபடி மனவலிமை பெறுகிறான். எனவே மாதவையா, செல்வமும், ஒழுக்கக் குறைவுமிக்க குடும்பத்தில் தோன்றிய கோபாலனைப் புதிய சூழல்களில் அனுபவங் களைப் பெற்று, ஒழுக்கத்தில் தேர்பவனாகப் படைத்திருப்பது இப்பாத்திரத்தின் வளர்ச்சியையும் இலக்கையும் நமக்குத் தெளிவாக உணர்த்துகிறது.

கோவிந்தன்

‘தி.கோ.’ என்ற ஆங்கில நாவலில், தில்லை என்ற கிராமத்தின் திண்ணைப் பள்ளியில் மாங்காடி திருடி ‘கோதண்டம்’ எனும் தண்டனையை ஆசிரியரிடம் பெறுபவனாக அறிமுகமாகிறான்

கோவிந்தன். வைணவமதத்தைத் தூற்றும் பாட்டனாருக்குப் பேரனாகப் பிறந்தவன். இவனுடைய சிற்றப்பாவை முன் மாதிரிகையாகக் கொண்டு, உயர்நிலைப் பள்ளிக் கல்வியை முடித்துச் சென்னைக்கு உயர்கல்வி கற்க இடம் பெயர்கின்றான். இவனுடைய முன்னோர்கள் வரிசையாகப் பல மனைவியரைக் கொண்டிருந்தார்கள். இதன் மறைமுகமான தாக்கத்தாலோ அல்லது சென்னை நகரத்தில் சிற்றப்பா சேர்க்கையால் நாத்திகக் கருத்துக்களை ஏற்றுக் கொண்டதாலோ, கோவிந்தன் ஒரு தாசியின் பாட்டிலும், ஆட்டத்திலும் மயங்கி, அவளுக்குக் கடிதங்கள் எழுதுகிறான். பின்னர் பித்தம் தெளிகின்றான். வருங்கால மனைவியாகப் போகும் சிறுமியைக் காணும் ஆவலில் சென்ற கோபாலன், அவளருகில் தூங்கிய பருவ மங்கை மீது ஆவல் கொள்கிறான். இதன் உச்ச நிலையாக, ஒரு நாள் வேலைக்காரனின் ‘வைப்பாட்டி’யுடன் உறவாகிறான். ஆயினும் கற்ற கல்வியால் பெற்ற நல்லுணர்வால் தன் தவறுக்கு வருந்தித் திருந்துகிறான்.

படிப்படியாக அவனிடமிருந்து நாத்திகக் கருத்துக்கள் விடை பெறுகின்றன. கடவுள் நம்பிக்கையைப் பெறுகிறான். புதிய மதிப்பீடுகளின் படி வாழ முனைகிறான். தன் பெண் குழந்தைக்கு வீட்டில் வைத்துக் கற்றுத்தர ஏற்பாடு செய்கிறான். காவல்துறை உதவி ஆய்வாளராகப் பணியேற்றபோது அத்துறையில் நிலவிய ஊழல்களைக் கண்டு பணியை உதறிவிட்டு வழக்கறிஞனாகிறான். சமுதாயத்தில் பெரிய மனிதரிடையில் புகழ்பெறுகின்றான். எல்லா மதங்களையும் கற்று மதப் பொதுமை நிலையை எய்துகிறான்.

நாராயணன், கோபாலன் ஆகியோரின் வளர்ச்சியும் இலக்கும் எவ்வாறு தனித்தன்மையோடு அமைந்தனவோ, அதே போலக் கோவிந்தனின் வளர்ச்சியும் இலக்கும் தனித்தன்மையோடு அமைந்துள்ளதைக் காணலாம். வறுமையில் வாழ்ந்து கற்ற நாராயணன், கனவானையொத்த வாழ்க்கை எனும் இலக்கினை நோக்கி வளர்கிறான். செல்வக் குடும்பத்தில் தோன்றிய கோபாலன் கற்ற கல்வியினாலும், நட்பினாலும் தன் குடும்பத்து ஆடவரின் தீயொழுக்க நெறியினின்று விலகி, தனக்குரிய மனைவியைத் தானே புரிந்து காதலித்துக் கடிமணம் புரிகின்ற இலக்கை நோக்கி வளர்கிறான். வைணவ மதத்தைப் பழிக்கும் மதக் காழ்ப்பு மிக்க பாட்டனாரைக் கொண்ட செல்வக் குடும்பத்தில் தோன்றிய கோவிந்தன், நாத்திகக் கருத்திலும், தீயொழுக்கத்திலும் ஈடுபட்டுப் பின்னர் படிப்படியாக மதப் பொதுமை என்ற இலக்கை நோக்கி வளர்கிறான். இவ்வாறு, தலைமைப் பாத்திரங்களை, குறிப்பிட்ட இலக்கை நோக்கி வளர்ச்சி பெறுகின்ற வளர்நிலைப் பாத்திரங்களாக மாதவையா படைத்திருப்பது, பாத்திரப்

படைப்பில் அவர் கடைப்பிடித்த நடப்பியற் பண்பிற்கு மேலுமொரு சான்றாகிறது.

4.1.4. நடப்பியல் நாவல் உத்திகள்

4.1.4.1. நடப்பியல்வகை நாவலில், உள்ளது உள்ளவாறே எடுத்துரைக்கும் நோக்கத்திற்கு ஏற்றவாறு உண்மைத் தோற்றம் ஏற்படுத்தப்படுகிறது. இவ்வித உண்மைத் தோற்றத்தை ஏற்படுத்து வதற்குப் பல்வேறு உத்திகளை நாவலாசிரியர்கள் பின்பற்றியுள்ளனர். நாவல் இலக்கியம் நன்கு வளர்ந்துவிட்ட தற்காலத்தில் புதிய புதிய உத்திகள் பயன்படுத்தப்படுகின்றன.

தொடக்ககாலத் தமிழ் நாவல் இலக்கியத்தில் நடப்பியல் பண்போடு நாவல் படைத்தவர்களில் மாதவையாவே முன்னோடி எனக் கூறத்தக்கவராகக் காணப்படுகிறார். நடப்பியல் நாவலைப் படைப்பதற்கு அவருக்கு வழிகாட்டியாகக் குறிப்பிடத்தக்கவர்கள் தமிழகத்தில் அன்று இல்லை. ஆகவே, மாதவையா ஆங்கில நடப்பியல் நாவலாசிரியர் தாக்கரே வழியாக 18ஆம் நூற்றாண்டின் ஆங்கில நடப்பியல் நாவலாசிரியர்களான ரிச்சர்ட்சன், ஃபீல்டிங், டிஃபோ போன்றவர்களையே பின்பற்றினார். இந்நாவலாசிரியர்கள் தாம் படைத்த நாவல்களை உண்மையில் நடந்தவை போன்ற தோற்றத்தை ஏற்படுத்துமாறு படைத்தார்கள். அவ்வாறு படைத்த போது, அவர்கள் காலத்திற்கு முன்னர், அதாவது 17ஆம் நூற்றாண்டில் கடல் வழியே புதிய நாடுகளைக் கண்டுபிடித்தவர்களும், பிறரும் தங்கள் அனுபவங்களை நினைவுக் குறிப்புக்களாகவும் (Memoirs) கடிதங் களாகவும் எழுதியதை உத்தியாகப் பயன்படுத்தினார்கள். ஆசிரியர் களின் கற்பனையாக இருந்த போதிலும், அவர்கள் எழுதிய நாவல் உண்மையில் நடந்தது என்ற தோற்றத்தை ஏற்படுத்த, நாவலுக்குச் சரித்திரம் என்று பெயரிட்டார்கள். டானியல் டிஃபோ, தம்முடைய நாவலான 'ரொக்சனா' (Roxana, 1724) என்பதை நாவல் அன்று; சரித்திரம் என்றுதான் பெயரிட்டார்[38]. ரிச்சர்ட்சன், தன் நாவல், உண்மையில் நடந்த கதை பற்றியதே என்ற தோற்றத்தை ஏற்படுத்த பாத்திரங்களின் கடிதங்களின் தொகுப்பாகவும், தம்மை அக்கடிதங் களின் பதிப்பாளராகவும் கூறினார். அவர் படைத்த 'பமீலா' (Pamela) நாவல் இப்படிப்பட்டதாகும்.

மாதவையா, தம் நாவல்களில் நடப்பியல் பண்பு தோன்றுமாறு படைத்த போது, மேற்குறிப்பிட்ட நாவலாசிரியர்களின் உத்திகளை தாக்கரே எவ்விதம் பயன்படுத்தினாரோ அவ்வாறே பயன்படுத்தினார். மாதவையா 'விவேக சிந்தாமணி' இதழில், முற்றுப் பெறாத தம் முதல்

நாவலை எழுதிய போது சாவித்திரி என்ற பெண் தன்வரலாற்றைக் கூறுவது போல அமைத்துச் 'சாவித்திரி சரித்திரம்' என்று பெயரிட்டார். 'ப.ச.' முதற்பாகத்தை முழுநூலாக வெளியிட்டபோது அதனையும் 'சரித்திரம்' என்றுதான் அழைத்தார். தொடக்ககால இந்திய நாவலாசிரியர்கள் பெரும்பாலும் தங்கள் நாவல்களை இவ்வாறு 'சரித்திரம்' என்றுதான் அழைத்தனர்.

மாதவையா, பிறரைப் போலச் 'சரித்திரம்' எனப் பெயரிட்ட தோடு, 'வி.மா.' நாவலையும், 'தி.கோ.' என்ற ஆங்கில நாவலையும் புதுமையாக அமைத்தார். 'வி.மா.' நாவலின் தொடக்கத்தில் மாதவையா கதையைத் தொடங்குமுன்னர், கதையில் இடம் பெறும் புலிமலை ஜமீனின் சொந்தக்காரர் வாரிசு இன்றி இறந்து போனதால், அவருடைய நெருங்கிய உறவினர்களான வீரசங்கிலித் தேவர், விஜய மார்த்தாண்டதேவர் ஆகிய இருவரில் யாருக்கு ஜமீன் உரியது என்ற வழக்குப் பற்றிச் செய்தி இதழில் வந்த பகுதியை அதே வடிவில் தருகிறார்.

'108 நெ. மெய்விளம்பி, 5.1.1.8' (வி.மா. பக். 2) என்று, இதழின் பெயர், வெளியீட்டு எண், நாள் போன்ற புள்ளி விபரங்களை மாதவையா தருவதன் நோக்கம் அது உண்மையில் நடந்தது என்ற தோற்றத்தை ஏற்படுத்துவதற்கே ஆகும். 'தி.கோ.' நாவலை நடப்பியல் நாவலாக ஆக்குவதற்காகப் புதுமையானதொரு உத்தியை மாதவையா பின்பற்றியுள்ளார். இந்நாவலின் தலைவன் கோவிந்தன் இறந்து விட்டதாகவும், அவன் உயிரோடு இருந்தபோது அவனே எழுதிய தன் வரலாற்றை வெளியிட உரிமை பெற்றவன் அவனுடைய நண்பன் 'பம்பா' என்றும் தலைப்பில் மாதவையா குறிப்பிட்டுள்ளார். மேலும் நாவலின் இடையிடையே, கோவிந்தன் கூறிவரும் கதையிலுள்ள தகவல் பிழைகளை 'பம்பா' அடிக்குறிப்பில் திருத்துவதாகவும் மாதவையா எழுதியுள்ளார். இவ்வுத்திகளெல்லாம், இது கதையன்று, உரிமையில் நடந்த நிகழ்ச்சிகளின் தொகுப்பே என்ற தோற்றத்தை ஏற்படுத்து கின்றன.

தாக்கரேயைப் போலவே, மாதவையா, தம் நாவல்களில் குறிப்பிடத்தக்க அளவிற்குக் கடிதங்களை இடையிடையே பயன் படுத்தியுள்ளார். 'ப.ச.' நாவலில் முதல் இருபாகங்களில் ஏறத்தாழ 12 கடிதங்களைப் பயன்படுத்தியுள்ளார். குழந்தைகளின் பிழையான கடிதங்களை அதே வடிவில் 'ப.ச.' 'மு.மீ.' நாவல்களில் கையாண்டுள் ளார். 'ப.ச.' இரண்டாம் பாகத்தில், ஒரு பாத்திரம் எழுதிய நாட் குறிப்புக்களை அதே வடிவில் கையாண்டுள்ளார். இவ்வுத்திகள் எல்லாம் உண்மைத் தோற்றத்தை உண்டாக்குகின்றன.

'ப.ச.' நாவலில் மற்றொரு புதுமையான உத்தியையும் பின்பற்றி யுள்ளார். ஐயாவையர் தம் மகளின் திருமணத்திற்குச் செய்த ஏற்பாடுகள் பற்றி ஆசிரியர் பார்வையில் எடுத்துரைத்துக் கொண்டு வந்த மாதவையா, ஐயாவையர் செய்த திருமணச் செலவினைக் குறிப்பிட்ட போது, 'கலியாணச் செலவு' என்று தலைப்பிட்டு ஒரு பட்டியலை[39] அதே வடிவில் எழுதியுள்ளார். அது கீழ்வருமாறு:

கலியாணச் செலவு

	ரூ.	அ.	பை.
பந்தல்	100	0	0
பிரமணபோஜனம், சர்வாணி	500	0	0
சதிர், மேளம், பாட்டு	500	0	0
ஜவுளி வகையறா	200	0	0
மாப்பிள்ளைக்கு நகை	200	0	0
பெண்ணுக்கு நகை	400	0	0
(மாப்பிள்ளை வீட்டுக்காரர் 300 ரூபாய்க்கு நகைபோடுவது தவிர)			
சில்லறைச் செலவு	100	0	0
ஆக மொத்தம்	2,000	0	0

மேற்காட்டிய பட்டியல், உண்மையிலே நடக்கும் ஒரு திருமணத் திற்கான செலவுப் பட்டியலாகக் காட்சியளிக்கின்றது. இதன் மூலமாகவும் நடப்பியல் தோற்றத்தை மாதவையா ஏற்படுத்தியுள்ளார்.

'ப.ச.' இரண்டாம் பாகத்தை முடிக்கின்றபோது தம் நாவலின் தலைமைக் கதை மாந்தர்களான நாராயணன், கோபாலன் ஆகியோர் பற்றிய தற்கால நிலைமையை வாசகர்க்கு மாதவையா கூறாமல் தவிர்த்ததற்கான காரணத்தை வாசகரிடமே விளித்துக் கூறியுள்ளார். அவ்வாறு அக்கதை மாந்தரின் தற்கால நிலைமையை வெளி யிட்டால், வாசகர்கள் அவர்களைப் பற்றி விசாரித்தறிந்து, நேரில் போய் பார்க்கவும், கடிதங்கள் எழுதியும் அவர்களுக்குத் தொந்தரவு தருவார்கள் என்று அஞ்சியே, வெளியிடவில்லை என்று மாதவையா எழுதுகிறபோது நடப்பியல் தோற்றம் ஏற்படுத்தப்படுகிறது. தம்முடைய சொல்லை மீறிச் சில வாசகர்கள், கதை மாந்தரின் பெயர்களை, பெற்ற பட்டங்களை ஆதாரமாகக் கொண்டு, சென்னைப் பல்கலைக்கழக 'காலண்டர்' (Calendar) வழியாகக் கண்டுபிடிக்க முயன்றாலும் அது இயலாது[40] என்று மாதவையா கூறும் போதும், நாவல் மாந்தர்கள்

உண்மை வாழ்வில் உள்ளவர்கள்தான் என்று நிலைநாட்டும் போக்கு புலப்படுகிறது.

நாவலுக்குத் தலைப்பிடும் முறைகளிலும், நாவலுக்குள் கடிதங்கள் போன்றவற்றைப் பயன்படுத்தும் விதங்களிலும் நடப்பியல் பண்பை மாதவையா உணர்த்தியது போல, நாவல்களில், உண்மையான இடங்களையும், மாந்தரையும், நிகழ்ச்சிகளையும் கற்பனையான கதையினூடாகக் கலந்து எழுதுவதாலும் நடப்பியல் தோற்றம் உண்டாக்கப்படுகிறது. குறிப்பாக, 'ப.ச.' 'தி.கோ.' ஆகிய இரு நாவல் களிலும் இவ்வுத்தி கையாளப்பட்டுள்ளது. இரு நாவல்களிலும், அன்று சென்னையில் புகழ் பெற்ற கிறித்தவக் கல்லூரியும், மாணவர் களிடையேயும், கற்றோர் மத்தியிலும் போற்றப்பட்ட அக்கல்லூரி முதல்வர் மில்லர் பாதிரியாரும் (Rev. Miller) நாவல் மாந்தருடன் இணைத்துப் படைக்கப்பட்டுள்ளனர். 'ப.ச.' நாவலில், திருநெல்வேலி, சிந்துபூந்துறை, குற்றாலம், ஸ்ரீவைகுண்டம், பாளையங்கோட்டை, ஸ்ரீ வில்லிபுத்தூர், காரைக்கால் போன்ற உண்மை இடப் பெயர்களே இடச் சூழலாக அமைக்கப்பட்டுள்ளன. மாதவையா காலத்தில், அதாவது 1898ஆம் ஆண்டிற்கு முன் ஓராண்டில் திருநெல்வேலி வடக்குக் கோபுர வாயிலில் அமைந்திருந்த 'நரசிங்கராயர் நாடகக் கொட்டகை'யானது ஆடி மாதம், 12ஆம் நாளில் உண்மையில் ஏற்பட்ட பெரும் தீ விபத்தில் எரிந்து சாம்பலான போது மிகுந்த உயிர்களும், பொருளும் அழிந்த நிகழ்வை, 'ப.ச.' முதற்பாகத்தின் முடிவில் மாதவையா பயன்படுத்தியுள்ளார்.[41]

சென்னை நகரில் செங்காங்கடை அருகில் அமைந்திருந்த நாடகக் கொட்டகையில் நடத்தப்பட்ட 'கீசகவதம்' என்ற நாடகத்தைப் பற்றி மாதவையா 'ப.ச.' நாவலில் குறிப்பிட்டு, அந்நாடகத்தின் சில 'வசனங்களை' மேற்கோள் போலக் காட்டியுள்ளார்.[42] இதுவும், உண்மை நிகழ்வோடு, நாவல் கதையை இணைத்தெழுதும் உத்தியாகும். இத்தகைய உத்திகளால் நாவலைப் படிக்கின்ற வாசகர் இடையே உண்மையான வாழ்க்கை வரலாற்றைப் படிப்பது போன்ற எண்ணம் உருவாக்கப்படுகிறது.

இவ்வியலில் இதுவரை கூறியவற்றால் ஐரோப்பாவில் நடப்பியல் நாவல் எவ்வாறு தோன்றியது என்றும், இவ்வித நாவல் வகையை இந்தியத் தொடக்ககால நாவலாசிரியர்கள் தங்கள் மொழிகளில் படைத்த போது எதிர்கொண்ட சிக்கல்கள் எவை என்றும், அவற்றை எவ்வாறு தீர்த்தார்கள் என்றும் பொதுவாக அறிய முடிந்தது. மேலும் இந்தியாவில் நடப்பியல் நாவல் தோன்றுவதற்கு, சமூக சீர்திருத்த நெருக்கடிகள் எவ்வாறு தூண்டுதல் புரிந்தன என்பதும் சுட்டிக் காட்டப்பட்டது. தமிழின் தொடக்ககால நாவலாசிரியருள் மாதவையா

தான் நடப்பியல் நாவலின் முன்னோடி எனக் கூறத்தக்கவர் என்பதை நிறுவுவதற்காக, அவர் நாவல்களில் காணப்படும் நடப்பியல் பண்புகள் எடுத்துக் காட்டுக்களோடு விவரிக்கப்பட்டன. அப்பண்புகள், நடப்பியல் வகைப்பட்ட கால, இடச்சூழல் என்றும், நடப்பியல் பாங்கான கதைப்பின்னல் என்றும், நடப்பியல் பாத்திரப் படைப்பு என்றும், நடப்பியல் நாவல் உத்திகள் என்றும் பகுத்தாயப்பட்டன. இவற்றுள் பாத்திரப்படைப்பே, நடப்பியல் நாவலில் இன்றியமையாக் கூறாக இருப்பதால், இது மேலும், பாத்திரங்களின் சாதி, வகுப்புச் சார்பு என்றும் பாத்திர உளவியல் என்றும், ஆண்-பெண் பாலியல் உறவு முறைகள் என்றும் பாத்திரங்களின் வளர்ச்சி இலக்கு என்றும் பகுத்தாயப்பட்டுள்ளன.

குறிப்புகள்

...'a concern with actual unimaginary problems of living being setting the average man and woman of the time.'

1. Arnold Kettle *'An Introduction to the English Novel. Vol. I'*, (Hutchinson University Library, London, Reprint, 1974) p. 40

   'The fundamental problem of the early novelists of India was how to reconcile the demands of realism with the intransigence of reality'

2. Meenakshi Mukerjee, *'Realism and Reality: The Novel and Society in India'* (Oxford University, Press, Delhi, 1985) p. vii.

3. Ibid... P. 10

4. Arnold Kettle, 'An Introduction... Vol. I' pp. 34-35

   'The realistic novel was able to come into existence because the tension between individual and society had acquired a certain intensity. Had this tension not existed, narrative fiction may have continued to retain qualities associated with epic or the romance...'

5. Meenakshi Mukerjee, *'Realism and reality...'* p. 99

6. V.G. Suryanarayan Sastri B.A., *'Padmavati Charitram: A New Tamil Novel'* (The Madras Christian College Magazine, May, 1898) p. 673

   The story altogether is very realistic and most of the characters sketched in it are life - like!

7. A. Madhaviah (Translated into English by one of his daughters, *'Muthu Meenakshi'* (Ki. Raghavier, Cheyur 1915) Quoted in the appendix:

   R.E. Holland, I.C.S.: 'It is the only book I have come across which gives one a real insight into nature life.'

   'The Madras Christian College Magazine: 'It is the most life - like picture of modern Indian life...'

8. K.S. Ramamurti, *'Rise of the Indian Novel in English* (Sterling, New Delhi, 1987)'
9. டாக்டர் க. கைலாசபதி, *தமிழ்நாவல் இலக்கியம்,* (என்.சி.பி.ஹெச், சென்னை 2ஆம் பதிப்பு, 1977) பக். 153
10. K.S. Ramamurti, *'Rise of the Indian Novel in English* (Sterling New Delhi, 1987) See Chapter 'Two South Indian Novelists'
11. 'ச.ன்.' நாவலில், சோமராவ் என்ற சுயநலமிக்க காங்கிரஸ் அரசியல்வாதியைப் பற்றிய விமர்சனம் இடம் பெறுகிறது. 'தி.கோ.' 16வது அதிகாரத்தில் கோவிந்தனின் நண்பன் இராமையா வழியாக, போலித்தனமான காங்கிரஸ்காரர்கள் விமர்சிக்கப்படுகின்றனர். கோவிந்தனும் ஒருமுறை காங்கிரஸ் மாநாட்டிற்குப் பிரதிநிதியாகச் சென்றது குறிக்கப்படுகிறது.
12. '...the structure of eighteenth and nineteenth century European novels was indirectly based on the idea of a linear and sequential progression of events, that happened alone a temporal axis.'

    Meenakshi Mukherjee, *'Realism and Reality'* (Oxford University Press, Delhi, 1985) p. 9

    'The entire story is governed by the law of cause and effect, of action and reaction so completely that neither fate nor destiny has any place in its development. This is what rules out all possibility of manipulation and makes it a story of 'growth...'
13. K.S. Ramamurti, *'Rise of the Indian Novel...'* p. 186
14. அ. மாதவையா, *பத்மாவதி சரித்திரம்* (வானவில் பிரசுரம், சென்னை, 1978) 1-2-7)
15. மே.நூ. முதல் பாகம் இயல்கள் 4-6
16. மே.நூ. முதல் பாகம் இயல்கள் 9-11-22-23-25
17. மே.நூ. முதல் பாகம் இயல்கள் 16-17-19-20
18. மே.நூ. முதல் பாகம் இயல்கள் 21-27-28
19. மே.நூ. முதல் பாகம் இயல்கள் 8-9
20. மே.நூ. இரண்டாம் பாகம், இயல்கள் 10-20
21. 'Unheroic hero'

    Walter Allen, *'The English Novel- A short Critical History'* (Phoenix House Ltd., London, Reprint 1960) p. 57.
22. அ. மாதவையா, *'ஆசார சீர்திருத்தம்'* (சுதேசமித்திரன் பிரஸ் வெளியீடு, மதுராந்தகம், 1916) பக். 3
23. கா.சிவத்தம்பி, *'நாவலும் வாழ்க்கையும்'* தமிழ்ப் புத்தகாலயம், சென்னை, 1978) பக். 46
24. டாக்டர் இரா. தண்டாயுதம், (தமிழில்) டாக்டர். சு. வேங்கடராமன், *'சமூகநாவல்கள்'* (தமிழ்ப் புத்தகாலயம், சென்னை 1979) பக். 138.

25. அ. மாதவையா, 'பத்மாவதி சரித்திரம்', ... பக். 3
26. மே.நூல்... பக்க் 106-107
    'By means of Sublimation - the repressed sexual impulses are deprived of their specific erotic content and aim and are deflected toward new goals that are socially acceptable' (p. 468)
    sublimation: A mental mechanism whereby the energy associated thwarted sexual or aggression drives is diverted and released into higher level and socially more accepted activities' (p. 424)
27. William D Halsey, Bernard Johnston (Ed.) 'Colliers' Encyclopedia - Vol. 19' (Macmillan Educational company, New York, Last Print 1988) pp. 468, 424
28. அ. மாதவையா: 'பத்மாவதி சரித்திரம்' பக். 50
29. அ. மாதவையா, (தமிழில்) வே. நாராயணன் (பதிப்பு) பி.ஸ்ரீ. 'தில்லை கோவிந்தன்' (தினமணி காரியாலயம், சென்னை, 1944) 9வது இயல்.
30. அ. மாதவையா, 'பத்மாவதி சரித்திரம்' பக். 166
31. மே.நூ. பக். 204-206
32. அ. மாதவையா (தமிழில்) வே. நாராயணன் 'தில்லை கோவிந்தன்' 11வது இயல்.
33. Meenakshi Mukherjee, 'Realisms and Reality...' Oxford University Press, p. 70
34. அ. மாதவையர், 'குசிகர் குட்டிக் கதைகள் - முதல் எட்டு' (ஆசிரியர் அச்சுப் பிரசுராலயம் - புஸ்தகசாலை, சென்னை, 1924) ஆறாவது கதை, பக்க். 66-68
35. டாக்டர். க. கைலாசபதி, 'தமிழ் நாவல் இலக்கியம்' (என்.சி.பி.ஹெச்., சென்னை, இரண்டாம் பதிப்பு, 1977)
36. 'I shall die content, my boy, if I can see you with a good lady like wife and a good carriage and a good pair of horses, living in society and seeing your friends, like a gentleman'
    W.M. Thackeray, 'History of Pendennis. Vol. I' (J.M. Dent & Sons Ltd., London, Last Print 1959) p. 292.
37. அ. மாதவையா, 'பத்மாவதி சரித்திரம்' பக். 273
38. George Watson, 'The story of the Novel' (Macmillion press, London, 1979) p. 51.
39. அ. மாதவையா, 'பத்மாவதி சரித்திரம்' பக். 60
40. அ. மாதவையா, 'பத்மாவதி சரித்திரம்' பக். 263
41. மே.நூ. பக். 138
42. மே.நூ. பக். 191-193

5. மாதவையா - தாக்கரே: ஓர் ஒப்பீடு

5.01. நான்காவது இயலில், மாதவையாவின் நரவல்களின் உருவ, உள்ளடக்கம் பற்றிய ஆய்வு மேற்கொள்ளப்பட்டு, அவற்றின் வழியே புலப்பட்ட நடப்பியற் கூறுகள் வெளிப்படுத்தப்பட்டன. இவ் இயலில், மாதவையாவுக்கும், விக்டோரிய கால ஆங்கில நாவலாசிரியரான வில்லியம் மேக்பீஸ் தாக்கரே (William Makepeace Thackeray - 1811 - 1863) என்பவருக்கும் இடையிலுள்ள ஒப்புமைக் கூறுகளைக் காணலாம்.

பொதுவாக, இந்தியத் தொடக்ககால நாவலாசிரியர்களிடம் ஆங்கில நாவலாசிரியர்களின் தாக்கம் காணப்படுவதை ஆய்வாளர்கள் எடுத்துக்காட்டியுள்ளார்கள். எனவே தமிழின் தொடக்ககால நாவலாசிரியருள் ஒருவரான மாதவையாவிடமும், இத்தாக்கம் காணப்படுவது எதிர்பார்க்கக்கூடியதாகும். ஆங்கில நாவல் ஆசிரியருள் குறிப்பாகத் தாக்கரேயின் தாக்கம், மாதவையாவிடம் காணப்பட்டதைப் பலரும் எடுத்துக் காட்டியுள்ளனர். மாதவையாவின் முதல் நாவலான 'ப.ச.' வெளிவந்தவுடன் அதற்கு மதிப்புரை வழங்கிய சூரியநாராயண சாஸ்திரியார் முதல், தற்காலத் திறனாய்வாளர்களான டாக்டர். இரா.தண்டாயுதம், டாக்டர். க.கைலாசபதி, பெ.நா. அப்புசாமி வரை மாதவையாவுக்கும் தாக்கரேயிக்கும் இடையில் காணப்படும் ஒற்றுமைக் கூறுகளைக் குறிப்பிட்டுள்ளனர். இவ்வாறு குறிப்பிட்டாலும், இதற்கான சான்றுகளை இருவருடைய நாவல்களிலிருந்து எடுத்துக் காட்டும் பணியை டாக்டர். க. கைலாசபதி தவிர ஏனையோர் மேற்கொள்ளவில்லை. இப்பணியை மேற்கொண்ட டாக்டர். க.கைலாசபதி கூட, தாக்கரேயின் 'டம்பச்சந்தை' (Vanity Fair) என்ற ஒரே நாவலையும், மாதவையாவின் 'ப.ச.' என்ற நாவலையும் மட்டும் ஒப்பீட்டாய்வுக்கு உட்படுத்தியுள்ளார். இவ்விரு நாவலாசிரியர்களின் ஏனைய நாவல்களையும் ஒப்பிட்டால்தான் முழுமையான ஒப்புமை கிட்டும் என்பதால் இவ்இயலில் விரிவான ஒப்பீட்டாய்வு மேற்கொள்ளப் படுகிறது.

5.02. மாதவையாவுக்கு ஒரு தலைமுறைக்கு மூத்தவரான தாக்கரே யிக்கும், மாதவையாவுக்கும் இடையிலுள்ள ஒப்புமைப் பண்பை

ஆராய்வதில் ஒரு சிக்கல் உள்ளது. மாதவையாவுக்கும் தாக்கரேயிக்கும் இடையிலுள்ள ஒற்றுமைப் பண்பானது, தாக்கரே மாதவையா மீது கொண்ட தாக்கத்தினால் எழுந்ததாக இருக்க முடியும். இது பற்றிப் பெ.நா. அப்புசாமி, 'கலைமகள்' இதழில் எழுதியபோது[1],

> 'அவருடைய (மாதவையாவுடைய) நாவலில்
> தாக்கரே என்னும் ஆங்கில நாவலாசிரியரின்
> பாணியை அதிகம் காணலாம்'

என்று குறிப்பிட்டு அதனைத் தொடர்ந்து[2],

> 'படைப்பாசிரியர்கள் எம்மொழியிலும்
> எக்காலத்திலும், எந்நாட்டிலும் தோன்றுவது
> உண்டு. மொழியின் கட்டுப்பாடுகளையும்
> சூழ்நிலையின் சிற்றெல்லைகளையும்,
> அவர்கள் தங்கள் மேதையின் திறத்தால்
> கடந்து, புகழோடு நெடுங்காலம் நிலவ
> வல்ல நூல்களைப் படைப்பார்கள்'

என்று உரைத்துள்ளார். இக்கூற்றினைப் பற்றி, மா. கிருஷ்ணன், தம் தந்தையாரைப் பற்றி எழுதியுள்ள வாழ்க்கைக் குறிப்பேட்டில் விளக்கும்போது[3], பெரும் மேதைகள், கால இடச்சூழலால் வேறு பட்டிருந்தாலும் ஒப்புமையான சிந்தனை பெற்றவர்களாகத் திகழ்வார்கள் என்று எழுதியுள்ளார். இதனையே வேறு சொற்களில், மாதவையாவுக்கும் தாக்கரேயிக்கும் இடையில் உள்ள ஒற்றுமைக்கு, தாக்கரே மாதவையாமீது செலுத்திய தாக்கம் காரணம் அன்று; மாறாக இருவரும் மேதைகளாக இருந்ததே காரணம் ஆகும் என உரைக்கலாம்.

பொதுவாக வேறுபட்ட பின்புலங்களைச் சேர்ந்த இருவருக் கிடையில் ஒப்புமை தோன்றுவதற்கு, ஒருவர் மற்றவர் மீது நேரடி யாகவோ மறைமுகமாகவோ செலுத்தும் தாக்கமோ, பாதிப்போ காரணமாகலாம்; அல்லது ஒருவர் மற்றவரைப் 'போலச் செய்தல்', (imitation) தழுவி அமைத்தல், மொழி பெயர்த்தல், இலக்கியத் திரட்டுச் செய்தல் போன்றவையும் காரணமாகலாம். மாதவையா தம் அளவில் தனித்த, சொந்தமான சிந்தனை கொண்டவராகவும், படைப்புத்திறன் பெற்றவராகவும் மாற்றங்களை அடைந்து கொண்டிருந்த தமிழ்ச் சமுதாயத்தின் நேரடி விளைபொருளாகவும் இருந்தார். அதே வேளையில் புதிதாக அவர் படைத்த நாவல்களில், ஆங்கிலேயே நாவல் ஆசிரியரான தாக்கரேயின் தாக்கமும் இருந்தது. எனவே இவ் இருவருக்கிடையிலான ஒப்புமையானது தாக்கரே - மாதவையா மீது

செலுத்திய தாக்கத்தை அடியொற்றியதாக அமைந்திருந்தது என்பதைக் கவனத்தில் கொள்ள வேண்டும். இனி, தாக்கரே வாழ்வையும் படைப்பையும் பற்றிச் சுருக்கமாகக் காணலாம்.

1811ஆம் ஆண்டில், பிரிட்டிஷ் இந்தியாவில் கல்கத்தாவில் தாக்கரே பிறந்தார். 1817ஆம் ஆண்டில் இங்கிலாந்திற்குச் சென்று, கேம்பிரிட்ஜ் (Cambridge) பல்கலைக்கழகத்தில் சட்டப்படிப்பை மேற்கொண்டார். ஆனால் ஓர் ஓவியனாக ஆக வேண்டும் என்ற ஆர்வத்தால் பட்டப்படிப்பை முடிக்காமலேயே பல்கலைக்கழகத்தை விட்டு வெளியேறினார். இரண்டு மூன்று ஆண்டுகளாக ஓவியனாகும் முயற்சியிலும், அதனால் பொருள் ஈட்டவும் முனைந்தார். ஆனால் எதிர்பார்த்த பலன் கிடைக்காததால் இலக்கிய ஆசிரியனாக முடிவு செய்தார். 1832-33ஆம் ஆண்டில் தாமே ஒரு வார இதழ் தொடங்கி அதன் பதிப்பாசிரியரானார். ஆயினும், பெரும் இதழ்களுடன் போட்டியிட முடியாமல் இதழை நிறுத்திவிட்டார். இதன் பின்னர் மற்ற இதழ்களில் தொடர்ந்து கட்டுரை, கதைகள் எழுதினார். 'ஃபிரேசர் இதழ்' (Fraser's Magazine) 'பஞ்ச்' (punch) முதலான பெரும் இதழ்களில் எழுதிப் பெரும்பாலான மக்கட்கு அறிமுகமானார். இதன் பின்னர் 1847-48ஆம் ஆண்டு முதல், தம் சொந்த வெளியீடுகளாகப் பல நாவல்களைப் படைத்தார்[4]. 1837ஆம் ஆண்டு முதல் 1847ஆம் ஆண்டுவரை, 'ஃபிரேசர்', 'பஞ்ச்' முதலான பெரும் இதழ்களில் தொடர்களாக 'தி எல்லோபிளஷ் பேப்பர்ஸ்' (The Yellow Plush Papers), 'காதரின்' (Catherine), 'தி பாரிஸ் ஸ்கெச் புக்' (The Paris sketch book), 'தி ரேவென்ஸ் விங்' (The Ravens wing), 'தி லக் ஆப் பாரி லிண்டன்' (The Luck of Barry Lyndon), 'நோட்ஸ் ஆப் எ ஜேர்னி ஃபுரம் கார்ன்ஹில் டு கிராண்ட் கெய்ரோ' (Notes of a Journey from Cornhill to Grand Cairo), 'தி புக் அப் ஸ்னாப்ஸ்' (The Book of Snobs) ஆகிய கட்டுரை, கடிதம், நாவல்களைப் படைத்தார். இத்தொடக்ககாலப் படைப்புக்களில், 'பாரி லிண்டன்' நாவலும், 'தி புக் ஆப் ஸ்னாப்ஸ்' எனும் அங்கதக் கட்டுரைத் தொடரும் தாக்கரேயிக்குப் புகழைத் தேடித்தந்தன. என்றாலும், அவர், இரு பாகங்களாக வெளியிட்ட 'டம்பச் சந்தை' (சனவரி 1847, ஜூலை 1948) என்ற நாவல்தான் அவருக்கு இங்கிலாந்தில் சார்லஸ் டிக்கன்ஸ் (Charles Dickens) அளவிற்குப் பெரும் புகழைத் தேடித்தந்தது. இதனால் ஊக்கம் பெற்ற தாக்கரே, தொடர்ந்து, 'பென்டென்னிஸ் சரித்திரம்' (The History of Pendennis - Two parts, 1848, 1850), 'ஹென்றி எஸ்மாண்ட் சரித்திரம்' (The History of Henry Esmond, Esq - Three Volumes, 1852), 'தி நியூ கோம்ஸ்' (The Newcomes- Two parts, 1853, 1855), 'தி ரோஸ் அண்ட் தி ரிங்' (1955) 'தி விர்ஜீனியன்ஸ்' (The Virginians - Two parts, 1857, 1859), ஆகிய நாவல்களைத் தனி

வெளியீடுகளாக வெளியிட்டார். பின்னர், 1860ஆம் ஆண்டு முதல் *'தி கார்ன் ஹில்'* என்ற இதழில் தொடர்களாக, *'தி ரவுண் எபௌட் பேப்பர்ஸ்', 'லோவல் தி விடோயர்'* (Lovel the widower 1860) *'பிலிப்'* (Philip, 1861 - 1862) ஆகியவற்றை வெளியிட்டார். இதன் பின் நோய்வாய்ப்பட்டு, 1863ஆம் ஆண்டில் தாக்கரே காலமானார்.[5]

இதழ்களில் இலகுவான கட்டுரைகளை எழுதுவதில் தம்முடைய படைப்பு வாழ்க்கையைத் தொடங்கிய தாக்கரே, பின்னர் பெரும் நாவலாசிரியராக உருவானார். எழுதத் தொடங்கியபோது அவருக்கு இருபத்தாறு வயதாகியிருந்தது. அவர் பெரும் நாவல் ஆசிரியராகப் புகழ்பெற்ற காலம் முப்பத்தாறாவது வயது முதல் நாற்பத்தெட்டு வயது வரையுள்ள காலமாகும். அவர் மறைந்தபோது அவருக்கு ஐம்பத்திரண்டு வயதுகூட நிரம்பவில்லை.

பத்தொன்பதாம் நூற்றாண்டில் வாழ்ந்து, நாவல்களைப் படைத்த தாக்கரே பதினெட்டாம் நூற்றாண்டின் ஒழுக்கவியலாளர்களாகவும், அங்கத ஆசிரியர்களாகவும், விளங்கிய நடப்பியல் நாவலாசிரியர் களின் மரபையே பின்பற்றினார். தாக்கரேயின் நாவல்களிலும், கட்டுரை களிலும், ஆங்கில நடுத்தர வகுப்பாரை, ஒழுக்கவியல் நோக்கில் அங்கதம் செய்யும் பொதுவான கருத்தினைக் காணலாம். தாக்கரே பற்றித் திறனாய்வு செய்த, ஜியாவ்ரி டிலோஸ்ட்ஸன்[6] (Geoffrey Tillostson) என்பவரும், கோர்டன் ரே (Gordan Ray), கேத்லீன் டிலோஸ்டஸன்[7] (Kathleen Tilloston) ஆகியோரும் இக்கருத்தினை எடுத்துக்காட்டி உள்ளனர்.

பதினெட்டாம் நூற்றாண்டில் வாழ்ந்த ஆங்கில நாவலாசிரியர் ரிச்சர்ட்சனுடைய (Richardson 1689 - 1761) முதல் இரண்டு நாவல்களும், பெண்களை மையமாகக் கொண்டு ஒழுக்கத்தை வலியுறுத்துபவையாக அமைந்தன. *'பமீலா அல்லது ஒழுக்கத்தின் விருப்பம்'* (Pamela or Virtue Rewarded) என்ற அவருடைய நாவலில் வரும் பமீலாவும், *'கிளாரிசா' (Clarissa)* என்ற நாவலில் வரும் கிளாரிசாவும், ஆடவரின் வலிய கரங்களால் துன்புற்றாலும், இறுதியில் இவர்களுடைய ஒழுக்கம் வெல்லுவதாகப் படைக்கப்பட்டு உள்ளனர் என்று வால்டர் ஆலன் (Walter allen) குறிப்பிட்டுள்ளார்[8]. தாக்கரே படைத்த *'டம்பச் சந்தை'* நாவலில் வரும் அமெலியா (Amelia) இத்தகைய பெண்ணாகவே சித்திரமாகியுள்ளாள்.

பதினெட்டாம் நூற்றாண்டின் ஆங்கில நாவலாசிரியர்கள் தங்களுடைய நடப்பியல் நாவல்களில் பெரிதும் குறை, நிறைகள் கொண்ட பாத்திரங்களையே கதைத் தலைவர்களாகப் படைத்தார்கள்.

பதினெட்டாம் நூற்றாண்டிற்கு முந்தைய கால ஆங்கில இலக்கியங் களில் அன்றாடம் வாழ்வில் சந்திக்கிற சாதாரண மாந்தர்களை யல்லாமல், அரிய பண்புகளும் திறமைகளையும் கொண்டு செயற்கரிய செயல்களைப் புரிகின்ற தன்னேரில்லாத் தலைமாந்தர்களையே காணமுடியும். இந்நிலையை மாற்றிய பதினெட்டாம் நூற்றாண்டு ஆங்கில நாவலாசிரியர்கள் தலைமாந்தர்க்குரிய பண்புகள் அற்றவர் களையே கதைத் தலைவர்களாகப் படைத்தார்கள். ஹென்றி ஃபீல்டிங் (Henry Fielding - 1707-1754) படைத்த *'ஜோசப் ஆண்ட்ரூஸ்'* ('Joseph Andrews'), *'டாம் ஜோன்ஸ் சரித்திரம்'* ('The History of Tom Jones') ஆகிய நாவல்களின் மையப் பாத்திரங்கள், குறைகள் கொண்ட சாதாரண மாந்தர்களாகவே உள்ளன. *'டாம் ஜோன்ஸ்'* நாவலைத் திறனாய்வு செய்த வால்டர் ஆலன்[9], இதன் கதைத்தலைவன் தலைமைப் பண்புகள் அற்றவனாக (Unheroic hero) இருப்பதைச் சுட்டிக் காட்டி யுள்ளார். 1847ஆம் ஆண்டில் தாக்கரே *'டம்பச் சந்தை'* நாவலை வெளியிட்டபோது அதற்குத் துணைத் தலைப்பாக, 'கதைத் தலைவனற்ற ஒரு நாவல்' ('A Novel without a Hero') எனப் பெயரிட்டது, *'டாம் ஜோன்ஸ்'* நாவலின் கதைத் தலைவனைப் பற்றிய திறனாய்வை நினைவூட்டுகிறது. மேலும், தாக்கரேயின் மற்றொரு நாவலான *'பென்டென்னிஸ் சரித்திரம்'* என்பதன் கதைத் தலைவன் ஆர்தர் பென்டென்னிஸ், ஃபீல்டிங் (Fielding) படைத்த டாம் ஜோன்ஸுடன் ஒப்பிடத்தக்கவன் என்றே வால்டர் ஆலன் கருதியுள்ளார்[10]. *'டாம் ஜோன்ஸ்'* நாவலையும் *'டம்பச் சந்தை'* நாவலையும் ஒப்பிட்டாய்ந்த[11] அர்னால்டு கெட்டில் (Arnold Kettle) எனும் இத்திறனாய்வாளர் இரண்டிலும் ஒரேவித அணுகுமுறை இருப்பதை எடுத்துக் காட்டி யுள்ளார்.

மேலே கூறப்பட்ட சான்றுகளின் வழியே நோக்கும்போது, தாக்கரே தம்முடைய நாவல்களைப் பதினெட்டாம் நூற்றாண்டின் நடப்பியல் நாவல்களின் மரபை அடியொற்றிப் படைத்திருப்பது தெரிகிறது. தாக்கரேயிடம் காணப்பட்ட கீழ்வரும் பண்புகளை மாதவையாவிடமும் காணலாம்.

1. இங்கிலாந்தில், குறிப்பாக இலண்டன் வாழ் நடுத்தர மக்களின் வெளி வேடங்களைத் தாக்கரே, ஒழுக்கவியல் நோக்கில் அங்கதம் செய்தார். இப்பண்பினை இவர், பதினெட்டாம் நூற்றாண்டின் நடப்பியல் நாவல் ஆசிரியர்களிடமிருந்து பெற்றுக் கொண்டார். மாதவையா, தமிழகத்தில் புதிதாக உருவான பிராமணச் சாதியைச் சேர்ந்த நடுத்தர வகுப்பாரைப் பற்றிச் சிறப்பாகவும், பிராமணர் களைப் பற்றிப் பொதுவாகவும் எழுதியுள்ளார். இவர்களிடமிருந்த

புதிய பழைய ஆசாரங்களை ஒழுக்கவியல் நோக்கில், அங்கதம் செய்ததே மாதவையாவின் சமூக சீர்திருத்தப் பணியின் ஒரு கூறாக இருந்துள்ளது.

2. தாக்கரே தமக்கு முன் வாழ்ந்த தொடக்ககால ஆங்கில நாவல்களில், குறை, நிறைகள் கொண்ட சாதாரண மாந்தரே கதைத் தலைவர் களாகப் படைக்கப்பட்டதை ஒட்டித் தம் நாவல்களில் இத்தகு கதைத் தலைவர்களைப் படைத்துள்ளார். மாதவையா தாம் படைத்த நாவல்களில் குறைகளைக் கொண்ட, மனத் தடுமாற்றம் அடையும் நடுத்தர வகுப்பினரையே கதைத் தலைவர்களாகப் படைத்துள்ளார்.

5.04 தாக்கரே, மாதவையா ஆகிய இருவருடைய படைப்புக்களையும் ஒப்பிடுகிறபோது மேற்சொன்ன இரு கூறுகள் இருவருடைய படைப்பு கட்கும் பொதுக் கூறுகளாக அமைவதை அறியலாம். மேலும் இவ்விருவருக்குமுள்ள ஒப்புமைக் கூறுகளை நன்கு அறிந்து கொள்ள இருவரும் வாழ்ந்த காலச்சூழல், இருவருடைய சமூக நோக்கு, இருவர் நாவல்களிலுள்ள பாத்திரப்படைப்பு, இருவருடைய நாவல்களின் வடிவக் கூறுகள் ஆகியவற்றை விளக்கமாக அறிய வேண்டும். இதற்கு முன்பாக மாதவையா வாழ்ந்த காலந்தொட்டுத் தற்காலம் வரையிலும், அவர்க்கும், தாக்கரேயிக்கும் இடையிலிருந்த ஒற்றுமைக் கூறுகளைப் பற்றிக் குறிப்பிட்டவர்களின் கருத்துக்களைக் காணலாம்.

தாக்கரேயிக்கும், மாதவையாவுக்கும் உள்ள ஒற்றுமையை முதன்முதலில் கண்டு எழுதியவர், வி.கோ. சூரியநாராயண சாஸ்திரி (வி.கோ.சூ) ஆவார். 1898ஆம் ஆண்டில் வெளிவந்த 'ப.ச.' முதற்பாகம் பற்றிச் 'சென்னைக் கிறித்தவக் கல்லூரி இதழில்' பதிப்புரை எழுதிய போது,[12]

'பத்மாவதி சரித்திரம்' நாவலின் கதைப்பின்னல் அமைப்பிலும், பெரும்பாலான பாத்திரங்களின் படைப்பிலும், தாக்கரேயின் தாக்கம் தெரிகிறது என்று குறிப்பிட்டுள்ளார். பின்னும் 1903ஆம் ஆண்டில் ஸ்ரீநிவாஸ, வரதாசாரியார் வெளியீடாக வந்த மாதவையாவின் ஆங்கில நாவலான 'தி.கோ.' பற்றிச் 'சென்னைக் கிறித்தவக் கல்லூரி இதழில்' வந்த மதிப்புரையில்[13] அந்நாவலைப் படிப்போர்க்கு மீண்டும் மீண்டும் தாக்கரே பற்றிய நினைவு எழும் எனக் குறிப்பிடப்பட்டுள்ளது. இம் மதிப்புரைகள் தாக்கரேயுடன் மாதவையாவை ஒப்பிட்டாலும் அதனைச் சான்றுகளோடு நிறுவவில்லை. தற்காலத் தமிழ் நாவல் திறனாய்வாளர்களும், தாக்கரே, மாதவையா ஆகியோர்க்கு இடையிலுள்ள ஒப்புமை பற்றிக் குறிப்பிட்டு உள்ளார்கள்[14]. இவர்களுள்

டாக்டர் க. கைலாசபதி தம்முடைய *‘தமிழ்நாவல் இலக்கியம்’* என்ற திறனாய்வு நூலில் தாக்கரேயிக்கும், மாதவையாவுக்கும் இடையே யுள்ள ஒப்புமையை விளக்க, தாக்கரேயின் *‘டம்பச் சந்தை’* நாவலில் இருந்து சான்றுகளைத் தந்துள்ளார்[15]. இரு நாவலாசிரியர்கட்கும் நோக்கு, கதை அமைப்பு, பாத்திரப் படைப்பு, வாசகர்களை விளித்துக் கருத்துரைகள் வழங்குதல் ஆகியவற்றில் ஒப்புமைகள் உள்ளதாக எடுத்துக்காட்டியுள்ளார். தாக்கரேயின் *‘டம்பச் சந்தை’* நாவல் மாதவையாவை ஓரளவிற்குத் தாக்கம் செய்திருந்தாலும், தாக்கரேயின் ஏனைய நாவல்களான *‘பென்டென்னிஸ் சரித்திரம்’* என்ற நாவல் மிகுதியாகவும், *‘ஹென்றி எஸ்மாண்ட் சரித்திரம்’* என்ற நாவல் ஓரளவிற்கும் மாதவையா மீது தாக்கத்தை ஏற்படுத்தியுள்ளன. இனி இருவர்க்கிடையிலான ஒப்புமைக் கூறுகளை விளக்கிச் சான்றுகளைக் கொண்டு நிறுவலாம்.

5.1. காலச்சூழல்

தாக்கரே வாழ்ந்த விக்டோரிய கால இங்கிலாந்தும் (1837 - 1901) மாதவையா வாழ்ந்த கால இந்தியாவும் பல வேறுபாடுகளைக் கொண்டிருந்தாலும் சில ஒற்றுமைப் பண்புகளையும் பெற்று இருந்தன. இங்கிலாந்து, அறிவியல் அடிப்படையிலான தொழில் வளமும், அதனைப் பாதுகாத்த மக்களாட்சி அரசியல் முறையும் கொண்டிருக்க, இந்தியாவானது இங்கிலாந்தின் மூலதனப் (capital) பெருக்கத்திற் கேற்றவாறு ஒரு குடியேற்ற நாடாக ஆக்கப்பட்டிருந்தது. இங்கிலாந்து, மத்திய காலங்களின் மதப்பிடிகளிலிருந்து விடுபட்டு, மறுமலர்ச்சியை ஏற்கெனவே எட்டியிருக்க, இந்தியாவில், மேற்கத்திய கல்விகற்ற சிறுபான்மையோரிடம் மறுமலர்ச்சிக் கருத்துக்கள் அறிமுகமாகி இருந்தாலும், பெரும்பான்மை மக்களிடம் ஏற்றத் தாழ்வான சாதியமைப்பு முறையும், அதனைக் கட்டிக்காத்த பழம் பிடிப்புள்ள இந்துமதமும், பெரும்மரபாக இன்னமும் நீடித்திருந்தன.

ஆயினும் மேற்கத்திய சிந்தனைகளும் ஆட்சியும் பொருளாதார மாற்றத்திற்கான செயல்பாடுகளும் இங்கிலாந்தில் இருந்தவற்றிற்கு ஒப்புமையான சில கூறுகளை இந்தியாவில் ஏற்படுத்தின. தாக்கரே வாழ்ந்த காலத்தில், இங்கிலாந்தில் ஏற்கெனவே தொடங்கியிருந்த தொழில் வளர்ச்சி, மேலும் பெருகியது. சமூக வகுப்புக்கள், கீழிருந்து மேல்நிலைக்கு உயரும் சமூக மாற்றங்கள் நிகழ்ந்தன. இதனால், ‘புதிய சீமான் வகுப்பு’ (New Aristocracy) என ஷெல்லி வருணித்த வழக்கறிஞர், இயக்குநர், அரசு ஓய்வு ஊதியம் பெறுபவர், வங்கியாளர் ஆகியோரை உள்ளடக்கிய நடுத்தர வகுப்பு மேலோங்கியது[16]. பிறப்பாலும், மரபாலும் மட்டுமே சமூக உயர்நிலையைப் பெற்றோர்க்குப்

போட்டியாகப் புதிய செல்வங்களை முயற்சியால் ஈட்டிய வகுப்பினர் உயர்நிலைக்கு எழுந்தனர். பழைய அமைப்பு, புதியதொரு சமூக பொருளாதார அமைப்புக்கு வழிவிட்டது. இதனை உணர்ந்த டெனிசன் என்ற கவிஞன்,

> **பழைய முறை மாறிப்**
> **புதியதற்கு இடம் கொடுக்கிறது**[17]

என்று கவிதை எழுதினார். பாராளுமன்றத்தில் சாதாரண மக்களுக்கு உரிமை வழங்கும் சட்டங்கள் இயற்றப்பட்டன. 'சீர்திருத்தச் சட்டம்' (Reform Act- 1832) வாக்குரிமையைப் பரவலாக்கியது. இதனால் நாட்டின் அரசியலில் கீழ்நிலை வகித்த மக்கட்கு இடம் கிடைத்தது. 'ஆலைச் சட்டம்' வழியாக ஆலைகளில் அடிமைமுறை ஒழிக்கப் பட்டது. ஆலைத்தொழில் முறையால் கிராமங்களிலிருந்து நகரங் கட்குக் குடிபெயர்ந்த மக்கள், ஆலைச் சொந்தக்காரர்களால் கொடூரமாகச் சுரண்டப்படுவதைத் தடுக்க முயற்சிகள் நடைபெற்றன. டிக்கன்ஸ் போன்றோர் இக்கொடுமைகளை எதிர்த்துச் சீர்திருத்தக் கருத்துக்களை நாவல்களில் வெளிப்படுத்தினார். இக்காலகட்டத்தில் 'புரோட்டஸ்டண்ட்' (Protestant) என்ற எதிர்ப்பியக்கம் முழுமையாக வெற்றி கண்டது.

இதனால் அசலான மறுமலர்ச்சிக் கிறித்தவ இயக்கம் (Evangelical Movement) இங்கிலாந்து முழுவதும் பரவியது. நல்ல உயர்ந்த சமூக நிலையும், ஒழுக்க மேம்பாடும் கொண்டோருக்கு வழங்கிய 'கனம் பொருந்திய' (Respectable) என்ற சொல்லாட்சி, உயர்ந்த சமூக நிலை வகுக்காவிடினும், நேர்மை, தூயநடத்தை, நற்பழக்கங்களைப் பேணிய வர்கள் யாராயிருந்தாலும், அவர்களுக்கு இது அடை மொழியாயிற்று. ஒரு குறிப்பிட்ட சமூக நிலையில் உள்ளவர்க்கே வழங்கி வந்த இச்சொல் தற்போது எல்லா வகுப்பார்க்கும் உரியதாக ஆகியது[18]. சுருங்கச் சொன்னால் இங்கிலாந்தின் பிரபுக்களுக்கு இருந்த உரிமைகள் படிப்படியாக சாதாரண மக்கட்கும் (Commons) கிட்டத்தொடங்கியது எனலாம்.

மாதவையா வாழ்ந்த காலத்தில் தமிழகத்தில், மேற்கத்திய அரசியல், பொருளாதாரம், பண்பாடு ஆகியவற்றின் தாக்கங்களால் சமூக மாற்றங்கள் தோன்றத் தொடங்கியிருந்தன. பெரிதும் மாறாமல் இருந்த சமூக அடுக்குகள் (Social layers) இக்கால கட்டத்தில் இடம் பெயரத் தொடங்கின.

நிலத்தையே நம்பியிருந்த வாழ்க்கைமுறை, ஆங்கிலக் கல்வி யையும், அதன் வழியே கிட்டும் வேலையையும் அதன் மூலம் ஈட்டும்

செல்வத்தையுமே நம்புகிற வாழ்க்கை முறைக்கு மாறியது. கிராமங்களில் நிலவுடைமையாளர்க்கும், பிறப்பால் உயர்ந்த சாதியைச் சேர்ந்தோர்க்கும் கிட்டி வந்த மகிமைகள், நகரங்களில் படித்துப் பட்டம் பெற்று, உயர் உத்தியோகம் பார்ப்பவர்க்குக் கிடைக்கலாயின. அடிநிலைச் சாதிகள், படித்து முன்னேறவேண்டும், பெண்ணுக்கு இழைத்த அநீதிகள் ஒழிய வேண்டும் எனச் சீர்திருத்த நடவடிக்கைகள் தோன்றின. சமுதாயத்தின் பிற்போக்கு வழக்கங்கள் அகலச் சட்டங்கள் இயற்றப்பட்டன. தனிமனிதச் செயல்பாட்டின் அடிப்படையில் ஒருவனுடைய சமூகநிலை தீர்மானிக்கப்படும் முறை தோன்றியது. பிறப்பு, சாதி, மதம், குடும்பம் போன்றவற்றைச் சேர்ந்ததாலேயே கிட்டும் சமூக உயர்நிலை கேள்விக்குட்படுத்தப்பட்டது. வழக்கறிஞர், ஆசிரியர், அரசுப் பணியாளர், மருத்துவர், பொறியியலாளர் போன்றோரை உள்ளடக்கிய புதிய நடுத்தர வகுப்பு தோன்றியது. கல்வி, மதம், இலக்கியம், அரசியல், குடும்பம் ஆகியவற்றில் புதிய மறுமலர்ச்சி தோன்றத் தொடங்கியது. இவ்வாறு, சமூக மாற்றத்திலும், புதிய மனிதக் கொள்கையிலும் தாக்கரே வாழ்ந்த கால இங்கிலாந்தும், மாதவையா வாழ்ந்த காலத் தமிழகமும் ஓரளவு ஒத்திருந்ததைக் காணலாம்.

5.2. சமூக நோக்கு

அடிப்படையான சமூக மாற்றங்கள் நிகழ்ந்த காலங்களில் வாழ்ந்த தாக்கரேயிக்கும், மாதவையாவிற்கும் ஒத்த சமூக நோக்கு வாய்த்திருந்தது இயல்பே. இந்நோக்கினை இருவரும் தத்தம் நாவல்கள் வழியே வெளிப்படுத்தினர். இருவரும் ஒழுக்கவியல் அடிப்படையில் தனி மனிதரின் நடவடிக்கைகளை விமரிசித்தனர். தாக்கரே, தம்முடைய 'டம்பச்சந்தை' நாவலில், உயர்நடுத்தர வகுப்பாரை, குறிப்பாக 1810ஆம் ஆண்டுக் காலத்திலிருந்து உருவான தலைமுறையினரின் இலண்டன் வாழ்வைச் சித்திரித்தார் என்று வால்டர் ஆலன் குறிப்பிட்டுள்ளார்.[19]

இவ்வகுப்பைச் சேர்ந்த ஒவ்வொருவரும், தம்முடைய உண்மை நிலையைப் போலி வேடங்களால் மறைத்துள்ளார். தம்முடைய தகுதிக்கும் முயற்சிக்கும் மீறிய பொய்யான மேன்மையை அடைய நினைக்கும் விழைவே இவர்களை இயக்கும் உந்து விசையாக தாக்கரே நோக்கினார்[20]. அர்னால்டு கெட்டில், தாக்கரே 'டம்பச் சந்தை' நாவலில் வெளிப்படுத்திய நோக்கத்தைப் பின்வருமாறு மதிப்பிட்டுள்ளார்[21]

> *அவர் டம்பசச்ந்தையின் வேடதாரித்தனங்களைத் தோலுரித்து, அவற்றின் கவர்ச்சிமிக்க பளபளப்பிற்கு அடியிலும் பின்னாலும் உள்ள குமட்டுகிற, மிருகத்தனமான, நிலை தாழ்த்தும் கீழ்மையை வெளிக் கொணர்கிறார்.*

இவ்வாறு வெளித்தோற்றத்தில் ஒன்றாகவும், உண்மையில் இதற்கு மாறாகவும் இருப்பவர்களை ஒழுக்கநிலைப்பாட்டின் அடிப்படையிலேயே தாக்கரே விமரிசித்துள்ளார். சமுதாயத்தில் ஒவ்வொருவரும் குறைபாடுள்ளவரே. இயல்பிலேயே ஒருவர் நல்லவராகவோ தீயவராகவோ இருப்பதில்லை, சூழ்நிலைதான் நன்மை தீமைகளை வெளிக்கொணர்கிறது; ஒவ்வொருவனும் அந்தரங்கத்தில் இன்னொருவனிடமிருந்து தனித்தே வாழ்கிறான். ஒவ்வொருவரும் தனித்தனித் தீவு என்று தாக்கரே மனிதர்களைப் பற்றிய சமூக நோக்கைக் கொண்டிருந்தார். மாதவையா ஒழுக்கவியல் அடிப்படையில் தனி மனிதனை நோக்கினார். ஒருவனுக்குப் பெருமை தருவது, உயர்சாதிப் பிறப்போ அல்லது உயர்ந்த பதவியோ அல்ல. மனச்சான்றின் படி தனக்கும் பிறருக்கும் நன்மை பயப்பதைச் செய்வதாலேயே அவனுக்குப் பெருமை ஏற்படும் என்ற கருத்தைக் கொண்டிருந்தார். உயர்சாதிப் பிறப்பு ஒன்றையே தங்களுடைய உயர்ச்சிக்குரிய அடிப்படையாகப் போற்றிக் கொண்டு, ஆனால் நடத்தையில் சுயநலத்திற்காக ஆசாரங்களை மீறுவதையும் கண்டித்தார். அதே வேளையில் தன்னுடைய சாதி பதவி உயர்வினைப் பேணுவதற்காக, தீய ஆசாரங்களைக் கடைப்பிடிப்பதையும் இதற்கு மாறாக அத் தீய ஆசாரங்களை மீறிய இளந்தலைமுறையினரை வெறுப்பதையும் வெளி வேடங்களாக மாதவையா எழுதியுள்ளார். தாக்கரே, உயர்நடுத்தர வகுப்பினரின் இரட்டை வேடங்களையும் போலிப் பெருமைகளையும் அங்கதச் சுவையில் விமர்சித்ததைப் போலவே மாதவையாவும், பிராமணச் சாதியினரின் போலித்தனமான ஆசாரங்களை அங்கதச் சுவைபட விமரிசித்துள்ளார். இவ்விமர்சனங்களை, 'மாதவையா நாவல் வழி அறியலாகும் சமூக சீர்திருத்தக் கருத்துக்கள்' என்ற இயலில், 'சாதி' என்ற தலைப்பில் விரிவாகக் காணலாம். தாக்கரே, தாம் பார்த்த மாந்தரெல்லாம் போலிப் பெருமை கொண்டாடுபவர்களாகவே பார்த்தது போல, மாதவையாவும், தாம் பார்த்த மனிதர் எல்லோரும் வேளைக்குத் தக்க வேடம் போடுபவர்களாகவே கண்டார்.

5.3. பாத்திரப் படைப்பு

இப்படிப்பட்ட சமூக நோக்கைக் கொண்ட இருவரும், தாம் படைத்த நாவல் மாந்தர்களைத் தனி மனிதர்களாகவும், நிறைகளோடு குறைகள் கொண்ட மனிதர்களாகவுமே படைத்துள்ளார்கள். பாத்திரங்களைக் கருத்துக்களின் இலட்சியக் குவிப்பாகக் கொள்ளாமல் சூழ்நிலைக்குத் தக்கபடி, நல்ல தீய பண்புகளைக் கொண்டவராக மாறுவதை நடப்பியல் பாங்கில் படைத்தார்கள்.

5.3.1. குறைபாடுள்ள பாத்திரங்கள்

தாக்கரே இலட்சியக் கதைத் தலைவர்களைப் படைக்கவில்லை. ஒவ்வொரு மனிதனையும் இயக்குகின்ற நல்ல, தீய உணர்வுகளை வெளிப்படுத்துமாறு பாத்திரங்களைப் படைத்தார். ஒவ்வொருவனும் நல்லவனாகவும், தீயவனாகவுமே இருக்க வேண்டும் என்று போப் (Pope) என்ற கவிஞன் கூறிய தத்துவத்தைத் தாக்கரே தம் நாவலில் படைத்ததாக ஜியாவ்ரி டீலோஸ்ட்ஸன் (Geoffrey Tilloston) தாக்கரேயை விமர்சித்த போது[22] எழுதியது, தாக்கரேயின் பாத்திரப் படைப்பிற்குச் சான்றாகும். தாக்கரே படைத்த ஆர்தர் பென்டென்னிஸ், ஃபோதரிங்கே (Fotheringay), ஹென்றி எஸ்மாண்ட் (Henry Esmond) நியூகோம்ஸ் (Newcomes) விர்ஜீனியன் (Virginian) ஆகிய பாத்திரங்கள் அனைத்தும் நிறைகளோடு, குறைகள் நிரம்பப் பெற்றவைகளே. தாக்கரே இவ்வாறு பாத்திரங்களை அணுகியதற்கு, 'பென்டென்னிஸ் சரித்திரம்' என்ற நாவலில் வாசகரை விளித்து அவர் கேட்ட கேள்வியே[23] சான்றாக உள்ளது.

> *'நீங்கள் பழகிய மனிதர்களில் அப்பழுக்கில்லாத பத்துப்பேரைச் சுட்டிக் காட்ட முடியுமா?'*

இக்கேள்வியிலிருந்து தாக்கரே தம் பாத்திரங்களை அப்பழுக்குள்ளவர் களாகவே அணுகியிருப்பதைத் தெளிவாக உணரலாம்.

மாதவையாவும், தாம் படைத்த பாத்திரங்களைக் குறையுள்ளவர் களாகவே சித்திரித்துள்ளார். பாத்திரங்கள் உயர்ந்த பண்புள்ளவர் களாக இருந்தாலும் கூடச் சூழலின் காரணமாகத் தவறான வழிச் செல்ல நினைக்கும் பலவீனமுள்ளவர்களாகவும் வழிதவறிச் செல்பவர் களாகவும் காணப்படுகின்றனர். நாராயணன், கோபாலன், கோவிந்தன் போன்ற பாத்திரங்கள் உயர் பண்புள்ளோராயினும் சூழலின் காரண மாகப் பலவீனர்களாக மாறுவதை மாதவையா சுட்டிக்காட்டி யுள்ளார்.

சங்கரன், சாலா, நாகம்மையர், நரசிம்ம முதலியார், குள்ளச் சுந்தரமையர், சேஷையர் (ப.ச.) கே.டி. ரங்கையர் (ச.ன்.) போ.சுப்பையர், வீரசங்கிலித்தேவர் (வி.மா.) ஆகிய பாத்திரங்கள் பெரிதும் குறைபாடுகள் மிக்க மனிதர்களாகவே காணப்படுகின்றன. தாக்கரேயைப் போலவே, மாதவையாவும், தம் பாத்திரங்களை நன்மை, தீமைகளில் அடிபட்டுத் தேர்ச்சி பெறுபவைகளாகவே படைத்தார். 'ப.ச.' நாவலில் மாதவையா பாத்திரங்களை விமரிசித்து வாசகரிடம் விளித்துப் பேசும்போது[24] கீழ்வரும் பகுதி இடம் பெறுகிறது.

'நண்பரே! உம் மனதும், எம் மனதும் நாராயணன் மனதும், கோபாலன் மனதும், மற்றும் எல்லோர் மனங்களும் வேறு எவ்வாறு பேதமுடையனவா யிருப்பினும், தீயொழுக்கத்தினும் நல்லொழுக்கத்தினும் பழக்கத்துக்குத் தக்கபடி பலப்பட்டுத் தேறுவதில் சந்தேகமில்லை. ஆதலின், நாம் வெகு கவனமாகவும் விழிப்பாகவும் இருப்போமாக'

மனிதர்களின் மனங்கள் பட்டறிவில் தேர்ந்து முதிர்ச்சி பெறுவதைத் தாக்கரேயும் தம்முடைய 'பென்டென்னிஸ் சரித்திரம்' இரண்டாம் பாகத்தில் எழுதியுள்ளார். அது பின்வருமாறு:[25]

'இறைவன், தான் அதிகமாக நேசிப்பவர்களைத் திரும்பத் திரும்ப சோதித்து, அவர்களை மேலும் தூய ஆன்மாக்களாக்குகின்றார்'

இரண்டு நாவலாசிரியர்களுமே மனிதர்கள் தீய, நல்ல ஒழுக்கங்களில் அடிபட்டுத் தேர்ச்சி பெற்று மேலும் சிறந்தவர்களாக ஆகின்றார்கள் என்ற கருத்தில் ஒப்புமை கொண்டவர்களாக உள்ளனர்.

'புலியும் பசுவும் இரண்டுமே ஒருவனிடம் முரண்படாது ஒத்துப் போகின்றன' என்று[26] மாதவையா எழுதுகிறபோது பாத்திரங்களை நன்மை, தீமை குணங்கள் கலந்த மனிதர்களாக நோக்குவது தெரியும். தாக்கரே, ஒரு மனிதனை அவன் எப்படி இருக்க வேண்டும் என்ற இலட்சியப் பாங்கில் அணுகவில்லை. அவன் எப்படி இருக்கிறானோ, அப்படியே குறை நிறைகள் கொண்டவனாகவே நாவல்களில் படைத்தார். தாக்கரேயின் எஸ்மாண்ட், பென்டென்னிஸ், நியூகோம்ஸ் பற்றித் தம் கருத்தை வெளியிட்ட டெநிசன்[27], தவறான உணர்வுகள் மலிந்துவிட்ட காலத்தில் தாக்கரே கூறியதுபோல, ஒரு மனிதனை அவன் எப்படி இருக்க வேண்டும் எனச் சித்திரிக்கமுடியாது என்று குறிப்பிட்டது ஈண்டு நோக்கத்தக்கது. ஆனால் மனிதயியல்பை உள்ளவாறு படைத்தால் அது இளைஞர்க்கும் அனுபவமற்றவர் களுக்கும் தவறான வழிகாட்டியாகிவிடும் என்றுரைத்த தமிழின் முதல் நாவலாசிரியர் வேதநாயகர், தம் பாத்திரங்களை இலட்சிய மாந்தர் களாகவே படைத்தார்[28]. மாதவையாவுக்கு இக்கருத்தில் உடன் பாடில்லை. குறைகளை எடுத்துக்காட்டி, அவற்றைக் களைய வேண்டியதின் அவசியத்தைப் படிப்பவர்கள் தக்கவாறு உணர வேண்டும் என்ற நோக்கைக் கொண்டிருந்தார்.

இவ்வாறு குறைகளும், பலவீனங்களும் நிரம்பிய மாந்தரைப் படைக்கும்போது தாக்கரே, படிப்பினைப் பெறவேண்டும் என்ற உயர்ந்த நோக்கத்தில் நடுவழியைப் பின்பற்றினார். தீமைகளைக் கவர்ச்சிகரமாகப் படைக்கவில்லை. அவ்வாறு படைத்தால் படிப்போரின்

ஒழுக்க உணர்வை அதிர்ச்சிக்கு உள்ளாக்கி வெறுப்பினை ஏற்படுத்தும் என்பதை உணர்ந்திருந்தார். எனவே ஒரு போதகரின் (Preacher) பொறுப்புணர்வோடு குறைகளை எடுத்துக்காட்டினார் என்று ஆங்கில விமரிசகர்கள் குறிப்பிட்டுள்ளனர்[29]. மாதவையாவுக்கும் இத்தகைய பொறுப்புணர்ச்சி இருந்தது. பாத்திரங்களின் குறைகளைக் கவர்ச்சிகரமாகக் கூறவில்லை. அவர்களுடைய பலவீனங்களை எள்ளி நகையாடினார். குறைகள் மிக்கவர்கள் அழிவதாகப் படிப் பினையை உணர்த்தினார். இதனை முழுமையாக உணராமல் க.நா. சுப்பிரமணியன் என்ற விமரிசகர்,[30]

> *'மாதவையாவுக்கு உலகிலுள்ளவர்களில் பெரும்பகுதியினர் தவறு செய்கிறவர்கள், கெட்டவர்கள் என்பது போன்ற ஓர் அடிப்படையான எண்ணமிருந்தது தெளிவாகத் தெரிகிறது'*

என்று மாதவையாவின் பார்வையில் தவறு இருப்பதுபோல எழுதி யுள்ளார். மாதவையாவின் உயர்ந்த நோக்கங்களை ஆழ்ந்து அறியாமல் மேலோட்டமாகப் படித்துவிட்டு எழுதிய தீர்ப்பாகவே இதனைக் கொள்ளவேண்டும். (எல்லாவற்றிலும் தரம் பார்க்கிற க.நா.சு. தம்மை, தம் படைப்புக்களைப் பற்றிய தரத்தைப் பார்க்கவில்லை!)

5.3.2. தனி மனிதப் பாத்திரங்கள்

தாக்கரேயும், மாதவையாவும் குறைபாடுகள் மிக்க பாத்திரங் களைப் படைத்தது போல, அவர்களைத் தனிமனிதர்களாகவும் படைத்தார்கள். மனிதர்கள் பல்வேறு உறவு முறைகளில் சமுதாய வாழ்வை மேற்கொண்ட போதிலும் ஒவ்வொருவருக்கும் அந்தரங்க மான தனித்த ஓர் உலகம் இருப்பதைத் தாக்கரே பலமுறை வற்புறுத்திக் கூறியுள்ளார். மாதவையாவுக்கு, மனிதரைத் தனித்த நலன்களைக் கொண்ட தனிமனிதர்களாகப் பார்த்த பார்வைக்குத் தாக்கரேயே வழிகாட்டியாக இருந்துள்ளார். தாக்கரே தனிமனிதர் பற்றிக் கூறியவற்றை மாதவையா தம் நாவல்களில் மேற்கோள்களாகவும், சில மாற்றங்களோடு தமிழில் மொழி பெயர்ப்புக்களாகவும் எடுத்தாண்டுள் ளார். தாக்கரே, தனிமனிதக் கொள்கையையும், வெளி வேடம் இடும் மனித இயல்பையும் இணைத்தே கண்டுள்ளார். ஒவ்வொருவரும் தனித்தீவாக வாழ்கிறார். வெளியுலகத்தின் பார்வையில் சுயநல மற்றவர்களைப் போலக் காட்சியளித்தாலும், அந்தரங்கத்தில் ஒவ்வொருவரும் தன் தன் நலன்களிலும், கவலைகளிலுமே அக்கறை கொண்டிருக்கிறார், என்ற கருத்தில் தாக்கரேயிக்கு ஆழ்ந்த நம்பிக்கை இருந்தது. இதனையே மாதவையா தம்முடைய இளமைக் காலப் படைப்புக்களான 'ப.ச.', 'தி.கோ.', 'தில்லை கோவிந்தன் கலவை' ஆகிய நூல்களில் பிரதிபலித்துள்ளார்.

'ஒவ்வொருவரும் வேளைக்குத் தக்கபடி வேஷம் போடுகின்றனர்... அனைவரும் உள்ளபடி வாழ்வதில்லை. ஒவ்வொருவனும் பாசாங்கு செய்கிறான். ஒரு கூரைக் கீழிருப்பவர்கள் ஒருவரை ஒருவர் ஏமாற்றுகிறார்கள்.'[31]

என்று மாதவையா, 'தில்லை கோவிந்தன்' நாவலில் தனிமனிதரின் பிளவுபட்ட ஆளுமையை வெளிப்படுத்தியுள்ளார். மேற்கத்தியப் பண்பாட்டுப் பரவலின் ஓர் இன்றியமையா வாழ்க்கை நோக்குடன் இக்கருத்து தொடர்புற்றுள்ளது. மரபாக, வைதீக இந்துப் பண்பாட்டில், முழுமை இயலின் (Holism) கொள்கைப்படி 'தனி மனிதர்களை விட, சாதி, குடும்பம், மதம், கிராமம் என்ற முழுமைகளே தலைமை இடம் பெற்றன. மனிதர்களை அவர்கள் சேர்ந்த குடும்பம், சாதி, மதம், கிராமம் ஆகியவற்றைக் கொண்டே மதிப்பீடு செய்வது வைதீக இந்துப் பண்பாட்டின் குறிப்பிடத்தக்க ஒரு கூறாக இருந்தது. ஆனால் தனிமனிதனையே எல்லாவற்றிற்கும் அடிப்படையாகக் கொண்ட மேற்கத்தியப் பண்பாடு இந்துப் பண்பாட்டின் முழுமை இயற் கருத்தினை மறுப்பதாக அமைந்திருந்தது. புதிய அரசியற் பொருளாதார அமைப்பில், தனி மனிதரின் வாழ்க்கை அவர்களுடைய சொந்த முயற்சியை அடியொற்றி அமைந்தது. கற்றுப் பட்டம் பெற்று உத்தியோகம் பார்த்துச் சம்பாதித்த செல்வத்தாலோ, மூலதனத்தை இட்டுச் செய்த தொழிலால் ஈட்டிய இலாபத்தாலோ ஒருவனுடைய வாழ்க்கை அமையலாயிற்று. சட்டமும் கூட ஒருவனுடைய நடத்தைக்கு அவனுடைய பிறப்பால் தானாகவே வந்த சாதி, குடும்ப நிலைகளைப் பொறுப்பாக ஆக்காமல் தனி மனிதனையே பொறுப்பாக ஆக்கியது.

இந்தத் தனி மனிதக் கருத்தைத் தாக்கரே தம் நாவல்களில் மிக அழுத்தமாக வெளிப்படுத்தினார். இக்கருத்தில் ஆர்வமுற்ற மாதவையா தம்முடைய முதல் நாவலான 'ப.ச.' முதற் பாகத்தில் இக்கருத்தை வெளிப்படுத்திய தாக்கரேயின் கூற்றுக்களைச் சற்றுத் தமிழ்ச் சூழலுக்காக வேண்டி திருத்தி மொழிபெயர்த்துள்ளார். தாக்கரே தம்முடைய 'பென்டென்னிஸ் சரித்திரம்' நாவலில் தாம் படைத்த பாத்திரங்களைப் பற்றி வாசகர்களிடம் விமர்சிக்கும் போது கீழ்வருமாறு எழுதியுள்ளார்:[32]

'Thus, 0 friendly readers we see how every man in the world has his own private griefs and business, by which he is more cast down or occupied than by the affairs or sorrows of any other person while Mrs. Pendennis is disquieting herself about losing her son and that anxious hold she has had of him, as long as he has remained in the mother's nest, where he is about to take flight into the great world beyond while the Major's great, should chafer and pets, inwardly vexed as he thinks what great parties are going on in London, and that he might be sunning himself in the glances of Dukes and Douchesses but for those cursed affairs which keep him in a wretched little countryhole while pen is tossing between his passion and a more agreeable sensation, unacknowledged yet, but swaying him considerably, namely, his longing to see the world - Mr. Smirke has a private care watching at his beside, and sitting behind him on his part', and is no more satisfied than the rest of us.

How lonely we are in the world! how selfish and secret, everybody! and your wife have pressed the same pillows for forty years and finely yourselves united - Psh, does she cry out when you have the gout, or do you lie awake when she has the toothache? Your artless daughter, seemingly all innocence and devoted to her mamma and her piano lesson is thinking of neither, but of the young Lieutenant with whom she danced at the last ball, the honest frank boy just returned from school is secretly speculating upon the money you will give him, and the debt he owes the tartman. The old grandmother crooning in the corner and bound to another world within a few months, has some business or cares which are quite private and her own-very likely she is thinking of fifty years back, and that night when she made such a impression and danced a cotillon with the captain before your father proposed for her; or what a silly little over-rated creature your wife is and how absurdly you are infatuated about her-and, as for your wife-0, philosophic reader, answer and say Do you tell her all? Ah, Sir - a distinct universe walks about under your hat and undermine-all things in Nature or different to each-the women we look at has not the same features, the dish we eat from has not the same taste to the one and the other - you and I are but a pair of infinite isolations, with some fellow islands a little more or less near to us.'

இதன் தமிழ் வடிவத்தைப் 'பத்மாவதி சரித்திரம்' முதற்பாகத்தில் காணலாம். அது கீழ்வருமாறு:[33]

'ஆயினும் நண்பரே! இதைப்பற்றிக் கொஞ்சம் யோசித்து, பார்ப்போம். சாவித்திரிக்கு மனதுக்கிசைந்த மணவாளன் இயல்பாக வாய்த்து, குழந்தைகளும் பிறந்திருப்பின், அவள் தன் சகோதரர் மீதும், தகப்பனார் மீதும் இவ்வளவு பரிசுத்தமான வாஞ்சை வைத்திருக்க மாட்டாளென்பது திண்ணம். கோபாலனோ, தம் தமக்கையைக் கண்ணுள் மணியாகப் பாவித்து நேசித்த போதிலும், அவன் முக்கிய விசாரமெல்லாம் அக்கண்மணியுட் பார்வைக்குச் சமமானவளாகி,

இப்பொழுது பேய்பிடித்து வருந்தும் தன் மனைவியைப் பற்றியே; சாவித்திரியும் கோபாலனும் தம்பேரில் எவ்வளவோ அன்பாயிருப்பினும் தானும் அவர்களைத் தம்முயிர் நிலைகளாக எண்ணியிருப்பினும் இப்பொழுது சேஷையருடைய எண்ணங்கள் எல்லாம் தாம் புதிதாக மணம் புரிந்த மனையாளைப் பற்றியே; சங்குவின் நினைவுகளெல்லாம் தன் விவாகத்தைக்குறித்தே; ஐயாசாமி வாத்தியாருக்கோ கலியாண மானாலும், எழவானாலும், பணமே குறி; குள்ளச் சுந்தரமையருக்கோ, எவர் எப்படியானாலும் நினைவெல்லாம் மறத்தி சுடலி பேரில்தான்; அம்மறத்திக்கோ, பள் வீரபத்திரன் பேரிலேயே நினைவு' 'இவ்விதமாக, எல்லோரும் ஒருவருக்கொருவர் நேசமாயிருந்தும், எவ்வளவோ அன்பு பாராட்டியும் ஒவ்வொருவருக்கும், தனியாக ஒரு அந்தரங்க விருப்பமிருந்து கொண்டேயிருக்கிறது... ஜனங்கள் நிறைந்த இவ்விசாலமான உலகில் நாம் ஒவ்வொருவரும் எவ்வளவு தனிமை யாயும் சுய நல சித்தர்களாயுமிருக்கிறோம்! நீரும் உம்முடைய அகமுடையாளும் நாற்பது வருஷ காலமாக ஒரே தலையணையில் தலை வைத்துத் தூங்கி, ஒருமித்து வாழ்வதாகப் பாவிக்கிறீர்கள். இதென்ன பைத்தியம்! உமக்குக் கால்நோகும் பொழுது, அவள் கண்ணீர் விடுகிறாளோ? அல்லது, அவள் பல்வலிக்கும் பொழுது, நீர் விழித்திருக்கிறீரோ! உம்முடைய களங்கமற்ற மகள், வெளிப்பார்வைக்கு, தையல் வேலையிலும் வீட்டு வேலையிலும் கவனமாய் இருக்கிறாள், ஆனால் உண்மையில் அவள் அன்று குதிரை மேற் போனவனைப்பற்றி நினைத்து நினைத்து வருந்துவதை நீர் அறியீரோ! உம்முடைய கபடமற்ற குமாரனை நீர் மெச்சி முத்தமிடும் பொழுது அவன், நீர் கொடுப்பதாகச் சொன்ன பணத்தையும், மிட்டாய்க் கடைக்காரனுக்குத் தான் கொடுக்கவேண்டிய கடனைப்பற்றியும் நினைத்துக் கொண்டிருக் கிறான். குத்திருமலோடு மூலையில் கிடக்கும் உம்முடைய பாட்டியாருங்கூட, இவ்வளவு வயதாகியும், மயானம் இவ்வளவு நெருங்கியும், இரகசியமான சொந்தக் கவலைகளில்லாதிருக்கவில்லை; அநேகமாக எழுபது வருஷங்களுக்கு முன் தனக்கிருந்த அழகையும், நகைகளையும், 'தாசில்தார்' கூடத் தெருவழியாக ஒரு நாட் போகையில் திரும்பிப் பார்த்துக் கொண்டு போனதையும் பற்றி, அவள் நினைத்துக் கொண்டிருக்கலாம். ஏன்? நீர் இவ்வளவு அன்பு பாராட்டிக் கொண்டாடிப் புகழும் உம்முடைய மனைவியைத்தான் பாரும். எவ்வளவு கர்வம் உடையவளாயும், அற்ப சந்தோஷியாயும், வீணாசை பிடித்தவளாயுமிருக்கிறாள்! இது கிடக்கட்டும் நண்பரே! சத்தியமாகச் சொல்லும்; நீர் செய்வதையெல்லாம் அவளுக்கு மறையாமல் சொல்லுகிறீரோ? ஏன் ஐயா வீண் பேச்சு! உம்முடைய மூளையிலும் எம்முடைய மூளையிலும் தனித்தனியான உலகங்கள் சஞ்சரிக்கின்றன.

உலகத்தில் யாவும் ஒன்றுக் கொன்று பேதமாகவே இருந்து கொண்டிருக் கின்றன. உம்முடைய கண்ணுக்கு அழகுள்ளவளாகத் தோன்றும் பெண் எம்முடைய கண்களுக்கு அப்படித் தோன்றுகிறதில்லை; உமக்கும் மதுரமாக உள்ள கனவு, எமக்கு வெறுப்பாக இருக்கிறது; இவ்வாழ்க்கைப் பெருங்கடலில் நீரும் நாமும் தனித்தனியான தீவுகளே; இன்னும் உள்ளவர் ஒவ்வொருவரும் நமக்குச் சற்றுச் சமீபத்திலும் தூரத்திலுமுள்ள வெவ்வேறு தீவுகளுக்கு உவமையாகக் கூறுதலே தகுதி'

தாக்கரேயின் நாவல் பகுதியை மாதவையா தமிழில் மொழி பெயர்த்த போது, ஆங்கில நாவல் பாத்திரங்கட்குப் பதிலாகத் தம்முடைய நாவல் பாத்திரங்களின் குறைகளை மொழிந்துள்ளார். மேலும், ஆங்கிலப் பண்பாட்டிற்கு உரிய 'பியானோ' வகுப்பும் 'காப்டனும்' தமிழ்ப் பண்பாட்டிற்கு ஏற்ப, 'தையல் வேலை' என்றும், 'தாசில்தார்' என்றும் மாதவையாவால் மாற்றம் செய்யப்பட்டுள்ளன. மற்றப் பகுதிகள் எல்லாம் நேரடியான மொழிபெயர்ப்பாக உள்ளதை அறியலாம்.

இனி, தாக்கரேயுடைய 'பென்டென்னிஸ் சரித்திரம்' நாவலின் மற்றொரு பகுதி, மாதவையாவின் 'ப.ச.' முதற் பாகத்தில் மொழி பெயர்க்கப்பட்டுள்ளதைக் காணலாம். தனி மனிதனின் மீட்சி பற்றிக் கூறுகையில் தாக்கரே 'பென்டென்னிஸ் சரித்திரம்' நாவலில் கீழ்வருமாறு எழுதியுள்ளார்[34].

'Ah! What a dangerous journey it is and how the bravest man stumble and the strongest fail. Brother way-farer! may you have a kind arm to support yours on the path, and a friendly hand to succour those who fall beside you! May truth guide, mercy forgive at the end and love accompany always! without that lamp how blind the traveller would be and how black and cheerless the journey.'

இதன் தமிழ் மொழிபெயர்ப்பு 'ப.ச.'. முதற்பாகத்தில் இடம் பெற்றுள்ளது. அது கீழ்வருமாறு[35]

'இவ்வுலக வாழ்க்கை எவ்வளவு அபாயகரமானதாய் இருக்கின்றது; எவ்வளவோ தைரியமுடையவர்களாகவும், பராக்கிரமசாலி களையுங் கூட, மனம் பதறிப் பின்னிடச் செய்யவல்லது. உடன் செல்லும் பிரயாணியே! வழியில் ஓர் அன்புள்ள கை உம்முடைய கையைப் பிடித்துக் கொண்டு, நீர் தடுமாறிவிடாது காக்கட்டும். உம்முடைய பக்கத்தில் விழுபவர்களை நீர் கை தூக்கி இளைப்பாற்றுவீராக! இவ்வாழ்க்கைப் பிரயாணத்தில், உண்மை முன் சென்று வழிகாட்டி, அன்பே எப்பொழுதும்

உமக்குத் துணையாகட்டும்; முடிவில் கருணையால் நீர் மன்னிக்கப்படுவீராக! அன்பெனும் விளக்கின்றேல், நாம், இப்பிரபஞ்ச இருளில் குருடர்களுக்குச் சமானராய் எவ்வளவு வியாகுலத்துடனும் கவலையுடனும் இவ்வுலக வாழ்க்கையாகிய பிரயாணத்திற்கிடந் துழல்வோம்;'

மேலே காட்டியுள்ள பகுதிகள், மாதவையா போற்றிய தனிமனிதக் கொள்கைக்குச் சான்று தருகின்றன. தாக்கரேயின் பெயரைக் குறிப்பிடாமலே மாதவையா அவருடைய நாவல் பகுதிகளைத் தம்முடையவை போலப் படைத்து உள்ளார். ஆனால், இருபதாம் நூற்றாண்டின் முதல் பத்தாண்டுகளில் மாதவையா, ஆங்கிலத்தில் படைத்த 'தில்லை கோவிந்தன்' என்ற நாவலின் இறுதி இயலாக (இருபதாவது இயல்) அமைத்து எழுதிய 'தில்லை கோவிந்தன் கலவை' என்ற கட்டுரைத் தொடரிலும், 'ப.ச.' இரண்டாம் பாகத்திலும் தாக்கரேயின் பெயரைக் குறிப்பிட்டே அவருடைய கருத்துக்களை எழுதியுள்ளார். 'தில்லை கோவிந்தன் கலவை' என்ற கட்டுரைத் தொடரை மாதவையா, 'கிறித்தவக் கல்லூரி இதழில்' (அக்டோபர், 1906) தொடங்கியபோது[36] அடிக்குறிப்பில் கீழ்வருமாறு எழுதியுள்ளார்:

'... என்னைப் பற்றி அவன் (கோவிந்தன்) தவறாக நினைக்க வேண்டாம். ஆனால் நாம் அனைவரும் தனித்தனித் தீவுகள் என்றும், ஒவ்வொருவரின் தலைப்பாகைக்கு உள்ளும் வேறு வேறான உலகம் இருக்கிறது என்றும் தாக்கரே கூறியதை ஞாபகப்படுத்திக் கொள்ளட்டும்.'

இப்பகுதியில், தாக்கரேயைக் குறிப்பிட்டு அவர் கருத்தை மாதவையா எடுத்துரைப்பதைக் காணலாம்.

'ப.ச.' இரண்டாம் பாகத்தின் இரண்டாவது இயலிலும், நாராயணன் என்ற பாத்திரம் பேசுகையில் தாக்கரேயின் பெயரோடு அவர் கருத்தை இணைத்துக் கூறுவதைக் கீழே காணலாம்:[37]

'ஒவ்வொருவர் தலைப்பாகைக்குள்ளும் வேறுவேறான பிரபஞ்சம் சஞ்சரிக்கிறது; சிருஷ்டிப் பெருங்கடலில் நாமெல்லாம் ஒன்றுக் கொன்று சம்பந்தமில்லாத திட்டுக்களுக்குச் சமானம் என்று தாக்கரே புலவர் சொல்லுகின்றதின் பொருள், இன்றுதான் எனக்கு நன்றாகத் தெரிகிறது.'

இதேபோல 'ச.ன்.' (1909) ஆங்கில நாவலில்[38],

'கொள்கைகளை மதிக்காமல் முண்டியடித்துக் கொண்டு செல்பவன் வாழ்க்கையில் வெற்றி கண்டே தீர்வான் என்ற

தாக்கரே சொன்னதைப் பொன்வாக்காகக் கொண்டு ஒழுகத் தொடங்கினார்'

என்று தாக்கரேயின் கருத்தை அவருடைய பெயரோடு மாதவையா வெளியிட்டுள்ளார். எனவே, மாதவையா தம்முடைய இருபத்தாறாவது வயதில் வெளியிட்ட முதல் நாவலான 'ப.ச.' முதற் பாகத்தில் மட்டுமே, தாக்கரே பெயரைக் குறிப்பிடாமல், அவருடைய கருத்துக்களைத் தம்முடையவை போலத் தோற்றம் தருகிற மாதிரி மொழி பெயர்த்துள்ளார். அதன் பிறகு எழுதிய நூல்களில், இத்தவற்றைச் செய்யவில்லை என்பதை அறியலாம்.

5.3.3. ஆண்-பெண் உறவு

தாக்கரேயிக்கும், மாதவையாவுக்கும் உள்ள ஒற்றுமைகளைப் பற்றி எழுதும் போது[39] டாக்டர் க. கைலாசபதி,

'இருவரும் ஆண்-பெண் உறவை மிகத் துணிச்சலாகக் கையாண்டனர்'

என்பார். தொடக்க காலத் தமிழ் நாவலாசிரியர்கள் நடப்பியல் நாவலைப் படைத்தபோது, சமுதாயத்தில் நிலவிய ஆண்-பெண் உறவை வெளிப்படையாகக் கூறத் தயங்கினார்கள். சாதி, மத, குடும்ப ஆசாரங்களால் இறுக்கமுற்றிருந்த சமுதாய வாழ்வில், திருமணம் என்ற அமைப்பிற்கு வெளியே இருந்த ஆண்-பெண் உறவுகளைக் கூறுவது ஒழுக்கக் கேடாகக் கருதப்பட்டது. பரத்தைமை ஒழுக்கத்தையே திருமணத்திற்கு வெளியில் இருந்த ஆண்-பெண் உறவாகப் படைத்தார்கள்.

தமிழில், ஆயிரத்து எண்ணூறு ஆண்டுகட்கு முன் தோன்றி 'சங்க' இலக்கியங்களில் அகப்பாடல்களில் திருமண வாழ்வு என்ற கற்பு வாழ்வுக்கு முன், குடி, பருவம், செல்வம் ஆகியவற்றில் ஒத்த சிறப்புடைய ஆடவரும் பெண்டிரும் மேற்கொண்ட காதல் வாழ்வு என்ற களவு வாழ்வை வாழ்ந்ததாகக் கூறப்பட்டுள்ளது. இது தவிர ஒருதலைக்காதலும் ஒவ்வாக் காமமும் கைக்கிளை பெருந்திணை என்று பெயரிடப்பட்டுத் தாழ்வாகக் கருதப்பட்டன. களவு வாழ்க்கையும் கைக்கிளை, பெருந்திணைக் காதலும் இலக்கிய மரபாகப் பிற்காலத்தில் பேணப்பட்டனவே தவிர நடைமுறை வாழ்க்கையில் பரத்தைமை ஒழுக்கம் உள்ளிட்ட, வேறுவகையான ஆண்-பெண் உறவுகள் போற்றப்பட்டதற்கான சான்றுகள் இல்லை. காவியத் தலைமைப் பாத்திரங்களும், புராணக் கடவுளர்களும் திருமணத்திற்கு முன்பே காதல் புரிவதாகக் காவியங்களும், புராணங்களும் உரைத்தன. பக்தி இலக்கியங்களில், சன்மார்க்க நெறியில் நாயக - நாயகி

பாவத்தில், இறைவனைக் காதலனாகவும், மானிடரைக் காதலியாகவும் வைத்துப் பாடிய பேரின்பப் பாடல்கள் காணப்படுகின்றன. கி.பி. 500-வாக்கில் தோன்றிய இலக்கண நூலான 'தொல்காப்பியத்தில்,' பொருளதிகாரம், கற்பியலில்,

'பொய்யும் வழுவும் தோன்றிய பின்னர்
ஐயர் யாத்தனர் கரணம் என்ப' - (4வது நூற்பா)

என்ற நூற்பா, களவு வாழ்க்கை என்ற திருமண அமைப்புக்கு வெளியிலிருந்த வாழ்வில் பொய்யும், குறைபாடும் தோன்றிய காரணத்தாலே பெரியோர்கள் 'கரணம்' எனப்பட்ட திருமணச் சடங்கு அமைப்பையே சிறந்ததொன்றாக ஏற்படுத்தினர் என்ற பொருளை உணர்த்துகின்றது.

ஐரோப்பிய மரபில் மறுமலர்ச்சிக் காலத்தையடுத்து, சமுதாயத்தில் ஆணும் பெண்ணும் கலந்து பழகுவதற்குக் குறிப்பிட்ட அளவிற்குள் அனுமதியளிக்கப்பட்டது. இதனை ஒழுக்கக் குறைவாகக் கருதவில்லை. பெண்ணைப் பெற்றவர்கள் தங்கள் வீடுகளில் நடன விருந்தளித்துத் தமது பெண்களுக்கு ஏற்ற இளைஞர்களை வரவேற்றனர். தங்கள் பெண்களோடு நடனமாடவும், பேசிப் பழகவும் ஆடவரை ஊக்கப் படுத்தினர். இதனை ஐரோப்பிய நடப்பியல் நாவல்கள் பிரதிபலித்தன. தாக்கரே நாவல்களில், இத்தகைய ஆண்-பெண் உறவுகளைக் காண முடியும். உரிய பருவம் அடைந்தவர்களின் காதல் வாழ்க்கையோடு வயதிலும், அனுபவத்திலும் ஏற்றத்தாழ்வு மிகுந்த ஆணும் பெண்ணும் காதல் உறுவதையும் தாக்கரே படைத்துள்ளார். இது, ஐரோப்பிய நாவல்களில் அரிதாக அன்று படைக்கப்பட்ட உறவாகும். தாக்கரேயின் 'ஹென்றி எஸ்மாண்ட் சரித்திரம்' என்ற நாவலில், ஹென்றி எஸ்மாண்ட் என்ற இளைஞனுக்கும், அவனுக்குத் தாயை ஒத்த வயதுள்ள பீட்ரிக்ஸ் (Beatrix) என்ற அம்மையாருக்கும் இடையில் ஏற்படும் காதல் உறவைக் காணலாம்.

சிறுவனான ஹென்றி, முதன் முதலில் பீட்ரிக்ஸைப் பார்த்த போது அவனுள் ஏற்பட்ட உணர்வுகளைத் தாக்கரே கீழ்வருமாறு வருணித்துள்ளார்:[40]

> *இந்தப் பெண்ணின் ஒவ்வொரு பார்வையிலும் அல்லது அசைவிலும் தேவதையின் மென்மையும், ஒளியும் இருப்பதாகச் சிறுவன் நினைத்தான். அவள் நின்றாலும் அசைந்தாலும் நளினமாக இருந்தது. அவளுடைய குரலில் தொனியும், அவள் கூறிய வெகு அற்பமான சொற்களும் அவனுக்கு இன்பமளித்தன... அவள் பார்வையில் படுதலும், அவள் வாயால் கூறுவதற்கு*

முன்பே அவள் கட்டளையை நிறைவேற்ற ஓடுதலும், அவளைக் காணுதலும் பின் தொடருதலும், வழிபடுதலுமே அவன் வாழ்வின் தொழிலாயிற்று.

மாதவையாவும், தம்முடைய முதல் நாவலான 'ப.ச.' முதற்பாகத்தில் இப்படியொரு இளம்பிள்ளைக் காதலை ஒருதலைக் காதலாகப் படைத்துள்ளார். மரபான பொருள் தரக்கூடிய விதத்தில் இக்காதலை மாதவையா படைத்துள்ளார். வளரிளம் பருவத்தின் தொடக்கத்தில் சிறுவர்க்கு ஒரு பருவமங்கையைப் பார்த்தவுடன் தோன்றக் கூடிய பாலியல் மயக்கத்தையே (infatuation) தாக்கரேயும் படைத்துள்ளார். அதே போல மாதவையாவும் படைத்துள்ளார். 'ப.ச.' நாவலில் வளரிளம் பருவச் சிறுவன் நாராயணன் தன்னிலும் மூத்த இளம் பெண்ணாகிய சாவித்திரியை முதன் முதலில் பார்த்தபோது பரவசம் அடைகிறான். *'ஹென்றி எஸ்மாண்ட் சரித்திரம்'* நாவலில் சிறுவன் எஸ்மாண்ட் தன்னிலும் மூத்த பீட்ரிக்ஸைக் கண்டபோது அடைகின்ற மனநிலையோடு நாராயணின் மனநிலை ஒப்புமை கொண்டதாக விளங்குகிறது. சாவித்திரியைக் கண்டதும், நாராயணன் மனம் அடைந்த மாற்றத்தை மாதவையா[41], கீழ்வருமாறு எழுதியுள்ளார்.

அவள் பேசும் அற்பவார்த்தைகளையுங் கூட ஏதோ பெரும் பொருளடங்கிய மதுரமான திவ்ய ரகசியங்களாக எண்ணினான். அவள் சரீரத்தின் ஒவ்வோர் அசைவும் அவன் கண்களுக்குப் புதிது புதிதான அழகுகளை வெளியிட்டன... அவளை ஸரஸ்வதியும், லக்ஷ்மியுமாகக்கூடி அவதரித்த ஒரு குல தெய்வமாக நினைத்தானேயொழிய, கேவலம், ஒரு சாதாரணப் பெண்ணென்று மதிக்கவில்லை'

மேலும் எஸ்மாண்ட், தனக்குத் தாயில்லாக் குறையைப் பீட்ரிக்ஸ் போக்குபவளாகவும் தன்னை ஒரு பக்தனாகவும், அவளை ஒரு புனிதவதி (Saint) யாகவும் எண்ணி ஆறுதலையடைவதைப் போலவே[42], 'ப.ச.' நாவலில் நாராயணன்

அவள் (சாவித்திரி) தன் சகோதரியாயில்லாமற் போனதைப் பற்றி மிகவும் மனவருத்தப்பட்டான்[43]

குலதெய்வமாகவே போற்றினான். வளரிளம் பருவத்துச் சிறுவனின் மனதில் பெண் பற்றித் தோன்றும் பாலியல் கவர்ச்சியானது, தெய்வம், தாய், சகோதரி என்ற புனித பிம்பங்களாக உருமாறுகின்ற உளவியற் பண்பினைத் தாக்கரே போலவே மாதவையாவும் படைத்துள்ளார்.

வளரிளம் பருவத்து இளைஞர்கள், நாடக நடிகையர், நடன மங்கையர் மீது தீராக் காதலுற்று, மோகத்தின் வேகத்தில் அவர்களுக்குக் கடிதங்கள் எழுதுவதைத் தாக்கரேயும் மாதவையாவும் தங்கள் நாவல்களில் படைத்துள்ளனர். 'பெண்டென்னிஸ் சரித்திரம்' முதற்பாகத்தில், ஆர்தர் பென்டென்னிஸ் என்ற வளரிளம் பருவத்து இளைஞன் நாடக நடிகை ஃபாதரிங்கே (Fotheringay) என்பவளைக் கண்டதும் மோகவயப்பட்டுக் கடிதங்கள் எழுதுவதையும் பைத்தியம் போல் ஆவதையும் தாக்கரே எழுதியுள்ளார். மாதவையா தம்முடைய 'தி.கோ.' நாவலின் ஏதாவது இயலில், 15 வயதான கோவிந்தன், ஒரு திருமணத்திற்கு ஆடிய பதினாறு வயது தாசியின் பாட்டைக் கேட்டு, அவளிடம் மனதைப் பறிகொடுத்துக் கடிதங்கள் எழுதுவதையும் வசிய மந்திரம் ஓதுவதையும் பைத்தியம் போல் ஆவதையும் விவரித்துள்ளார்.

இதுவரை கூறியவற்றால் பாத்திரப் படைப்பில், குறைபாடான பாத்திரங்களைப் படைப்பதிலும், அவர்களைத் தனி மனிதக் கொள்கைப்படி படைப்பதிலும் நுட்பமான ஆண்-பெண் உறவைப் படைப்பதிலும் தாக்கரேவுக்கும் மாதவையாவுக்கும் இடையில் ஒற்றுமை காணப்படுவதை அறியலாம்.

5.4. நாவல் கூறுகள்:

தாக்கரேயும், மாதவையாவும் நடப்பியல் வகை நாவல்களைப் படைத்தவர்கள். அவ்வாறு நடப்பியல் நாவல்களைப் படைத்த போது, அந்நாவல்களில் பயின்று வரும் கூறுகளிற் சில இருவர் நாவல்களிலும் ஒப்புமை கொண்டவையாக உள்ளன. மாதவையா ஆங்கில நாவலாசிரியர்களில் தாக்கரேயைச் சிறப்பான முன்னோடியாகக் கொண்டிருந்ததால் நாவலை அமைப்பதிலும் நாவலிடையில் கருத்துரைகள் வழங்குவதிலும், பாத்திரங்களைப் பற்றி வாசகர்களிடம் விமர்சிப்பதிலும் சொந்த வாழ்க்கை வரலாற்றின் சாயலில் பாத்திரங்களைப் படைப்பதிலும் குழந்தைகளின் பிழை மலிந்த கடிதங்களைப் பயன்படுத்துவதிலும், நாவலை முடிக்கின்ற விதத்திலும் தாக்கரேயுடன் ஒற்றுமைகள் கொண்டவராகக் காட்சியளிக்கிறார். அக்கூறுகளை விளக்கமாகக் காணலாம்.

5.4.1. வாசகரை நேரடியாக விளித்துக் கருத்துரைகள் வழங்கல்

பொதுவாகத் தொடக்ககால நாவலாசிரியர்கள் நாவலின் இடையிடையே கதையை நிறுத்திவிட்டு, வாசகர்களிடம் நேரடியாகப் பேசும் முறை பரவலாகக் காணக்கூடியதே. நாவலாசிரியர்கள் தாம் எடுத்துரைக்கும் காட்சிகளையும் கருத்துக்களையும் வாசகர்கள் நன்கு புரிந்து கொள்ளவே இவ்வாறு குறுக்கீடு செய்தார்கள். தாக்கரேயும்

இவ்வாறு நாவலிடையில் குறுக்கீடுகளைச் செய்தார். அவ்வாறு அவர் செய்த குறுக்கீடுகளுக்குச் சில எடுத்துக்காட்டுக்களைக் காணலாம். *'டம்பச் சந்தை'* நாவலில் கீழ்வரும் குறுக்கீடுகள் சில உள்ளன.

> *'கருணைமிக்க என்னுடைய வாசகர் இச்சரித்திரத்திற்கு 'டம்பச் சந்தை' என்று தலைப்பு கொடுத்துள்ளதைத் தயைகூர்ந்து நினைவுபடுத்துவார். டம்பச்சந்தை என்பது வீணான, கொடிய, மடத்தனமான ஓர் இடமாகும்...'*[44]

> இளைஞர்கள் வெளியே வர எது காரணமாகிறது? திருமணம் புரிய வேண்டும் என்ற உன்னதமான பேராவலைத் தவிர வேறு எது காரணமாக முடியும்... ப்பூ! அவர்கள் தங்கள் பெண்களை மணம் செய்விக்க விரும்புகிறார்கள்'[45]

இனி, தாக்கரேயின் *'பென்டென்னிஸ் சரித்திரம்'* என்ற நாவலில் அவர் செய்த குறுக்கீடுகட்குச் சில எடுத்துக்காட்டுக்களைக் காணலாம்.

> *'ஓ! நட்புள்ள வாசகர்களே, இவ்வுலகிலுள்ள ஒவ்வொரு மனிதனும், தனக்கேயுரிய அந்தரங்கத் துயரங்களையும், அலுவலையும் கொண்டவனாக இருக்கிறான்'*[46]

> *'உடன் பயணம் செய்யும் சகோதரனே! வழியில் கருணைமிக்க ஒரு கரம் உன்னைத் தாங்கிச் செல்லட்டும்...'*[47]

இதே போல *'விர்ஜீனியன்ஸ்'* நாவலில் தாக்கரே செய்த குறுக்கீடுகளில் இரு எடுத்துக்காட்டுக்களைக் கீழே காணலாம்.

> *'ஆ! நட்புள்ள இளம் வாசகனே! இவ்வுலகில் சோதனையால் அலைக்கழிக்கப்பட்டு அலைகிறபோது, உன் மீது அன்பு கொண்டு உனக்காக வழிபாடு செய்கிற ஒன்றிரண்டு தூய உள்ளங்கள் உனக்குக் கிடைக்கட்டும்'*[48]

> *'அச்சிறுவன் அன்றிரவு கண்ட கனவுகன் பற்றி நான் பெருமை கொள்ளவில்லை'*[49]

இதே போல, தாக்கரே படைத்த *'ஹென்றி எஸ்மாண்ட் சரித்திரத்திலும்'* அவருடைய குறுக்கீடு உள்ளது.

> *நம்முடைய பெண்கள், மலபார் மனைவியரைப் போல, புன்முறுவல் செய்துகொண்டே தங்களைத் தாங்களே தியாகம் செய்ய வற்புறுத்தப்படுகின்றார்கள். தங்களுடைய கணவர்கள் உறவினர்கள் ஆகியோரின் கைதட்டல்கள், பாராட்டுக் கூச்சலினிடையே நம் பெண்கள் தங்களுடைய வலியின் அழுகைகளை மூடி மறைத்துக் கொள்கிறார்கள்'*[50]

தாக்கரேயின் 'தி நியூகோம்ஸ்' நாவலில் அவர் குறுக்கிடும் இடங்களில் இரண்டினைக் காணலாம்.

'நண்பனே! நீயும் நானும் நம்முடைய குழந்தைகள் புடைசூழ, நாம் அனைவர்க்கும் தந்தையாகிய இறைவன் முன் மண்டியிட்டு வீழ்ந்து பரிதாபத்திற்குரிய பாவிகள் மீது இரங்குமாறு கேட்போம்...'[51]

'நட்புள்ள வாசகனே! நீரும் ஆசிரியரும் பின்னொரு நாளில் சந்திக்கலாம். அவரும் நம்பிக்கையுடன் இருக்கிறார்... உமக்குக் கருணை மிகு இதயத்தோடு விடை கொடுக்கிறார்'[52]

ஆனால் தாக்கரேயின் குறுக்கீடு காட்சியை விளக்குவதற்காக அன்றி, வேறொன்றை விளக்குவதற்காகவே அமைந்ததாக, அர்னால்ட் கெட்டில் குறிப்பிட்டுள்ளார். தாக்கரே தம்முடைய எழுத்துப் பணியைக் கட்டுரைகள் எழுதுவதில் தொடங்கினார். பின்னர், நாவலைப் படைத்த போது ஒரு பிறவிக் கட்டுரையாளனின் அணுகு முறையில்தான் அணுகிப் படைத்ததாக மேலைநாட்டு விமர்சகர் வால்டர் ஆலன் குறிப்பிட்டுள்ளார்.[53] மேற்கத்திய விமர்சகர் ஒருவரை மேற்கோளிட்டு அவர் தாக்கரே பற்றி எழுதியதை[54] டாக்டர் இரா.தண்டாயுதம் கீழ்வருமாறு தம் நூலில் எழுதியுள்ளார்.

லாபுரூயிர் அல்லது அடிசன் ஆகியோரின் முறையிலே தாக்கரேயின் நாவல்களில் இருந்து ஒன்று அல்லது இரண்டு தொகுப்புக்களாக வெளியிடும் கட்டுரைகளை எடுத்துவிடலாம்.

இம்மேற்கோளிலிருந்து தாக்கரே தம் நாவல்களில் கட்டுரைகளாகக் கருதத்தக்க விதத்தில் கருத்துரைகளை வழங்கவே நாவலில் குறுக்கீடு செய்திருப்பதை அறியலாம். மாதவையாவும் இதே நோக்கத்தில் நாவல்களில் குறுக்கீடு செய்து கருத்துரைகளை வழங்கினார். மாதவையா நாவல் படைத்ததற்குத் தலையாய நோக்கம் அதன் வழியே சமூக சீர்திருத்தக் கருத்துக்களைக் கூறுவதாகவே இருந்தது. கதை நிகழ்ச்சி களை கருத்துக்களின் விளக்கங்களாகவே அமைத்தார். அந்நிகழ்ச்சி களின் வழியாக உணரவேண்டிய சீர்திருத்தக் கருத்துக்களை, மாதவையா நேரடியாக வாசகர்களைப் பார்த்து 'இதைப்படிக்கும் எமது நண்பரே' என்றும் 'ஆயினும் நண்பரே' என்றும் அழைத்து வழங்கி யுள்ளார். இவ்வாறு, சீர்திருத்தக் கருத்துக்களை வழங்கி முடிக்கிற போது 'இவ்விஷயத்தில் தக்க சீர்திருத்தம் உண்டாகும் வரை நம் தேசம் முன்னுக்கு வந்து விளங்குதலரிது, இது நிற்க,' என்று கருத்துரையை முடித்துவிட்டு நாவல் நிகழ்ச்சியைத் தொடங்குவார். மாதவையா தம் நாவல்களில் குறுக்கிடுவதற்கான நோக்கத்தைக் கீழ்வரும் மேற்கோள் புலப்படுத்துகிறது.[55]

'முன்பு ஓர் அதிகாரத்தில் ஆசிரியர் பெருமையைப் புகழ்ந்து எத்தொழிலினும் அவரதே மேம்பட்டதாகக் கூறினோம். ஆனால் நாம் அப்பொழுது வைத்தியன் மகிமையைப் பற்றி நினைக்கவேயில்லை என்று ஒப்புக் கொள்கிறோம்.'

இவ்வாறு குறுக்கிட்டு, மாதவையா வழங்கிய கருத்துரைகள் பல உள்ளன... 'ப.ச.' நாவலில் நல்லாசிரியன் இலக்கணம் (பக். 20-21) மருத்துவரின் சிறப்புக்கள் (பக். 142), பெண் கல்வி (பக். 106-108), இசை (பக். 118-123) ஆகியவை காணப்படுகின்றன. 'விஜய மார்த்தாண்டம்' நாவலில் கற்றோர் காதல் (பக். 121-122), தமிழக இசையின் நிலை (பக். 128-129), அரசாங்கப் பணிபுரியும் இந்தியர் கடமை (பக். 175-176), பெண்ணைப் பற்றிய இந்தியர் நோக்கு (பக். 228-30) ஆகிய கருத்துரைகள் இடம் பெற்றுள்ளன. 'முத்து மீனாட்சி' நாவல் பாத்திரக் கூற்றாக அமைந்தாலும், பாத்திரத்தின் கடிதத்தைப் பயன்படுத்திக் கொண்டு, விதவை மறுமணத்திற்கான சான்றுகளைக் கருத்துரையாக வழங்கி யுள்ளார். (மு.மீ. பக். 72-74, 75-79) இவ்வாறு மாதவையா வழங்கும் கருத்துரைகளைப் பற்றி விமரிசனம் செய்த டாக்டர். க. கைலாசபதி[56]

'மாதவையா பக்கம் பக்கமாக விளக்கவுரைகள் கூறிச் செல்வதைப் படிக்கும் போது தாக்கரேயின் நினைவு வராமற் போகாது'

என்று, தாக்கரேயுடன் மாதவையாவை ஒப்பிடுவதைக் ஈண்டு கருத்தில் கொள்ளலாம்.

5.4.2. பாத்திரங்களைப் பற்றி வாசகரிடம் விமரிசித்தல்

தாக்கரேயும், மாதவையாவும் நாவலின் இடையே புகுந்து, பாத்திரங்களைப் பற்றி, அவர்களின் அந்தரங்க எண்ணங்கள் பற்றி எள்ளலும், கேலியும் அமையுமாறு திறனாய்வு செய்வதில் ஒப்புமை கொண்டவர்களாகக் காணப்படுகின்றனர். வெளியில் பகட்டாகத் தோன்றுவதற்குப் பின்னே புதைந்துள்ள கீழ்மைகளையும் வேடதாரித் தனங்களுக்கு அடியில் மறைந்துள்ள பொய்ம்மைகளையும் வெளிக் கொணருவதற்காகவே தாக்கரேயும் மாதவையாவும் இவ்வுத்தியைக் கையாண்டுள்ளார்கள்.

தாக்கரே தம்முடைய 'டம்பச் சந்தை' நாவலில் கதையின் இடையே குறுக்கிட்டு, பெற்றோர்கள் தங்கள் இளம்பெண் மக்களுக்குப் பாட்டு, நாட்டியம், பியானோ கற்கச் செய்வதற்கும் தங்களுடைய ஆண்டு வருவாயில் ஐந்திலொரு பங்கை விருந்து தருவதில் செலவழிப்பதற்கும் காரணம் என்ன என்ற வினாவை வாசகரிடம் எழுப்புகிறார். வெளிப் பார்வைக்கு இளைஞர்கள் மகிழ்ச்சியாக ஆடிப்பாடுவதைக் கண்டு களிப்பதற்காகச் செலவு செய்வதாகத் தோன்றினாலும் உண்மையில்

தங்கள் மகள்களைப் பொருத்தமான ஆடவர்க்குத் திருமணம் செய்து கொடுக்கும் சுயநல நோக்கத்திற்காகவே ஆகும்.[57] என்று தாக்கரே பெற்றோர்களின் அந்தரங்க நோக்கத்தை அம்பலப்படுத்துகிறார்.

இதே போன்ற உத்தியை மாதவையா, 'ப.ச.' நாவலில் கடைப் பிடித்துள்ளார். சாவித்திரியைக் காணும் வேட்கையை மனதில் மறைத்துக் கொண்டு, அவளுடைய தம்பியிடம் நாராயணன் பேசுகிற போது மாதவையா குறுக்கிட்டு,

'இதைப் படிக்கும் எமது நண்பரே...! இதோ பாரும்! நம் தோழன் நாராயணனை அவன் மனது ஆட்டுவிக்குங் கூத்தைப் பாரும்!' என்று வாசகரிடம், நாராயணின் உள்ளக்கிடக்கையை அம்பலப்படுத்து கிறார். இதே நாவலில், மற்றோரிடத்தில், நாராயணன் தன் நண்பனிடம் பேசுகிறபோது, தன் தந்தை சிறைக்குப் போகும்படியாக ஆன போதுங்கூட தான் பொய் சொல்லவில்லை என்று உரைத்த போதும், கோபாலன் தனக்கு சாந்தி முகூர்த்தத்தில் ஆவல் இல்லை என்று உரைத்தபோதும், மாதவையா குறுக்கிட்டு,

('ஓய் நாராயண மனதே! நீர் பொய் சொல்லா மெய்யர் என்பதும், ஓய் கோபால மனதே! இவ்வளவு சீக்கிரம் ருதுசாந்தி முகூர்த்தம் வைத்ததில் உமக்குப் பிரியமேயில்லையென்பதும் எங்களுக் கெல்லாம் நன்றாகத் தெரியும்; நீங்கள் அதிகமாகப் பெருமை பாராட்ட வேண்டாம்')

என்று பிறைக்கோடிட்டு விமரிசித்துள்ளார்.[58]

தாக்கரே 'பென்டென்னிஸ் சரித்திரத்தில்' தம் நாவல் பாத்திரங் களான திருமதி. பென்டென்னிஸ், மேஜர் பென்டென்னிஸ், ஆர்தர் பென்டென்னிஸ் திரு. ஸ்மிர்க் (Mr. Smirke) ஆகியோரின் அந்தரங்கக் கவலைகளைப் பற்றி வாசகர்களிடம் வெளிப்படுத்துவதைப் போலவே, மாதவையாவும் 'ப.ச.' நாவலில் சாவித்திரி, கோபாலன் சேஷையர், சங்கரன், ஐயாசாமி வாத்தியார், சுந்தரமையர் ஆகிய பாத்திரங்களின் உண்மையான மன நாட்டங்களை அம்பலப்படுத்தியுள்ளார். இவ்வாறு, நாவலின் இடையிடையே நாவலாசிரியர் 'தலையிட்டுப் பாத்திரங்களின் உள்நோக்கங்களை வாசகர்களுக்கு வெளிப்படுத்து வதில் தாக்கரேயும், மாதவையாவும் ஒப்புமை உடையவர்களாக இருக்கிறார்கள்.'

5.4.3. கதையைக் கூறும் விதம்

நாவலின் கதையைக் கூறும் ஆசிரியன் தன் பார்வையிலோ அல்லது பாத்திரம் ஒன்றின் பார்வையிலோ அல்லது பல பாத்திரங் களின் பார்வையிலோ கூறுவது அனைவரும் அறிந்த ஒன்றாகும்.

ஆனால் இதற்கு மாறாகத் தொடக்க கால ஐரோப்பிய நாவலாசிரியர்கள் பாத்திரங்களின் நினைவுக்குறிப்புக்களையும் (Memoirs) நாட்குறிப்புக் களையும் (diaries) ஆசிரியர் ஒருவர் பதிப்புக்கும் முறையில் கதையை எடுத்துரைத்தார்கள். பதினேழாம் நூற்றாண்டில் ஐரோப்பாவில், புதிய நாடுகளைக் கண்டறியும் முயற்சியில் ஈடுபட்டவர்கள் தாம் கண்டவற்றை நினைவுக் குறிப்புக்களாகவோ தன்வாழ்க்கை வரலாறாகவோ எழுதும் வழக்கம் இருந்தது. இந்த முறையைப் பின்பற்றி, ஐரோப்பாவில் பதினெட்டாம் நூற்றாண்டின் முன்பாதிக் காலம் வரையிலும் நாவல்கள் எழுதப்பட்டதாக ஆங்கில விமர்சகர் ஜியார்ஜ் வாட்சன் தம்முடைய 'நாவலின் கதை' (The Story of the Novel) என்ற நூலில் எழுதியுள்ளார்.[59] ஆங்கில நாவலாசிரியர் ரிச்சர்ட்சன் தம்முடைய 'பமீலா' (1740) நாவலைக் கடிதங்களாகவே அமைத் தெழுதினார். அக் கடிதங்களைப் பதிப்பிக்கும் ஒருவனாகவே தம்மைப் பாவித்துக் கொண்டார். பின்னர் டிக்கன்ஸ், தாக்கரே ஆகிய விக்டோரிய கால நாவலாசிரியர்களும், முழுமையும் கடித முறையைப் பின்பற்றாவிடினும் இவர்கள் படைத்த நாவல்களில் கடிதங்கள் குறிப்பிடத்தக்க அளவில் இடம் பெற்றுள்ளன.

தாக்கரே எழுதிய 'பென்டென்னிஸ் சரித்திரம்' என்ற நாவலின் தலைமைப் பாத்திரம் ஆர்தர் பென்டென்னிஸ். தாக்கரே தமது அடுத்த நாவலைப் புதுமையாக அமைத்தார். நியூகோம்ஸ் (Newcomes) என்ற மதிப்புமிக்க குடும்பத்தாரின் நினைவுக் குறிப்புக்களை, ஆர்தர் பென்டென்னிஸ் பதிப்பிப்பதாக அந்நாவலைத் தாக்கரே அமைத்தார். 'The New comes: Memories of a Most Respectable Family, Edited by Arthur Pendennis esq.' என்பதே அந்நாவலின் தலைப்பாகும். இதே சாயலில் மாதவையா தம்முடைய ஆங்கில நாவலான 'தில்லை கோவிந்தனை' அமைத்தார். இதன் தலைப்பிற்கு 'Thillai Govindan, A posthumous autobiography- Edited by Pamba' எனப் பெயரிட்டார்.

மாதவையா படைத்த 'தி.கோ.' நாவலிலும் தாக்கரே படைத்த 'தி நியூகோம்ஸ்' நாவலிலும் தலைமைப் பாத்திரத்தோடு தொடர் புடையவர்கள் அத்தலைமைப் பாத்திரம் விட்டுச் சென்ற நினைவுக் குறிப்புக்களையோ (memories) அல்லது கையெழுத்துப் பிரதிகளையோ, முறைப்படுத்திப் பதிப்பிப்பதாக ஓர் உத்தி கையாளப்பட்டுள்ளது. 'தி நியூகோம்ஸ்' நாவலைப் பதிப்பிக்கும் பென்டென்னிஸ் என்ற நாவல் மாந்தன் தாக்கரேயின் சாயலில் படைக்கப்பட்டவனாவான்[60] 'தி.கோ.' நாவலைப் பதிப்பிக்கும் 'பம்பா' என்ற புனை பெயருள் மறைந்திருப்பவர் மாதவையா ஆவார். இவ்வாறு கதையைக் கூறும்

முறையில் தாக்கரேயுடன் மாதவையா ஒப்புமை கொண்டவராகக் காணப்பட்டுள்ளார்.

எனவே, மாதவையாவின் 'தி.கோ.' நாவல் அவர் பார்வையிலோ அன்றி 'பம்பா' என்ற புனை பெயரைக் கொண்டவரின் பார்வையிலோ படைக்கப்பட்டிருந்தாலும் ஒன்றேதான். 'பம்பா' (PAMBA) என்பது பெருங்குளம் (P) அநந்தநாராயணையர் (A) மகன் மாதவையா (M) பி.ஏ. (B.A.) என்ற விரிவின் முதல் எழுத்துக்களேயாகும். 'தி.கோ.' நாவலின் மையப்பாத்திரமான கோவிந்தன் ஓரளவிற்கு மாதவையாவின் சாயலைப் பெற்றவன். மாதவையா, சென்னையில் கிறித்தவக் கல்லூரியில் மில்லர் பாதிரியாரிடம் கற்றார். இளமைக் காலத்தில் சில காலம் இங்கர்சால், டிரேபர், பிராட்லர், டிண்டல் ஹக்ஸ்லி, ஸ்பென்சர் முதலான மேற்கத்திய நாத்திகவாதிகளைக் கற்று நாத்திகராக இருந்து பின்னர் அன்னிபெசண்ட்டின் 'பிரம்மஞான சங்கத்தில்' உறுப்பினராகி மதப் பொதுமைக் கொள்கையை ஏற்றார். 'தி.கோ.' நாவலில் தில்லை கோவிந்தனும், சென்னைக் கிறித்தவக் கல்லூரியில் மில்லரிடம் கற்கிறான். சிலகாலம் நாத்திகனாக வாழ்கிறான். பின்னர் பல்வேறு மத நூல்களையும் கற்று மதப்பொதுமைக் கொள்கையை ஏற்கிறான். எனவே, தாக்கரே தம் சாயலில் படைத்த பாத்திரத்தைக் கொண்டே மற்றொரு நாவலைப் பதிப்பிப்பதாக நாவலை அமைத்தது போலவே, மாதவையாவும் தம் சாயலிற் படைத்த பாத்திரத்தைக் கொண்டே மற்றொரு நாவலைப் பதிப்பிப்பதாக எழுதாவிடினும், தாமே ஒரு புனைபெயருள் மறைந்து கொண்டு, தம் சாயலிலே ஒரு நாவலைப் (தி.கோ.) பதிப்பித்துள்ளார்.

5.4.4. குழந்தையின் பிழைமலிந்த கடிதத்தைப் பயன்படுத்தும் விதம்

ஏற்கெனவே கூறியபடி, தொடக்க கால ஆங்கில நாவலாசிரியர்கள், கடிதங்கள் வடிவிலோ அல்லது ஏராளமாகக் கடிதங்களைப் பயன் படுத்தியோ நாவல்களைப் படைத்தார்கள். தாக்கரே நாவல்களிலும் பல கடிதங்கள் பயின்று வந்துள்ளன.

மாதவையாவும் நிறைய கடிதங்களைப் பயன்படுத்தியுள்ளார். 'மு.மீ.' நாவலின் உச்சநிலையைக் கடிதங்களைக் கொண்டே உருவாக்கி யுள்ளார்.

குறிப்பாக, அப்போதுதான் மொழியைக் கற்கத் தொடங்கிய குழந்தைகள் தந்தையர்க்கு எழுதும் பிழையான கடிதங்கள் அதே வடிவில் நாவலில் பயன்படுத்திய விதத்தில் தாக்கரேயும், மாதவையாவும் ஒன்றுபடுகிறார்கள். தாக்கரே, தம்முடைய 'நியூ கோம்ஸ்'

நாவலில் கிளைவ் நியூகோம் (Clive Newcome) என்னும் சிறு வயதுப் பாலகன், தன் தந்தைக்குப் பிழைபட எழுதிய கடிதத்தை அப்படியே தந்துள்ளார். அது பின்வருமாறு[61]

> 'Dearest papa i am very well
> i hope you are very well.
> Mr. Sneed brought me an a
> post-chaise i like Mr. Sneed
> very much. I like Aunt Martha
> i like Hannah. There are no
> Ships here i am your
> affectionate son, Clive Newcome'

நடப்பியல் நாவலை அமைப்பதற்காக ஒரு குழந்தையை உள்ளபடியே வாசகர்கட்கு முன்வைப்பதற்காகத் தாக்கரே அதன் தவறுகள் மலிந்த கடிதத்தைப் பயன்படுத்தி உள்ளார். மாதவையாவும் இம்முறையைப் பயன்படுத்தி 'ப.ச.', 'மு.மீ.' ஆகிய நாவல்களில் குழந்தைகள் எழுதும் பிழையான கடிதங்களைப் பயன்படுத்தியுள்ளார். 'ப.ச.' நாவலில் சிறுமி பத்மாவதி எழுதப் படிக்கத் தொடங்கியபோது, தன் அத்தான் நாராயணனுக்கு எழுதிய கடிதம் கீழ்வருமாறு அமைந்துள்ளது:

> *'யெந்நோட அத்தான், நாணு உக்கு வந்னம் ஷ்காறம் பன்நறேன் இங்கே, நான் சவிக்கமாயிருக் கென்னீயும் அத்தயும் சவிக்க மாயிருக்கௌா... ...யிப்படிக்கு ஒன் அமந்கா பத்மாவதி' (ப.ச., பக். 36-37)*

'மு.மீ.' நாவலில் அப்போதுதான் எழுதப் படிக்கத் தொடங்கி சிறுமி மீனாட்சி தன் தந்தைக்கு எழுதிய கடிதம் கீழ்வருமாறு:

> *'யெந்நோ டஅப் பாவுக்குசே வுக்குறேன் னாங்களெல்லாரும் சௌக்கியமாய் எருக்கரும்... விசேஷமிலை யிப்படிக்கு உம்முடைய குழந்தை முத்து மீனாட்சி' (மு.மீ., பக். 24-25)*

இவ்வாறு பிழைமலிந்த கடிதங்களைப் பயன்படுத்திய மாதவையா, அக்கடிதங்கள் வரும் இடங்களில் அடிக்குறிப்பிட்டு அவற்றின் சரியான பாடங்களையும் எழுதியுள்ளார். தாக்கரே பிழையான கடிதத்தை அப்படியே தருவதற்கு ஒப்புமையாக மாதவையாவும் குழந்தையின் கடிதத்தைப் பயன்படுத்துவதை டாக்டர். க.கைலாசபதியும் குறிப்பிட்டுள்ளார். ஆனால், 'ப.ச.' நாவலில் சிறுமி பத்மாவதியின் கடிதத்திற்கு ஒப்புமையாக, தாக்கரேயின் 'டம்பச் சந்தை' நாவலில் இளம் பெண் ரெபெக்கா (Rebecca) தன் கணவனுக்கு எழுதிய கடிதத்தை,

டாக்டர் க. கைலாசபதி எடுத்துக்காட்டியுள்ளார்[62]. தாக்கரேயின் 'தி நியூகோம்ஸ்' நாவலில் வரும் கிளைவ் நியூகோம் என்ற சிறுவனின் கடிதமே மிகவும் பொருத்தமான எடுத்துக்காட்டாகும். டாக்டர் ககைலாசபதி 'டம்பச்சந்தை' என்ற நாவலை மட்டுமே ஒப்பீட்டாய்வுக்குப் பயன்படுத்தி மாதவையாவின் நாவல்களைப் பாதித்த தாக்கரேயின் ஏனைய நாவல்களான ' 'பென்டென்னிஸ் சரித்திரம்' 'தி நியூகோம்ஸ்', 'ஹென்றி எஸ்மண்ட் சரித்திரம்' ஆகிய நாவல்களை விட்டிருப்பது புலப்படும்.

5.4.5. நாவலை முடிக்கின்ற முறை

தாக்கரேயும் மாதவையாவும் தங்கள் நாவல்களை முடிக்கின்ற விதத்திலும் கூட ஒற்றுமை காணப்படுகின்றது. வாசகர்களை விளித்து நாடகம் முடிந்துவிட்டது என்றும், பாத்திரங்கள் எவ்வாறு ஆயினர் என்றும் இருவருமே நாவல்களை முடித்துள்ளார். 'டம்பச்சந்தை' நாவலைத் தாக்கரே முடிக்கின்றபோது,

'இவ்வுலகிலே சந்தோஷமாயிருப்பவர் யார்?
தனது ஆசைகள் நிறைவேறப் பெற்றவர்
யார்? பெறினும் திருப்தியடைபவர் யார்?
வாருங்கள் குழந்தைகளே! சூத்திரப் பாவை
களையும் ஆடலரங்குகளையும் மூடிடுவோம்.
எமது நாடகம் முடிந்துவிட்டது'[63]

(மொழிபெயர்ப்பு டாக்டர் க. கைலாசபதி உடையது.)

என்று வாசகரை விளித்து, நாடகம் முடிந்து விட்டதாகக் கூறியுள்ளார். இவ்வாறு வாழ்க்கையை இறைவன் நடத்திக் காட்டுகின்ற நாடகமாக மாதவையாவும் நோக்கியுள்ளதை 'வி.மா.' நாவலின் இடையிலும் 'ச.ன்.' நாவலின் இறுதிப் பகுதியிலும் காணலாம். 'வி.மா' நாவலின் இடையில்[64]

'உற்றுப் பார்த்தால், உலகமெல்லாம்
எவ்விதம் நோக்கினும் ஒரு பெரிய
நாடகமே; அதிகப் பொய்ம்மையின்றி
நமது பாகத்தை யாடிக் கழிக்க
ஆநந்த நடேசர் அருள் புரிவாராக'

என்று மாதவையா கூறுவதில், தாக்கரேயின் கருத்து பிரதிபலிக்கக் காணலாம். 'ச.ன்.' நாவலில், நாவல் முடிவதற்குச் சற்றுமுன் அதாவது 'திரைச்சீலை விழுகிறது' என என்ற இறுதி இயலின் தொடக்கத்தில்[65]

'எவ்விடத்தில் திரைச்சேலையைத் தூக்கி
னோமோ அவ்விடத்திலேயே இப்போதைக்கு
அதனை இறக்குவோம்...'

என்று இடம் பெறும் பகுதி தாக்கரேயை நினைவூட்டும் பகுதியாகும். மேலும் தாக்கரே நாவல் இறுதி இயலில், பாத்திரங்களின் அன்றைய நிலைமைகளைத் தொகுத்துக் கூறும் கொள்கையை உடையவர் என்று டாக்டர் க. கைலாசபதி கூறுவார்.⁶⁶

மாதவையாவும் 'ப.ச.' இரண்டாம் பாகத்தோடு முடிக்க நினைத்து நாராயணன், பத்மாவதி, கோபாலன், சங்கரன், சாவித்திரி முதலான பாத்திரங்கள் எத்தகு நிலைமைகளை எய்தினார்கள் என்று தொகுத் துரைத்துள்ளார். 'வி.மா.' நாவலின் பின்னுரையிலும், விஜய மார்த்தாண்டரும் அவர் மனைவி சிவகாமியும் வடநாடு சென்று ஒரு ஆண் குழந்தை பெற்று நிறைவுடன் வாழ்வதாகத் தொகுத்துரைத்து உள்ளார்.

இவ்வியலில் தாக்கரேயிக்கும் மாதவையாவுக்கும் காலச்சூழல் சமூக நோக்கு, பாத்திரப் படைப்பு, நாவல் கூறுகள் ஆகியவற்றில் ஏறத்தாழ ஒத்த பண்புகள் இருக்கின்றன என்பது விரித்துரைக்கப் பட்டுள்ளது. தாக்கரே, மாதவையாவின் இளமைக் காலத்தில், அவர் சிந்தனை மீது மிகுந்த தாக்கத்தை ஏற்படுத்தியுள்ளார் என்பதற்கு 'ப.ச.' முதற்பாகம் சான்றாகிறது. ஆயினும் 1898ஆம் ஆண்டிற்குப் பின்னர் மாதவையா தம்முடைய தனித்தன்மைகளைத் தம்முடைய நோக்கில் வளர்த்தெடுத்தார். இவ்வியலை தாக்கரேயிடம் மாதவையா கொண்ட ஈடுபாடு பற்றி டாக்டர் க. கைலாசபதி கூறியதோடு முடிக்கலாம்:

'நோக்கிலும் போக்கிலும் தன்னோடு ஏறத்தாழ ஒத்த கருத்தும் கண்ணோட்டமுங்கொண்ட ஆங்கில ஆசிரியனின் கலை நுணுக்கங் களையும் உத்திகளையும் கருத்தூன்றிக் கவனித்தார். அவை அவரது கலையழகில் மேலும் மெருகூட்டின.⁶⁷'

குறிப்புகள்

1. பெநா. அப்புசாமி, 'நாவலாசிரியர் அ. மாதவையா' (சென்னை, 'கலைமகள்', மார்ச், 1979) பக். 192
2. மே இதழ் - பக். 192
3. M.Krishnan - 'Madhaviah - A verified Factual Record' (unpublished record, March, 1990)
4. Abraham Hayward, *Thackeray's Writings*, (Ed) Geoffrey Tillotson and Donald Hawes, - "*Thackeray - The Critical Heritage*" (London, Routledge & Kegan, 1968) pp.36-37.
5. Georffrey Tillotson and Donald Hawes (Editors) "*Thackeray The Critical Heritage*" (London, Routledge&Kegan Paul 1968) P XV.

6. Georffrey Tillotson, *"Thackeray, The Novelist,* (Methuen & Co. Ltd. Strand, We-2 1963, pp. 67-68.
7. Alexander Welsh (Editor) *Thackeray - A Collection of Critical Essays* (New Jercy, Prentice - Hall Inc, 1968) pp. 65-66, 163.
8. Walter Allen *The English Novel - A short Critical History* (London, Phoenix House Ltd., Reprint, 1960) p. 57
9. Walter Allen, *'The English Novel - A short Critical History'*
10. Ibid. p. 59
11. Arnold Kettle *An Introduction to the English Novel - Vol. I* (London, Hutchinson University Library, Reprint, 1974) p.6
    'In the conception of the plot and in the delineation of most of the characters, *PadmavatiCharitram* shows the influence of Thackeray.'
12. V.G. SurianarayanaSastri B.A., *PaclmavathiCharitram A New Tamil Novel* (The Madras Christian College Magazine, May 1898)
13. 'It is the most life like picture of modern Indian life, that it has been our fortune to meet... Repeatedly recalls Thackeray to one's mind." - quoted from the appendix found in the English Version of *'Muthu Meenatchi'.* R.Ragviah (Ed) (Cheyyur, 1915)'
14. டாக்டர். இரா. தண்டாயுதம், *(தமிழில்)* டாக்டர் க. வேங்கடராமன், *சமூகநாவல்கள் (தமிழ்ப் புத்தகாலயம்,* சென்னை, *1979) பக். 79-80.*
    G. John Samuel *Collected papers on Tamil Literature* (Mani Pattippakam, Madras, 1979) p. 107
    க.நா. சுப்பிரமணியன், *நாவல்கலை (கலைஞன் பதிப்பகம்,* சென்னை, *1985)* பக். 75.
15. டாக்டர் க. கைலாசபதி, *தமிழ்நாவல் இலக்கியம்* (NCBH சென்னை, இரண்டாம் பதிப்பு, *1977) பக். 187*
16. Maurice J.Quinlan, *Victorian Prelude: A History of English Manners* 1700 - 1830' (Frankcass and company Ltd London, Reprint 1967) p. 105
17. 'The Old order changethYeilding Place to new' - Tennyson
18. Water Allen, *"The English Novel"* P-139
19. Ibid. P. 167
20. Ibid. p.169
21. Arnold Kettle, *'An Introduction.. Vol. I'* p. 158
22. Geoffrey *Tillotson, Thackeray the Novelist'* - P.266

23. W.M. Thackeray, *History of Pendennis - His fortunes and Misfortunes*. Vol. II, (J.M. Dent & Sons Ltd., London, reprint P. 171

    'Can you pointout ten spotlessmen of your acquaintance

24. அ. மாதவையா, *பத்மாவதி சரித்திரம்* (வானவில் பிரசுரம், சென்னை, 1978) பக். 69

    'Heaven chastens those whom it loves best being pleased, by repeated trials, to make these pure spirits more pure.'

25. W.M. Thackeray, "History of Pendennis - Vol. II W-1959. p. 123.

26. அ. மாதவையா, "தில்லை கோவிந்தன்," 1944. 3வது இயல்.

27. W.M. Thackeray, 'The Newcomes vo,l (J.M. Dent & Sons Ltd. London, 1952) p. xii 'But now the days are so full of false sentiments that as Thackeray said one cannot draw a man as he should be' - Tennyson.

28. வேதநாயகம் பிள்ளை (பதிப்பு) வே.ஞா.ச. இருதயநாதன் பிள்ளை, *பிரதாப முதலியார் சரித்திரம்*, (சென்னை, 1979) பக்.

29. Alexander Welsh (Ed) *Thackeray A collection* p.49

30. க.நா. சுப்பிரமணியம், *முதல் ஐந்து தமிழ் நாவல்கள்* (அமுதநிலையம், சென்னை, 1957) பக். 56

31. அ. மாதவையா, தில்லை கோவிந்தன் 3வது இயல்.

32. W.M. Thackeray, *History of Pendennis* Vol. I

33. அ. மாதவையா, *பத்மாவதி சரித்திரம்*, பக். 106-108

34. W.M. Thackeray *History of Pendennis* vol. I pp. 165-166

35. அ. மாதவையா, *பத்மாவதி சரித்திரம்*, பக். 108.

36. A.Madhaviah, "Thillai Govindan's Miscellany", (The Madras Christian College Magazine Madras, October 1906) p.191 foot notes.

    '...let him not think harsh of me but rather remember how Thackeray spoke of us all as so many isolated islands, with each separate world within his hat.'

37. அ. மாதவையா, *பத்மாவதி சரித்திரம்*, பக். 162

    '...he had in a way, realised the truths of Thackeray's saying that a pushing and unscrupulous man will often meet with success in life.'

38. A.Madhaviah, *Satyananda*, (Mysore Review, Bangalore 1909) p.23

39. டாக்டர் க. கைலாசபதி, *தமிழ் நாவல் இலக்கியம்*, பக். 189

    'There seemed as the every thought in every look or gesture of this fair creature an angelical softness and bright pity in motion or repose she seemed gracious, alike, the tone of her voice, though she uttered words ever so trivial, gave him a pleasure that amounted almost to anguish... To catch her glance to devine the errand and run on it before she had spoken it, to watch, follow, adore her became the business of his life.'

40. W.M. Thackeray, 'The History of Henry Esmond,' 1959, p.58
41. அ. மாதவையா, பத்மாவதி சரித்திரம், பக். 50
42. W.M. Thackeray, 'The History of Henry Esmond', p. 127
43. அ. மாதவையா, ப.ச. - பக். 50

'By my kind reader will please to remember that this history has 'Vanity Fair' for a title, and that Vanity Fair is a very vain wicked foolish place... the Laughter was made.'

44. W.M. Thackeray, 'Vanity Fair' (London J.M. Dent & Sons Ltd., Last Print 1959) pp. 75-76 'What causts young people to 'come out', but the noble ambition of matrimony?... Psha! they want to marry their daughters....'
45. Ibid. p.22

Thus, 0 friendly readers we see how every man in the world has his own private griefs and business...

a little more or less near to us

46. W.M. Thackeray, 'History of Pendennis' (London J.M. Dent & Sons Ltd., Last Print 1959) pp. 106-8
47. Ibid... pp. 165-166 'Ah! What a dangerous journey it is... Brother way-farer! may you have a kind arm to support yours on the path... how black and cheerless the journey.'
48. 'Ah, friendly young reader, wandering on the world and struggling with temptation, may you also have one or two pure hearts to love and pray for you.'

W.M. Thackeray, 'The Virginians' (London J.M. Dent & Sons Ltd., Lastprint 1951) p. 273

49. 'I envy hot that boy's dreams that night' p. 170
    Ibid.
50. '...and our women like the Malabar wives are forced to go smiling and pointed the sacrifice themselves with their husbands, their relations being the most lager to push them on to their duty and under their shouts and applauses to smother and hush their cries of pain.'

W.M. Thackeray, 'History of Henry Esmond' (London J.M. Dent & Sons Ltd., Last Print 1959) p. 103

51. 'As you and I friend, kneel with our children round about us, prostrate before the Father of us all, and asking mercy for miserable sinner...'

    W.M. Thackeray, 'The Newcomes' vol. 2 (London J.M. Dent & Sons Ltd., Last print 1952) p. 188.

52. 'Friendly reader may you and the author meet there some future day! He hope so, as he yet keeps a lingering hold of your hand, and bids you farewell, with a kind heart'

    Ibid... p. 423

53. Walter Allen, 'The English Novel...' p. 168

54. டாக்டர். இரா. தண்டாயுதம் (தமிழில்) டாக்டர் சு. வேங்கடராமன் "சமூக நாவல்கள்..." பக். 79, 80.

55. அ. மாதவையா, "பத்மாவதி சரித்திரம்", பக். 142

56. டாக்டர் க. கைலாசபதி, தமிழ் நாவல் இலக்கியம், பக். 119

57. W.M. Thackeray, "Vanity Fair" (J.M. Dent & Sons Ltd., London, Last Print 1959) p. 22

58. அ. மாதவையா, "பத்மாவதி சரித்திரம்", பக். 71

59. George Watson, The story of the Novel (Macmillan Press, Ltd., London, 1979) p. 25

60. Water Allen, The English Novel p. 173

61. W.M. Thackeray, The Newcomes Vol. 1, 1952) p. 28

62. டாக்டர் க. கைலாசபதி, தமிழ் நாவல் இலக்கியம், பக். 187-188

63. மே.நூல்... பக். 187

64. அ. மாதவையா விஜய மார்த்தாண்டம், பக். 19

65. A.Madhaviah, Satyananda, p. 430

66. டாக்டர் க. கைலாசபதி, தமிழ் நாவல் இலக்கியம், பக். 108

67. மே.நூ. பக். 187-188

6. மாதவையா: ஒரு மதிப்பீடு

6.01. 19ஆம் நூற்றாண்டின் இறுதிப் பத்தாண்டுகளிலிருந்து 20ஆம் நூற்றாண்டின் முதல் இருபத்தைந்து ஆண்டுகள் வரையிலும் வாழ்ந்து செயல்பட்டவர் மாதவையா. இக்கால கட்டத்தில் அவர் படைத்த நாவல்களைப் பற்றிய ஆழ்நிலை ஆய்வு முந்தைய இயல்களில் மேற்கொள்ளப்பட்டது. அடிப்படையான சமூக - பொருளாதார மாற்றங்கள் நிகழ்ந்த ஒரு காலகட்டத்தில் வாழ்ந்த மாதவையாவின் முழுமையான ஆளுமையை அறிய வேண்டுமாயின் அவரைப்பற்றிய ஒரு மதிப்பீடு இன்றியமையாததாகிறது. மாதவையாவின் படைப்புக் களில் 'ப.ச.', 'மு.மீ.' ஆகிய தமிழ் நாவல்களும், 'ச.ன்.', 'கி.தா.' 'தி.கோ.' ஆகிய தமிழாக்கம் செய்யப்பட்ட ஆங்கில நாவல்களும் தவிர ஏனைய படைப்புக்களெல்லாம் 1924ஆம் ஆண்டில் பதிப்புக்களைப் பெற்றதோடு மறுபதிப்புக்களாக இன்றுவரை வெளிவரவில்லை. 'சென்னைக் கிறித்தவக் கல்லூரி இதழில்', அவர் ஆங்கிலத்தில் எழுதிய கவிதை, கட்டுரை, நாவல் போன்ற படைப்புக்களில் எவையும் தனித்தொகுப்பாக வெளிவரவில்லை. இந்நிலையில், மாதவையாவைத் தமிழ் அறிவுலகம் விரைவில் மறந்துவிடக்கூடிய சூழல் இருப்பதால், அவரைப் பற்றிய ஒரு மதிப்பீடு தேவைப்படுகிறது. இவ்வாறு மதிப்பீடு செய்வதற்கு மாதவையாவின் சொந்த வாழ்க்கை வரலாற்றையும் அடிப்படையாகக் கொள்ளவேண்டும்.

மாதவையாவின் வாழ்க்கை வரலாற்றை விரிவாக எவரும் எழுதவில்லை. 'ப.ச.' முதல் இரு பாகங்களின் ஏழாவது பதிப்பிற்கு மாதவையாவின் புதல்வர் மா. கிருஷ்ணன் எழுதிய முன்னுரையில் மாதவையாவின் சுருக்கமான வாழ்க்கைத் தகவல்கள் காணப்படு கின்றன.

பின்னர் மாதவையாவின் அண்ணன் மகனாகிய பெ.நா. அப்புசாமி, 'கலைமகள்' (மார்ச் 1979) இதழில் 'நாவலாசிரியர் அ. மாதவையா' என்ற தலைப்பில் மாதவையாவின் வாழ்க்கை வரலாற்றை எழுதி யுள்ளார். இக்கட்டுரையின் சுருக்கத்தை, 'ச.ன்.' நாவலின் தமிழாக்கம்

வெளிவந்தபோது அதன் முன்னுரையில் பெ.நா.அப்புசாமி எழுதியுள்ளார். பின்னர் 1990ஆம் ஆண்டில் மா. கிருஷ்ணன் தம் குடும்பத்தினர்க்காகத் தயாரித்த குறிப்பேட்டில் மாதவையா பற்றிய வாழ்க்கை வரலாறு இடம் பெற்றுள்ளது. எனவே, மா. கிருஷ்ணன், பெ.நா.அப்புசாமி ஆகியோர் மாதவையா பற்றி எழுதியவற்றை அடிப்படையாகக் கொண்டு அவரைப்பற்றிய மதிப்பீடு மேற்கொள்ளப் படுகிறது. மாதவையாவின் தனிவாழ்க்கை, பொது வாழ்க்கை, படைப்பு வாழ்க்கை என்ற மூன்று நிலைகளில் வைத்து மாதவையா ஈண்டு மதிப்பிடப்பட்டுள்ளார்.

6.1. தனி வாழ்க்கை

மாதவையாவின் தனி வாழ்க்கை என்று இங்குக் கருதப்படுவது, அவருடைய குடும்ப வாழ்க்கையும், தனிமனித வாழ்க்கையும் ஆகும். சமூகவியலாளர், மானிட சமுதாயத்தில் மனிதர்கள் தங்களுக்குள் அமைத்துக்கொள்ளும் குழுக்களை, முதன்மைக் கணம் (Primary Group), இரண்டாம் நிலைக் கணம் (Secondary Group) என்று இரண்டாக வகைப்படுத்துவர். பிறப்பின் காரணமாக அமைகிற குருதி உறவுடைய குழுவினை முதன்மைக் கணம் என்றும், தொழில், பயிற்சி, கல்வி, பொழுதுபோக்கு, அரசியல் முதலியவற்றால் செயற்கையாக அமைகிற குருதி உறவில்லாக் குழுக்களை இரண்டாம் நிலைக் கணம் என்றும் வரையறுக்கலாம். இங்குத் தனிவாழ்க்கை எனச் சுட்டப் படுவது குருதி உறவால் அமைகிற முதன்மைக் கணத்துள் அடங்கும் குடும்ப வாழ்க்கையே ஆகும்.

6.1.1. குடும்ப வாழ்க்கை

குடும்பம் என்ற முதன்மைக் கணத்தில் மாந்தர் பல்வேறு பாத்திரங்களை (role) வகிக்கின்றனர். மாதவையா, குடும்பத்தில், குழந்தை, மாணவன், தந்தை முதலான பாத்திரங்களை வகித்துள்ளார். அவற்றை இனிக் காணலாம்.

குழந்தை

திருநெல்வேலி மாவட்டத்தில், தாமிரபரணி ஆற்றங்கரையிலுள்ள ஸ்ரீவைகுண்டம் தாலுகாவிலுள்ள பெருங்குளம் என்ற கிராமத்தில் பிறந்தவர் மாதவையா, இவருடைய மூதாதையர்கள் தெலுங்கர் களாவர். மாதவையாவுக்கு முன் ஐந்தாவது தலைமுறையைச் சேர்ந்த வரும், மாதவையா குடும்பத்தாரின் முதலாவது மூதாதையுமான அநந்த அவதானி என்பவர், தெலுங்கு நாட்டிலிருந்து இடம் பெயர்ந்து பெருங்குளத்தில் குடியேறினார்.[1] இவருடைய மகனுக்குப் பிறந்த அநந்தாவதானிகளின் ஒரே மகன் யக்ஞநாராயணன் ஆவார்.

இவருக்குப் பிறந்த இரு புதல்வருள் ஒருவரான அநந்தநாராயணையர் என்பாரின் இரண்டாவது மைந்தனாகப் பிறந்தவர்தான் மாதவையா (1872). நீர்வளமும், நிலவளமும் மிக்க பெருங்குளம் கிராமத்தில் மாதவையாவின் பத்தாண்டு காலக் குழந்தைப் பருவம் கழிந்தது. ஏனைய குழந்தைகளோடு அவ்வூரிலிருந்த குளத்தில் நீந்தியும், பாம்புகளுக்குக் கண்ணி வைத்தும், மரங்களில் ஏறியும் விளையாடினார். களிமண்ணால் பொம்மைகள் செய்தார். தரையில் எழுதி விளையாடி னார்[2]. நல்ல செல்வந்தர் குடும்பத்தில் தோன்றிய மாதவையாவின் குழந்தைப் பருவம் மகிழ்ச்சியாகக் கழிந்தது.

மாணவன்

தெலுங்கைத் தாய்மொழியாகக் கொண்ட மாதவையாவின் குடும்பத்தில் முதன்முதலாக ஆங்கிலக்கல்வி கற்கத் தொடங்கியவர், மாதவையாவின் அண்ணன் யக்ஞநாராயணையர் ஆவார். இவரே, உயர்நிலைப் பள்ளியில் சேர்ந்து ஆங்கிலக் கல்வி கற்கத் திருநெல்வேலிக்கு இடம் பெயர்ந்தார். இவரைப்பின்பற்றி மாதவையாவும் திருநெல்வேலி இந்துக் கல்லூரியில் கற்கச் சென்றார். இந்துக் கல்லூரியில் எட்வின் விங்க்லெர் என்ற ஆங்கிலேயரிடம் கல்வி கற்றார். தனியாக, தச்சநல்லூர் இலக்குமணப் போற்றிகள் என்பாரிடம் முறையாகத் தமிழைக் கற்றார். தெலுங்கு மொழியில் சரளமாகப் பேசும் திறன் பெற்றிருந்தார்.[3] தமிழ், தெலுங்கு, ஆங்கிலம் ஆகிய மூன்று மொழி களை மாதவையா அறிந்திருந்தாலும், தமிழிலும், ஆங்கிலத்திலும் தான் பிற்காலத்தில் படைப்புக்களை இயற்றினார். இந்தக் கல்லூரியில் 'மெட்ரிகுலேசன்' (Matriculation) கல்வியில் தேர்ச்சி பெற்ற மாதவையா, தம் தமையனாரைப் பின்பற்றிச் சென்னை நகரில் புகழ்பெற்றிருந்த கிறித்தவக் கல்லூரியில் உயர் கல்வி கற்றார். அக்காலத்தில் கல்வி வட்டாரத்தில் புகழ்பெற்றிருந்த மில்லர் என்ற அறிஞரிடம் கற்கும் பேற்றினை மாதவையா பெற்றார். அன்னாரிடம் கற்று அவர்மீது பெரும் மதிப்புக் கொண்ட மாதவையா, பின்னாளில் தொடர்ந்து அவருடன் கடித உறவு பூண்டிருந்தார். தாம்படைத்த 'தி.கோ.', 'ப.ச.' நாவல்களில் மில்லர் பற்றிப் புகழ்ந்து எழுதி, அவர்மீது தாம் கொண்ட பேரன்பை வெளிப்படுத்தியுள்ளார். பி.ஏ. பட்டத்தேர்வில் முதல் மாணவராகத் தேர்ந்த மாதவையா 'கம்பராமாயணம்' நூலைப் பரிசாகப் பெற்றார். பி.ஏ. முடித்து ஓராண்டு கழித்து அரசினர் நடத்தும் போட்டித் தேர்வில் முதல்வராகத் தேர்ந்து அரசாங்கத்தின் உப்பு, சுங்கத் துறையில் வேலையில் அமர்ந்தார்.

மாதவையா மாணவப் பருவத்தில் கல்வி கற்பதில் பெரிதும் ஈடுபாடு கொண்டிருந்தார். குறிப்பாக பி.ஏ. படித்தபோது மேற்கத்திய

சிந்தனையாளர் படைத்த நூல்களைக் கற்றுப் புதிய சிந்தனைகளை வளர்த்துக் கொண்டார். மேற்கத்திய தாராளவாதச் சிந்தனைகளையும், நாத்திகக் கருத்துக்களையும் கற்றறிந்தார். கல்லூரி மாணவப் பருவத்தில் சிலகாலம் நாத்திகக் கருத்துக்களில் ஈடுபாடு கொண்டிருந்த மாதவையா, பின்னர் அதிலிருந்து விட்டு விலகி அடையாறு பிரம்மஞான சங்கத்தில் சேர்ந்து மதப் பொதுமைச் சிந்தனையில் ஈடுபாடு கொண்டார்.

ஆங்கிலம் வழியாகப் புதிய மேற்கத்திய சிந்தனைகளைக் கற்றுணர்ந்த மாதவையா, தமிழ் மொழிவழியாக தமிழக மரபான சிந்தனைகளையும் கற்றறிந்தார். அவருடைய சொந்த நூலகத்தில் இடம் பெற்றிருந்த தமிழ் நூல்களின் பட்டியலைக் கொண்டு அவர்தம் தமிழ் ஆர்வத்தினை அறிந்து கொள்ளலாம். திருக்குறள், சிலப்பதிகாரம், மணிமேகலை, கம்பராமாயணம், வில்லிபாரதம், நளவெண்பா, பத்துப் பாட்டு, எட்டுத்தொகை, நாலடியார், ஆழ்வார்கள், நாயன்மார்கள், சித்தர்கள், தாயுமானவர், இராமலிங்க சுவாமிகள், குமரகுருபரர் ஆகியோர் இயற்றிய பாடல்களின் தொகுப்பு, பிரதாப முதலியார் சரித்திரம், பாரதியார் கவிதைகள் ஆனந்தரங்கம் பிள்ளை நாட்குறிப்பு ஆகிய நூல்கள் மாதவையாவின் நூலகத்தில் இடம்பெற்ற தமிழ் நூல்களில் குறிப்பிடத்தக்கவையாகும். தமிழ்ச் செய்யுள் நூல்களைக் கற்றுச் செய்யுள் இயற்றும் திறனையும் பெற்றார். இவ்வாறு மாதவையா தம்முடைய மாணவப் பருவத்தில் ஆங்கிலத்திலும் தமிழிலும் புலமையை வளர்த்துக் கொண்டார். மேற்கத்திய புதுமைக் கருத்துக் களையும், தமிழ் மரபுக் கருத்துக்களையும் தமக்குள் ஒன்றிணைக்க முயன்றார். பிற்காலத்தில் மாதவையா தம்முடைய எழுத்துக்களின் வழியாக வெளிப்படுத்திய சமூக சீர்திருத்தக் கருத்துக்களுக்கான அடிப் படையை அவருடைய மாணவப் பருவக் கல்வி அமைத்துத் தந்தது.

தந்தை

அக்காலத்தில் நிலவிய வழக்கத்தின்படி மாதவையாவுக்குப் பதினைந்து வயது ஆனபோது (1887), பதினோரு வயதான மீனாட்சி (1876-1950) என்ற சிறுமியுடன் குழந்தை மணம் செய்விக்கப்பட்டார். 1892ஆம் ஆண்டிற்குப் பின்னர் மாதவையா அரசாங்கத்தின் உப்பு, அப்காரி (Salt and Abkari Department) துறையில் பணியேற்றதால், அப்பணியின் பொருட்டுச் சென்னை மாகாணத்தின் பல்வேறு பகுதி களில் வாழ நேரிட்டது. அப்பகுதிகளிலெல்லாம் தம் மனைவியுடனே இல்லறம் நடத்தினார். மாதவையாவுக்கு 22 வயதும், அவர் மனைவி மீனாட்சிக்கு 18 வயதும் நடந்த போது, மீனாம்பாள் என்ற முதற் குழந்தைக்குத் தந்தையானார். இக்குழந்தையுடன் சேர்த்து ஐந்து பெண் குழந்தைகளுக்கும் மூன்று ஆண் குழந்தைகளுக்கும் தந்தையானார்.

பெண் கல்வி வேண்டுமென்று மாதவையா எழுதியதைத் தம் குடும்பத்தில் நடைமுறைப்படுத்தினார். எல்லாப் பெண் குழந்தைகளுக்கும் கல்வி அளித்தார். 1903ஆம் ஆண்டில் மாதவையா படைத்த 'மு.மீ.' என்ற தமிழ் நாவலை, 1915ஆம் ஆண்டில் அவருடைய பெண்மக்களுள் ஒருவர் ஆங்கிலத்தில் மொழிபெயர்த்துள்ளார்.

தம்முடைய இரண்டாவது மகள் இலட்சுமியம்மாளை, கடல் கடந்து சென்று லண்டனில் கற்கச் செய்தார். இவர் பின்னாளில் மாதவையா நடத்திய 'பஞ்சாமிர்தம்' இதழில் தொடர்ந்து கட்டுரைகள் எழுதியுள்ளார். பொறுப்பான பல பதவிகளில் அமர்ந்துள்ளார். இவையெல்லாம், மாதவையா தம் சொந்தப் பெண்களைக் கற்பிக்கச் செய்தார் என்பதற்குச் சான்றுகளாகும். தம்முடைய மூன்று ஆண் குழந்தைகளையும் உயர்கல்வி கற்கச் செய்தார். அவருடைய குழந்தைகளில் இன்றும் வாழ்கிறவர்கள் முத்துலட்சுமி (1902) என்பவரும், கிருஷ்ணன் (1912-) என்பவரும் ஆவார்கள்.

மாதவையா கற்றுணர்ந்த புதிய சிந்தனைகளைத் தம் குழந்தைகளுக்கும் புகட்டி வளர்த்தார். வரதட்சிணை வாங்கும் கொடிய வழக்கத்தைக் கண்டித்துச் சிறுகதைகளைப் படைத்த மாதவையா, தம்முடைய ஆண்குழந்தைகட்கு வரதட்சிணை ஏதும் பெற்றதில்லை. தம் குழந்தைகட்கு அவரே மருத்துவராகவும், பொறுமைமிக்க செவிலியாகவும், கதைகள் கூறி மகிழ்ச்சியூட்டுபவராகவும் இருந்துள்ளார்.[4] குடும்பத்தில் தந்தை என்ற பாத்திரத்தைச் சிறப்பாக வகித்தார். அவருடைய ஆண்மக்களில் ஒருவரான அனந்தநாராயணன் என்பவர் சென்னை உயர்நீதிமன்றத்தில் நீதிபதியாகத் திகழ்ந்தார். மற்றொரு புதல்வர் கிருஷ்ணன், ஓவியம், புகைப்படம் ஆகிய கலைகளில் தேர்ந்தவராகவும், வனவிலங்குகள், பறவைகள் பற்றித் தொடர்ந்து இதழ்களில் எழுதுபவராகவும் வாழ்ந்து கொண்டிருக்கிறார். பன்னாட்டு அறிஞர்கள் போற்றும் இயற்கை அறிவியல் அறிஞராகத் திகழ்ந்து கொண்டிருக்கிறார். இதுவரை கூறியவற்றால் மாதவையா தம் குடும்பத்தில் வகித்த பாத்திரங்கள் அனைத்திலும் மிகச் சிறப்பாக வாழ்ந்திருப்பது புலனாகும். பொது வாழ்க்கையில் அவர் ஆற்றிய வற்றை மதிப்பீடு செய்வதற்குமுன், தனிமனிதர் என்ற அளவில் அவருடைய பண்புகளை மதிப்பீடு செய்வது தேவையாகிறது. அவருடைய உறுதியான உள்ளம், கொள்கைப் பற்று, மொழிப்பற்று, நாட்டுப்பற்று, அவருக்கிருந்த தனி ஈடுபாடுகள் ஆகியவற்றைச் சுருங்கக் காணலாம்.

6.1.2. உறுதியான உள்ளம்

மாதவையா, உறுதிவாய்ந்த உடலைப் பெற்றிருந்தது போலவே உறுதியான உள்ளமும் கொண்டிருந்தார். பலராலும் செய்ய இயலாத அல்லது செய்யத் தயங்குகின்ற வீரதீரச் செயல்களைச் செய்வதில் ஆர்வங்கொண்டிருந்தார். கடலில் ஒரு கல் தொலைவிற்கு நீந்தும் போட்டி ஒன்றில் பங்கு பெற்றுப் பதக்கம் பெற்றார். குற்றால நீர் வீழ்ச்சியின் உச்சிப் பகுதியில், பலரும் கடக்க அச்சப்படும் ஓரிடத்தை அஞ்சாமல் கடந்தவர் மாதவையா. பணி செய்யும் காலத்தில், போதைப்பொருள் கடத்தும்குற்றவாளிக்கூட்டம் ஒன்றினை மாறுவேடமணிந்து சென்று பிடித்துத் தம் வீரத்தை வெளிப் படுத்தியவர் மாதவையா. இத்தகைய உள்ள உறுதி வீரதீரச் செயல்கள் புரிவதில் மட்டுமின்றி, எதிர்ப்புக்களுக்குமிடையில் மாதவையா தாம் நம்பிய கொள்கைகளை உறுதியாகப் பற்றி நின்றதிலும் வெளிப் பட்டது. குறிப்பாக, தாம் பிறந்த பிராமணச் சாதியாரிடையே பரவலாக இருந்த கட்டாய விதவைப் பழக்கத்தை, எதிர்ப்புக் களுக்கு இடையிலும் உறுதியாக எதிர்த்தார். பலரும் புரியக்கூடிய உரைநடையால் இயலும் நாவலைப் பயன்படுத்தி விதவையர் துயரத்தை விளக்கி, இத்துயர் தீர அவர்கட்கு மறுமணமே சரியான சமூகத் தீர்வு என்று துணிவுடன் எழுதினார். 'மு.மீ.' என்ற தமிழ் நாவலில் இந்நூற்றாண்டின் தொடக்கத்தில் இளம் விதவையின் மறுமணத்தைக் கருவாகக்கொண்டு எழுதிய போது, 'இந்து' (Hindu) இதழில் இந்நாவலின் பொருளை மறுத்துக் கண்டித்து விமர்சனங்கள் எழுந்தன[5].

ஆயினும் மாதவையா இதற்கு அஞ்சித் தம் கருத்தைக் கைவிட வில்லை. அதே 'இந்து' இதழில் 'குசிகர் குட்டிக்கதைகள்' என்ற வரிசையில் வரதட்சிணைக் கொடுமை, சாதி ஏற்றத்தாழ்வின் அநீதி, விதவையர் துயரம் பற்றிச் சிறுகதைகளை எழுதினார். பின்னர் இக்கதைகளை 'இந்து' கஸ்தூரிரங்கையரே தொகுப்பாகவும் வெளி யிட்டார். இக்கதைகளைத் தமிழ்ப்படுத்திச் 'சுதேசமித்திரன்' என்ற இதழிலும் வெளியிட்டார் மாதவையா. மேலும், 'ச.ன்.' 'கி.தா.' ஆகிய ஆங்கில நாவல்களிலும் இளம் விதவையரின் காதல் மறுமணங் களைக் குறித்து எழுதினார். இதோடு மட்டுமின்றி, ஆண் பெண் உறவுச் சிக்கல்களின் வகைகளை எழுதத் தயங்கிய அக்காலத்தில், மாதவையா, வளரிளம் பருவத்தினரின் பாலியல் கவர்ச்சியையும், இளம் விதவையர் ஆடவரின் பாலியல் வேட்கையால் கருவுறுவதையும், சாதி, மத வரம்புகளை மீறி எழுகின்ற காதலையும் கண்ணிய உணர்வு தோன்றும் விதத்தில் விளக்கியுள்ளார். எனவே மாதவையாவின் வீரம், உடல் சார்ந்ததாக மட்டுமின்றி, கொண்ட கொள்கையைக் கைவிடாமல் பேணிய 'ஆன்மீக' திடத்தை அடியொற்றியதாகவும் இருந்தது.

கொள்கைப்பற்று

ஆன்மீக திடத்தின் பேரில் உறுதியாக கட்டுண்டதாக மாதவை யாவின் கொள்கைப் பற்று அமைந்திருந்தது. மேற்கத்திய சுதந்திரச் சிந்தனைகளைத் தமிழக ஒழுக்கவியல் மரபோடு ஒத்திசைய வைத்துத் தம் கொள்கையை உருவாக்கிக் கொண்டவர் மாதவையா. இவ்வாறு உருவாக்கிக் கொண்ட கொள்கை நடைமுறையில் தமக்கும், சமுதாயத் திற்கும் நன்மை பயக்குமென்று உறுதியாக நம்பினார். எனவே எவற்றைச் சரி என நம்பினாரோ அவற்றைப் பிறர்க்குப் போதித்த தோடு மட்டும் அல்லாமல் தாமும் அவற்றின் படி வாழ்ந்து காட்டினார்; தம் குடும்பத்தையும் சீர்திருத்த நோக்கில் செம்மையுறச் செய்தார். கடல் கடந்து வெளிநாடு செல்லும் பிராமணரைத் தீட்டுப்பட்டவர்களாகப் பழித்துப் பழமைவாதிகள், அவர்களைச் சாதிநீக்கம் செய்த அக்காலத்தில், மாதவையா தாம் உறுதியாக நம்பிய பெண் கல்வியின் பொருட்டுத் தம் மகள் ஒருவரை லண்டனில் தங்கிப் படிக்க வைத்தார். இது, மாதவையாவின் கொள்கைப் பற்றிற்குச் சிறந்த சான்றாகும்.

பிராமணச் சாதியில், ஏனைய சாதியாருடனும், மாட்டுக்கறி தின்னும் ஐரோப்பியருடனும், கலந்து உண்ணக் கூடாது என்ற ஆசாரம் மிகவும் கடுமையாகப் பின்பற்றப்பட்டது. இதனை மீறிய பிராமணர்கள் ஒதுக்கவும் பட்டார்கள். 'ப.ச.' நாவலின் மூன்றாம் பாகத்தில், லண்டனில் உயர்கல்வி கற்றுத் திரும்பிய பிராமண இளைஞர் ஒருவரை, எம்.ஏ. படித்து நவீன வாழ்க்கை நடத்தும் நாராயணையர் உடனமர்ந்து உண்ண அழைத்த போது, பழந்தலை முறையைச் சேர்ந்த பிராமண்ர்கள் கடுமையாக எதிர்த்து உண்ணாமல் செல்வதை மாதவையாவே விளக்கியுள்ளார். மாதவையா இத்தகைய மூடத்தனமான ஆசாரங்களை எதிர்த்த கொள்கையினர். தம்முடைய சொந்த வாழ்வில் தம்மைப் போல் படித்துப் புதிய கொள்கைகளை உணர்ந்தவர்கள் யாராயினும், எச்சாதியினராயினும் அவர்களுடன் சுதந்திரமாகக் கலந்து பழகினார். ஐரோப்பிய ஆடவர், பெண்டிர், படித்துப் பண்பட்ட பிராமணர்கள், மறவர்கள், கிறித்தவ வேளாளர்கள், தமிழறிஞர்கள் ஆகிய அனைவரையும் தம் வீட்டிற்கழைத்து உரையாடி ஒன்றாக உண்டார். மாதவையாவின் ஒவ்வொரு செயலிலும், எழுத்திலும், பேச்சிலும் அவருடைய கொள்கைப் பற்று புலப்பட்டது. அவர் பணியிலிருந்த போது காட்டிய நேர்மை, உண்மை, உழைப்பு, *'தமிழர் நேசன்'* எனும் இதழ் மூலம் கொள்கை களை மக்களிடம் பரவச் செய்வதற்காக வேலையிலிருந்து நீண்ட விடுப்பு எடுத்தமை ஆகியவை அவருடைய கொள்கைப் பற்றினை

உணர்த்துகின்றன. மேலும், ஓய்வு பெறும் காலத்திற்கு மிக முன்பாக தம் 50வது வயதிலே (1922) மாதவையா ஓய்வு பெற்றுக் கொண்டு சென்னையில் தங்கி, சொந்தவீடு, அச்சகம், வெளியீட்டகம் அமைத்துத் தம்முடைய கொள்கைகளைத் தாங்கிய நூல்களை வெளியிட்டார். 'பஞ்சாமிர்தம்' எனும் மாத இதழை நடத்திப் பொருள் இழப்பையும் கருதாது புதிய சிந்தனைகளைப் பரப்ப முயன்றார். கொண்ட கொள்கைமீது உண்மையான பற்று இருந்தாலொழிய மேற்கூறிய செயல்களை ஒருவரால் செய்திருக்க இயலாது.

மொழிப்பற்று

மாதவையாவின் முன்னோர்கள் தெலுங்கர்களாக இருந்தாலும், மாதவையா தமிழையே தாய்மொழியாகப் பேணினார். தமிழின் உரைநடை வளர்ச்சிக்கும், தமிழில் சமூகநடப்பியல் நாவல் தோன்று வதற்கும் மாதவையா, முன்னோடிகளில் குறிப்பிடத்தக்க சிறப்புக் களைக் கொண்ட ஒருவராக இருந்தார். ஆங்கிலத்தில் உயர்கல்வி கற்று, அம்மொழியில் கவிதை, கட்டுரை, சிறுகதை, நாவல், கவிதை நாடகம், கதைப் பாடல் எனப் பலவகையாக மாதவையா படைத்திருந் தாலும், தமிழ்நாட்டு மக்கள் எளிதாகச் சீர்திருத்தக் கருத்துக்களை அறிந்து கொள்வதற்காக அன்னாருடைய தாய் மொழியாகிய தமிழ் மொழியிலே படைப்புக்களை வழங்குவதில் ஆர்வமுற்றார். ஆங்கில மொழியில் மாதவையா எழுதிய 'தி.கோ.' நாவலைத் தாமே 'தமிழர் நேசன்' இதழ்களில் தமிழில் மொழி பெயர்த்தளித்தார். பல ஆங்கிலக் கவிதைகளையும் சேக்ஸ்பியரின் 'ஒதெல்லோ' ('Othello') நாடகத்தையும் தமிழில் தழுவி அமைத்தார். ஆங்கிலத்தில் தாம் படைத்த 'குசிகர் குட்டிக் கதைகளைத்' தாமே தமிழில் மொழிபெயர்த்து வழங்கினார். இலக்குமணப் போற்றிகள் எனும் புலவரிடம் மாதவையா தம் மாணவப் பருவத்தில் முறையாகத் தமிழைக் கற்றதோடு அமையாமல், பின்னாளில் கல்லூரியிலும், பணிபுரிந்த நாளிலும் பல தமிழறிஞர் களோடு கலந்துரையாடியும் பழந்தமிழ்க் காவியங்களையும் நீதி இலக்கியங்களையும், பக்தி இலக்கியங்களையும், தனிப்பாடல்களையும் கற்றறிந்தார். மாதவையா புதுமையை அறிவார்ந்த முறையில் ஆய்ந்து, ஏற்றுக் கொண்டவராகையால், தமிழ் மொழியிலும் புதுமையை உருவாக்குவதில் கருத்தூன்றிச் செயல்பட்டார். மேற்கத்திய இலக்கியங் களிலிருந்த உரைநடை நாவல், சிறுகதைகளையும், நாடகங்களையும் தமிழிலும் கொண்டு வரவேண்டுமென்று முடிவு செய்து அவ்வண்ணமே தமிழின் புத்திலக்கியத்திற்கு முன்னோடியாகக் கருதத்தக்க நாவல் களையும் சிறுகதைகளையும், 'திருமலை சேதுபதி' (1911), 'பாரிஸ்டர் பஞ்சநாதம்' ஆகிய உரைநடை நாடகங்களையும், 'மணிமேகலை துறவு' எனும் செய்யுள் நாடகத்தையும் படைத்தளித்தார். 'பஞ்சாமிர்தம்'

இதழில் 'தாய்மொழி' என்ற தலைப்பில் தமிழ் மொழியை வாழ்த்திப் பாடியுள்ளார்.[6]

மாதவையா காலத்தில், தனித்தமிழ் நடையில் எழுதவேண்டும் என்ற இயக்கம் தோன்றிச் செயல்பட்டது. தமிழ் மீது பற்றுடைய மாதவையா இவ்வியக்கத்தால் தாக்கமுற்றார். வடமொழியும், ஆங்கிலமும் கலவாத தனித்தமிழ் நடையில் எழுதும் ஆர்வத்தால், 'சித்தார்த்தன்' என்ற புத்தரின் வாழ்க்கை வரலாற்று நூலை எழுதினார். ஆயினும், படைப்பிலக்கியத்தின் நடையழகு குன்றாத வகையில் தனித்தமிழைக் கையாள வேண்டும் என்ற கருத்தைக் கொண்டிருந்தார்.

மாதவையா வாழ்ந்த காலத்தில், கல்லூரி மாணவர்க்கான பாடத் திட்டத்தில் ஆங்கில மொழிவழிக் கல்வி கட்டாயமாக்கப்பட்டிருந்தது. தாய்மொழிக்கல்விக்கு அந்நிலை இல்லாதிருந்தது. இதனை எதிர்த்து, அக்கால அறிஞர்கள் குரலிட்டனர். இவருள் மாதவையாவும் ஒருவர். சென்னைப் பல்கலைக்கழக ஆட்சிமன்றத்தில் 1925ஆம் ஆண்டில் ஓர் உறுப்பினராக இருந்த மாதவையா, தாய்மொழிக் கல்வியைக் கட்டாயப்பாடமாக்க வேண்டும் என்று தீவிரமாகப் பேசினார். அவ்வாறு பேசி அமர்ந்ததும் மூளையின் குருதி நாளம் வெடித்துக் குருதி கசிவுற்று இறந்து போனார்.

தமிழ் இலக்கியத்தின் மீது மாதவையா கொண்ட பற்றினை அவர் பங்கு பெற்ற 'தமிழர் நேசன்' இதழ்களிலும், அவரே நடத்திய 'பஞ்சாமிர்தம்' இதழ்களிலும் தெளிவாகக் காணமுடியும். 'தமிழர் நேசன்' இதழ்களில் 'தமிழ்ச் செல்வம்' என்ற பகுதியில் மாதவையா, திருக்குறள், கம்பராமாயணம், கலித்தொகை, மணிமேகலை, சிலப்பதிகாரம், நளவெண்பா போன்ற பழந்தமிழ் இலக்கியங்களிலிருந்து தேர்ந்த செய்யுட்களுக்கு விளக்கவுரைகளை எழுதியுள்ளார். 'பஞ்சாமிர்தம்' இதழ்களில் விளம்பரம் செய்து, அறிஞர் குழு ஒன்றை அமைத்து, திருக்குறளிலிருந்து தேர்ந்த 400 குறள்களைத் தொகுத்து 'குறள் நானூறு' என்ற தொகுப்பை வெளியிட்டார். மேலும் இதே இதழ்களில், 'அமுதகவி' என்ற புனைபெயரில் 'எங்கள் கண்ணன்' (1924), 'உதய ஞாயிறு' (1924), 'பூதேவி திருநாள்' (1924), 'புதிய கடவுள்' (1924), 'தாய்-மக்கள் சம்பாஷணை' (1924) முதலிய தமிழ்க் கவிதைகளைப் படைத்தளித்தார்.

மேலும் மாதவையாவின் 'இந்திய தேசிய கீதங்கள்' (1925) என்ற சிந்துப் பாடல்களின் தொகுப்பில் இரானடே பரிசு பெற்ற 'இந்தியக் கும்மிப் பாடலும்', 1914ஆம் ஆண்டில் வெளியிட்ட 'பொது தர்ம சத்கீத மஞ்சரி'யும் காணப்படுகின்றன. 'புதுமாதிரிக் கல்யாணப் பாட்டு' என்ற பாடல் தொகுப்பையும் 'இந்துதாஸன்' என்ற புனை

பெயரில் மாதவையா வெளியிட்டார். இப்பாடல்கள் எல்லாம், எளிய சந்தப் பாடல்கள் வழியாக மாதவையாவின் சீர்திருத்தக் கருத்துக் களைக் கூறுபவையாக அமைந்துள்ளன.

இதுவரை தொகுத்துரைத்தவற்றின் வழியாக மாதவையா தமிழ் மொழிமீதும், அதன் வழியே தமிழ்மக்கள் மீதும் கொண்டிருந்த பற்றினைப் புரிந்து கொள்ளலாம். இப்பற்றானது மொழி, இனம் ஆகியவற்றால் எழுந்த உணர்ச்சிவசப்பட்ட வெறியாக இல்லாமல், பழஞ்சுவட்டில் மாறாமல் நகர்ந்து கொண்டிருந்த தமிழ்ச் சமுதாயத் தைப் புதுமைக்கு மாற்றுகின்ற ஆழ்ந்த மனித நேயத்தின் பாற்பட்ட தாகவே இருப்பதைக் காணலாம்.

நாட்டுப்பற்று

மாதவையா வாழ்ந்த காலத்தில், நாட்டு விடுதலைக்கான அரசியல் இயக்கம் இந்தியாவெங்கும் முகிழ்க்கத் தொடங்கியிருந்தது. ஆனால் இவ்வியக்கம் மாபெரும் மக்கள் இயக்கமாக மாறியது மாதவையா இறந்த பின்னரே ஆகும். 1920ஆம் ஆண்டுக்குப்பின் மகாத்மா காந்தியடிகளின் தலைமைக்குப் பின்னரே பொதுமக்கள் இயக்கம் வலுப்பெற்றது. மாதவையா, செயல்வடிவிலான அரசியலில் (Practical Politics) கலந்து கொண்டவரில்லை. ஒரு முறை இந்திய தேசிய காங்கிரஸ் மாநாட்டிற்குப் பிரதிநிதியாகச் சென்றதைத் தவிர செயல்வடிவ அரசியலில் மாதவையா ஈடுபட்டதற்கான சான்றுகள் இல்லை. தாம் எந்தவித அரசியல் கட்சியையும் சேர்ந்தவர் அல்லர் என்று அவரே ‘பஞ்சாமிர்தம்’ இதழில் குறிப்பிட்டுள்ளார். இதனால், மாதவையாவுக்கு நாட்டுப் பற்றில்லை என்று கூறவியலாது. செயல் வடிவ அரசியலில் பங்கு கொண்டவர்க்கே நாட்டுப் பற்றுண்டு, ஏனையோர்க்கு இல்லை என்று கூறஇயலாது. அக்கால கட்டத்தில் வாழ்ந்த அறிவு வட்டத்தாருள், பலரும் பல்வேறு நிலைகளில் தத்தம் நாட்டுப்பற்றை வெளிப்படுத்தியுள்ளார்கள். பத்திரிகை எழுத்து வாயிலாக பாரதியார், சுப்பிரமணிய சிவா, ஜி. சுப்பிரமணிய ஐயர் போன்றவர்களும், தேச பொருளாதாரத்தை, அந்நியரின் சுரண்டலுக்கு எதிராகக் கட்டி எழுப்புவதன் வாயிலாக வ.உ. சிதம்பரநாதரும், பழந்தமிழ்ச் சுவடிகளை அச்சில் ஏற்றி அதன் வழியே பழந்தமிழரின் பண்பாட்டுச் சிறப்பை மக்களுக்கு எடுத்துக் காட்டியதன் வாயிலாக உ.வே. சாமிநாத ஐயரும் சி.வை. தாமோதரம் பிள்ளையும், தொழிலாளர் இயக்கத்தைக் கட்டியதன் வாயிலாகத் திரு.வி.க.வும் தத்தம் நாட்டுப் பற்றை வெளிப்படுத்தினார்கள். இதேபோல, இந்துச் சமுதாயத்தை அதன் வழக்கிழந்த பழமையிலிருந்து சீர்திருத்தி மறுமலர்ச்சி பெற்ற சமுதாயமாக ஆக்கிவிட ஆசார தீர்திருத்த அமைப்புக்கள் மூலமாகவும்

படைப்புக்கள் வழியாகவும் பல அறிவாளர்கள் செயல்பட்டார்கள். இச்செயல்பாடானது உண்மையில் நாட்டுப்பற்றின் காரணமாகவே அமைந்திருந்தது. இவ்வழியாக நாட்டுப்பற்றை வெளிப்படுத்தியவர்களில் மாதவையா குறிப்பிடத்தக்கவராவார். செயல்வடிவ அரசியல் வழியாக சமுதாயத்தில் புறவகையான மாற்றங்களே ஏற்படும், அகவயமான மாற்றங்கள் ஏற்படாது; எனவே அரசியல் மாற்றத்திற்கு முன்னே சமுதாயம் மாற்றம் ஏற்படவேண்டும் என்ற கருத்தியல் மீது மாதவையா உறுதியான நம்பிக்கை கொண்டிருந்தார். இதற்காக மாதவையா தம் வாழ்நாள் முழுவதும் படைப்பிலக்கியத்தின் வழியாகச் செயல்பட்டார். அவர் படைத்த எல்லாவித இலக்கிய வகைகளிலும் அவர் பரப்ப விரும்பிய சமூக சீர்திருத்தக் கருத்துக்களைக் காணலாம். நாட்டின் மீது கொண்ட ஆழ்ந்த பற்றுதான் இதற்குக் காரணமாகும்.

ஆங்கில அரசாங்கத்தில் பணிபுரிந்த மாதவையா, அவ் அரசிற்கு அடிமையாக மாறிவிடவில்லை. முறையற்ற விதத்தில் தம்முடைய மேலாளர்கள் நடந்துகொண்டபோது அதற்காகத் தம்முடைய கொள்கையை விட்டுவிடவில்லை. அரசுப் பணியில் இருந்தபோதும், ஓய்வு பெற்ற போதும் மாதவையா தமக்கிருந்த நாட்டுப்பற்றினை வெளிப்படையாகக் கூறத் தயங்கவில்லை. அடிமை நிலையையும் கோழைத்தனத்தையும் அடியோடு வெறுத்தொதுக்கிய மாதவையா சுதந்திரத்தையும், தாய்நாட்டின் மீது கொள்ள வேண்டிய பக்தியையும் பற்றியே 'இந்திய தேசிய கீதங்கள்' என்ற பாடல் தொகுப்பை வெளியிட்டார். இத்தொகுப்பில், மாதவையா 1914ஆம் ஆண்டில் வெளியிட்ட 'பொதுதர்ம சத்கீத மஞ்சரி' என்ற தொகுப்பிலுள்ள நாட்டுப் பற்று குறித்த பாடல்களும் (17), இரானடேதலைப்பரிசு பெற்ற 'இந்தியக் கும்மியும்', 'பஞ்சாமிர்தம்' இதழில் ஆங்கிலப் பாடல்களை அடியொற்றி அமைத்தெழுதிய ஐந்து பாடல்களும், 'தமிழர் நேசன்' இதழில் வந்த ஒரு பாடலும் இடம் பெற்றுள்ளன[7]. இந்நூலை மாதவையா தொகுத்து வெளியிட்டதற்கான நோக்கத்தைப் பின்வருமாறு குறிப்பிட்டார்:[8]

> தேச பக்தியை வளர்க்க வல்லனவாயுமுள்ள முந்திய பிந்திய கீதங்களை மாத்திரம் சேர்த்துப் பதிப்பித்தால், பள்ளிகள் கலாசாலைகளிலும், தமிழ்மக்கள் பலர் கூடும் சபைகள் திருவிழாக்கள் தேசியக் கூட்டங்களிலும், வீடுகளிலும் பாடுதற்கு அதிகம் பயன்படும் என்று கருதி, இந்நூலைத் தொகுத்திருக் கிறேன்.

மேலே காட்டியுள்ள மாதவையாவின் கூற்றின் வழியாக, மாதவையாவுக் கிருந்த நாட்டுப்பற்றின்தன்மையை நன்கறிந்து கொள்ளலாம். 'இந்திய தேசிய கீதங்கள்' தலைப்பில் தொகுக்கப்பட்ட பாடல்கள் பெரும்பாலும், மாதவையாவின் சமூக சீர்திருத்தக் கருத்துக்களையே நேரடியாகச் சொன்ன போதிலும், அவற்றினூடாக அவருடைய இந்திய நாட்டுப் பற்றினை மறைமுகமாகக் காணமுடியும்.

இத்தொகுப்பினிலுள்ள 'இந்தியத் தாய்க்கு முறையீடு' என்ற பாடலில் தாய்நாடு சுதந்திரம் பெறவேண்டும் என்ற அரசியல் சுதந்திரம் பற்றி வெளிப்படப் பேசியுள்ளார் மாதவையா. அப்பாடலில் வரும் பல்லவியும், ஒரு சரணமும் கீழ்வருமாறு[9] அமைந்துள்ளன.

'இந்தியத் தாய்க்கு முறையீடு'
'இராகம் - நாதநாமகிரியை தாளம் - ஆதி
(மெட்டு - 'நினைப்பதெப்போது நெஞ்சே...')
பல்லவி
அடைவதெந் நாளோ - அம்மே!
சுய ராஜ்யத்தை... அடை
சரணங்கள்
...

3 அன்னியர் அடிபணிந் தின்னும் ஒற்றுமை இன்றித் தன்னயம் கருதியே இன்னல்கள் புரிந்தால் - அடைவதெந் நாளோ.?

இந்தியநாடு அன்னியர் ஆட்சியின் கீழ் அடிமைப்பட்டுக் கிடப்பதைக் கண்டு பாரதியாரைப் போலவே மாத்வையாவும் துயருற்றார். மாதவையாவுக்கு 50 வயதானபிறகு, இன்னமும் சுதந்திரம் வாய்க்க வில்லை என்ற நிலை அவரிடம் சுதந்திர தாகத்தை அதிகரித்ததை 'சுதந்திர தாகம்' என்ற பாடல் வழியே கீழ்வருமாறு புலப்படுத்தி யுள்ளார்.[10]

'வாட்டுதே! சுதந்திரநீர் அருந்திடப் பெருந்தாகம்
வாட்டுதே!

சரணம்

அல்லும் பகலும் என்னைக் கொல்லும் கொடுந்தாகம்,
அன்பர் மனைவிமக்கள் அகற்றொண்ணாக் கடுந்தாகம்,
வல்லார் பிறநாட்டாரைக் காணவும் கிளர்தாகம்,
வயதேற ஏற மேலும் மேலும் வளரும் தாகம் - வாட்டுதே'

மேலும், மாதவையா அரசுப்பணி புரிந்த போது, 1914ஆம் ஆண்டில் எழுதிய 'இந்தியச் சிந்து' என்ற பாடலில் இரானடே, கோகலே, நெளரோஜி, போஸ், காந்தி முதலிய இந்திய தேசிய காங்கிரஸ்

அரசியலாளர்களையும், ராம்மோகன்ராய், தாகூர் முதலியவர்களையும் போற்றிப் பாராட்டியுள்ளார்.[11] இதோடு மட்டுமின்றி 1924-25ஆம் ஆண்டுகளில் மாதவையா நடத்திய 'பஞ்சாமிர்தம்' இதழில், 'தாய்-மக்கள் சம்பாஷணை' என்ற பாடலில், இந்திய மக்களைத் தட்டியெழுப்பிய 'வந்தே மாதரம்'[12] என்ற சொற்றொடரைப் பயன்படுத்தியுள்ளார்.

'வந்தே மாதரம்! வந்தே மாதரம்!
என்றுனை வாழ்த்துதுமே – எங்கள்
சுந்தரத் தாயே! உன் சொந்தக் குமரர் யாம்
உன் புகழ் ஏத்துதுமே'

ஆங்கிலேயர் கொண்டுவந்த புதிய கல்விமுறையையும், அதன் வழியே உணர்ந்த புதிய மறுமலர்ச்சிக் கருத்துக்களையும் மாதவையா வரவேற்ற போதிலும், ஆங்கிலேயரின் ஆட்சியை விமரிசிக்கத் தவறவில்லை.

லண்டனில் வெளியிட்ட 'தி.கோ.' என்ற ஆங்கில நாவலின் 16வது இயலில், ஆங்கிலேயன் முதலில் 'பைபிள்' (Bible) கொண்டு வருவான், பின்னர் அதனைத் தொடர்ந்து வாளைக் கொண்ரு வருவான் என்று விமரிசித்துள்ளார்.[13]

1924ஆம் ஆண்டு சித்திரைத் திங்களில் 'பஞ்சாமிர்தம்' இதழைத் தொடங்கியபோது அதன் முக்கிய நோக்கமாகப் பின் வருவதை[14] அறிவித்தார்:

நாடெங்கும் ஆங்கு ஆங்கு முளைத்தெழும் தேசிய உணர்ச்சிப் பயிருக்கு இப்பத்திரிகை மூலமாய் ஊக்க உரமிட்டு, அறிவு நீர் பாய்ச்சி, அவ்வுணர்ச்சியைத் தழைத்தோங்கச்செய்ய முயலுவது என் முக்கிய நோக்கம்

இந்நோக்கத்திற்கிணங்க, 'பத்திராதிபர் குறிப்புக்கள்' என்ற தொடர் பகுதியில் *'இந்திய சுயராஜ்யம்'* (ஆவணி 1924), காங்கிரஸ் பிரச்சாரம் (1924), *'தேசத் தொண்டர் மூவர்'* (ஆவணி, 1924), *'இந்தியன் நேஷனல் காங்கிரஸ் - 39வது கூட்டம் 1924'* (தை, 1924) முதலான தலைப்புக்களில் மாதவையா தம்முடைய அரசியற் கருத்துக்களை விமரிசனங்களாக வெளிப்படுத்தியுள்ளார்.

இதுவரை தொகுத்துரைத்தவற்றின் வழியாக மாதவையா, செயல்முறை அரசியலில் ஈடுபடவில்லை என்றாலும், அரசுப் பணி புரிந்த காலத்திலும் சரி, ஓய்வு பெற்ற பின்னரும் சரி மற்றெவர்க்கும் குறைவில்லாதபடி, தம்முடைய தாய்நாட்டுப் பற்றினை ஒளிவு மறைவு இல்லாமல் வெளிப்படுத்தியுள்ளதைக் காணமுடியும்.

தனி ஈடுபாடுகள்

மாதவையாவுக்கு வீரதீரச் செயல்களைப் புரிவதில் தனி ஈடுபாடிருந்தது. நீச்சலிலும், குதிரை ஏற்றத்திலும் நெடுந்தொலைவுக்கு நடப்பதிலும் மிகுந்த ஈடுபாடு கொண்டிருந்தார். குழந்தைகளிடம் நிரம்ப அன்பு பூண்டிருந்தார். தம்முடைய நாவல்களில் குழந்தைகளின் கடிதங்கள், விளையாட்டுக்கள், உரையாடல்கள் ஆகியவற்றைச் சிறப்பாகக் கையாண்டுள்ளார்.

எப்போதும் நண்பர்கள் புடைசூழ வாழ்ந்தார். விருந்தினர் எப்போதும் அவர் வீட்டிற்கு வருகை தந்து கொண்டிருந்தனர். புகழ் பெற்ற கவிஞர் சரோஜினி நாயுடு, அரசியல் தலைவர் இராஜாஜி, தமிழறிஞர் இரா. இராகவையங்கார், உ.வே. சாமிநாதையர், அறிஞர் வி.எஸ். ஸ்ரீனிவாச சாஸ்திரி ஆகியோர் குறிப்பிடத்தக்க மாதவையாவின் நண்பர்களாவார்கள். சி.வை. தாமோதரம் பிள்ளையின் புதல்வர் ஃபிரான்சிஸ் கிங்ஸ்பரி பாதிரியார் (Rev Francis Kingsbury) மாதவையாவின் நெருங்கிய நண்பராவார். ஐரோப்பியர்களான லார்சன் பாதிரியார் (Rev. Larsen), ஜே.சி. மலோனி (J.C. Maloney), போப்லி (Poply), சாண்டி (Chandy) ஆகியோரும் மாதவையாவின் நண்பர்களாக இருந்தார்கள்.

மாதவையாவுக்கு இசை மீது மிகுந்த ஆர்வம் இருந்தது. அவரே பாட இயலாதெனினும், செவ்வியல் இசையையும் (classical music), நாட்டுப்புற இசையையும் கேட்டு மகிழும் இரசிகராக இருந்தார். அவர் படைத்த நாவல்களில், குறிப்பாக 'வி.மா.' நாவலில் அவருக்குச் சந்தப்பாடல்கள், நாட்டுப்புறப் பாடல்கள் ஆகியவற்றின் மீதிருந்த ஈடுபாட்டைக் காணலாம். பெரும் இசைக் கலைஞர்களுடன் உறவு கொண்டிருந்தார். பூச்சி ஐயங்கார் எனப்படும் இராமநாதபுரம் ஸ்ரீநிவாச ஐயங்கார், சிறந்த வாய்பாட்டு வல்லுநரான சண்முக வடிவு, வீணை தனம்மாள் ஆகியோருடன் நெருங்கிய உறவு பூண்டிருந்தார். ஓவியத்திலும் மிகுந்த ஈடுபாடு கொண்டிருந்தார்.[15] இதுவரை கூறியவற்றிலிருந்து மாதவையா இனிமையான ஆளுமை பெற்ற மனிதராகவும், கலைஞராகவும் இலங்கினார் என்பது புலப்படும்.

6.2. பொது வாழ்க்கை

இனி, மாதவையா, பொதுவாழ்வில் வகுத்த பாத்திரங்களைப் பற்றிக் காணலாம். சமூகவியலாளர் வகைப்படுத்திய இரண்டாம் நிலைக் கணத்திற்குள்ளே பொதுவாழ்வில் வகுக்கும் பாத்திரங்கள் அடங்கும். மாதவையா வகுத்த பொதுவாழ்க்கைப் பாத்திரங்களாக, அரசுப் பணியாளர், பத்திரிகையாளர், பத்திரிகை ஆசிரியர் - வெளியீட்டாளர் என்ற தலைப்புக்களில் காணலாம்.

அரசுப் பணியாளர்: 6.2.1.

மாதவையா, ஆயிரத்து எண்ணூற்றுத் தொண்ணூறுகளில், பி.ஏ. பட்டம் பெற்று, அரசாங்கத்தின் போட்டித் தேர்வில் வென்று, அரசின் உப்பு, சுங்க இலாகாவில் (Salt and Akbury Department) துணை ஆய்வாளராகப் பணியில் அமர்ந்தார். இத்துறையில் உப்பு தயாரித்தல், சுங்கவரி, மதுபான வரி, போதை தடுப்பு முதலானவை அடங்கி யிருந்தன. மிகவும் கண்டிப்பும், நேர்மையும் மிக்கவர்களே இத்துறையில் ஊழல் புரியாமல் கடமையாற்ற இயலும். மேலும், அன்று, சென்னை மாகாணம் பரந்து விரிந்ததாக இருந்தது. இன்றைய தமிழ்நாடு, ஆந்திரப் பிரதேசத்தின் பெரும் பகுதி, ஒரிசாவின் பெரம்பூர், சில்கா பகுதிகள், கேரளாவின் சிறுபகுதி ஆகியவற்றைக் கொண்டதாக இருந்தது. புகைவண்டி வசதியில்லாத தொலைதூர சோதனைச் சாவடிகளில் (outpost) மாதவையா பணியாற்ற வேண்டியிருந்தது. தெற்கில் இராமநாதபுரத்திலிருந்து வடக்கே மார்க்கபூர், மஞ்சினிப்பூடி ஆகிய ஊர்கள் வரையிலும் மாதவையா பணிபுரிந்தார். போக்குவரத்து வசதிகளற்ற பகுதிகளில் மாட்டு வண்டியிலும், குதிரைச் சவாரியிலும் மாதவையா பயணம் புரிய வேண்டியிருந்தது. அவருடைய வலிமை வாய்ந்த உடலும், உள்ள உறுதியும், தீரச்செயல்புரியும் இயல்பும் அவரை இப்பணிக்கு ஏற்றவராக ஆக்கின. இவை அனைத்தையும் விட, கடமையைச் செய்யக் கடும் உழைப்பும், கண்டிப்பும், நேர்மையும் அவரிடம் குறைவின்றி இருந்தன.

மாதவையா, தம்முடைய மேலாளர்களிடம் சலுகை பெறவும், நற்பெயரெடுக்கவும், சிலரைப் போலக் கையூட்டுத் தந்தவர் அல்லர். கையூட்டாக ஓர் எலுமிச்சம் பழத்தைக் கூட அவர் தந்ததுமில்லை, பெற்றதுமில்லை[16]. இதனால் ஒருமுறை தம்முடைய மேலாளர் மாதவையா பற்றிய அந்தரங்கக் குறிப்பேட்டில் பாதகமாக எழுதி வைத்தார். மாதவையா கடமையை நேர்மையோடு செய்துகூட அவருக்குப் பதவி உயர்வு தரப்படவில்லை. அவருக்குக் கீழிருந்த ஒருவர்க்கே பதவி உயர்வு தரப்பட்டது. இது குறித்து மேலாளர்களிடம் மாதவையா முறையிட்டும் பலனில்லாமற் போனது. ஆந்திராவில் உள்ள கஞ்சம் மாவட்டத்தில் மாதவையா பணி புரிந்தபோது, போதைப் பொருள் கடத்தும் கூட்டத்தைத் தெலுங்கு பிராமணரைப் போல மாறுவேடமிட்டுச் சென்று கைது செய்தார். இதன் காரணமாக மாதவையாவுக்குப் பதவி உயர்வு கிடைத்தது.

அடிமைப் படுத்திய ஆங்கிலேய அரசாங்கத்தில் பணிபுரியும் இந்தியர்கள், தங்கள் கடமையைச் சரிவரச் செய்வதன் மூலமாக இந்திய மக்களுக்கு உதவமுடியும் என்று மாதவையா நம்பினார். கற்றுப்

பணிபுரியும் இந்தியர்கள் கல்லாத மக்களுக்காக, அரசாங்கத்தாரோடு மன்றாடிப் பூசலிட்டுப் பல சுதந்திரங்களையும், நன்மைகளையும் பெற்றுத்தர வேண்டும்; அவ்வாறின்றி, அரசாங்கத்தார் மக்களுக்கு அளித்திருக்கும் சில நன்மைகளைக்கூடக் கையூட்டுத் தராததால் மறுக்கின்றவர்களைப் பற்றி மாதவையா தம்முடைய 'வி.மா.' நாவலில் விமரிசித்துள்ளார்.[17]

இவ்வாறு திறமையாகவும், நேர்மையாகவும் மாதவையா கடமையாற்றியதால் துணை ஆட்சியாளர் (Assistant Commissioner) வரை பதவி உயர்வு அடைந்தார். இந்தியர் ஒருவர் உப்பு, சுங்கத் துறையில் அடையக்கூடிய மிக உயர்ந்த பதவியாக இது அக்காலத்தில் இருந்தது. இதுவரை கூறியவற்றால் மாதவையா அரசுப் பணியாளர் என்ற பாத்திரத்தை மிகச் செம்மையாக நிறைவேற்றினார் என்பதை அறியலாம்.

6.2.2. பத்திரிகையாளர்

திங்கள் தோறும் ஊதியம் பெறும் அரசுப் பணி செய்ததோடு வாழ்வைச் சுருக்கிக் கொண்டவர் அல்லர் மாதவையா. தாம் சரி என்று உணர்ந்த சமூக சீர்திருத்தக் கருத்துக்களைத் தமிழ் மக்களுக்கு உணர்த்த வேண்டும் என்ற இலட்சியத்திற்காகப் பாடுபட்டார். இக்கருத்துக்களை எடுத்துரைக்கப் படைப்பிலக்கியங்களை எழுதினார். சீர்திருத்த மாநாடுகளில் பங்கேற்றார். 24-7-1915ஆம் நாளில், ஈரோட்டில் நடைபெற்ற 'ஆசார சீர்திருந்த மகா சங்கத்தில்' தலைமையுரை யாற்றினார். அன்னிபெசண்ட் அம்மையார் தலைமை ஏற்ற 'பிரம்ம ஞான சங்கத்தில்' பலகாலம் உறுப்பினராக இருந்து செயல்பட்டார். தம் காலத்திலிருந்த பத்திரிகைகளில் சீர்திருத்தக் கருத்துக்கள் பற்றி எழுதினார். மிக இளம் வயதிலே, 'விவேக சிந்தாமணி' என்ற தமிழ் இதழில், பி. சுந்தரம் பிள்ளையின் 'மனோன்மணியம்' நாடகம் பற்றி நான்கு பாகங்களாக மதிப்புரை எழுதினார். பின்னர் அவ்விதழிலேயே முற்றுப் பெறாத தம்முடைய முதல் நாவலான 'சாவித்திரி சரித்திரத்தை' சாவித்திரி என்ற பெயரிலேயே எழுதினார். பின்னர் 'சுதேசமித்திரன்' இதழில் தம்முடைய 'குசிகர் குட்டிக் கதைகளைத்' தமிழில் எழுதி வெளியிட்டார்.

தாம் பார்த்து வந்த அரசுப் பணிக்கு நீண்ட விடுப்பு கொடுத்து விட்டுச் சென்னை வந்து தங்கி பெ.நா. அப்புசாமி மற்றும் சில நண்பர்களைக் கொண்டு சென்னையில், 'தமிழர் கல்விச் சங்கத்தை' நிறுவி அதன் வழியே செயல்பட்டார். அச்சங்கத்திற்கென 'தமிழர் நேசன்' என்ற இதழையும் தொடங்கி ஆசிரியராகச் சிலகாலம் பணியாற்றி விட்டு, பெ.நா. அப்புசாமியிடம் அப்பொறுப்பை

ஒப்படைத்தார். 1917ஆம் ஆண்டு முதல் 1924ஆம் ஆண்டு வரை இவ்விதழின் மூலம் மாதவையா சிறந்த படைப்பாளியாகவும், பத்திரிகையாளராகவும் செயல்பட்டார். இவ்விதழ்களில் மாதவையா பல்வேறு பொருள் பற்றிப் பலவித வடிவங்களில் எழுதினார். பழந்தமிழ் இலக்கியங்களுக்கு விளக்கவுரைகள் எழுதினார். ஓரங்க நாடகத்தைப் படைத்தார். 'தமிழ் இலக்கிய அபிவிருத்தி' என்ற திறனாய்வுக் கட்டுரையில், இலக்கியம் பற்றியும், மேற்கத்திய இலக்கியங்களின் பின்னணியில் தற்காலத் தமிழ் இலக்கியத்தில் செய்ய வேண்டிய மாற்றங்களைப் பற்றியும், உரைநடை இலக்கியம் பற்றியும் விரிவாக எழுதினார். 'உலக சரித்திரம்' என்ற தலைப்பில் ஓர் அறிவியல் கட்டுரைத் தொடரையும் எழுதினார். தாம் ஆங்கிலத்தில் எழுதிய 'தி.கோ.' நாவலைத் தமிழில் மொழி பெயர்த்தார். பல ஆங்கிலக் கவிதைகளையும் மொழி பெயர்த்தார்.

ஆங்கில இதழ்களான 'சென்னை கிறித்தவக் கல்லூரி இதழ்' (The Madras Christian College Magazine) 'இந்து' (Hindu) 'சோசியல் ரிபார்மர் அட்வகேட்' (Social Reformer Advocate) ஆகியவற்றில் ஆங்கிலத்தில் மாதவையா எழுதினார். குறிப்பாக 'சென்னை கிறித்தவக் கல்லூரி இதழில்' (செ.கி.க.இ.) பல வடிவங்களில் மாதவையா எழுதினார். 'இந்து', 'சோசியல் ரிபார்மர் அட்வகேட்' ஆகிய ஆங்கில இதழ்களில் 'குசிகர் குட்டிக் கதைகளை' எழுதினார். மேலும், 'இந்து' இதழ்களில், 1923ஆம் ஆண்டு முதல் 1924ஆம் ஆண்டு வரை 'நாரதர்' (Narada) என்ற புனைபெயரில், 'இந்திய வாழ்விலிருந்து கதைகள்' (Stories from Indian Life) என்ற பொதுத்தலைப்பில் பதினான்கு சிறுகதைகளை எழுதினார். இவ்வாறு பத்திரிகைகளில் மிகச்சிறந்த எழுத்தாளராக மாதவையா திகழ்ந்தார்.

6.2.3. பத்திரிகை ஆசிரியர் - வெளியீட்டாளர்

பிறர் நடத்திய பத்திரிகைகளில் எழுதிய மாதவையா, தாமே தம் கொள்கைப்படி வகுத்து அமைக்கின்ற ஒரு பத்திரிகை நடத்த வேண்டும் என்றும், தாம் முன்னர் எழுதியவற்றை நூல்களாக வெளியிட வேண்டும் என்றும், உயர்ந்த மாத வருவாய் தந்த அரசுப் பணியிலிருந்து தாமே ஓய்வு பெற்றுக் கொண்டு சென்னையில் தங்கினார். பத்திரிகை எழுத்தாளராகப் பணிபுரிந்த அனுபவத்தைக் கொண்டு, சொந்த அச்சகம் அமைத்து 'பஞ்சாமிர்தம்' என்ற இதழைத் தொடங்கினார். 'ஆசிரியர் அச்சுப் பிரசுராலயம்' என்ற வெளியீட்டையும் தொடங்கினார்.

1924ஆம் ஆண்டு, சித்திரை மாதம் முதல் திங்கள் இதழாக வெளிவந்த 'பஞ்சாமிர்தம்', 1925ஆம் ஆண்டு, கார்த்திகை மாதம்

வரை, இருபது இதழ்களே வெளிவந்தாலும் மிகத்தரமான இதழாக அமைந்திருந்தது. கற்றோர் பலரும் இதனைப் பாராட்டினார்கள்.

இதழின் அமைப்பு

'பஞ்சாமிர்தம்' என்ற தலைப்பின் கீழ், 'நான் ஒரு மானுடன், நான் மதியாதன மானுட வாழ்வில் இல்லை' என்ற வாசகம் பொறிக்கப் பட்டுள்ளது. பின்னர், இதழ் வெளிவரும் ஆண்டினை 'மாலை என்றும், மாதத்தைக் 'காசு' என்றும் குறிப்பிட்டு, தமிழ் மாதத்தின் பெயரும் ஆங்கில முறையிலான ஆண்டும் குறிக்கப்பட்டுள்ளன. எடுத்துக்காட்டாக, முதல் இதழின் அட்டை கீழ்வருமாறு அமைந் துள்ளது.

பஞ்சாமிர்தம்
(சித்திர சகித மாதப் பத்திரிகை)
நான் ஒரு மானுடன், நான்மதியாதன
மானுட வாழ்வில் இல்லை.
பத்திராதிபர்;
அ. மாதவையர்.
மாலை - 1
காசு- 1; சித்திரை, 1924'

பத்திரிகையின் நோக்கத்தை விளக்கும் முன்னுரையின் தொடக் கத்தில்,

> *'உண்மை, அன்பு, அறிவு, ஒற்றுமை, உழைப்பு என்னும் ஐந்தையும் கலந்ததாகும் இப் பஞ்சாமிர்தம்'*

என்று, பத்திரிகைப் பெயர்க் காரணம் விளக்கப்பட்டுள்ளது.

இதழின் உள்ளடக்கம்

'பஞ்சாமிர்தம்' இதழ்களில் வெளிவந்த உள்ளடக்கமானது, வெறும் பொழுதுபோக்கிற்குரியவையாக இல்லை. ஏனைய சில இதழ்களில் தொடர் கதைகளாக வெளிவந்த துப்பறியும், தழுவல் கதைகளோ, மர்மக் கதைகளோ 'பஞ்சாமிர்தம்' இதழ்களில் வெளி வரவில்லை. ஓரளவிற்குக் கற்றவர்கள் படிப்பதற்குரிய தரத்திலேயே உள்ளடக்கம் அமைந்திருந்தது. 11வது இதழில் (மாலை 1, காசு - 11, மாசி, 1925) 'பஞ்சாமிர்தத்தின்' உள்ளடக்கம் மிகவும் பளுவாக இருப்பதாகவும், இதனை இலகுவாக்கிக் கதைகள் பலவும் வரவேண்டும் என்றும் வாசகர்கள் எழுதிய எண்ணங்களை மாதவையா வெளி யிட்டுள்ளார். ஆயினும் மாதவையா தொடர்ந்து சாதாரண வாசகன் பொறுமையாக அமர்ந்து ஆழ்ந்து கற்க முடியாத ஆழமான கருத்து களையே வெளியிட்டார். இதனால் இதழ் தொடங்கி ஓராண்டின்

முதவில் 8 அணாவாகக் குறைக்க நேரிட்டது. அது மட்டுமின்றிப் புதிய சந்தாக்கள் சேர வேண்டுமென்று வாசகர்களிடம் கோரிக்கை விட்டார். (மாலை 1, காசு 12, பங்குனி, 1925 பக். 1064)

அன்றைய நாட்டின் நடப்புச் செய்திகள் பற்றிய விமர்சனத்தை 'பத்திராதிபர் குறிப்புக்கள்' என்ற தலைப்பில் ஒவ்வொரு இதழிலும் மாதவையா செய்துள்ளார். உலகச் செய்திகளை அறிமுகப்படுத்த 'பல்துறைப் பொறுக்கு மணிகள்' என்ற தலைப்பில் மாதவையா எழுதியுள்ளார். இதழுக்கு இதழ் புதுமை சேர்ப்பதற்காக, 'மாதர் பகுதி', 'பத்திராதிபர் தபால் பெட்டி', 'சிறுவர் பக்கம்' 'விகடப்பா' 'மறச்சுவை' முதலிய பகுதிகளை மாதவையா தொடங்கியுள்ளார். மொழி பெயர்ப்புக்களும், உலகத் தலைவர்கள், நாடுகள் பற்றிய அறிமுகங்களும், 'சீமைக் கடிதங்களும்' உயர்ந்த நோக்குடன் எழுதிய 'ஸாக்ரதீஸ்', கே. விசுவநாதையர் மொழி பெயர்த்த லியோ டால்ஸ்டாயின் 'அரசன் அஸ்ஸர்ஹாதன்' எனும் கதை, கிங்ஸ்பரி பாதிரியார் எழுதிய 'முகமது நபி சரிதம்', மாதவையா எழுதிய 'சுதந்திரத் தொட்டில் - ஒரு சுயேட்சை நாட்டின் வரலாறு', மாதவையாவின் மகள் திருமதி. மா. லட்சுமி அம்மாள், பி.ஏ. ஹானர்ஸ், லண்டனிலிருந்து எழுதிய 'சீமைக் கடிதம்', மாதவையாவின் மூத்த புதல்வர் மா. அனந்த நாராயணன் 'மாடர்ன் ரிவ்யூ' (Modern Review) இதழிலிருந்து சுருக்கமாக மொழி பெயர்த்த 'டாக்கா மஸ்லின்', 'இந்தியாவில் இங்கிலாந்தின் கல்விக் கொள்கை' (England's Educational Policy in India VV. Oak) என்ற நூல் பற்றி மாதவையா எழுதிய நூல் மதிப்புரை ஆகியவை 'பஞ்சாமிர்தம்' இதழ்களில் வெளிவந்தன. இவ்வுள்ளடக்கத் திலிருந்து 'பஞ்சாமிர்தம்' இதழ்களின் தரமான உள்ளடக்கத்தை உணரலாம். வாசகர்களின் கதைபடிக்கும் ஆர்வத்தை நிறைவேற்றும் பொருட்டு மாதவையா தம்முடைய 'ப.ச.' நாவலின் மூன்றாம் பாகத்தை 'பஞ்சாமிர்தம்' இதழ்களில் தொடராக எழுதினார். மேலும் 'நிலவரி ஏலம்', 'ஏணி ஏற்றம்', 'முருகன் ஆரூடம்' போன்ற சிறுகதைகளை எழுதினார். ஆங்கிலேயப் படையை வீரத்துடன் எதிர்த்து நின்ற பலபத்திர சிங்கன் என்ற நேபாள கூர்க்க வீரனின் கதையைச் 'சரித்திரக் கதைகள்' என்ற தலைப்பில் எழுதினார். எஸ். சோமசுந்தர பாரதி, முன்னாள் உயர்நீதிமன்ற நீதிபதி டி.வி. சேஷகிரி ஐயர், சி. இராஜ கோபாலாச்சாரியார் போன்றோரும் 'பஞ்சாமிர்தத்தில்' எழுதினார்கள்.

இதுவரை கூறியவற்றால், மாதவையா ஒரு பத்திரிகை ஆசிரியர் என்ற முறையில் தாம் நடத்திய 'பஞ்சாமிர்தம்' இதழை மிக உயர்ந்த தரத்தில்தான் நடத்தினார் என்பதை அறியலாம். எனவேதான் இவ்விதழுக்கு 400 சந்தாக்களுக்கு மேல் சந்தாக்கள் கிட்டவில்லை.[18]

பத்திரிகை ஆசிரியரான அதே வேளையில் மாதவையா 'ஆசிரியர் அச்சுப் பிரசுராலயம்' அமைத்து வெளியீட்டாளராகவும் ஆனார். குறிப்பாக மாதவையா முன்னர் வெளியிட்ட நூல்கள் சிலவற்றை மறுபதிப்பாகவும், 'தமிழர் நேசன்', 'பஞ்சாமிர்தம்' ஆகிய இதழ்களில் மாதவையா எழுதிய சிலவற்றை நூல்வடிவாகவும் வெளியிட்டார்.

'ப.ச.' இருபாகங்களை ஐந்தாம் பதிப்பாகவும், 'திருமலை சேதுபதி' என்ற நாட்டுப்பற்றுணர்வை ஊட்டும் நாடகத்தை இரண்டாம் பதிப்பாகவும், 'மு.மீ.' நாவலை இரண்டாம் பதிப்பாகவும் வெளியிட்டார். பத்திரிகைகளில் எழுதியவற்றைத் தொகுத்து நூல் வடிவமாக்கினார். 'பாரிஸ்டர் பஞ்சநாதம்', 'பாலவிநோதக் கதைகள்', 'பாலராமாயணம்', 'குசிகர் குட்டிக் கதைகள்', 'தட்சிண வீரர் சரித்திரம்' ஆகியவை இவ்வாறு நூல்வடிவம் கண்டவையாகும். மேலும், 'புதுமாதிரி கல்யாணப்பட்டு', 'இந்திய தேசிய கீதங்கள்' போன்ற பாடல் தொகுதிகளையும் இரண்டாம் பதிப்புக்களாக வெளியிட்டார். முன்னர் வெளிவந்த 'சத்கீத மஞ்சரி'யிலுள்ள சில பாடல்களுடன், போட்டியில் பரிசுபெற்ற 'இந்தியக் கும்மி'யைச் சேர்த்து, 'தமிழர் நேசன்', 'பஞ்சாமிர்தம்' ஆகிய இதழ்களில் வெளிவந்த சில பாடல் களையும் இணைத்துப் புதிய தொகுப்பாக வெளியிட்டார். 'தளவாய் முதலியார்' (Dalavai Mudaliar) என்று ஆங்கிலத்தில் எழுதியதை மாதவையாவே தமிழ்ப்படுத்தி 'தளவாய் முதலியார் குடும்ப வரலாறு' என வெளியிட்டார்.

இன்னமும் நூல்வடிவம் பெறாமல் 'செ.கி.க.இ', 'இந்து', 'தமிழர் நேசன்', 'பஞ்சாமிர்தம்' ஆகிய இதழ்களில் மாதவையாவின் சிறுகதை களும், கவிதைகளும், கட்டுரைகளும், ஏனைய பிற எழுத்துக்களும் உள்ளன. மாதவையா எதிர்பாராத வகையில் காலமானதால் இவை யனைத்தும் மேற்சொன்ன இதழ்களில் தங்கிவிட்டன. காலப்போக்கில் இவை அழிந்துபோய்விடக்கூடிய வாய்ப்பு உள்ளது. இந்நிலையில் மாதவையாவின் 'ப.ச.', 'மு.மீ.' ஆகியவற்றை மறுபதிப்பாக வெளி யிட்ட 'வானவில் பிரசுரத்தார்'க்கும், 'ச.ன்.', 'கி.தா.' ஆகிய ஆங்கில நாவல்களை மொழிபெயர்த்து வெளியிட்ட, 'கிறித்தவ இலக்கியச் சங்கத்தார்'க்கும் தமிழகம் கடமைப்பட்டுள்ளது.

6.3. படைப்பு வாழ்க்கை

படைப்புவாழ்க்கை என்பது பொதுவாழ்க்கைக்குள் அடங்குவ தாயினும், பொது வாழ்க்கையில் மாதவையா பத்திரிகை எழுத்தாளர், பத்திரிகை ஆசிரியர், வெளியீட்டாளர் ஆகிய பாத்திரங்களை ஏற்றுச்

சீர்திருத்தக் கருத்துக்களை வெளிப்படுத்தத் தம்மை ஒரு படைப்பாளராக உருவாக்கிக் கொண்டார். எனவேதான் மாதவையாவின் படைப்பு வாழ்க்கையைத் தனியே விரிவாகக் காணவேண்டிய தேவை எழுகிறது. தமிழ் நாவலின் தொடக்கத்திலேயே தமிழிலும், ஆங்கிலத்திலும் புத்திலக்கியங்களான நாவலையும், சிறுகதையையும், ஓரங்க நாடகத்தையும் படைத்த பெருமை மாதவையா ஒருவருக்கே உரியதாகும். தமிழ் நாவல் இலக்கியத்தின் சிறந்த முன்னோடியாக மாதவையாவைப் பெரும்பாலோர் ஏற்றுக்கொண்டது போல, ஆங்கில-இந்திய நாவலின் தமிழ்நாட்டு முன்னோடியாக மாதவையாவைப் பலரும் காணத் தவறியுள்ளனர். கே.எஸ். வேங்கடரமணியின் காந்திய நாவல்களையே சிலர் ஆங்கில- இந்திய நாவலாகக் கருதியுள்ளனர்.

20வது வயதிலிருந்து, 53வது வயதில் மாதவையா இறக்கும் வரை தொடர்ந்து படைப்பிலக்கியங்களை வழங்கினார். அவருடைய படைப்பு வாழ்க்கையை, படைப்பின் எல்லைகள், படைப்பின் நோக்கம், படைப்புப் பற்றிய அறிவு, பாத்திரப் படைப்பு ஆகிய தலைப்புக்களில் காணலாம்.

6.3.1. படைப்பின் எல்லைகள்

மாதவையாவின் படைப்பின் எல்லைகள் பற்றி ஏற்கனவே 'பொது வாழ்க்கை' என்ற உட்தலைப்பினில் விளக்கி உரைக்கப் பட்டுள்ளது. மாதவையாவின் படைப்புக்கள் செய்யுள் வடிவிலும், உரைநடை வடிவிலும் அமைந்துள்ளன. அவர் செய்யுளில் இயற்றிய வற்றைப் புதுமை இலக்கியங்களாகக் கூற முடியாது.

ஆங்கிலச் செய்யுட்களும் சரி, தமிழ்ச் செய்யுட்களும் சரி மாதவையா கையாளுவதற்கு முன்னரும் அந்தந்த மொழிகளில் கையாளப்பட்டவைதாம். குறிப்பாக மாதவையா தமிழில் இயற்றிய சந்தப் பாடல்கள் பலவும் முன்னர்ப் பாடப்பட்ட சந்தங்களின் மெட்டுக்களிலேயே அமைந்துள்ளன. 'பாளைவாய்க் கழுகு', 'கனக சபாபதி தரிசன மொருநாள்', 'ஆறுமுக வடிவேலவனே', 'பித்தா பிறை சூடி', 'மாதே யசோதையே', 'எப்போதான் இரங்குமோ' முதலான மெட்டுக்களில் அமைக்கப்பட்டனவாக மாதவையாவின் பாடல்கள் உள்ளன. இவ்வகையில் பாரதியாரும் பழந்தமிழ்ச் சந்தப் பாடல்களில் மெட்டில் பாடல்களை யாத்துள்ளதை ஒப்பு நோக்கலாம். இருவருமே தமிழக மக்களுக்குப் பாடல் வழியாகத் தாங்கள் உண்மையெனக் கருதிய எண்ணங்களை வெளியிட்டனர். மக்களிடையே பழக்கப் பட்டுப் போயிருந்த சந்தப் பாடல்களைப் பாரதியாரைப் போல மாதவையாவும் கையாண்டார் எனக் கருதலாம்.

மாதவையாவின் உரைநடை இலக்கியங்கள் தமிழில் தோன்றிய புதிய இலக்கியவகைகட்கு முன்னோடியாக அமைந்துள்ளன. மாதவையா நான்கு காட்சிகளில் படைத்த ஓரங்க நாடகமாகிய 'பாரிஸ்டர் பஞ்சநாதம்' எனும் நாடகம், ஐரோப்பியப் புறவயமான பண்பாட்டுக் கூறுகளில் மோகமுற்ற இந்தியப் படிப்பாளிகளை அங்கதம் செய்வதாக அமைந்துள்ளது. பின்னர் தோன்றிய ஓரங்க நாடகங்கட்கு ஒரு முன்னுதாரணமாக இந்நாடகம் அமைந்துள்ளது.

இவ் ஆய்வில் முந்தைய இயல்களில் விளக்கியபடியே முழுமை யான நடப்பியல் நாவலைத் தமிழில் படைத்த முன்னோடியாக மாதவையாவையே கருதமுடியும். அவர் படைத்த 'ப.ச.' 'தி.கோ.' முதலான நாவல்கள் இதற்குரிய எடுத்துக்காட்டுக்களாகும்.

சிறுகதை என்ற புதிய இலக்கிய வடிவத்தையும் மாதவையா படைத்துள்ளார். முதலில் ஆங்கிலத்திலே சிறுகதைகளைப் படைத்து, பின்னர் அவற்றைத் தமிழில் அவரே மொழி பெயர்த்தளித்தார் என்பது முன்னரே சுட்டிக் காட்டப்பட்டது. ஆங்கிலத்தில் அல்லாமல் தமிழிலேயே மாதவையா சில சிறுகதைகளைப் படைத்துள்ளார். 'தமிழர் நேசன்' இதழில் வெளிவந்த 'சுவாதிக் கதை' என்ற சிறுகதையும், 'பஞ்சாமிர்தம்' இதழ்களில் வந்த சிறுகதைகளும் இதற்குச் சான்றாகும். 'கண்ணன் பெருந்தூது' என்ற சிறுகதையே மாதவையா படைத்த இறுதிக் கதையாகும். இதன் வடிவச் சிறப்பினைப் பற்றி முன்னர் புதுமைப்பித்தனும், தற்காலத்தில் சிட்டி சிவபாதசுந்தரமும் குறிப் பிட்டுள்ளனர்.[19]

தமிழில் கட்டுரை இலக்கியத்திற்கு மாதவையாவின் கொடை குறிப்பிடத்தக்கதாகக் காணப்படவில்லை. ஆங்கிலத்தில், 'தில்லை கோவிந்தன் கலவை' என்ற கட்டுரைத் தொடரை மிகச் சிறப்பாக மாதவையா எழுதியது போல, தமிழில் ஒரு கட்டுரையும் எழுதவில்லை. 'சித்தார்த்தன்', "தட்சிணசரித்திர வீரர்', 'உலக வரலாறு', 'சுதந்திரத் தொட்டில்' முதலானவை மாதவையாவின் பத்திரிகைக் கட்டுரை களுக்குச் சான்றாக அமையக் கூடியவை.

இதுவரை கூறியவற்றிலிருந்து, மாதவையாவின் படைப்பின் எல்லைகள் விரிந்து பரந்தமைந்துள்ளன என்றும், தமிழில் நாவல், சிறுகதை, ஓரங்க நாடகம் ஆகிய புதிய படைப்பின் எல்லைகளை மாதவையா வகுத்துள்ளார் என்றும் அறியலாம்.

6 3.2. படைப்பின் நோக்கம்

மாதவையாவின் படைப்பின் நோக்கம் சமூக சீர்திருத்தமாகும். தமிழ்ச் சமுதாயத்தின், குறிப்பாகத் தாம் பிறந்த, நன்கறிந்த பிராமணச்

சமுதாயத்தின் அநீதியான சில ஆசாரங்களைக் களைந்து புதிய பண்பாடு விடுதலைக் கருத்துக்களை உரைப்பதே மாதவையாவின் எண்ணமாக இருந்தது. இதனை எடுத்துரைப்பதற்காகப் படைப் பிலக்கியத்தைக் கையாண்டார். ஒரு படைப்பு, மக்களுக்கு நல்லறிவு புகட்டுவதாகவும், மகிழ்ச்சியூட்டுவதாகவும் இருக்க வேண்டும் என்ற கருத்து பலராலும் முன்மொழியப்பட்டுள்ளது. இந்நோக்கத்தினை மாதவையாவும் ஏற்றுக்கொண்டிருந்தார். எனவே, நல்லறிவு புகட்டு வதற்காகச் சமுக சீர்திருத்தக் கருத்துக்களையும், மகிழ்வூட்டுவதற்காகக் கற்பனையும், உணர்ச்சியும் கலந்த புனைகதைகளையும் கலந்து மாதவையா படைத்தார்.

மாதவையாவின் பெரும் படைப்புக்களான நாவல்கள், சிறுகதைகள் ஆகியவற்றில் மட்டுமின்றி, அவர் குழந்தைகளுக்காக எழுதிய '*பாலவிநோதக் கதைகளிலும்*', மகளிர் பாடுதற்காக எழுதிய '*புது மாதிரி கல்யாணப் பாட்டுக்களிலும்*' கும்மிப் பாடல்களிலும் பண்பாட்டுச் சீர்திருத்த நோக்கமே தலையானதாக இருந்தது. மாதவையா, தாம் நடத்திய 'பஞ்சாமிர்தம்' இதழில் நகைச்சுவைப் பகுதியாக அறிமுகப்படுத்திய 'விகடப்பா' (Parody) என்ற பகுதியில் கூட மாதவையா தம்முடைய சீர்திருத்த நோக்கத்தை வெளியிட்டார். திருக்குறளைப் போலி செய்து 'கிறள்' என்ற தலைப்பில் பத்துக் 'கிறள்களை' மாதவையா எழுதியுள்ளார். அவ்வற்றில் இரண்டை[20] எடுத்துக்காட்டாகக் காணலாம்.

'வெள்ளையர் எல்லாம் தமக்குரியர் வெண்மையிலார்
கொள்ளையும் ஆவர் அவர்க்கு'

'பாராதார் இல்லாத போழ்துசர்க் கார்வேலை
பார்ப்பார்க்கும் ஈயப்படும்'

இவ் எடுத்துக்காட்டில், முதல் 'கிறளில்' ஆங்கிலேயரின் குடியேற்ற ஆட்சியையும், இந்தியர் சுரண்டப்படுவதையும் மாதவையா சுட்டிக் காட்டியுள்ளார். இரண்டாவது 'கிறளி'ல் மாதவையா காலத்தில் நடந்த பார்ப்பனர், பார்ப்பனர் - அல்லாதாரின் 'சாதி அரசியல்' மறைமுகமாகச் சுட்டப்பட்டுள்ளதை அறியலாம்.

எனவே, மாதவையாவின் எல்லாவிதப் படைப்புக்களும் அவருடைய சீர்திருத்த நோக்கத்தையே வலியுறுத்தின. சாதி, மதம், திருமணம் முதலான மரபான சமூக நிறுவனங்களில் பிறப்பால் அல்லாமல் தனிமனிதரின் மனச்சான்றின் பேரில் எழுகிற சுதந்திரத் தேர்வையே மாதவையாவின் சமூக சீர்திருத்தக் கருத்துக்கள் வலியுறுத்தின. இவ்விதத்தில் மாதவையா மேற்கத்திய சிந்தனையையும், மனித

ஒழுக்கத்தை வலியுறுத்துகிற மரபான சிந்தனையையும் ஒருங்கிணைத் துள்ளார் என்பதை அறியலாம்.

6.3.3. படைப்புப் பற்றிய அறிவு

கடந்த நூற்றாண்டின் பிற்பகுதியில் தமிழில் உரைநடை நூல்கள் பெருக வேண்டும் எனப் பலரும் உணர்ந்து, தம்மாலியன்ற அளவிற்கு எளிமையை நோக்கிய உரைநடையை வளர்த்தார்கள். மற்றும் சிலர், உரைநடையால் இயன்ற 'வசன காவியத்தை' (நாவல்) தமிழில் படைத்து, அது இல்லாத குறையைத் தீர்க்க வேண்டும் என்று, முயற்சித்தார்கள்.

தமிழில் முதல் நாவலைப் படைத்த வேதநாயகருக்கு, நாவல் என்பது மனிதர்கள் எவ்வாறு இருக்க வேண்டும் என்ற ஒழுக்க வியலை விளக்கும் ஒரு சாதனமாகப்பட்டது. ஸு.வை. குருஸ்வாமி சர்மாவிற்கு, நாவல் என்பது மரபான நீதிக் கருத்துக்களை விளக்கும் சாதனமாகவும், தெய்வ பக்திக்கும் (மூத்த மனைவி) சீவகாருண்யத் திற்கும் (தயாநந்தர்) பிறந்ததேசம் (பிரேமன்), அன்னியர் படையெடுப்பால் (கடுமுகி) அடிமையுற, ஆத்திரம் எனும் வலிமையால் (ஆத்திரேயன்) விடுதலையுற்றுக் கல்வியறிவோடு (கலாவதி) இணைகிறது என்ற 'தாத்பரியத்தை'க் கொண்டதாகவும் பட்டது. வி.கோ. சூரிய நாராயண சாஸ்திரியாருக்கு, நாவல் என்பது தேனினும் இனிய செந்தமிழ்க் கதையாகப் பட்டது. மாதவையா ஒருவருக்கே உள்ளதை உள்ளவாறே கண்ணாடிபோல் பிரதிபலிக்கும் இலக்கியமாகப்பட்டது.

1911ஆம் ஆண்டில் மாதவையா தம்முடைய 'ப.ச.' இரு பாகங் களின் மூன்றாம் பதிப்பிற்கு வழங்கிய முன்னுரையும், 1920ஆம் ஆண்டில் 'தமிழர் நேசன்' இதழில் 'விசேஷ நிரூபம்' என்ற தலைப்பில் 'தமிழ் இலக்கிய அபிவிருத்தி' (The Improvement of Tamil Literature) எனும் பொருளில் மாதவையா எழுதிய இலக்கியத்திறனாய்வும் மாதவையா படைப்புப்பற்றிக் கொண்டிருந்த அறிவினை எடுத்துரைப் பனவாக உள்ளன. 1911ஆம் ஆண்டுக்கு முன்னுரைத்த கருத்துக்கள் பற்றி முந்தைய இயல்களில் விளக்கிவிட்டதால், 1920ஆம் ஆண்டு 'தமிழ் இலக்கிய அபிவிருத்தி'யிலுள்ள படைப்புப் பற்றிய கருத்துக்களை இங்கு விரித்துரைக்கலாம்.

இலக்கியம்

இலக்கியம் பற்றி மாதவையா எழுதும்போது,[21] அது, அறிவைப் பெருக்கக் கருதி இயற்றப்படும் ஏனைய அறிவு நூல்களிலிருந்து வேறுபடுவதாகும்; அறிவுநூல் போல் அல்லாது, இலக்கியமானது படிப்பவர் மனதை மகிழ்வித்துச் செம்மைப்படுத்துகிறது; படைப் பாளியின் மனவியல்பை எடுத்துரைக்கும்; பொருள்நயத்தையும், சொல்நயத்தையும் நாடி நிற்கும் என்று குறிப்பிட்டார்.

மேலும், இலக்கியம், பொதுப்படையாகவும், குறிப்பாகவும், மக்கள் வாழ்வின் இன்பதுன்பங்களையும், மக்களின் மன அசைவுகளையும், வாழ்க்கைச் சம்பவங்களையும், இயற்கைக் காட்சிகளையும் எடுத்துரைக்கும்; (இசை, நாட்டியம்,) தத்துவம், இலக்கணம், வாழ்வியல் நீதி, அரசியல், வரலாறு, அகராதி, நிகண்டு ஆகியவை அறிவைப் பெருக்க உதவும் நூல்களாகும் என்றார்.

இலக்கியத்துள் அடங்கும் கவிதை அவர் கூறுகையில்[22] அது, செய்யுளில் அமைந்துள்ள எதுகை, மோனை, மடக்கு போன்ற சொல்விளையாட்டுக்களில் அமைவதில்லை; இவ்வோசை நயத்தை விடக் கவிதை பெரிதும், சொற்புரட்டுக்களையே காவியத்தின் இன்றியமையாப் பண்பாகக் கொள்வது, கூத்தில் கோமாளியைத் தலைமைப் பாத்திரமாகக் கொள்வது போலாகும் என்றார்.

மேலும், தொடர்ந்து, மேற்கத்திய இலக்கியப் பின்னணியில் தம் காலத்தமிழ் இலக்கியத்திற்குச் செய்யக்கூடிய மாற்றங்கள் பற்றி விளக்கும் போது[23] மரபான செய்யுள் இலக்கியத்தில் கொள்ளத் தக்கவை எவை, தள்ளத்தக்கவை எவை என்று கூறியுள்ளார். அவை: 1) பழந்தமிழ்க் காவியங்களில், குடும்பத்தினர் ஒன்றாய் அமர்ந்து படிக்கத்தகாத பாடல்களை நீக்கிவிட்டுப் பிறவற்றைக் கற்கவேண்டும். 2) மடல், கோவை, உலா முதலிய சிற்றிலக்கியங்களில் இறைவன் பற்றிய நூல்களிலுள்ள நாயகி நாயக பாவத்தை விளக்கும் பாடல்களும், ஏனைச் சிற்றின்பப் பாடல்களும், தற்கால நாகரீகக் கொள்கைகளுடன் முரண்படுவதால் இவற்றைக் கைவிட்டுப் பிறவற்றை ஏற்க வேண்டும். (மாதவையாவின் இக்கருத்து தவறு- ஆ.ர்.)

இதனைத் தொடர்ந்து உரைநடை இலக்கியத்தைப் பற்றி மாதவையா விளக்குகிறபோது[24], தமிழில் உரைநடை என்பது புதியது; அது மேலையரின் இலக்கியத்தோடு ஏற்பட்ட பழக்கத்தால் உருவான தாகும் என்றார். இவ்வாறு உரைநடை வழியே நூல்களைப் படைக் கின்றபோது எளியநடை வேண்டும் என்றார். கூடியமட்டும் நல்ல நடையில், தனித் தமிழ்ச் சொற்களைப் பயன்படுத்த வேண்டும் என்றார். ஆனால் தனித்தமிழ்ச் சொல்லைத் தவிர வேறு சொற் களைக் கையாள முடியாதென்று பிடிவாதம் செய்தால், நடையழகு குன்றிவிடும் என்று மாதவையா எச்சரித்துள்ளார். மேனாட்டாரது உரைநடை இலக்கியத்திலிருந்து தமிழில் கொள்ளத்தக்கவையாக, நாவல், கட்டுரை, வரலாறு, நாடகம், வாழ்க்கை வரலாறு, கடிதம், நாட்குறிப்பு, இலக்கியத்திறனாய்வு ஆகியவற்றை மாதவையா முன்மொழிந்துள்ளார். இவற்றில், நாவலும், கட்டுரையும், வரலாறுமே தமிழில் புகுந்துள்ளதாகவும் குறிப்பிட்டுள்ளார்.

1920ஆம் ஆண்டில் மாதவையா வெளியிட்ட மேற்கூறிய கருத்துக்களிலிருந்து இலக்கியம் பற்றியும், அதன் உள்ளடக்கம் பற்றியும் அதற்கும் அறிவுநூல்களுக்கும் இடையிலுள்ள வேறுபாடுகள் பற்றியும் மரபான செய்யுள் இலக்கியப் பரப்பிலிருந்து, குறிப்பாகக் காவியம், சிற்றிலக்கியம் போன்றவற்றிலிருந்து கற்க வேண்டியவை யாவை என்பது பற்றியும், உரைநடை இலக்கியத்தில் அமையக் கூடிய நடை பற்றியும், உரைநடை இலக்கிய வகைகள் பற்றியும் மாதவையாவுக்குத் தெளிந்த அறிவு இருந்தது என்பது புலனாகிறது.

6.3.4. பாத்திரப் படைப்பு

ஓர் இலக்கியப் படைப்பாளியை, அதிலும் சிறப்பாக நடப்பியல் நாவல் படைப்பாளியை மதிப்பிடுகிற போது, அவருடைய பாத்திரப் படைப்பை விடுத்து மதிப்பிட்டால், அது முழுமையான மதிப்பீடாகாது. நடப்பியல் நாவலின் தனிச்சிறப்பு அதில் அமைகிற பாத்திரப்படைப் பாகும். மாதவையாவின் நடப்பியல் நாவல் பாத்திரங்கள் பற்றி 'மாதவையாவும் நடப்பியல் நாவலும்' என்ற இயலில் விரிவாக ஆய்வு செய்யப்பட்டுள்ளது. இங்கு அதன் சிறப்புக் கூறுகள் மட்டும் சுருங்க உரைக்கப்படுகின்றன.

மாதவையா நன்கறிந்த பிராமண குடும்பங்களைப் பற்றி எழுதிய நாவல்களில் உள்ள ஆண்பாத்திரங்கள் பெரும்பாலும் வாழ்வில் உள்ளபடியே குறைகளும் நிறைகளும் கொண்டவர்களாகவும், சூழ்நிலைக்குத்தக்கவாறு மாறுபவர்களாகவும் படைக்கப்பட்டுள்ளனர்.

'ப.ச.' நாவலில் வரும் நாராயணன், 'தி.கோ.' நாவலில் வரும் கோவிந்தன் ஆகிய நாவல் மாந்தர்கள், ஓரளவிற்கு மாதவையாவின் சாயலில் படைக்கப்பட்டுள்ளனர். இதனால் மாதவையாவின் கருத்துக் களும், இந்நாவல் மாந்தர் வழியே வெளிப்படும் கருத்துக்களும் ஒத்தவையாக அமைந்துள்ளன.

மாதவையா படைத்த பாத்திரங்களில் தெளிவாகப் பழந்தலை முறையும், இளைய தலைமுறையும் வரையறுக்கப்பட்டுள்ளன. பழமையிலிருந்து படிப்படியாகப் புதுமைக்கு மாறி மேனிலைக்கு வளர்ந்து கொண்டிருந்த சமூக மாற்றத்தையே மாதவையா நாவல் பொருளாக்கிய படியால் இவ்வாறு பாத்திரங்கள் இரு தலைமுறையைச் சேர்ந்தவர்களாகவே அவருடைய நாவல்களில் அமைந்து விட்டனர்.

மாதவையா படைத்த பெண் பாத்திரங்கள் பலவும் சாதி, மத, வழக்கங்களால் ஆடவர்க்கு அடங்கியவையாகப் படைக்கப்பட்டுள்ளன. இப் பெண்களில் கட்டாய விதவைக் கோலத்திற்கு ஆளாகித் துயருறுகின்றார்கள். இளம் தலைமுறையைச் சேர்ந்த விதவையர்

மறுமணம் புரிந்து கொள்ளுகின்றார்கள்; படித்த இளைஞர்க்கு மனைவியரான பெண்டிர் வீட்டிற்குள்ளிருந்தே கணவராலும், உடன் பிறந்தவராலும், பெண் ஆசிரியைகளாலும் கற்பிக்கப்படுகிறார்கள். பெரும்பாலான பெண்கள் மூடநம்பிக்கையில் உழல்பவர்களாக உள்ளார்கள். கிறித்தவ மதம் மாறிய பெண்கள் படித்தவர்களாகவும், காதல் மண வாழ்வை ஏற்கும் மனம் கொண்டவர்களாகவும் சித்திரிக்கப் பட்டுள்ளார்கள். பிராமணக் குடும்பங்களில் குழந்தைப் பருவத்தி லேயே பெண்கள் மணம் செய்விக்கப்படுகின்றார்கள்.

நடப்பியல் நாவலில், மாதவையா உண்மையில் வாழ்ந்த மாந்தரை அறிமுகப்படுத்தியுள்ளார். சுவார்ட்ஸ் பாதிரியார், டாக்டர். மில்லர் பாதிரியார், இலக்குமணப் போற்றிகள் (பூசாரி) ஆகிய உண்மை மாந்தர்கள் நாவலில் இடம் பெற்றுள்ளனர்.

சத்தியானந்தன் என்ற இலட்சிய பாத்திரத்தையும், 'வி.மா.' நாவலில் நடப்பியல் கூறுகள் கொண்ட அற்புத நவிற்சிப் பாத்திரங்களையும் மாதவையா படைத்துள்ளார். 'கி.தா.' நாவலில் வரலாற்றுப் பாத்திரங் களையும் படைத்துள்ளார். இவை மட்டுமின்றிக் கேலிச் சித்திரப் பாத்திரங்களும், நாடகப் பாத்திரங்களும், ஐரோப்பிய மாந்தர்களும் மாதவையா நாவல்களில் இடம் பெற்றுள்ளனர்.

இதுவரை கூறியவற்றால், மாதவையா தம்முடைய நாவல்களில் பல்வேறு வகைப்பட்ட பாத்திரப் படைப்புக்களைக் கையாண்டுள்ளார் என்பது புலப்படும். மாதவையா காலத்தில் இவ்வாறு நடப்பியல் வகைப் பாத்திரங்களோடு கூட வகை வகையான பாத்திரங்களையும் படைத்த சிறப்பு மாதவையாவுக்கே உண்டு எனலாம். இப்பாத்திரப் படைப்பினை மாதவையா தம்முடைய படைப்புத் திறனை வெளிப் படுத்துவதற்காக மட்டுமின்றி, சிறப்பாகத் தம்முடைய பண்பாட்டுச் சீர்திருத்தக் கருத்துக்களை எடுத்துரைப்பதற்காகவும் படைத்துள்ளார் என்பது வலியுறுத்தப்பட வேண்டிய உண்மையாகும்.

இதுவரை, இவ்வியலில், மாதவையா, தனிவாழ்க்கையில் குழந்தை, மாணவன், தந்தை தனிமனிதர் என்ற நோக்கில் மதிப்பிடப்பட்டுள்ளார். பொதுவாழ்க்கையில், அரசுப்பணியாளர், பத்திரிகை எழுத்தாளர், பத்திரிகை ஆசிரியர், வெளியீட்டாளர் என்ற நிலைகளில் வைத்து மாதவையா மதிப்பிடப்பட்டுள்ளார். பொது வாழ்க்கையில், சிறப்பாகக் கொள்ளப்பட்ட படைப்பு வாழ்க்கையில், மாதவையாவின் படைப்பின் எல்லைகளும் படைப்பு நோக்கங்களும் படைப்புப் பற்றிய அறிவும் பாத்திரப் படைப்புக்களும் மதிப்பிடப்பட்டுள்ளன.

குறிப்புகள்

1. மாதவையாவின் புதல்வர் மா. கிருஷ்ணன் ஆங்கிலத்தில் தயாரித்துள்ள 'The Descent of the P.H.ites' என்ற வரைபடத்தில் அந்த அவதானியின் மரபு வழி வந்தோர் பற்றிக் காணலாம்.

2. 'Perunkulam' என்ற ஆங்கிலக் கவிதையை மாதவையா தம்முடைய 60வது வயதில் எழுதியுள்ளார். இதில் பெருங்குளம் ஊரைப்பற்றியும், அங்குக் கழிந்த அவருடைய பத்தாண்டுக் குழந்தைப் பருவம் பற்றியும் நினைவு கூர்ந்துள்ளார். இக்கவிதையைப் பின் இணைப்பு எண் 8.7இல் காண்க.

3. பெ.நா. அப்புசாமி, 'நாவலாசிரியர் அ. மாதவையா' (கலைமகள், மார்ச், 1979) பக். 192

4. M. Krishnan, 'A. Madhaviah - A verified Factual Record... p. 7'

5. அ. மாதவையா, 'முத்து மீனாட்சி' (வானவில் பிரசுரம், சென்னை, 181) பக். iii
'தமிழ் தனித்தொல்மொழி, சான்றவர் பயில்மொழி,
அமிழ்தினும் சுவைமொழி என்பதை அறிந்தே'

6. அ. மாதவையா, 'இந்திய தேசிய கீதங்கள்' (சென்னை, ஆசிரியர் அச்சுப் பிரசுராலயம், 1925)

7. அ. மாதவையா, 'இந்திய தேசிய கீதங்கள்', (சென்னை, ஆசிரியர் அச்சுப் பிரசுராலயம், 1925) முகவுரை: பக். எ-அ

8. மே.நூ. பக்.எ

9. மே.நூ. பக். 23-24

10. மே.நூ. பக். 24-25

11. மே.நூ. பக். 49

12. அ. மாதவையா, 'தாய்-மக்கள் சம்பாஷணை' ('பஞ்சாமிர்தம்', கார்த்திகை, 1924) பக். 630
'The Englishman never goes to a place without the Bible. It precedes or closely follows his sword'

13. A. Madhaviah, 'Thillai Govindan' (London, Fisher Unwin Ltd., 1916) p. 122.

14. அ. மாதவையா, 'பஞ்சாமிர்தம் - முன்னுரை', '(மாலை - 1, காசு- 1, சித்திரை, 1924) பக். 2-3.

15. M. Krishnan, 'A Madhaviah - A verified Factual Record' (unpublished family record (March, 1991) pp. 6-7

16. Ibid. p. 5

17. அ.மாதவையா, 'விஜய மார்த்தாண்டம்' (சென்னை, ஸ்ரீநிவாச, வரதாசாரியார் அண்டு கம்பெனி, 1903) பக். 176

'...மேலும் 'பஞ்சாமிர்த'த்துக்கு 400 சந்தாதாரர்களுக்கு மேலும் சேரவில்லை. ஸ்ரீமாதவையா பத்திரிகையில் போட்டுப் பண நஷ்டமும் அடைந்தார்'

18. சுந்தா, 'பொன்னியின் புதல்வர்' (சென்னை, வானதி பதிப்பகம், 1976) பக். 234

19. பெ.கோ. சுந்தரராஜன் (சிட்டி), சோ.சிவபாதசுந்தரம், (தமிழில் சிறுகதை வரலாறும் வளர்ச்சியும்' (க்ரியா, சென்னை, 1989) பக். 37-38

20. அ. மாதவையா, 'விகடப்பா', ('பஞ்சாமிர்தம்', மாலை 1, காசு 4, ஆடி, 1924) பக். 274

21. அ. மாதவையா, 'தமிழ் இலக்கிய அபிவிருத்தி' (தமிழர்நேசன்') தொகுதி, மார்கழி, 1920, பகுதி. 9) பக்.

22. மே.இ. பக். 263

23. மே.இ. பக். 268

24. மே.இ. பக். 270-274

முடிவுரை

1. இதுவரை, ஆறு இயல்களில் மாதவையாவின் தமிழ் நாவல்கள் பற்றிய ஆழ்நிலை நோக்கில் ஆய்வு மேற்கொள்ளப்பட்டது. அடிப்படையில் இவ் ஆய்வானது நாவலின் வடிவ, உள்ளடக்க அலசல் முறை ஆய்வாகவே அமைக்கப்பட்டுள்ளது. புதிதாகக் கருதுகோள் எதுவும் இங்கு முன் வைக்கப்படவில்லை. இதற்குப் பதிலாக, மாதவையாவின் படைப்புக்களைப்பற்றிச் சில திறனாய்வாளர்களின் கூற்றுக்களைக் கருத்திற்கொண்டு, அவற்றிற்கு மாதவையாவின் படைப்புக்களிலிருந்து அகச் சான்றுகளை ஆய்ந்தறியும் முயற்சி மேற்கொள்ளப்பட்டுள்ளது.

மாதவையா படைத்த மூன்று தமிழ் நாவல்கள் முதன்மையான ஆய்வு மூலங்களாக எடுத்துக் கொள்ளப்பட்டாலும், அவர் படைத்த ஏனைய நான்கு ஆங்கில நாவல்களும், சிறுகதைகளும், இதழ்க் கட்டுரைகளும், தலைமை உரையும், சந்தப்பாட்டுக்களும் ஆய்வுக்குத் துணை மூலங்களாக ஏற்கப்பட்டுள்ளன. சுருங்கக் கூறினால், மாதவையா என்ற படைப்பாளரின் மொத்தப் படைப்புக்களைப் பற்றிய ஒரு பொதுவான அறிமுகத்தை இவ் ஆய்வு செய்துள்ளது எனலாம். மேலும், மாதவையாவின் எண்ணங்களையும் படைப்புக்களையும், அவர் வாழ்ந்த காலச் சூழலையும் முறையாக அறிந்து கொள்வதற்காக, இவ் ஆய்வில், சமூகவியல், ஒப்பியல், உளவியல், நாட்டுப்புறவியல், வரலாற்றுப் பொருளியல் முதலான பிற அறிவுத் துறைகளின் கருத்தாக்கங்கள் (Concepts) பயன்படுத்தப்பட்டுள்ளன.

2. ஒவ்வொரு இயலிலும் மேற்கொண்ட ஆய்வின் விளைவாகக் கிடைத்த முடிவுகளை இனிக் காணலாம். ஆய்வு முன்னுரையில், மாதவையா பற்றி மேற்கொள்ளப்படுகிற ஆய்வுக் கருத்துக்கள் விவாதிக்கப்பட்டு, புதிய ஆய்வுச் சிக்கல்கள் சில எடுத்துக்காட்டப் பட்டுள்ளன.

முதல் இயலில், மாதவையா போன்ற சிந்தனையாளர்களை உள்ளிட்ட தமிழகத் துணைப் பண்பாடு என்பது, அன்று எவ்வாறு

செயல்பட்டது என்பது 'மேற்கத்திய மயமாதல்' என்னும் சமூகவியற் கருத்தாக்கத்தைக் கொண்டு விளக்கம் பெற்றுள்ளது. மாதவையாவின் படைப்புக்களை, அவர் வாழ்ந்த துணைப் பண்பாட்டுப் பின்னணியை வைத்துக் கற்றால்தான், அவற்றின் தனித்தன்மைகளைக் கண்டறிய முடியும். எந்தவொரு படைப்பாளியும் குறிப்பிட்ட வரலாற்றுச் சக்திகளின் விளைபொருளாகவே இருப்பாள் என்ற கருதுகோளைக் கருத்திற்கொண்டே இவ்வியல் அமைக்கப்பட்டுள்ளது. மேற்கத்திய கருத்துக்களும், நிறுவனங்களும், தமிழக இந்துப் பெரு மரபின் மீது தாக்கங்களை ஏற்படுத்திய காலத்தில், இத்தாக்கங்கட்கு ஆளான தமிழக அறிவு வட்டத்தினர் சிலர் சீர்திருத்த முயற்சிகளில் ஆர்வமுற்றனர். இவர்கள் செயல்பட்ட சிறுபான்மைப் பண்பாட்டு மையத்தில், படித்துப் பணிபுரிந்த நடுத்தர வகுப்பினர் அடங்குவர். மாதவையா இத்தகைய மையத்தில் செயல்பட்டவருள் குறிப்பிடத் தக்கவராக இருந்தார்.

இரண்டாம் இயலில், குறிப்பிட்ட வரலாற்றுக் கட்டத்தில் தோன்றிய மாதவையா வெளியிட்ட எண்ணங்கள் அவர்தம் படைப்புக்களை அடியொற்றி ஆய்வு செயல்பட்டுள்ளன. அக்காலத்தில் ஆங்கிலக் கல்வி கற்றவருள் பிராமணரே முதலிடம் பெற்றனர். மாதவையா இவ்வகுப்பில் தோன்றியவராதலால், இவர்களை மையமாக வைத்தே நாவல்களைப் படைத்துள்ளார். பிராமணச் சாதியையும், அதனை இயக்கிய வைதீக இந்து மதக் கருத்தியலையும், இவற்றுக்கு அடிப்படையாக அமைந்த பழைய, புதிய பொருளியல் கட்டமைப் பையும், பண்பாட்டு மாற்றங்கட்கு எளிதில் இடந்தராத குடும்ப அமைப்பில் பெண்ணுக்கு ஏற்பட்ட சிக்கல்களையும் பற்றியதாகவே மாதவையாவின் சிந்தனை அமைந்திருந்தது. தம் நாவல்களில் தாமே நேரடியாகவும், தம் சாயலில் வார்ப்புற்ற பாத்திரங்களின் வாயிலாகவும் வெளிப்பட்ட மாதவையாவின் சிந்தனையானது, பிறப்பு வழி மேன்மையை மறுத்து, தனிமனிதரின் முயற்சி வழி மேன்மையை ஏற்றுப் போற்றுவதாக இருந்துள்ளதைக் காணமுடியும். தனிமனித முயற்சி வழி மேன்மையை மாதவையா வரவேற்றாலும், அத்தகு முயற்சி, மாந்தர் அனைவர்க்கும் உரிய பொது ஒழுக்க நடத்தைக்கும், மனச் சான்றுக்கும் ஒத்திசைந்ததாக இருக்க வேண்டியதை வலியுறுத்தி யமையும் இவ் ஆய்வில் எடுத்துக்காட்டப்பட்டுள்ளது.

மூன்றாம் இயலில், நாவலை ஆக்கிய கூறுகள் பற்றிய ஆய்வு மேற்கொள்ளப்பட்டுள்ளது. இக்கூறுகள் மரபுக் கூறுகள் என்றும் சிறப்பியல்புகள் என்றும் பாகுபடுத்தப்பட்டுள்ளன. மரபுக் கூறுகளாக, தமிழ்க் காவிய புராணங்களில், குறிப்பாக, கம்பராமாயணத்தில்

சித்திரிக்கப்பட்ட சிறையிலிருந்த சீதையை ஒத்த பெண்பாத்திரப் படைப்புக்களும், காவியப் பாங்கான நீண்ட இட வருணனைகளும், நீதி இலக்கியங்களிலிருந்து மேற்கோள்களும், பழமொழிகளும், நாட்டுப்புறக் கதைக் கூறுகளும், நாட்டுப் புறப் பாடல் கூறுகளும் எடுத்துக்காட்டப்பட்டுள்ளன. சிறப்பியல்புகளாக, மாதவையாவுக்கே உரிய நாவல் எடுத்துரைப்புக்கள் இரண்டு அடையாளம் காணப் பட்டுள்ளன. அவையே எள்ளல் வகை எடுத்துரைப்பும், நாடக வகை எடுத்துரைப்பும் ஆகும். ஏனைய தொடக்க காலத் தமிழ் நாவலாசிரியர்களிடமிருந்து, இவ்விருவகை நாவல் எடுத்துரைப்புக் களால் மாதவையா வேறுபட்டுத் தனித்திலங்குவது எடுத்துக்காட்டப் பட்டுள்ளது.

நான்காம் இயலில், மாதவையா, தமிழ் நாவல் இலக்கியத்தில் நடப்பியல் வகையான சமூக நாவலுக்கு முன்னோடியாக விளங்கினார் என்றும் பல திறனாய்வாளர்கள் சுட்டிக் காட்டியது விளக்கப் பட்டுள்ளது. கால, இடச் சூழலை அமைப்பதிலும் பாத்திரங்களை உளவியல் பாங்கில் படைப்பதிலும் ஆண்-பெண் உறவின் பல்வேறு பரிமாணங்களை உருவாக்கியதில் நடப்பியல் நாவலுக்கேயுரிய சில உத்திகளைப் பின்பற்றியதிலும் மாதவையா நடப்பியற் பண்புகளைப் போற்றியது நிறுவப்பட்டுள்ளது.

ஐந்தாம் இயலில், ஒப்பியல் ஆய்வு மேற்கொள்ளப்பட்டுள்ளது. தமிழில் நாவலைப் படைக்கும் முயற்சியை மாதவையா மேற்கொண்ட போது, ஆங்கில நாவலாசிரியர்களில், குறிப்பாக, விக்டோரிய நாவலாசிரியரான தாக்கரே என்பவரை முன்னோடியாகக் கொண்டார். இவ்விருவருக்கும் இடையேயுள்ள ஒற்றுமை பற்றிப் பலரும் குறிப்பிட்டுச் சென்றாலும், அதனை, இருவருடைய நாவல்களிலிருந்து அகச் சான்றுகள் காட்டி நிறுவவில்லை. இவ் இயலில், முதன் முறையாக, இம் முயற்சி மேற்கொள்ளப்பட்டு, தாக்கரே, இளம் மாதவையா மீது செலுத்திய நேரடித் தாக்கம் வெளிப்படுத்தப் பட்டுள்ளது. தாக்கரே படைத்த ‘பென்டென்னிஸ் சரித்திரம்’ நாவலிலிருந்த சில பகுதிகளைச் சில மாற்றங்களோடு மாதவையா தம் முதல் நாவலான ‘பத்மாவதி சரித்திரம் - முதற்பாகத்தில்’ நேரடியாக மொழி பெயர்த்தமைத்தது பற்றி எடுத்துக்காட்டுக்களோடு நிறுவப் பட்டுள்ளது.

ஆறாம் இயலில், மாதவையா பற்றிய ஒரு முழுமையான மதிப்பீடு செய்யப்பட்டுள்ளது. மாதவையா பற்றிய ஆய்வில், இத்தகைய மதிப்பீடு முன்னர் செய்யப்படவில்லை. இதற்குத் துணையாக, மாதவையா வாழ்க்கையும் அவர் படைத்த நூல்களும், அவற்றின்

உள்ளடக்கச் சுருக்கங்களும் பற்றிய தகவல்கள் பின் இணைப்பாகச் சேர்க்கப்பட்டுள்ளன. மாதவையாவை, குடும்பத்தில் அவர் வகித்த குழந்தை, மாணவன், தந்தை என்ற பாத்திரங்கள் (roles) பற்றியும், தனிமனிதர் என்ற அளவில் அவரிடம் விளங்கிய சில இன்றியமையாப் பண்புகளைப் பற்றியும் பொது வாழ்க்கையில், இதழாசிரியராகவும், அரசுப் பணியாளராகவும் சமூக சீர்திருத்தக்காரராகவும் மாதவையா செயல்பட்ட விதத்தைப் பற்றியும் படைப்பு வாழ்க்கையில், மாதவையாவின் படைப்பாற்றல், படைப்பின் விரிவு பற்றியும் இவ்வியலில் முதன் முறையாக ஆய்வு மேற்கொள்ளப்பட்டுள்ளது. மாதவையாவின் தனி வாழ்வும் படைப்பு வாழ்வும் பொது வாழ்வும் பிளவுற்றில்லாமல், அவர் உண்மை என நம்பிய புதிய ஒழுக்க, அறிவு நோக்கு விழுமியங்களின் படியே அமைந்திருந்தன என்பதை இவ்வியல் வழியே அறியலாம்.

3. மாதவையா தொடர்பாக மேலும் செய்யப்பட வேண்டிய ஆய்வுப் புலங்களை இனிக் காணலாம்.

1. மாதவையா தமிழிலும், ஆங்கிலத்திலும் படைத்த கவிதை, பாட்டு, நாடகம், கதைப்பாட்டு, கட்டுரை, வாழ்க்கை வரலாறு, இதழாசிரியர் தலையங்கம், சிறுகதை, நாவல் ஆகிய எல்லாப் படைப்புக்களையும் ஆய்வுக்கு எடுத்துக் கொண்டு, இவற்றில் அவர் படைத்த பெண்ணியற் சிக்கல் பற்றிய தனி ஆய்வினைச் செய்யலாம்.

2. மாதவையா நாவல், சிறுகதை, நாடகங்களில் கையாண்ட எள்ளல் சுவைதரும் எடுத்துரைப்புக்களை விரிவாக ஆய்ந்து, பின் வந்த 'புதுமைப்பித்தன்', கல்கி, முதலானவர்கள் படைப்புக்களில் இவ்வித எள்ளல் வகை எடுத்துரைப்பு எவ்விதம் வளர்ந்து வந்தது என்பதை வளர்ச்சி நோக்கில் ஆயலாம்.

3. மாதவையாவின் தொகுப்பாக வந்த சிறு கதைகளையும் 'தமிழர் நேசன்', 'பஞ்சாமிர்தம்' ஆகிய இதழ்களில் வெளிவந்த அவருடைய சில சிறு கதைகளையும் 'இந்து' (Hindu) இதழில் ஆங்கிலத்திலும் வெளிவந்து, தொகுக்கப்படாத சில கதைகளையும் ஆய்வு மூலங்களாகக் கொண்டு, தமிழ்ச் சிறுகதை இலக்கியத்தில் மாதவையாவின் பங்களிப்பை வரையறை செய்யலாம்.

4. மாதவையா ஆங்கிலத்தில் படைத்த கவிதை நாடகம், 'ஒதெல்லோ' என்று தமிழில் மொழி பெயர்த்த நாடகம், 'திருமலை சேதுபதி' என்ற வரலாற்று நாடகம், 'பாரிஸ்டர் பஞ்சநாதம்' என்ற ஓரங்க நாடகம் ஆகிய நாடகங்களைத் தனி ஆய்வுக்குட்படுத்தலாம்.

5. 'தமிழர் நேசன்', 'பஞ்சாமிர்தம்' ஆகிய இரு இதழ்களில், மாதவையா இன்றியமையாப் பொறுப்பு வகித்துப் பல்வேறு பொருட்கள் பற்றி எழுதியுள்ளார். அரசியல், நாட்டு நடப்பு, கல்வி, பெண் சிக்கல், தமிழ் இலக்கியம், முதலியவை தொடர்பாக அவர் எழுதிய இதழ்களை எழுத்துகளை இதழியல் நோக்கில் ஆய்வு செய்யலாம்.

6. மாதவையாவைப் போல, அவர் காலத்தில், மலையாளம், வங்காளம், மராத்தி, தெலுங்கு முதலான மொழிகளில் ஆங்கிலக் கல்வி, பெண்சிக்கல், பண்பாட்டு மாற்றம், சீர்திருத்தம் பற்றிய கருத்துக்களைக் கொண்டு வெளியான தொடக்ககால நாவல் களுடன், மாதவையா நாவல்களை ஒப்பிட்டு ஆராயலாம்.

ஆகவே, மாதவையாவின் தமிழ் நாவல்கள் பற்றிய இவ் ஆய்வு, மேலே சுட்டிக் காட்டிய சில ஆய்வுகட்கு வழிகோலும் என நம்பப்படுகிறது.

7. துணை நூற்பட்டியல்

1. நூல்கள்
தமிழ்

கைலாசபதி க. 'தமிழ் நாவல் இலக்கியம்', இரண்டாம் பதிப்பு சென்னை: என்.சி.பி.எச்., 1977.

சங்கரதாஸ் சுவாமிகள், 'அபிமன்யு சுந்தரி சென்னை: சங்கரதாஸ் சுவாமிகள், நினைவு மன்றம், 1963.

'சுலோசனாசதி' சென்னை, சங்கரதாஸ் சுவாமிகள் நினைவு மன்றம், 1966.

'சீமந்தினி' சென்னை, சங்கரதாஸ் சுவாமிகள் நினைவு மன்றம், 1969

சாமிநாதையர், உ.வே., 'என் சரித்திரம்' (பதிப்பு) எஸ். கலியாணசுந்தர ஐயர், சென்னை, கபீர் அச்சுக் கூடம், 1950.

சிவத்தம்பி, கா., 'நாவலும் வாழ்க்கையும்' சென்னை, தமிழ்ப் புத்தகாலயம், 1978.

சீனி.வேங்கடசாமி, மயிலை., பத்தொன்பதாம் நூற்றாண்டில் தமிழ் இலக்கியம் (1800-1900)' சென்னை, சாந்தி நூலகம், 1962.

சுந்தா, 'பொன்னியின் புதல்வர்' சென்னை, வானதி பதிப்பகம், 1976.

சுந்தரராஜன், பெ.கோ. (சிட்டி), சிவபாதசுந்தரம்; 'தமிழில் சிறுகதை வரலாறும் வளர்ச்சியும்', சுந்தரம், சோ., சென்னை, க்ரியா, 1989.

சுப்பிரமணியன், க.நா., 'நாவல் கலை' சென்னை, கலைஞன் பதிப்பகம், 1985.

'முதல் ஐந்து தமிழ் நாவல்கள்' சென்னை, அமுதநிலையம், 1957.

சுப்பிரமணிய அய்யர், ஏ.வி., 'தமிழ் ஆராய்ச்சியின் வளர்ச்சி' இரண்டாம் பதிப்பு, சென்னை, அமுதநிலையம், 1971.

சூரிய நாராயண சாஸ்திரி, வி.கோ., 'மதிவாணன்' சென்னை, 1912.

செல்வக் கேசவராய முதலியார், தி., 'தமிழ் வியாசங்கள்' சென்னை, கழகம், 1945.

தண்டாயுதம், இரா. 'சமூக நாவல்கள்' (மொ.பெ.), வேங்கடராமன், சு. சென்னை, தமிழ்ப் புத்தகாலயம், 1979.

பாக்கியமுத்து, தி. (பதிப்பு), 'தமிழ் நாவல்களில் மனித விமோசனம்', சென்னை, கிறித்தவ இலக்கிய சங்கம், 1976.

மணியன், இளசை (தொகுப்பு) 'பாரதி தரிசனம் - முதற்பாகம்' சென்னை, என்.சி.பி.எச், 1975.

மாதவையா. அ, 'பத்மாவதி சரித்திரம்' சென்னை, வானவில் பிரசுரம், 1978.

மாதவையா. அ, 'முத்து மீனாட்சி' சென்னை, வானவில் பிரசுரம், 1984.

மாதவையா. அ, 'விஜய மார்த்தாண்டம்' திருவல்லிக்கேணி, ஸ்ரீநிவாஸ, வரதாசாரியார் அண்டு கம்பெனி, 1903.

மாதவையா. அ, 'குசிகர் குட்டிக் கதைகள் - முதல் எட்டு' சென்னை, ஆசிரியர் அச்சுப் பிரசுராலயம், 1924.

மாதவையா. அ, குசிகர் குட்டிக் கதைகள், - இரண்டாம் எட்டு' சென்னை, ஆசிரியர் அச்சுப் பிரசுராலயம், 1924.

மாதவையா. அ, 'ஆசார சீர்திருத்தம்' சென்னை, சுதேசமித்திரன் பவர்பிரஸ், 1916.

மாதவையா. அ, 'சித்தார்த்தன்' சென்னை, சுதேசமித்திரன் ஆபீஸ், 1918.

மாதவையா. அ, 'இந்திய தேசிய கீதங்கள்' சென்னை, ஆசிரியர் அச்சுப் பிரசுராலயம், 1925.

மாதவையா. அ. 'தில்லை கோவிந்தன்' (மொ.பெ) நாராயணன், வே., (பதிப்பு) பி.ஸ்ரீ. சென்னை, தினமணி காரியாலயம், 1944.

'சத்தியானந்தன்' (மொ.பெ) திருமதி. சரோஜினி பாக்கியமுத்து, சென்னை, கிறித்தவ இலக்கிய சங்கம், 1979.

'கிளாரிந்தா' (மொ.பெ) திருமதி. சரோஜினி பாக்கியமுத்து, சென்னை, கிறித்தவ இலக்கிய சங்கம் 1976.

வரதராசன். மு 'இலக்கிய மரபு', சென்னை, பாரிநிலையம், 1968.

வீராசாமி, தா.வே. 'தமிழ் நாவல் முன்னோட்டம்' கோயமுத்தூர், மெர்குரி புத்தகக் கம்பெனி, 1973.

வீராசாமி செட்டியார். 'விநோதரசமஞ்சரி' (பதிப்பு) பி.ஆர். பாலகிருஷ்ணன், சென்னை, 1969.

வேதநாயகம் பிள்ளை. 'பிரதாபமுதலியார் சரித்திரம்' (பதிப்பு) வே.ஞா.ச. இருதயநாதன்பிள்ளை, சென்னை, 1979.

ஆங்கிலம்

Abbe. Dubois, J.A.,	'Hindu Manners, Customs and Ceremonies', translated from French, Henry K. Beauchamp, Third (Indian) Edition, Delhi, Oxford University Press, 1989.
Allen, Walter,	'The English Novel' - A Short Critical History' London, Phoenix House, Ltd., 1960
Antonna K. Bongard - Levin, G, and Kotovsky, G.	'A History of India - Book - 2' Progress Publishers, 1979.
Bose, Pramath Nath.	'A History of Hindu civilization during British Rule, Vol. I ASP reprint 1978.'
Karashima, Noboru.	'South Indian History and Society', Delhi, Oxford University Press, 1984.
Kettle, Arnold,	'An Introduction to the English Novel - Vol. I' Reprint, London Hutchinson University Library, 1974.
Madhaviah. A.	'Satyananda', Bangalore, Mysore Review, 1909. 'Thillai Govindan', London, Fisher University, 1916.
Maurice J Quinlan.	'Victorian Prelude: A History of English Manners- 1780-1830', Reprint, London, Frankcass & Co. Ltd., 1967.
Mukherjee, Meenakshi,	'Realism and Reality: The Novel and Society in India' Delhi, Oxford University Press, 1985.
Parthasarathy, Rangaswami,	'A Hundred Years of *'Hindu'* Madras, Kastrui & Sons, Ltd., 1978.

ராஜ் கௌதமன் 307

Ramamurthy, K.S.	'Rise of Indian Novel in English', New Delhi, Sterling Publishers Private Ltd., 1987.
Samuel, John G.	'Collected Papers on Tamil Literature' Madras, Mani Pattinappakkam, 1979.
Sarah, Elizabeth (Editor),	'Reassesment of First Wave Feminism' Pergamon Press, 1982.
Singh, Yogendra	'Modernization of Indian Tradition' Thomson Press 1973.
Spear, Percival	'The Oxford History of Modern India 1740-1947 - Part III', Oxford University Press 1965.
Srinivan M.N.	'Caste in Modern India and Other Essays' London, Asia Publishing House 1962
Suntharalingam	'Politics and Nationalist Awakening in South India 1852-1891, Arizona, The University of Arizona Press, 1974.
Thackeray W.M	'The Virginians' London J.M. Dent & Sons Ltd. 'TheNewcomes Vol. I London, J.M. Dent & Sons Ltd., 1952.
Thackeray W.M	'The Newcomes, Vol. II', London, J.M. Dent & Sons Ltd., 1952.
Thackeray W.M	'History of Pendonnis, Vol. I', London, J.M. Dent & Sons Ltd., 1959.
Thackeray W.M	'Vanity Fair',London, J.M. Dent & Sons Ltd., 1959.
Thackeray W.M	'The History of Henry Esmond' London, J.M. Dent & Sons Ltd., 1959.
Tillotson Geoffrey	'Thackeray The Novelist', Strand WC-2, Methuen & Co. Ltd., 1963.
Tillotson Geoffrey and Hawes Donald (Editors).	'Thackeray - The Critical Heritage', London, Routledge&Kegan Paul, 1968.
Watson, George	'The Story of the Novel' London, Macmillan Press, 1979.
Wesh, Alexander (Editor)	'Thackeray A Collection of Critical Essays' New Jercy, Pretice - Hall, Inc. 1968.
William D Halsey and Johnson Bernard (Editor)	'Colliers Encyclopaedia - Vol. 19' Newyork, Macmillan Educational Company, 1988.

2. இதழ்கள்.

தமிழ்;

'கலைமகள்', சென்னை, *1979* 'தமிழர் நேசன்', சென்னை, *1918 - 1924* 'பஞ்சாமிர்தம்', சென்னை, *1924 - 1925* 'விவேக சிந்தாமணி', சென்னை, சூன், *1892* நவம்பர் *1892*

ஆங்கிலம்;

1. 'The Madras Christian College Magazine' Madras, 1898, 1907.

8. பின்னிணைப்புக்கள்

8.1. மாதவையாவின் வாழ்வும், படைப்புக்களும்:

1872	திருநெல்வேலி மாவட்டம், ஸ்ரீவைகுண்டம் தாலுகா, பெருங்குளம் கிராமத்தில், ஆகஸ்ட் மாதம், 16ஆம் நாளில், அப்பாவையன் என்ற அனந்தநாராயணையருக்கும், மீனாட்சியம்மாளுக்கும் மூன்றாவது குழந்தையாகப் பிறந்தார் மாதவையா.
1872-1882	பெருங்குளம் கிராமத்தில் குழந்தைப் பருவ வாழ்க்கை
1882-1892	திருநெல்வேலி இந்துக் கல்லூரியில் 'மெட்ரிகுலேசன்' (Matriculation), சென்னைக் கிறித்தவக் கல்லூரியில் பி.ஏ., ஓராண்டு கழித்து அரசுப் போட்டித் தேர்வில் முதல்வராகத் தேர்ச்சி; அரசின் உப்பு அப்காரி இலாகாவில் (Salt & Abkari Department) துணை ஆய்வாளராகப் பணியில் சேர்தல்
1887	பதினோரு வயதான நல்லூர் மீனாட்சியுடன் திருமணம்
1892- மார்ச்	To My Alma Mater (XVI Stranzas) என்ற ஆங்கிலக் கவிதை; The Madras Christian College Magazine (M.C.C.M.) P. 683
1892- ஆகஸ்ட்- *1892 நவம்பர்.*	பி. சுந்தரம் பிள்ளையின் 'மனோன்மணீயம்' நாடகம் பற்றிய மதிப்புரை; 1. 'விவேக சிந்தாமணி' இதழ்களில் 4 பாகங்களாக வெளிவந்தது.
1892 ஜூன் - *1892 நவம்பர்:*	'சாவித்திரி சரித்திரம்' என்ற முதல் நாவலின் ஆறு இயல்கள் 'விவேக சிந்தாமணி' இதழ்களில் வெளி வந்தன. இந்நாவல் பின்னர் 1903இல் சற்றுத்

	திருத்தமுற்று 'முத்து மீனாட்சி' என்ற பெயரில் முழு நாவலாக வெளிவந்தது.
1892-93.	கிறித்தவ கலாசாலையில் ஆசிரியப்பணி
1883.	அரசாங்க உப்பு / அக்பரி இலாகாவில் சேர்ந்தார்.
1894-ஜுன்:	முதற் குழந்தை மீனாம்பாள் பிறப்பு
1894 - செப்டம்பர்.	'The Dying Wife to Her Husband' (81 lines (M.C.C.M.) p. 160. இதற்கு 'A phase of Modern Indian Society' என்ற ஒரு குறிப்பு தரப்பட்டுள்ளது. இதில், பெண் விடுதலை, ஆண், பெண் சமநிலை பற்றியும், பிரௌனிங் (Browning) அவன் மனைவி ஆகிய இரு கவிகள் பற்றியும் எழுதப்பட்டுள்ளது.
1894- அக்டோபர்;	'The Burnings of Manmatha' (30 Stanzas, 270 Lines) (M.C.C.M.) P. 223 மன்மதன் சாபம் பெற்ற புராணக் கதை பற்றியது.
1895 - செப்டம்பர்;	'Loves Hope' (8 Stanzas) (M.C.C.M.) P. 169
1896 - ஜனவரி;	'Neela: A Monodrama' (III Stanzas (M.CC.M.) P. 416. இதில், தலைவனின் மறைவு பற்றியறிந்த தலைவி, இனிமேல் தன் கூந்தலை மழித்து, நகை, பட்டாடை களைக் களைந்து, வாழப் போகிற விதவை வாழ்வை எண்ணிப் புலம்பும் உள்ளடக்கம் - அமைந்துள்ளது.
1896 - மார்ச்;	'A wish for age' (7 Stanzas) (M.C.C.M.) P. 546. இளமைக் காலமும், அதனைச் சூழ்ந்துள்ள அன்பு பற்றியும் இதில் எழுதப்பட்டுள்ளது.
1896 - ஏப்ரல்;	இலட்சுமி என்னும் இரண்டாவது குழந்தை பிறப்பு
1897 - மே;	'Midnight Musings' (M.C.C.M.)
1898 - மே;	'பத்மாவதி சரித்திரம்' முதற்பாகம் வெளியீடு. இதற்கு 1898 மார்ச் மாத 'பிரபுத்த பாரதா' இதழிலும், 'M.C.C.M.' மே மாத இதழிலும், 'ஞான போதினி' இதழிலும் மதிப்புரைகள் வெளியாயின.
1899 - செப்டம்பர்;	விசாலட்சுமி என்ற மூன்றாவது குழந்தை பிறப்பு

1899;	'பத்மாவதி சரித்திரம்' இரண்டாம் பாகம் வெளியீடு.
1900 - மே;	'Scenes from the Kamba Ramayanam' (II parts) (M.C.C.M.) P. *622* கம்பராமாயணம், 'அயோத்தியா கண்டத்தில்' உள்ள 'மந்திரப்படலம்', 'மந்தரை சூழ்ச்சிப்படலம்' ஆகிய இரு படலங்களின் சுருக்கத்தை உரையாடல் வடிவில் கூறும் கவிதை இது.
1902 - மே;	முத்துலட்சுமி என்ற நான்காவது குழந்தை பிறப்பு
1902 - செப்டம்பர்;	'The Last Night Togethers' (M.C.C.M.) P. 123 காதலர்களின் பிரிவுத்துயரம் பற்றிய கவிதை இது.
1902 - டிசம்பர்;	'The Repending Maid' (2 Stanzas (M.C.C.M.) P. 293
1903;	'பத்மாவதி சரித்திரம்' முதல் இருபாகங்களின் இரண்டாம் பதிப்பு
1903;	'முத்து மீனாட்சி' நாவல் வெளியீடு. இது *1924*இல் 'ஆசிரியர் அச்சுப்பிரசுராலயம்' வழியாக இரண்டாம் பதிப்பைக் கண்டது. 'விஜய மார்த்தாண்டம்' தமிழ் நாவல் வெளியீடு. சேக்ஸ்பியரின் 'ஒதெல்லோ' (Othello) நாடகத்தின் நேரடித் தமிழாக்கம். Thillai Govindan Short Stories, 'Dox Vs Dox[1]- poem, 'Thillai Govindan' - Novel - என்று மூன்று ஆங்கிலப் படைப்புக்களும் 'ஸ்ரீநிவாச வரதாசாரியார் கம்பெனி வழியாக வெளிவந்தன.
1903- பிப்ரவரி;	'Thripurathakam' (M.C.C.M.) p. 408
1904 - மார்ச்;	'Love's philosophy' (4 Stranzas (M.C.C.M.) p. 506
1904- ஆகஸ்டு;	சரஸ்வதி என்ற ஐந்தாவது பெண்குழந்தை பிறப்பு.
1904 - டிசம்பர்	'Mathangi' - A curious Religious Institution: (M.C.C.M.) p. 300. இக்கட்டுரை, மாதங்கி என்ற நாட்டுப்புற தேவதை பற்றிய ஆய்வாகும். கர்நூல் மாவட்டம், கம்பம் என்ற ஊருக்கு மேற்கில் துடிமில்லம் என்ற கிராமத்திற்கு ஒரு கல் தொலைவிலுள்ள குன்றில் பழைய இந்துக் கோவிலின் சிதைவுகள் உள்ளன. இங்குக் காணப்படும் தெய்வ உருவங்களில் ஒன்றுதான் 'மாதங்கி'. தமிழ்க் கலம்பகங்களில் ஆடும் மங்கையொருத்திக்கு 'மாதங்கி' என்ற பெயர்

உண்டு. இதற்கும், தெலுங்கு 'மாதங்கிக்கும்' தொடர்பு இருக்கலாம் என இக்கட்டுரை ஊகிக் கிறது.

1906 - அக்டோபர்- 1907 ஜூலை;	'Thillai Govindan's Miscellany' (M.C.C.M.): I Woman: The Two Ideals (pp. 191-199) II Truthfulness (pp 235-245). III Caste (pp. 302-406) IV Patriotism (pp. 470-523). V Religious Reform (pp. 12-22). இது மேலே சுட்டிய ஐந்து பொருள் பற்றிய ஆங்கிலத் தொடர் கட்டுரை யாகும்.
1907 - மே;	அனந்தநாராயணன் என்ற ஆறாவது குழந்தை பிறப்பு.
1908 - மே;	'Impatrience' (M.C.C.M.) P. 585
1909 - ஜூலை;	யக்ஞநாராயணன் என்ற ஏழாவது குழந்தை பிறப்பு-
1909 - அக்டோபர்;	'A Retrospect' (M.C.C.M.) p. 195. விண்ணிலிருந்து நம்பிக்கை வரவில்லை. ஒளிகாட்டும் விளக்கில்லை என்று தவிப்பது பற்றிய கவிதை.
1909;	'Satyananda' Novel (Mysore Review, Bangalore வெளியீடு) இதனை 1979-இல் திருமதி சரோஜினி பாக்கியமுத்து, கிறித்தவ இலக்கிய சங்க வெளி யீடாகத் தமிழ்ப்படுத்தியுள்ளார்.
1910 - மார்ச்;	'A New year vow' (M.C.C.M.) p. 471
1910;	'திருமலை சேதுபதி' தேசபக்தி பற்றிய நாடகம்.
1911;	'பத்மாவதி சரித்திரம்' முதல் இரு பாகங்களின் மூன்றாம் பதிப்பு.
1912 ஜூன்	கிருஷ்ணன் என்ற எட்டாவது குழந்தை பிறப்பு.
1914;	'The Story of the Ramayana' (Macmillan & Co. Madras) வெளியீடு. இதனை, 'The Indian Publishing House' 1924இல் இரண்டாம் பதிப்பாக வெளியிட்டது.
1914;	'பொதுதர்ம சத்கீத மஞ்சரி' (ஸ்ரீநிவாஸவரதாசாரி அண்டு கம்பெனி வெளியீடு) இப்பாடல் தொகுப்பு நூலில் இரானடே போட்டியில் பரிசு பெற்ற 'இந்தியக் கும்மி' 51 பாடல்கள் இடம் பெற்றுள்ளது.

1915 - ஜுலை	*24-7-1915இல், ஈரோட்டில் நடைபெற்ற ஆசார சீர்திருத்த மாநாட்டில் 'ஆசார சீர்திருத்தம்' என்ற பொருளில் மாதவையா தலைமையுரை ஆற்றினார். பின்னர் இது நூல் வடிவம் பெற்றது. 1924இல், மறுபதிப்பாக வெளிவந்தது. இதில் 1. வருணாசிரமம். 2. பெண் கல்வி 3. பாலிய விவாகம் 4. வைதவ்யம், 5. பிறதேச யாத்திரை ஆகிய தலைப்புக்கள் உள்ளன. பின் இணைப்பாக, 1. நவீன ஹிந்துமதம் 2. விவாக ஸம்ஸ்காரமும் மந்திரங்களும் 3. 1911ஆம் ஆண்டு சென்னை மாகாண மக்கள் தொகைக் கணக்கிலிருந்து சில குறிப்புக்கள் ஆகியவை இணைக்கப்பட்டுள்ளன.*
1915;	'Clarinda' Novel.
1915-16;	'Lt. Panju: A modern Indian' Novel. *இது, 1924-25இல் மறுபதிப்பாக வெளிவந்தது.*
1916;	'Thillai Govindan' - novel (Fisher Unwin, England) *1903இல் ஸ்ரீநிவாஸ வரதாசாரி கம்பெனியால் தமிழகத்தில் முதல் பதிப்பாக வந்த இந்நாவலை, இங்கிலாந்தில், அன்வின் பதிப்பகம் வெளியிட்டது.*
1916;	'Kusikas' short stories' (Methodist Publishing House). *இதனை,* 'The Authors' Press & Publishing House' *1924இல் இரு பாகங்களாக மறுபதிப்பு செய்தது. இவ் ஆங்கிலச் சிறுகதைகள், முதலில்* 'The Hindu' *('இந்து')* 'Social Reformer Advocates' *ஆகிய இதழ்களில் வெளிவந்தன. அவற்றை 'இந்து' கஸ்தூரிரங்கையர் தொகுத்து நூலாக வெளியிட்டார். இவற்றைப் பின்னர் மாதவையா தமிழில் மொழி பெயர்த்து 'சுதேசமித்திரன்' இதழ்களில் தொடராக வெளியிட்டார். பின்னர் 1924இல் இவற்றைத் தொகுத்து மூன்று பாகங்களாக (22 கதைகள்) வெளியிட்டார்.*
1917;	*வேலையிலிருந்து நீண்ட விடுப்பு எடுத்து, மாதவையா, பெ.நா. அப்புசாமி முதலியவர்களுடன் சேர்ந்து 'தமிழர் கல்விச் சங்கம்' என்ற அமைப்பைச் சென்னையில் நிறுவி, அதற்கென்று 'தமிழர் நேசன்' என்ற தமிழ் இதழைத் தொடங்கினார்.*

1918;	'உதயலன் என்கிற கொற்கைச் சிங்களவன்' (சுதேசமித்திரன் பவர் பிரஸ் சென்னை) என்ற மொழிபெயர்ப்பு நாடகம் வெளிவந்தது. இது, 1903இல் ஏற்கனவே 'ஒதெல்லோ' என நேரடி மொழிபெயர்ப்பாக வந்தது. ஆங்கில நாடகத்தி லுள்ள பாத்திர, இடப்பெயர்களைத் தமிழ்ப் பெயர்களாக்கி, மூல நூலின் கருத்து மட்டும் மாறாமல் தமிழில் தழுவி எழுதப்பட்டதே 'உதயலன்' நாடகமாகும். 'சித்தார்த்தன்' (சுதேசமித்திரன் ஆபிஸ் சென்னை) கூடியவரை தனித் தமிழில் எழுதப்பட்ட புத்தர் பற்றிய வரலாறாகும். இதில் அர்னால்டு (Mathew Arnold) படைத்த 'Light of Asia' என்ற கவிதை நூலின் சில பாடல்களும் இறுதியில் தமிழாக்கம் செய்து இணைக்கப்பட்டுள்ளன.
1917-1924;	மாதவையாவை முதலில் ஆசிரியராகவும், பின்னர் பெ.நா. அப்புசாமியை ஆசிரியராகவும் கொண்டு வெளிவந்த 'தமிழர் நேசன்' இதழ்களில் மாதவையா படைத்தவை. 'சுவாதிக்கதை' சிறுகதை 'பாலவிநோதக் கதைகள்' குழந்தைகட்குரிய கதைகள் 'மணிமேகலைத் துறவு' மணிமேகலை காப்பியத்தின் முதல் இரு காதைகளைக் கொண்டு, அகவல் ஓசையில் அமைக்கப்பட்ட ஈரங்கநாடகம் 'பாரிஸ்டர் பஞ்சநாதம்' ஐரோப்பிய மோகத்தை அங்கதமாக்கி அமைந்த நான்கு காட்சி நாடகம். இதனை ஓரங்க நாடகத்தின் முன்னோடி எனலாம். 'தில்லை கோவிந்தன்' மாதவையா படைத்த 'Thillai Govindan' நாவலின் முற்பகுதியை அவரே தமிழில் மொழி பெயர்த்துத் தொடராக வெளியிட்டார். பின்னர் பிற்பகுதியை வே. நாராயணன் மொழி பெயர்த்தார். இவரே, இதனை 1944இல் முழு நூலாக வெளி யிட்டார்.
'தமிழ்ச் செல்வம்';	குறள், புறநானூறு, கம்பராமாயணம், கலித்தொகை, மணிமேகலை, சிலப்பதிகாரம், நளவெண்பா முதலான பழந்தமிழ் இலக்கியங்களிலிருந்து தெரிவு செய்த பாடல்களுக்கு விளக்கவுரை எழுதிய பகுதிக்கு இத்தலைப்பு இடப்பட்டுள்ளது.

'தமிழ் இலக்கிய அபிவிருத்தி';	என்ற நீண்ட கட்டுரையில், இலக்கியம், கவிதை, உரைநடை இலக்கியம் பற்றி விளக்கப்பட்டுள்ளது.
'உலக சரித்திரம்'	அறிவியற் கட்டுரைத் தொடர்.
	இவை தவிர 'பழைய நாள் நினைவு' 'எனது புத்தகங் களின் மத்தியில்', 'கடவுள் கிருபை', 'இந்தியா என் அன்னையே,' (இது 'England My England' என்ற ஆங்கிலக் கவிதையின் தழுவல். 'உலகமே மேன்மை யாய் ஒழுகு; 'நீ மனம் ஏங்கிடாதே', 'உயிர்', 'உலகம்', 'என் காதல் நிலைக்கு' 'அமோரதி' 'மரணம்', 'மரணபயம்', 'ஒளிர் விண்மீனே' ஆகிய மொழி பெயர்ப்புக் கவிதைகளையும் படைத்தார்.
1922;	அரசுப்பணியிலிருந்து மாதவையா தாமாகவே ஓய்வு பெற்றுக் கொண்டார். முன்கூட்டியே ஓய்வுக் கால ஊதியத்தின் ஒரு பகுதியைப் பெற்றுச் சென்னை, மயிலாப்பூரில் சொந்த வீடு கட்டி அதில் அச்சகம் அமைத்து, 'பஞ்சாமிர்தம்' என்ற இதழை, 1924, சித்திரையில் தொடங்கினார். 'ஆசிரியர் அச்சுப் பிரசுராலயம்' என்ற வெளியீட்டையும் நிறுவித் தம் நூல்களை வெளியிடத் தொடங்கினார்.
1922;	'Markandeya' (The Indian Publishing House)
1923;	'Nanda' (The Indian Publishing House)
	'Manimekalai' (The Indian Publishing House)
1923-24;	'Narada' என்ற புனைபெயரில் மாதவையா, 'The Hindu' இதழ்களில் 'Stories from Indian Life' என்ற பொதுத் தலைப்பில் சிறுகதைகளை வெளியிட்டார்.
1924-25	'ஆசிரியர் அச்சுப்பிரசுராலயம்' (The Author's Press and Publishing House) என்ற தமது சொந்த வெளியீட்டின் வழியாக 'மாதவையா பதிப்பித்த நூல்கள்' என ஆங்கிலத்தில் எழுதியதை 'தளவாய் முதலியார் குடும்ப வரலாறு' (1925) எனத் தமிழ்ப் படுத்தி வெளியிட்டார். 'புதுமாதிரி கல்யாண பாட்டு' (1925), 'இந்துதாசன்' என்ற புனைபெயரில் மாதவையா எழுதி வெளிவந்த பாடல்களின் இரண்டாம் பதிப்பு. 'முத்து மீனாட்சி' நாவல் (1924)

இரண்டாம் பதிப்பு. 'குசிகர் குட்டிக் கதைகள்' (1924) மூன்று பாகங்கள். 'இந்திய தேசிய கீதங்கள்' (1925) இரண்டாம் பதிப்பு. 'பாரிஸ்டர் பஞ்சநாதம்' நாடகம், 'பாலவிநோதக் கதைகள்' சிறுவர் கதைகள், 'பாலராமாயணம்' இராமாயணக்கதை, 'பத்மாவதி சரித்திரம்' முதல் இருபாகங்கள், ஐந்தாம் பதிப்பு. 'விஜய மார்த்தாண்டம்' - இரண்டாம் பதிப்பு. 'திருமலை சேதுபதி' - நாடகம், இரண்டாம் பதிப்பு. 'ஆசார சீர்திருத்தம்' - இரண்டாம் பதிப்பு. 'உதயலன்' - இரண்டாம் பதிப்பு.

1924 - சித்திரை -
1925 கார்த்திகை: 'பஞ்சாமிர்தம்' இதழ்களில் இருபது இதழ்கள் வரை மாதவையா ஆசிரியராக இருந்து நடத்தினார். இவ் இதழ்கள் வாயிலாக மாதவையா படைத்தவை பின்வருமாறு:

'பத்மாவதி சரித்திரம்' மூன்றாம் பாகம் - முற்றுப் பெறாத 17 இயல்கள் கொண்டது.

சிறுகதைகள்:

'நிலவரி ஏலம்', 'ஏணி ஏற்றம்', 'முருகன் ஆரூடம்', 'கண்ணன் பெருந்தூது'

கட்டுரைகள்

'தக்ஷிண சரித்திர வீரர்', 'சரித்திரக் கதைகள்' 'சுதந்திரத் தொட்டில்', 'பெண்கல்வி.'

'பத்திராதிபர் குறிப்புகள்' என்ற பொதுத் தலைப்பில் அரசியல், நாட்டு நடப்பு, இலக்கியம், சமுதாயம் பற்றி மாதவையா எழுதியுள்ளார்.

'அமுதகவி' என்ற புனைபெயரில் மாதவையா கீழ்க்காணும் கவிதைகளைப் படைத்தார்.

'எங்கள் கண்ணன்' (1924), இது பாரதியின் 'கண்ணன்' பாட்டை நினைவூட்டும்.

'உதய ஞாயிறு' (1924): கடற்கரையின் காலை நேரடிக் காட்சி பற்றியது.

'பூதேவி திருநாள்' (1924): ஆடவர், பெண்டிர் சுதந்திரத்தைப் போற்றி, சாதி மத பேத வேறுபாடு களை மறுக்கும் கவிதை இது.

'திடப்படுவீரே' (1924), Rudyard Kipling எழுதிய ஆங்கிலக் கவிதையைத் தழுவி அமைந்த கவிதை.

'புதிய கடவுள்' (1924), இதில் புதிய கடவுளின் உருவம் அன்பு, உயிர் உழைப்பு, இயற்கை இன்பம், அதன் இயக்கம் அறிவு எனப் பாடியுள்ளார்.

'சர்வ சம்மத பிரார்த்தனை' (1924), இது, Pope எழுதிய 'Universal Prayer' என்பதன் மொழிபெயர்ப் பாகும்.

'தாய் - மக்கள் சம்பாஷணை' (1924), இது 24 காவடிச் சிந்துகளைக் கொண்டது. இந்திய மக்களுக்கும், பாரத மாதாவுக்கும் இடையில் நடைபெறும் உரையாடலாக அமைந்துள்ளது. 'வந்தே மாதரம்' என்ற முழக்கத்தை முதன் முறையாகக் கையாண்டார்.

'ஒரு விண்ணப்பம்' (1925), நோயற்ற வாழ்வும் மனமும், அறிவும் மயங்காத வாழ்வும், உடல் - உள்ள வலிமை குன்றும் போது உயிர் துறக்கும் வரமும் கேட்பதாக இப்பாடல் அமைந்துள்ளது.

'குறள் நானூறு' என்ற தலைப்பில் திருக்குறளி லிருந்து 400 குறள்களை அறிஞர் குழு அமைத்துத் தெரிவு செய்து தொகுப்பாக வெளியிட்டார்.

இவைதவிர, 'The Ballad of the Penniless Bride' 'The Story of Ramayana' (Macmillan & Co.) ஆகிய ஆங்கில நூல்களையும் படைத்துள்ளார்.

1925 - அக்டோபர்,	22ஆம் நாள், பிற்பகல் 3.40 மணி அளவில், சென்னைப் பல்கலைக்கழக ஆட்சி மன்றத்தில் பி.ஏ. பட்டப்படிப்பில் தாய் மொழியைக் கட்டாயப் பாடமாக்க வேண்டும் எனப் பேசி அமர்ந்த மாதவையா, மூளை இரத்த நாளம் வெடித்துக் கசிந்ததால் உடனே உயிர் துறந்தார்.
பி.கு.	இதுவரை தொகுக்கப்பட்ட மாதவையாவின் படைப்புக்கள் தவிர, வேறு சிலவும் இதழ்களில் இருக்கக் கூடும்.

8.2 மாதவையாவின் தமிழ் நாவல்களின் கதைச் சுருக்கம்

8.2.1. பத்மாவதி சரித்திரம்: முதற்பாகம்

சிறுகுளம் கிராமத்தில் பிறந்த நாராயணனும், அரியூர் கிராமத்தில் பிறந்த கோபாலனும், தங்கள் கிராமங்களை விட்டுத் திருநெல்வேலி சென்று தங்கி இந்துக் கல்லூரியில் ஆங்கிலக் கல்வி கற்று, உயர் கல்விக்காகச் சென்னைக்கு செல்வது பற்றியும், இருவருக்கும் நடந்த குழந்தை மணம் பற்றியும், இருவரின் குடும்ப நிகழ்ச்சிகள் பற்றியும் முதற்பாகம் எடுத்துரைக்கின்றது. நாராயணன் சிறுவனாக இருந்த போது, அவன் தந்தை சீதாபதி ஐயர் தாம் செய்த குற்றங்களுக்காகச் சிறைபட்டு, அங்கேயே இறந்து போகிறார். ஆதரவற்ற அவனுடைய தாய் சீதையம்மாள், தன் தம்பி ஐயாவையர் வீட்டில் தங்கியிருந்த போது, தம்பி மனைவி சுப்பம்மாள் அதைப் பொறுக்காமல் சண்டை யிடுகிறாள். எவ்வாறேனும் மகனை ஆங்கிலக் கல்வி கற்கச் செய்ய வேண்டுமென்று சீதையம்மாள் மகனுடன் திருநெல்வேலி சென்று தங்குகிறாள். மகனை இந்துக்கல்லூரியில் கற்கச் செய்கிறாள்.

அவ்வேளையில், அரியூர்ப் பண்ணை சேஷையருக்குப் பிறந்த கோபாலனும், அவன் தம்பி சங்கரனும் இந்துக் கல்லூரியில் கற்க வருகின்றனர். நாராயணனும் கோபாலனும் நண்பர்களாகின்றனர். கோபாலன் அழைப்பின் பேரில் நாராயணன் அரியூர் சென்று நண்பனுடைய அக்காள் சாவித்திரியைக் கண்டு பெண் கல்வி பற்றிப் பேசுகிறான்.

சாவித்திரியின் கணவர் சுந்தரமையர் பிற பெண்களுடன் தொடர்பு கொண்டு சாவித்திரியைக் கொடுமைப்படுத்துகிறார். சாவித்திரி மீது தகாத ஆசை கொண்டிருந்த நாகம்மையரை ஓரிரவில் இரு நண்பர் களும் அவமானப்படுத்தியனுப்புகின்றனர்.

வயோதிக காலத்தில் பண்ணை சேஷையர், ஐயாசாமி வாத்தியார் துணையுடன் தஞ்சைப்பகுதி கிராமத்தில் பெண்தேடி அலைந்து,

ஏமாற்றப்பட்டு, இறுதியில் கமலாம்மாள் என்ற சிறுமியை மணந்து திரும்புகிறார்.

கோபாலனுக்கும், கலியாணி என்ற சிறுமிக்கும் ஏற்கனவே குழந்தை மணமாகி, தற்போது சாந்தி முகூர்த்தமும் ஆகிறது. நாராயணனுக்கும் அவன் மாமனின் ஒரே மகள் பத்மாவதிக்கும் குழந்தை மணமாகிறது.

அரியூரில், சேஷையரின் புதுமனைவியும் அவனுடைய விதவைத் தாயும், நாகம்மையரும், அவர் மனைவி சாலாவும் சாவித்திரியைத் துன்புறுத்துகின்றனர். கோபாலனின் தம்பி சங்கரன் தனக்கு மணமாக வில்லையே என்று சாவித்திரி நகைகளைத் திருடிக்கொண்டு ஓடி விடுகிறான். தனித்து விடப்பட்ட அக்காள் சாவித்திரியைக் கோபாலன் திருநெல்வேலிக்குக் கூட்டி வருகிறான்.

சீதையம்மாளின் அன்பான பராமரிப்பில் கோபாலன் - கல்யாணி நாராயணன் - பத்மாவதி, சாவித்திரி ஆகியோர் ஒரே வீட்டில் வாழ்கிறார்கள்.

சங்கரனைத் தேடிச் சென்ற சுந்தரமையர் கெட்டழிந்து சாவித்திரி யிடம் வந்து, அன்று இரவே நாடகம் பார்க்கக் கோபாலனையும், நாராயணனையும் அழைத்துப் போகிறார். நாடகக் கொட்டகை தீப்பற்றவே அதில் சுந்தரமையர், நாகம்மையர் போன்றோர் இறக்க கோபாலனும் நாராயணனும் தீக்காயங்களுடன் பிழைக்கின்றனர். சாவித்திரி விதவைக் கோலம் அடைகிறாள்.

'மெட்ரிகுலேசன்' தேர்வில் வெற்றி பெற்ற நண்பர்கள் இருவரும் மேற்படிப்பிற்காகச் சென்னை செல்ல முடிவுசெய்கின்றனர். 'இனிமேல் நமது நண்பர்களை மறுபடியுஞ் சென்னை புரியில் தான் பார்க்கலாம்' என்று முதல்பாகம் முடிகிறது.

பத்மாவதி சரித்திரம்: இரண்டாவது பாகம்

முதற் பாகத்திற்குக் கிடைத்த வரவேற்பால் தமக்கிருந்த தயக்கத்தை விடுத்து மாதவையா இரண்டாம் பாகத்தை வெளியிட்டார்.

இரு நண்பர்களும், சென்னையில் 'மில்லர் ஸ்கூல்' என்று மக்களால் அழைக்கப்பட்ட சென்னைக் கிறித்தவக் கல்லூரியில் சேர்ந்து கற்கிறார்கள். மனைவி கல்யாணியுடன் வாழ்ந்துகொண்டு கல்வியில் கோபாலனால் ஈடுபடமுடியவில்லை. நாராயணனுக்கு இருபது வயதான போது, பத்மாவதி பெரியவளாகி, சென்னையில் அவனுடன் இல்லறம் நடத்த வருகிறாள். கல்விக்குத் தடையாக இருந்ததால் கல்யாணியைக் கோபாலன் ஊரில் விட்டுத் தனியே அக்காள் சாவித்திரியுடன் வாழ்கிறான்.

ஊரை விட்டு ஓடிப்போன கோபாலனின் தம்பி சங்கரன், நாடக நடிகனாக, சென்னை திரும்புகிறான். நாடகம் காணச் சென்ற நண்பர்கள் சங்கரனை அடையாளம் கண்டு வீட்டிற்கு அழைத்து வர, அவனோ பத்மாவதி மீது தகாத இச்சை வைத்து அது முடியாததால் அவனுக்கும், கோபாலனுக்கும் கள்ள உறவு இருப்பதாக, கோபாலன், சாலா என்ற தாசிக்கு எழுதிய கடிதத்தைத் தந்திரமாகப் பயன்படுத்து கிறான். நாராயணன் இதை நம்பி நண்பனைப் பிரிகிறான், மனைவி யைத் துன்புறுத்துகிறான். இடையில் அவன் தாய் சீதையம்மாள் இறக்கிறாள். இறுதியில், கோபாலன் வழியாக நாராயணன் உண்மை யறிந்து தெளியவே நண்பர்கள் இணைகிறார்கள், பத்மாவதியின் துயரமும் தீர்கிறது.

மூன்றாண்டுகள் கழித்து, நாராயணன் பி.ஏ. தேர்ச்சி பெற்று, ஏம்.ஏ. முடித்து மாதம் நூற்றைம்பது ரூபாய் சம்பளத்தில் ஆசிரியனா கிறான். பத்மாவதி தமிழில் புலமை பெறுகிறாள்; கணவனுடன் ஆங்கிலத்தில் உரையாடுகிறாள்.

கோபாலன் பி.ஏ. முடித்து, எம்.பி.சி.எம். எனப்படும் மருத்துவக் கல்வியைத் தொடர்கிறான். சாவித்திரி பொதுத்தொண்டில் ஈடுபடு கிறாள். சேஷையர் இறக்கிறார், சங்கரன் மீண்டும் காணாமற் போகிறான்.

இவ்வாறு மாதவையா ‘பத்மாவதி சரித்திரம்’ நாவலை முடித்துள்ளார்.

பத்மாவதி சரித்திரம்: மூன்றாவது பாகம்

மாதவையா, 1899இல் பத்மாவதி சரித்திரம் இரண்டாம் பாகத்தை வெளியிட்டுப் பின்னர், 1924இல் மீண்டும் இதற்கொரு மூன்றாம் பாகத்தைத் தொடராக வெளியிட்டார். அவருடைய அகால மரணத்தால் இது, 17வது அதிகாரத்தில் பாதியுடன் நின்று விட்டது.

இளம் வயதிலேயே மூன்று தடவை கருவுற்ற கல்யாணி, நோய் வாய்ப்படுகிறாள். மூடத்தனமான மருத்துவத்தால் கணவன் மடியில் உயிரை விடுகிறாள்.

நாராயணையரும் பத்மாவதியும் வாழுகின்ற நவீன வாழ்வை, அவனுடைய மாமனும், மாமியும் சகிக்க முடியாமல் கிராமத்திற்கே திரும்பி விடுகின்றனர்.

மனைவியை இழந்த கோபாலையர் தாமஸ்கே என்ற கிறித்தவரின் மகள் ஜேன்கே என்ற இளம் பெண்ணைக் காதலிக்கிறார். ஆனால், தாமஸ்கே, கோபாலையர் தம் மகளை மணக்க வேண்டுமாயின்

சிறித்தவராக மாற வேண்டும் எனக் கட்டாயப்படுத்துகிறார். கோபாலையர் மனம் ஊசலாடுகிறது.

8.2.3. விஜய மார்த்தாண்டம்

'லக்ஷ்ரூபா வருஷ வருமானம்' தரும்புலிமலை ஜமீனுக்கு சொந்தக்காரர் சொக்கலிங்கத் தேவர் இறந்தபின்னர், அவருடைய உறவினர்கள் விஜய மார்த்தாண்டத் தேவர், வீரசங்கிலித்தேவர் ஆகிய இருவரில், வீரசங்கிலித்தேவருக்கு ஜமீன் உரிமையாகும் எனத் தீர்ப்பாகிறது.

நாற்பத்தைந்து வயதான வீரசங்கிலித்தேவருக்கு மனைவியர் இருவர்; வைப்பாட்டிகள் பலர்; குழந்தைகள் இல்லை; கல்விப் பயிற்சி அறவே இல்லை.

விஜய மார்த்தாண்டர் தமிழிலும், ஆங்கிலத்திலும் நன்கு கற்றவர். அழகர், 'நற்குணமும், நற்சிந்தையும், நல்லொழுக்கமும் நிறைந்தவர்.' புலிமலையிலுள்ள வேலாயுதத்தேவரின் மகள் சிவகாமி நல்ல அழகும், அறிவும், ஒழுக்கமும் கொண்டவள். இவளைக் காதலிக்கும் விஜய மார்த்தாண்டர் இவளுடைய தந்தையிடம் பெண் கேட்டுக் கடிதம் எழுத, அவரோ போ. சுப்பையர் என்ற கெடுமதியாளனின் தூண்டுதலால் புதிய ஜமீன் வீரசங்கிலித்தேவருக்கு மகளை மூன்றாம் தரமாகக் கொடுக்க முன்வருகிறார்.

வீரசங்கிலித்தேவர் சிவகாமியை நிச்சயம் செய்ய வருவதையறிந்த விஜய மார்த்தாண்டர், அடைக்கலம் எனவந்த சிவகாமியைத் தூக்கிச் செல்லும் முயற்சியில் தோற்றாலும், கள்ளர் தலைவன் வீரமாகாளியின் உதவியுடன் அவளைக் கடத்தி வரச் செய்கிறார். திருடர்களின் மறைவிடத்தில் காதலியுடன் களித்திருக்கிறார்.

ஆனால், சிவகாமியைக் கடத்திவரும்போது, வீரமாகாளியும் அவனுடைய கூட்டாளிகளும் பிடிபட்டுச் சிறை செல்கிறார்கள். வீரமாகாளியும், மற்றொரு திருடனும் தூக்கிலிடப்படப்போகும் செய்தியறிந்த விஜய மார்த்தாண்டர் விரைந்து செயல்பட, அவர்களைக் காப்பாற்றி, ஐந்தாண்டு சிறைத்தண்டனை பெற்றுத் தருகிறார்.

வீரசங்கிலித்தேவருக்கு வலுக்கட்டாயமாக சிவகாமியை மனைவியாக்க அவளுடைய பெற்றோர்கள் சுப்பையர் உதவியுடன் முயற்சித்தபோது தற்கொலை முயற்சியால் அதனைச் சிவகாமி முறியடிக்கிறாள். தன்னைப் பெண்டாட வந்த வீரசங்கிலித் தேவரைத் துடப்பத்தால் விரட்டுகிறாள்.

விஜய மார்த்தாண்டரின் நம்பிக்கையான வேலையாளின் துணையோடு புலிமலையை விட்டோடி செஞ்சாலியிளை என்ற நகரில் தங்குகிறாள் சிவகாமி. கலெக்டரின் உதவியால் பெண்டிர் பயிலும் 'மிஷன்' பள்ளியில் மாதம் முப்பது ரூபாய் சம்பளத்தில் தமிழாசிரியை ஆகிறாள்.

மீண்டும், வீர சங்கிலித்தேவர், சுப்பையர் துணையுடன் சிவகாமியை வலிந்து பெறமுயலும் போது ஒரு கண்ணை இழக்கிறார். விடுதலையடைந்து வந்த விஜய மார்த்தாண்டர் சிவகாமியுடன் இணைகிறார். வீரசங்கிலித்தேவரும், சுப்பையரும் நீதிமன்றத்தால் தண்டிக்கப்படுகின்றனர்.

விஜய மார்த்தாண்டரும், சிவகாமியும் வடநாடு சென்று மணந்து வாழ்கின்றனர். மாதம் முந்நூறு ரூபாய் வருமானம் வரக்கூடிய வியாபாரத்தை நடத்துகிறார் விஜய மார்த்தாண்டர். சுந்தரபாண்டியன் என்ற மகனுடன் மகிழ்ச்சியாக இல்லறம் நடத்துகிறார்கள் மார்த்தாண்டரும், சிவகாமியும்.

8.3 மாதவையாவின் தமிழ் மற்றும் ஆங்கில நாவல்களிடையேயுள்ள ஒற்றுமைகள்

8.3.1. 'பத்மாவதி சரித்திரம்' மாதவையாவின் ஆங்கில நாவல்களுடன் கொண்டுள்ள ஒற்றுமைகள்

8.3.1.1. 'சத்தியானந்தன்' (Satyananda)

'பத்மாவதி சரித்திரத்தின்' தொடக்கத்தில் 'மாசி நிலவும், மதியாதார் முற்றமும், வேசியுறவும், வியாபாரி நேசமும்' ஆகாதென்று பாடிவைத்தான் என்று தொடங்குகின்ற உரையாடல், கதையின் இயக்கத்திற்குக் காரணமாக அமைகிறது. இதைப்போல் 'சத்தியானந்தன்' நாவலில்' மாசிமாத நிலவொளி மனதை மிகவும் மயக்குவதாக இருக்கும், பனியையும் பொருட்படுத்தாமல் காதலர்கள் அதில் களிப்பார்கள். ஆனால் மாசிநிலவும் மதியாதார் முற்றமும் வேசியுறவும் வியாபாரி நேசமும் என்பது பழமொழி (பக். 1). இந்த மாசிமாத நிலவு வீசும் ஓர் இரவில்தான், தாமிரபரணி ஆற்றங்கரையிலுள்ள கல்மண்டபத்தில் அனாதையாக விடப்பட்ட ஒரு குழந்தையின் அழுகை ஒலியிலிருந்து கதையின் இயக்கம் தொடங்குகிறது.

இரண்டு நாவல்களிலும் ஒத்த பாத்திரங்கள் காணப்படுகின்றன. 'பத்மாவதி சரித்திரத்தில், சங்கரன் என்ற பாத்திரம் நாடக நடிகனாக, ஒழுக்கங்கெட்டவனாகக் காணப்படுவதையொத்து, 'சத்தியானந்தனிலும்', 'கிட்டு' என்ற பாத்திரம் நாடகக்காரனாக, ஒழுக்கம் இல்லாதவனாகக் கூறப்பட்டுள்ளது. (பக். 26)

இரு நாவல்களிலும் முறையே பாக்கியம், கிரேஸ் ஆசீர்வாதம் என்ற கிறித்தவப் பெண்கள் கபடமாக இந்துப் பெண்களைக் கிறித்தவ மதமாற்றஞ் செய்வதை மாதவையா குறிப்பிட்டுள்ளார்.

8.3.1.2. கிளாரிந்தா (Clarinda)

கிறித்தவ மதமாற்றச்சிக்கல், சாதி, மதங்கடந்த காதல் திருமணம் தொடர்பான சிக்கல் ஆகியவற்றை 'பத்மாவதி சரித்திரமும்' 'கிளாரிந்தா'வும் கையாளுகின்றன. 'கிளாரிந்தா' நாவலுக்கும்,

'சத்தியானந்தன்' நாவலுக்கும் நிரம்ப ஒற்றுமைக் கூறுகள் காணப்படு கின்றன.

பிந்திய நாவலில் ரங்கையர் மரணப்படுக்கையில் கிடக்க, அவருடைய மனைவி, மக்கள் எல்லோரும் அவருடைய உயிரைப் பற்றிக் கவலைப்படாமல் அவர் எழுதி வைத்துள்ள உயிலிலிருந்து தங்களுக்கு வரக்கூடிய பணத்தைப்பற்றியே கவலைப்படுவதும், ரங்கையருக்கு முன்பாகவே அது பற்றித் தங்களுக்குள் விவாதிப்பதும் விரித்துரைக்கப்படுகின்றன. (பக். 289, 291, 302)

இதே போன்று 'கிளாரிந்தா' நாவலிலும், நாற்பத்தேழு வயதான திவான் இறக்கும் தறுவாயில், அவருடைய மைத்துனியும், தம்பியும் அவர் முன்பே அவருடைய இறப்பு, அவரால் வரக்கூடிய சொத்து பற்றி விவாதிக்கிற பகுதி காணப்படுகிறது.

'சத்தியானந்தன்' நாவலிறுதியில் தந்தை விட்டுச் சென்ற சொத்தைக் கொண்டு சத்தியானந்தன் 'சத்திய சமாஜம்' நிறுவி அறத் தொண்டில் ஈடுபடுவது போல, 'கிளாரிந்தா' நாவலிறுதியிலும், கிளாரிந்தா, கணவன் விட்டுச் சென்ற பொருளைக் கொண்டு கிறித்தவ ஆலயம் கட்டி, ஏழைக் கிறித்தவ மக்களுக்குத் தொண்டாற்றுகிறாள்.

8.3.1.3. 'தில்லை கோவிந்தன்' (Thillai Govindan)

'பத்மாவதி சரித்திரத்தின் தொடக்கத்தில் சிறுகுளம் கிராமத்தின் சாதிகள், தெருக்கள், வீடுகள் குறித்த வருணனையை ஒத்ததாகவே 'தில்லை கோவிந்தன்' நாவல் தொடக்கத்தில், தில்லை கிராமத்தின் வருணனை அமைந்துள்ளது.

இரு நாவல்களிலும் பெண்களுக்கு ஏற்படும் பிரசவ கால நோயையும் அது தொடர்பான பிற நோய்களையும் தீர்க்க மூடநம்பிக்கையின் பேரில் உருவான பேயோட்டம், பிரம்படி, பட்டினி போடுதல் முதலான நாட்டு மருத்துவமுறை பின்பற்றப் படுவதை மாதவையா குறிப்பிட்டுள்ளார். இதற்கு மாறாக அறிவியல் அடிப்படை கொண்டு ஆங்கில மருத்துவ முறை ஒதுக்கப்படுவதை எடுத்துக்காட்டியுள்ளார்.

'பத்மாவதி சரித்திரம்' நாவலில் உள்ள நாராயணனும், 'தில்லை கோவிந்தனில்' உள்ள கோவிந்தனும் ஓரளவிற்கு ஒப்புமையான பண்புள்ளவர்களாகக் காணப்படுகின்றனர். சென்னையில் தங்கிப் படித்த காலத்தில், நாராயணன், வீணை மீட்டிய ஒரு தாசி மீது மோகமுற்று, அவளை அடையவேண்டுமென்று சஞ்சலப்படுவது போல (ப. சரி. பக். 166) கோவிந்தனும், ஒரு திருமணத்தில் சதிராடிய

பதினாறுவயது தாசி மீது மோகமுற்று, அவளுக்குக் கடிதங்கள் எழுதுகிறான், வசிய மந்திரம் ஓதுகிறான். (தி.கோ. 7வது அதி)

'பத்மாவதி சரித்திரத்தில்', நாராயணன் சென்னைக் கிறித்தவக் கல்லூரியில் சேர்ந்து கற்பதைக் குறிப்பிடுகிற மாதவையா, 'பெரியபாதிரி வாத்தியார்' என்ற மில்லர் பாதிரியாரின் பெருமைகளை எழுதுவதைப் போலவே (ப. சரி. பக். 151-153), 'தில்லை கோவிந்தன்' நாவலிலும், மில்லருடைய பெருமைகளை விவரித்துள்ளார். (தி.கோ. 10வது அதி)

சென்னைக்குப் புதிதாக வந்த நாராயணனும், கோவிந்தனும் 'ஜட்காவாலா'க்களால் ஏமாற்றப்படுவதை மாதவையா குறிப்பிட்டுள்ளார்.

நாராயணன் தம் மனைவி பத்மாவதிக்குப் படிப்புச் சொல்லித் தருவதைப் போலவே, கோவிந்தனும் தன் மனைவிக்குத் தமிழில் திருக்குறளையும் கம்பராமாயணத்தையும் ஆங்கிலத்தில் சேக்ஸ்பியர் நாடகங்களையும், பைரன், டெநிசன் கவிதைகளையும் சொல்லித் தருகிறான். (தி.கோ. 12வது அதி)

8.3.1.4. 'லெப்ட் பஞ்சு: ஒரு நவீன இந்தியன்'

(Lieut: Panju: A Modern Indian)

பத்மாவதி சரித்திரம் மூன்றாம் பாகத்தில் கோபாலையர் மருத்துவப்பட்டம் பெற்று மருத்துவராகப் பணியாற்றுகையில், ஜேன்கே என்ற பிராமண சாதியைச் சேராத கிறித்தவப் பெண்ணைக் காதலித்து, இறுதியில் திருமணத்திற்குக் கிறித்தவ மதமாற்றம் ஒரு சிக்கலாக எழும்போது விடைகாண முடியாமல் தவிக்கிறார்.

'லெப்ட் பஞ்சு' நாவலிலும் இதே போல பிராமண இளைஞன் பஞ்சு, மருத்துவப் படிப்புப் படித்தபோது உடன் பயின்ற கிரேஸ் என்ற கிறித்தவப் பெண்ணைக் காதலித்து கிறித்தவ மதமாற்றம் திருமணத்திற்கு வழி என்ற நிலை உருவாகியபோது மனம் வெறுத்து, பெல்ஜியம் சென்று, முதல் உலகப் போரில் மாண்டு விடுகிறான். (July 1914 - Nov. 1918)

8.3.2. 'முத்துமீனாட்சி' மாதவையாவின் பிற ஆங்கில நாவல்களுடன் கொண்டுள்ள ஒற்றுமைகள்

'முத்து மீனாட்சி' நாவலின் மையப் பாத்திரமான முத்துமீனாட்சி என்ற பிராமண இளம்விதவை, ஐரோப்பிய மறுமலர்ச்சிக் கருத்துக் களைக் கற்றறிந்த சுந்தரேசன் என்ற பிராமண இளைஞனைக் காதலித்து அவனையே மணம் செய்து கொள்கிறாள். சமூக ஒதுக்கு முறைக்கு ஆளாகிறபோது அவளும் அவள் கணவனும் கிறித்தவமதம் மாறிவிடவும் எண்ணுகிறார்கள்.

இதேபோல 'கிளாரிந்தா' என்ற ஆங்கில நாவலின் மையப் பாத்திரமான கிளாரிந்தாபாய் என்ற பிராமண இளம் விதவை, ஆங்கிலேயர் பண்பாட்டிலே பிறந்து வளர்ந்த ஆங்கிலேயனைக் காதலித்து, கிறித்தவ மதம் மாறி அவனைக் கைப்பிடிக்கிறாள்.

இதேபோல, 'சத்தியானந்தன்' என்ற ஆங்கில நாவலில் கல்யாணி என்ற இளம் பிராமண விதவை, சத்தியானந்தன் என்ற முற்போக்குக் கருத்துக்களைப் போற்றுகிற இளைஞனைக் காதலித்து, கிறித்தவ மதம்மாறி அவனையே மணந்து கொள்கிறாள்.

8.4 மாதவையா, தமிழ் நாவல்களில் பயன்படுத்தியுள்ள பழமொழிகளும், தமிழ்க் காவியம், நீதி இலக்கியங்களிலிருந்து மேற்கோள்களும்

8.4.1. 'பத்மாவதி சரித்திரம்'

8.4.1.1. பழமொழிகள்

'பகல் பக்கம் பார்த்துச் சொல், இராத்திரி அதுவும் சொல்லாதே' (பக். 11)

'தலைக்கு வந்தது தலைப்பாகையோடு போகட்டும்' (பக். 34)

'பூசணிக்காய் களவாண்டவன் தோளைத் தொட்டுப் பார்த்துக் கொண்ட கதை' (பக். 12)

'பிரமசாரி எள்ளுக் கணக்குப் பார்த்த கதை' (பக். 32)

'குரங்கு சாகக் கொடுத்த ஆண்டி போல' (பக். 84)

'காத்திருந்தவன் பெண்டாட்டியை நேற்று வந்தவன் கொண்டு போனான்' (பக். 97)

'எறும்பூரக் கல்லும் தேயும்' (பக். 164)

'எலிக்குப் பயப்பட்டு வீட்டில் தீயை வைத்தது போல' (பக். 259)

'நம்முடைய விரல் கண்ணைக் குத்திவிட்டால் தறித்து விடுகிறதா?' (பக். 29)

'முழுப் பூசணிக்காயைச் சோற்றிற்குள் மறைக்க முயல்வது போல' (பக். 68)

'கும்பிடப் போன தெய்வம் குறுக்கிட்டு விட்டாற்போலாச்சுது' (பக். 69)

'யானையிருந்தாலும் ஆயிரம் பொன், செத்தாலும் ஆயிரம் பொன்' (பக். 91)

'தெய்வ பூஜை வேளையில் கரடியை விரட்டியடித்த கதையாக' (பக். 116)

'பத்துக்கு மிஞ்சின பதிவிரதை இல்லை' (பக். 199)

'செவிடன் காதில் சங்கூதினாற்போல' (பக். 197)

'உள்ளங்கை நெல்லிக்கனி போல' (பக். 210)

'குலத்தைக் கெடுக்க வந்த கோடாலிக் காம்பு' (பக். 202)

'மீன்குட்டிக்கு நீந்தப் படித்துக்
கொடுக்க வேண்டுமோ?' (பக். 216)

'வெண்ணைய்யை வைத்துக் கொண்டு
நெய்க்கு அழுவது போலாகும்' (பக். 225)

'கிணறு வெட்ட பூதம் புறப்பட்டது போல' (பக். 229)

'ஏகோதிஷ்டக்காரனுக்குச் சவண்டிக்காரன்
என்கிறதுபோல' (பக். 230)

'தானொன்று நினைத்திருக்க, தெய்வம்
ஒன்று நினைக்கலாயிற்று' (பக். 233)

'இலவு காத்த கிளி' (பக். 245)

'காமலைக் கண்ணுக்குக் கண்ட
தெல்லாம் மஞ்சள் நிறமன்றோ' (பக். 270)

'கழுதைக்குபதேசம் காதிலே' (பக். 270)

'சூரியனைப் பார்த்து நாய் குலையாதே' (பக். 270)

'அறுத்துவிட்டதாம் கழுதை எடுத்து விட்டதாம் ஓட்டம்' (பக். 271)

'இளங்கன்று பயமறியுமா?' (பக். 271)

'சோற்றிலே கிடக்கிற கல்லைப் பொறுக்க முடியவில்லையாம்,
சொக்கனார் கோவில் மதிற்கல்லைப் பிடுங்கப் போகிறார்களாம்' (பக். 272)

'செக்கடிக்கும் தம்பூருக்கும் ஒத்து வருமோ?' (பக். 275)

'தொட்டிலிலிருந்து சுடுகாடு மட்டும்' (பக். 275)

'அத்தை அருமை செத்தால் தெரியும்' (பக். 281)

'மலை விழுங்கி மகாதேவருக்குக் கதவு ஒரு அப்பளம் தானே' (பக். 285)

'பெண் ஜென்மமோ புண் ஜென்மமோ' (பக். 287)

'ஐந்தில் வளைந்தாலன்றி ஐம்பதில் வளையுமோ' (பக். 288)

'கண்ணாலே கண்டது பொய்;
காதாலே கேட்டதும் பொய்' (பக். 333)

'வளர்த்த கடாவே மார்பிலே பாய்ந்தாற்போல' (பக். 339)

'கைக்கெட்டியது ஒருவேளை வாய்க்
கெட்டாமற் போய் விடுமோ' (பக். 346)

8.4.1.2. திருக்குறள்

'யாதானும் நாடாமால் ஊராமால் என்னொருவன்
சாந்துணையும் கல்லாத வாறு' (பக். 23)

'இரந்தும் உயிர்வாழ்தல் வேண்டின் பரந்து
கெடுக உலகியற்றி யான்' (பக். 38)

'யாகாவா ராயினும் நாகாக்க காவாக்கால்
சோகாப்பர் சொல்லிழுக்குப் பட்டு' (பக். 41)

'தீயினாற் சுட்டபுண் உள்ளாறும் ஆறாதே
நாவினாற் சுட்ட வடு' (ப க். 41)

'அறிவுடையார் எல்லாம் உடையார் அறிவிலார்
என்னுடைய ரேனும் இலர்' (பக். 54)

'புணர்ச்சி பழுகுதல் வேண்டா உணர்ச்சிதான்
நட்பாங் கிழமை தரும்' (பக். 54)

'பொருட்பெண்டிர் பொய்ம்மை முயக்கம் இருட்டறையில்
ஏதில் பிணந்தழீஇ யற்று' (பக். 166)

'அடுத்தது காட்டும் பளிங்குபோல...' (பக். 213)

'தெய்வத்தான் ஆகா தெனினும் முயற்சிதன்
மெய்வருத்தக் கூலி தரும்' (பக். 261)

'தன்னெஞ்சறிவது பொய்யற்க பொய்த்தபின்
தன்னெஞ்சே தன்னைச் சுடும்' (பக். 276)

'... கற்றபின் நிற்க அதற்குத்தக' (பக். 276)

'உழுதுண்டு வாழ்வாரே வாழ்வார் மற்றெல்லாம்
தொழுதுண்டு பின்செல் பவர்' (பக். 286)

'பலநல்ல கற்றக் கடைத்தும் மனநல்லர்
ஆகுதல் மாணார்க்கு அரிது' (பக். 318)

8.4.1.3. பிற நீதிநெறிப் பாடல்கள்

'மாசி நிலவும் மதியாதார் முற்றமும்
வேசியுறவும் வியாபாரி நேசமும்' ஆகாது (பக். 10)

'வாசலிலே வந்து பசி என்றவரை வைதுமிகப்
பூசலிட்டுப் போக்காத புத்திதராய் அம்மானை'
(அம்மானைப்பாட்டு பக். 25)

'மண அணி அணிந்த மகளிர் ஆங்கே
பிண அணி அணிந்து தம் கொழுநரைத் தழுவி
உடுத்த ஆடை கோடியாக
முடித்த கூந்தர் விரிப்பினும் விரிப்பர்' (பக். 62)

'மெய்வருத்தம் பாரார், பசி நோக்கார் கண் துஞ்சார்
எவ்வெவர் தீமையும் மேற்கொள்ளார் செவ்வி
அருமையும் பாரார் அவமதிப்புங் கொள்ளார்
கருமமே கண்ணா யினார்.' (பக். 63)

'கந்துக மதக்கரியை வசமாய் நடத்தலாம்
கரடி வெம் புலிவாயையுங்
கட்டலாம்; ஒரு சிங்க முதுகி ன்மேற் கொள்ளலாம்;
கட்செவி எடுத்தாட்டலாம்;
வெந்தழலி னிரதம்வைத் தைந்து லோகத்தையும்
வேதித்து விற்றுண்ணலாம்
வெறோருவர் காணாமலுலகத் துலாவலாம்,
விண்ணவரை ஏவல் கொள்ளலாம்,
சுந்தரமு மிளமையோ டிருக்கலாம், மற்றொரு
சரீரத்தினும் புகுதலாம்;
சலமேல் நடக்கலாம், கனல்மே லிருக்கலாம்;
தன்னிகரில் சித்தி பெறலாம்
சிந்தையை அடக்கியே சும்மா விருக்கின்ற
திறமரிது; சத்தாகி என்
சித்தமிசை குடிகொண்ட அறிவான தெய்வமே
தேசோம யானந்தமே!' (பக். 67)
(தாயுமானவர் பாடல்).

'... எஞ்ஞான்றும் காதலிருவர்
கருத்தொக்க ஆதரவுபட்டதே இன்பம்' (பக். 163)
(ஔவையார்)

'சொல்லானதிற் சற்றும் வாராத பிள்ளையைத்
தொட்டில் வைத் தாட்டி யாட்டித்
துடையினிற் கிள்ளல்போல், சங்கற்ப மொன்றில்
தொடுக்கும், தொடுத் தழிக்கும்
பொல்லாத வாதனை யெனும் சப்த பூமியிடை
போந்துதலை சுற்றி யாடும்;
புருஷனில் அடங்காத பூவைபோல், தானே

புறம் போந்து சஞ்சரிக்கும்;
கல்லோடிரும்புக்கு மிகவன்மைகாட்டிடும்;
காணாது கேட்டதெல்லாங்
கண்டதாக் காட்டியே அணுவாச் சுருக்கிடும்
கபட நாடகசாலமோ,
எல்லாரும் வலதிந்த மனமாயை, ஏழையாம்
என்னால் அடக்க வசமோ?' (பக். 120)
(தாயுமானவர்).

'அழுதாற் பயனென்ன? நொந்தாற் பயனென்ன? ஆவதில்லை,
தொழுதாற் பயனென்ன? நின்னை ஒருவர் கூட உரைத்த
பழுதாற் பயனென்ன? நன்மையும் தீமையும் பங்கயத்தோன்
எழுதாய்ப் படிவருமோ? சலியாதிரென் ஏழை நெஞ்சே'

'எரி, எனக்கென்னும்; புழுவோ, எனக்கென்னும், இந்த மண்ணும்,
சரி எனக்கென்னும்; பருந்தோ, எனக்கென்னும், தான் புசிக்க,
நரி எனக்கென்னும்; புன்னாய், எனக்கென்னும், இந் நாயுடலைப்
பிரியமுடன் வளர்த்தேன்; இதனாலென்ன பேறெனக்கே?' (பக். 141)

'திரைகட லோடியுங் சீர்த்தியைத் தேடு' (பக். 153)
(ஔவை - முதுமொழி).

'நாய் வாலை அளவெடுத்து நறுக்கித் தீட்டில்
நல்ல எழுத்தெழுத எழுத்தாணியாமோ?
பேய் வாழும் சுடுகாட்டைப் பெருக்கித் தள்ளிப்
பெருவிளக்கை யேற்றி வைத்தால் வீடாமோ?' (பக். 160)
(தனிப்பாடல்).

'ஆப்பதனை அசைத்து விட்ட குரங்கதனைப் போல
அகப்பட்டீர் கிடந்துழல அகப்பட்டீரே' (பக். 163)
(தனிப்பாடல்).

'சொல்லொக்கும், பொருள் ஒவ்வாவால்
சொல்லலாம் உவமையுண்டோ?
நெல்லொக்கும் புல் என்றாலும்
நேருரைத்ததாக வற்றே" (பக். 176).

'காலன் வருமுன்னே, கண் பஞ்சடை முன்னே
பாலுண் கடைவாய் படுமுன்னே - மேல் விழுந்தே
உற்றார் அழுமுன்னே ஊரார் சுடுமுன்னே
குற்றாலத் தானையே கூறு' (பக். 178)
(தனிப்பாடல்)

'ஆலகால விஷத்தையும் நம்பலாம்
ஆற்றையும் பெருங்காற்றையும் நம்பலாம்,
கோலமாமத யானையை நம்பலாம்,
கொல்லும் வேங்கைப் புலியையும் நம்பலாம்,
காலனார் விடும் தூதரை நம்பலாம்,
கள்ளர், வேடர், மறவரை நம்பலாம்
சேலை கட்டிய மாதரை நம்பினால்
தெருவில் நின்று தியங்கித் தவிப்பரே' (பக். 211).

'கைப்பிடி நாயகன் தூங்கையிலே, அவன் கையை எடுத்
தப்புறம் தன்னில் அசையாமல் முன்வைத் தயர்வளவில்
ஒப்புடன் சென்று, துயில் நீந்துப் பின்வந்துறங்குவாளை
எப்படி நான் நம்புவேன், இறைவா கச்சியேகம்பனே'
(பட்டினத்துப்பிள்ளையார்) (பக். 211).

'பெண்ணாகி வந்ததொரு மாயபிசாசும் பிடித்திட்டு என்னைக்
கண்ணால் வெருட்டி மயக்கி என்போதப் பொருள் பறிக்க
எண்ணாது உனைமறந்தேன், இறைவா கச்சி ஏகம்பனே'
(பட்டினத்துப் பிள்ளையார்) (பக். 121).

'நார்த்தொடுத் தீர்க்கிலென் நன்றாய்த் தடுக்கிலென்
பார்த்துழிப் பெய்யிதென், பல்லோர் பழிக்கிலென்
தோற் பையுள் நின்று தொழிலறச் செய்தாட்டும்
கூத்தன் புறப்பட்ட கால்' (பக். 235)

'வேண்டியபோ தின்பம் விரும்பும் மடந்தையரைத்
தீண்டியகை யாலென்னைத் தீண்டாதே - பாண்டியா!
முல்லைக் கதிபா! முகம்பார்த் தகலநின்று
சொல்லக் கடவதெல்லாஞ் சொல்' (பக். 256)
(தனிப்பாடல்).

8.4.1.4. காவிய மேற்கோள்கள்

'ஈசனார் கண்ணின் வெந்தா னென்னுமி திழுதைச் சொல்லிவ்
வாசனா றோதியாளைக் கண்டனன், வல்ல வாற்றார்
பேசலாந் தகைமைத்தல்லாப் பெரும்பிணி பிணிப்ப நீண்ட
ஆசையாலழிந்து தேய்ந்தான் அநங்கன வுருவமம்மா' (பக். 45)

(கம்பராமாயணம்).

'கரனையு மறந்தான், தங்கை மூக்கினைக் கடிந்து நின்றான்
உரனையு மறந்தான், உற்ற பழியையு மறந்தான், வெற்றி
அரனையுங் கொண்ட காமன் அம்பினால் முன்னைப் பெற்ற

வரனையும் மறந்தான் கேட்ட மங்கையை மறந்திலர் தான்' (பக். 85) கம்பராமாயணம்).

'... எத்தாயர் வயிற்றினும் பின்பிறந்தார்களெல்லாம்
ஒத்தால் பரதன் பெரிதுத்தமன் ஆதல் உண்டோ?' (பக். 318)
(கம்பராமாயணம்).

'கோதை புறந்தாழக் குண்டலமும் பொற்றோடும்
காதின் ஒளிர்ந்திலங்க, காமர் நுதல் வியர்ப்ப
மாதர் எருத்தம் இடங்கோட்டி மாமதுரை
கீதம் இடையலாள் பாடத் தொடங்கினாள்' (பக். 119)
(சீவகசிந்தாமணி).

'முனிவரும் போகபூமிப் போகம் முட்டாது பெற்றும்
தனியவாகி வாழ்தல் சாதுயர் அதனினில்லை
கனிபடுகிளவியார் தம் காதலன் கவானில் துஞ்சில்
பனியிருவிசும்பல் தேவர் பான்மையிற்றென்று சொன்னான்'
(பக். 169) (சீவக சிந்தாமணி) (காந்தருவதத்தையாரிலம்பகம் - 61)

8.4.1.5. பிற பாடல்கள்

'வேதாவும் முகம் வெளுத்து விண்டுவும்
மார்பகஞ்சிவந்து, விடைவல்லோனும்
பாதாதி கேசாந்தம் பாதியுடல் கறுத்து
வச்சிர பாணி வேந்தும்
போதாமல் முகத்திருகண் புறத்துமோ
ராயிங்கண் புகுதப் பெற்ற
ஏதாலென் கணைதுரக்கி லீடுபடா
தெவரெவரே யிலக்கா தாரோ' (பக். 13),
(மெய்ஞ்ஞான விளக்கம்).

'சும்மா இருந்தாலுமிருப்பேன்
எழுந்தேனாகில் பெருங்காளமேகம்
பிள்ளாய்' (பக். 151) (காளமேகம்).

'மலையார் சாரல் மகவுடன் வந்த மடமந்தி
குலையார் வாழைத் தீங்கனி மாந்தும் குற்றாலம்' (குற்றாலக் குறவஞ்சி)
'வன் மருங்குல்வாள் அரக்கியர் நெருக்க அங்கிருந்தாள்,
கண் மருங்கெழுந் தென்றும் ஓர் துளிவரக் காணா
நன்மருந்துபோல் நலன் அற உணங்கிய நங்கை,
மென்மருங்கில் போல் வேறுள அங்கமும் மெலிந்தாள்' (பக். 126)
(கம்பராமாயணம்)

'விழுதல் விம்முதல் மெய்யுற வெதும்புதல் வெருவல்
எழுதல் ஏங்குதல் இரங்குதல் இறைவனை எண்ணித்
தொழுதல் சோருதல் துளங்குதல் துயர்உழந் துயிர்த்தல்
அழுதல் அன்றிதற் றய லொன்றும் செய்குவதறியாள்' (பக். 140)
(கம்பராமாயணம்).

'நாரங் கொண்டார் நாடு கவர்ந்தார், நடையில்லா
வாரங் கொண்டார், மற்றொருவர்க்காய் மனைவாழும்
தாரங்கொண்டார், என்றிவர் தம்மைத் தருமந்தான்
ஈருங் கொண்டாய், கண்டகர் உயர்ந்தார் எவர்'
(கம்பராமாயணம்) (பக். 192).

'மாதிரம் எவையும் நோக்கான்
வளநகர் நோக்கான், வந்த
காதலர் தம்மை நோக்கான்
கடற் பெருஞ்சேனை நோக்கான்
தாதவிழ் கூந்தல் மாதர்
தனித்தனி நோக்கத் தான் அப்
பூதலம் என்னும் நங்கை
தன்னையே நோக்கிப் புக்கான்' (பக். 156)
(கம்பராமாயணம்).

'நதியின் பிழையன்று நறும்புனல் இன்மை, அற்றே
பதியின் பிழையன்று, பயந்துநமைப் பயந்தாள்
மதியின் பிழையன்று, மகன் பிழை யன்று மைந்த!
விதியின் பிழைநீ இதற்கென்னை வெகுண்ட தென்றான்'
(பக். 185) (கம்பராமாயணம்)

அநுபல்லவி
உன்மேவினர் அனுதினமே பழிசெய்தும்
மனமே களித்திடக் கனமே அளித்திடும் தனமே
(நாடகக் கீர்த்தனை) (பக். 198)

'கண்ணோடு கண்கள் கலந்தொத்தால் வாய்ப் பேச்சால்
என்ன பயனுமில்லை (பக். 330)

'மாய்மாலக் கண்ணி மருமகளே
கோழிக் கறிக்குப் பதம்பாரடி.
கொக்கோ என்குது, கொத்த வருகுது
அத்தே நான் மாட்டேன்' (பக். 362) 7- 1915-

8.4.2. முத்து மீனாட்சி

8.4.2.1. பழமொழிகள்

'கழுதைக்குத் தெரியுமோ கற்பூரவாசனை' (பக். 10)

'துள்ளின மாடு பொதி சுமக்கும்' (பக். 21)

'வேண்டாத பெண்டாட்டி கால் பட்டால் குற்றம்,
கைபட்டால் குற்றம்' (பக். 51)

'அஞ்சிலே வளையாதது ஐம்பதிலே வளையுமோ' (பக். 43)
'பட்ட காலிலே படும்' (பக். 55)

''வேலைக் கள்ளிக்குப் பிள்ளை மேலே சாக்கு' (பக். 59-60)

'தாயும் பிள்ளையும் ஆனாலும் வாயும் வயிறும் வேறு' (பக். 73)

8.4.2.2. திருக்குறள்

'தம்மின் தம்மக்கள் அறிவுடைமை மாநிலத்து
மன்னுயிர்க் கெல்லாம் இனிது' (பக். 69)

'கண்ணொடு கண்ணினை நோக்கொக்கின வாய்ச்சொற்கள்
என்ன பயனும் இல.' (பக். 69)

8.4.2.3. பிறபாடல்கள்

'நாப்பிளக்கப் பொய்யுரைத்து நவநிதியம் தேடி,
நானொன்றும் அறியாத நாரியாரைக் கூடிப்
பூப்பிளக்கப் புறம்பாகும் புற்றீசல் போலப்
புலபுலெனக் கலகலவென புதல்வர்களைப் பெறுவீர்;
காப்பதற்கும் வகையறியீர், கைவிடவு மாட்டீர்,
கவர்பிளந்த மரத்துளையிற் கால் நுழைத்துக் கொண்டீர்
ஆப்பதனை அசைத்தெடுத்த குரங்கதனைப் போல
அகப்பட்டீர்; கிடந்துழல அகப்பட்டீர் (பக். 67)

(பட்டினத்துப் பிள்ளையார்)

'ஆராரோ ஆராரோ ஆரார் அடித்தாரோ?
ஆரடித்துநீ அழுறாய் அடித்தாரைச் சொல்லியழு
அஞ்சனக்கண் மைகரைய - என்
கண்ணான கண்ணே! என் கண் குழிந்த மாம்பழமே!
தின்னாப் பழமே! திகட்டாத செந்தேனே! - என்
ஈச்சம்பழமே! இனித்திருக்கும் தீங்கனியே!
வாழைப் பழமே! வரிக்கண் பலாச்சுளையே - என்

அடிக் கரும்பே! செந்நெல்லே! ஆடையின் கீழ் நற்பாலே!
குடிக்குநல்ல குஞ்சரமே! கோதண்டபாணியே - என்
கண்ணான கண்ணாற்குக் கண்ணூறு கண்ணாற்கு
சுண்ணாம்பு மஞ்சளுமாய்ச் சுற்றியெறி கண்ணாற்கு
விபூதி வேப்பிலையும் வீசியெறி கண்ணாற்கு - என்
கண்ணை அடித்தவர் யார், கற்பகத்தைத் தொட்டவர் யார்?
பொன்னை அடித்தவர் யார், பூங்கிரியைத் தொட்டவர் யார்?
ஆராரோ ஆராரோ ஆரார் அடித்தாரோ?
ஆரடித்து நீ அழுறாய், அடித்தாரைச் சொல்லியழு
(தாலாட்டுப் பாட்டு) (பக். 65 - 66)

'படமுடியா தினித்துயரப் படமுடிய தரசே பட்டதெல்
லாம் போதுமினிப் படவேண்டா மென்றேன்
உடலுயிராதியவெல்லாம் நீ எடுத்துக் கொண்டுன்
உடலுயிராயவெல்லாம் உவந்தெனக்கே அளிப்பாய்'
(அருட்பா) (பக். 71)

8.4.3. விஜய மார்த்தாண்டம்

8.4.3.1. பழமொழிகள்

'பிணநாற்றம் கழுகுக்குத் தெரிவது போல' (பக். 30)

'உரல், மத்தளத்திடம் தன் கஷ்டத்தைக் கூறச் சென்றது போல' (பக். 31)

'கும்பிடப்போன தெய்வம் குறுக்கிட்டாற்போல' (பக். 32)

'பதனம் பத்துக் கெளிது' (பக். 35)

'பணமென்றால் பிணமும்கூட கண்ணை விழிக்கும்' (பக். 51)

'அதிட்டம் வரும் போது மோட்டைத் தொளைத்துக் கொண்டு வரும்' (பக். 53)

'குயத்தி நாக்கையறுத்தாலும் குண்டுச் சட்டி முன்னாழியரிசியே' (பக். 57)

'சிங்கக் குருளைக் கிடுதீஞ்சுவையூனை நாயின்
வெங்கட் கருங்குட்டியை ஊட்ட விரும்பினானெ' (பக். 64)

'தேடிப்போன மூலிகை காலில் தடுக்கியது போல' (பக். 64)

'கேடுவரும் பின்னே மதிகெட்டு வரும் முன்னே' (பக். 67)

'கிணறு வெட்டப் பூதம் புறப்பட்டாற்போல்' (பக். 90)

'பெண்ணென்றால் பேயும் இரங்கும்' (பக். 92)

'பெற்ற மனம் புற்று
பிள்ளை மனம் கல்லு' (பக். 92)

'சாகத்துணிந்தால் சமுத்திரம் முழங்கால்' (பக். 97)

'எரிகின்ற தீயில் எண்ணெய்யை ஊற்றினாற் போல்' (பக். 105)

'ஆறிலும் சாவு நூறிலும் சாவு' (பக். 121)

'தானொன்று நினைக்க தெய்வமொன்று நினைத்தது' (பக். 121)

'எருமையின் முதுகில் எண்ணெய்யைத் தேய்த்தாற் போல்' (பக். 121)

'ஆடு பிழைத்தால் ஆட்டு மயிர்தான் தருவார் யார்?' (பக். 156)

'உடம்புக்குப் பால் குடியவிட்டாலும்
ஊருக்கு பால் குடிக்க வேண்டுமே' (பக். 160)

'பனைமரத்தில் கீழிருந்து பாலையே குடித்தாலும்
கள்ளைக் குடித்ததாக வன்றோ உலகம் மதிக்கும்' (பக். 160)

'இளங்கன்று பயமறியாது' (பக். 161)

'வெயிலிலே போனாலன்றோ
நிழலினருமை தெரியும்' (பக். 162)

'எரிகின்ற வீட்டில் பிடுங்கினதிலாபம்' (பக். 166)

'புலி பசிக்கணும் புல்லைத் திண்ணுமா?' (பக். 189)

'இடியற்ற அரவம் போல' (பக். 201)

'வேலியே தின்றால் தெய்வமே காவல்' (பக். 205)

'கைக்கெட்டியது வாய்க்கெட்டவில்லை' (பக். 205)

'சுடுபால் குடித்த பூனையைப்போல' (பக். 207)

'மலையிலே விளைந்தாலும்
உரலிலே வந்துதான் மசிய வேணும்' (பக். 220)

'எலிக்குப் பயந்து வீட்டில் நெருப்பிட்டது போலாயிற்று'
'பாலுக்கு காவல், பூனைக்குத் தோழன்' (பக். 233)

'பிரமசாரி எள்ளுச் சொப்பனங் கண்ட கதை' (பக். 233)

'மந்திரங்கால் மதிமுக்கால்' (பக். 235)

'இடியற்ற அரவம் போல' (பக். 238)

'எரிகின்ற தாடியில் சுருட்டுப் பற்ற வைத்தல்' (பக். 239)

'அடாஅது செய்வார் படாஅது படுவார்' (பக். 245)

'பட்டப்பகலிற் பத்திரகாளி படும்பாட்டுக்குப்
பாதிராத்திரியில் ஓச்சத்தி எம்மட்டு?' (பக். 215)

8.4.3.2. திருக்குறள்

'செய்க பொருளை செறுநர் செருக்கறுக்கும்
எஃகதனிற் கூரிய தில்'
'ஈன்றாள் பசி காண்பானாயினுஞ் செய்யற்க
சான்றோர் பழிக்கும் வினை' (பக். 27)

'குணமென்னும் குன்றேறி நின்றார் வெகுளி
கணமேயும் காத்த தரிது' (பக். 47)

'கற்க கசடறக் கற்பவை கற்றபின்
நிற்க அதற்குத் தக' (பக். 83)

'நிலத்தியல்பால் நீர்திரிந்தற்றாகும் மாந்தர்க்கு
இனத்தியல்பதாகும் அறிவு' (பக். 84)

'பெண்ணிற் பெருந்தக்க யாவுள கற்பென்னும்
திண்மையுண் டாகப் பெறின்' (பக். 156)

'சிறைகாக்கும் காப்பெவன் செய்யும் மகளிர்
நிறைகாக்கும் காப்பே தலை' (பக். 182)

'வானுயர் தோற்றம் எவன்செய்யும் தன்னெஞ்சம்
தானறி குற்றப் படின்' (பக். 216)

8.4.3.3. பிற நீதிப் பாடல்கள்

'தக்க இன்ன தகாதன இன்னவென்
றாக்க உன்னல ராயின் உயர்த்துள
மக்களும் விலங்கே' (பக். 133)

'ஆசைக்கோரளவில்லை அகிலமெல்லாம்
கட்டியாளினும் டல் மீதினிலே ஆணை செலவே நினைவர்' (பக். 175)

தாயுமானவர்

'கற்பெனப் படுவது சொற்றிறம்பாமை' (பக். 215)
(கலித்தொகை)

'நல்லவன் தோற்பதே நரகன் வெல்வதே
வெல்வதும் பாவமோ வேதம் பொய்க்குமோ
இல்லையோ அறமென இரங்கி யேங்கி' (பக். 215)

'வஞ்சனைபண்டு மடந்தை வேடம் என்றே
நஞ்சென மாதரை உள்ளலார்கள் தக்கோர்' (பக். 249)

உலர்ந்ததுநா, உயிர் ஓட லூற்ற துள்ளம்
புலர்ந்தது, கண்கள் பொடித்த பொங்கு சோரி
சலம் தலைமிக்கது, தக்கதென்கொல் என்றேன்
அலந்தலையுற்ற அரும்புலன்கள் ஐந்தும்பட' (பக். 249)

8.4.3.4. காவியப் பாடல்கள்

'...
தேவு தெண்கடல் அமிழ்து கொண்டனங்கவேள் செய்த
ஓவியம் புகையுண்டதே யனையதாம் மெய்யாள்'
(கம்பராமாயணம்) (பக். 191)

'பஞ்சரங்கு தீயின் ஆவி பற்ற நீடு கொற்றவில்
வெஞ்சரங்கள் செஞ்சரங்க வெய்யகாமன் எய்யவே
சஞ்சலம் கலந்தபோது தையலாரை உய்யவந்து
அஞ்சல் அஞ்சல் என்கலாத ஆண்மை யென்ன ஆண்மையே'
(கம்பராமாயணம்) (பக். 208)

'தேவர்க்கும் திசைக்கரிக்கும் சிவனார்க்கும்
அயனார்க்கும் செல்கண்மாற்கும்
ஏவலர்க்கும் வலியான்...'
(கம்பராமாயணம்) (பக். 216)

'கிடந்தபோர் வலியார் மாட்டே கெடாத
கடந்துபோய் உலகமூன்றும் காக்கின்ற காவலாளன்'
(கம்பராமாயணம்) (பக். 216)

'மென்மருங்குல் போல் வேறுள அங்கமும் மெலிந்து...'
(கம்பராமாயணம்) (பக். 216)

'மருந்துமுண்டு கொல்யான் கொண்ட
நோய்க்கென மயங்கி...'
(கம்பராமாயணம்) (பக். 216)

'மானிளம் பேடை அயிலெயிற்று வெம்புலிக்
குழாத்து அகப்பட்ட தன்னாள்'
(கம்பராமாயணம்) (பக். 216)

'ஆயிரந் தடக்கையால் நின் ஐந்தாண்டு சரமும் பற்றி
வாய்வழிக் குருதி சோரக் குத்திவான் சிறையில் வைத்த
தூயவன் வயிரத்தோள்கள் துணித்தவன் தொலைந்த மாற்றமே
நீயறிந் திலையே ஏகு நெறியறிந்திலாத நீசா'
(கம்பராமாயணம்) (பக். 216)

'மாசுண்ட மணியனாள் வயங்கு வெங்கதிரித்
தேசுண்ட திங்களும் என்னத் தேய்ந்துளாள்
காசுண்ட கூந்தலாள் கற்பும் காவலும்
ஏசுண்ட தில்லையால், அறத்துக் கீறுண்டோ'
(கம்பராமாயணம்) (பக். 250)

'வெங்கனல் மூழ்கியும் புலன்கள் வீக்கியும்
நுங்குவ அருந்துவ நீக்கி நோற்றவர்
எங்குளர், குலனில் வந்தில்லின் மாண்புடை
நங்கையர் மனத்தவம் நவிலற் பாலதே'
(கம்பராமாயணம்) (பக். 250)

'ஆறாகி இருதடங்கண், அஞ்சனவெம் புனல்சோர
அளகம் சோர
சேறான துகில் ததைந்த கைசோர, மெய்சோர
வேறோர் சொல்லும்
கூறாமற் கோவிந்தா கோவிந்தா என்றாற்றிக்
குளிர்ந்து நாவில்
ஊறாத அமிழ்தூற, உடல் புளகித் துள்ள மேலாம் உருகி'
(வில்லிபாரதம்) (பக். 217)

'புன்தொழிலோன் யானிருக்கக் காட்டியதன்
தொடைவழியே, புள்வாய்க்குத்தச்
சென்றிடுக ஆயிருரென் றெவரும் வெருவுறச் சபித்து'
(வில்லிபாரதம்) (பக். 217)

'அரசவையில் எனையேற்றி அஞ்சாமல் துகில் தீண்டி
அளகம் தீண்டி
விரைசெய் அளியினம்படிதார் வேந்தர்
எதிர் தகாதனவே விளம்பு வோரைப்
பொருசமரில் முடி துணித்துப் புலால் நாறும் வெங்குருதி
பொழிய வெற்றி
முரசறையும் பொழுதல்லால் விரித்த குழல் இனி
எடுத்து முடியோன்'
(வில்லி பாரதம்) (பக். 217)

8.4.3.5. சிந்துப் பாடல்கள், ஆண்டிப்பாட்டு, மறவர் பாட்டுக்கள் பல்லவி

'லயின லல்லேலோ, பறங்கி, லயிலல்லேலோ
லயில, லயில லயில லயில லயிலலல்லேலோ'

கண்ணிகள்

(1) பனை கறுத்திருக்கும், பறங்கி, சோறு வெளுத்திருக்கும்
அதிலே வடியும் சாற்றைக் குடித்தால் தலை கிறுகிறுக்கும் (லயிலல்லே)

(2) முக்கலச் சாராயம், பறங்கி, முன்னூறு கோழி முட்டை
எத்தனை தின்னாலும், பறங்கி, வெற்றிலை தின்னாற் போம்
(லயிலலல்லே)

(3) கறுத்த கண்களடா, பறங்கி, பருத்த கொண்டயடா,
சிறுக்கி முறுக்கி உருக்கி மனத்தைக் கிறுக்கி
விட்டதடா - (லயிலலல்லே) (மறவர் பாட்டு) (பக். 73)

சிந்து

'ஐயகோ நான் பெற்ற கோதாய், அடிபேதாய், நிஜம்
ஓதாய் - உனைச்
செய்தென்ன அவன் சூதாய்? அந்த
மாயத்தன மாயாவியின் நேயத்தினில் நீயாவியே
விட்டிடவோ, வுன் விதியும், இந்த மட்டினிலோ வுன் மதியும் (1)

'மின்னிடைபோன் மெலிந்தாயே, அடிபேயே, வேப்பங் காயே - என்
அன்னம் வெறுத்தாயே நீயே - இனங்
கச்சுத்தனம் மிகமீறியே
பிச்சித்தனம் மிக வேறியே
எண்ணி யெண்ணிப் பெருமூச்சே விட்டு
கண்ணீர் பெருக்கிடலாச்சே' (2)

'வீட்டுக்கடாப் பாயலாச்சே, மோசம் போச்சே, மிக வேச்சே - இனி
நாட்டுக்கு முன்னென்ன பேச்சே - அந்த
வாசலானா டொருபோதினும்
பேசாதிருவென வோதினும்
எனகேளாதுறவாடினாயே - மயல்
மாளாதுயிர் வாடினாயே' (3)
சிந்துப்பாட்டு (பக். 128)

காதலன்

'மண்ணிலுயிர்நிலை எண்ணிலவாகவென்
ஆருயிரை மலரோன் ஒரு பெண்ணுருவாக
என் புண்ணிய மேலிடப் பண்ணிய பேரணங்கே!
கண்ணிலெழுதிய காமசித்ரமன்ன காரிகையே
கரும்பே - அரும்
விண் முதே! செவிக்கின்னமுதாயதோர்
ஆசைமொழி விளம்பே (1)

காதலி

'வீரப்புயமா வேளனையாய்!
வெறிகொண்டு மயங்கினையோ -
ஒரு மாரப்பயல்வடியேவுக்
குடைந்து மநமுந்தியங்கினையோ?
தூரப்போ ஈது சரியன்று தோழியர் வந்திடுவர் வழியே - வீடு
சேரப்போம் வேளையில் நீ யெப்போதும் வந்து
சேர்ந்திடல் வீண் பழியே' (2)

காதலன்

'பொன்னணங்கே! என் தின்னுயிரே மடவிஞ்சம் வருந்தாமே - இனி
இன்னவிடம் பொழுதென்றுனதாணை யியம்பின் மருந்தாமே
துன்னிருளோ, நடுவேளையோ, மாலையோ, காலையோ, எந்நாளே - இடம்
மன்னிலமோ மணிமண்டபமோ, வளர் சோலையோ, மின்னாளே' (3)

காதலி

'நல்ல துடுக்கிது! நல்ல கொழுப்பிது! நாணமும் நன்கு நன்றே - உனைச்
சொல்லக் குறையிலை, கண்டு கொண்டாய் துணை யாருமில்லையென்றே,
கல்லைக் குனித்த கடவுளராணை! இங்கே துஞ்சொலோன் உரையே-
அல்லற்படுத்தாதே, ஆக்கப் பொறுத்தனை ஆறப்பொறு, துரையே' (4)
(சிந்துப் பாடல்கள்) (பக். 129 - 130)

'சங்கர சங்கர சம்பு, சிவ, சங்கர சங்கர சம்பு
சங்கர சங்கர சம்பு

(1) வெள்ளிக்கு முந்திய வேளை - துயிற்
பள்ளிக்கு நல்ல படுநிசி வேளை
கூத்துக்குப் போவான் குரங்கன் - அதைப்
பார்த்தற்குப் போவார் பல பெயர் தாமும் - (சங்)

(2) விதியை விலக்கலாமோ - பெண்ணே
விதியை விலக்கும் மதியுண்டு கேளாய்
மானைத்தனிவிடலாமோ - விடின்
கானக்கலையும் கடத்திச் செல்லாதோ - (சங்)

(3) வாசற்படி யதன்மேலே - நன்று
பேசற்கரியன பேசிடும் ஓலை
காலை யிற் கண்டிடலாமோ - அந்த
ஓலையிற் கண்டபடி செயலாமே - (சங்கர)

(4) தருவைக்கு மேற்கே சங்காணி - வெள்ளம்
தாமே வரும்போது விடுவானே தோணி,
இரும்பாலடித்தோர் ஆணி - எருமை
என்னத்தைத் தின்னாலும் போடுமே சாணி - (சங்கர)

(ஆண்டிப்பாட்டின் மெட்டில் மாதவையா எழுதிய பாட்டு)
(பக். 96-97)

8.4.3.6. பிற பாடல்கள்

'தக்கன் மகத்தில் ஒருஓன்று தாளிற் படுநீ தலையேறி
மிக்க முனிவர் முந்திரநீர் இறைக்க இன்னும் மீண்டிலையால்
நக்கன் பவள வாய்ப்பாட்டுக் களத்திலிறங்கு நஞ்சமனை
ஒக்குமென்ப தறியாமை அன்றோ அளிவெண்மதியமே' (பக். 126)

'வறங்கூர்ந்த வன்கைத் தலத்திமையோர் வழுக்கி வந்து
நிறங்கூர் அமிழ்தம் படிற்பின்பு மாந்த நினைவதுண்டோ?
அறங்கூர் தணிகை வரை மயிலன்ன அணாங்கிவளைத்
திறங்கூர் கிளையிற் பிரித்தது நாமுன்பு செய்த தவமே' (பக். 128)
(கோவைத்துறைப்பாட்டு)

'பொல்லாத சேயெனில் தாய் தள்ளல் நீதமோ
புகலிடம் பிறிது முண்டோ'
(தாயுமானவர்) (பக். 163)

'காய்மாண்ட தெங்கின் பழம்வீழக் கமுகினெற்றிப்
பூமாண்ட தீந்தேன் தொடசீறி வருக்கை போழ்ந்து
தேமாங்கனி சிதறி வாழைப் பழங்கள் சிந்தும்'
(குற்றாலக் குறவஞ்சி)

'கருக்கவிழ்ந்த முன்குடுமிச் சோழியா, சோற்றுப்
பொருக்குலர்ந்த வாயா, புனையா - திருக்குடந்தைக்
கோட்டானே, நாயே, குரங்கே, உனையொருத்தி
போட்டாளே வேலையற்றுப் போய்'
(காளமேகம்) (பக். 203)

'வருவார் கொழுநர் எனத் திறந்தும்,
வாரார் கொழுநர் எனவடைத்தும்,
திருகு குடுமி விடியளவும்,
தேயுடம்நும் கபாடம் திறமினோ' (பக். 209)
(கலிங்கத்துப்பரணி).

'ஆழிவாய்ச் சத்தம் அடங்காதோ யான் வளர்த்த
கோழிவாய் மண்கூறு கொண்டதோ - ஊழி
திரண்டதோ கங்குல், தினகரன் தன் தேரும்
உருண்டதோ பாதாளத் துள்'
(தனிப்பாடல்) (பக். 209)

'கழலா வளையும் கனலா மதியும்
உழலா மனனும் பெறுநாள் உளதோ
மழவே றளையான் மருவா விரகத்
தழலால் உருகும் தமியேன் இனியே' (பக். 209)

8.5 வினா நிரல்

ஆய்வாளர் கேள்விகளுக்கு மா. கிருஷ்ணன்
எழுதித் தந்த பதில்கள்

நாள்: 03-12-1990
சென்னை - 4

கேள்வி 1:

'தங்களுடைய தந்தையார் திரு. மாதவையா அவர்களைப் பற்றி ஆங்கிலத்தில் தாங்கள் தயாரித்துள்ள குறிப்பேடு ஒன்றைத் தந்துள்ளீர்கள். நன்றி. அதில் அன்னாருடைய வரலாறு, கல்விப் பயிற்சி, இலக்கியப் பணிகள் முதலானவற்றைத் தொகுத்துள்ளீர்கள். எனவே, இவை தவிர்த்துச் சில கேள்விகளை முன் வைக்கின்றேன்.

தங்கள் தந்தையாருடன் தொடர்பு கொண்ட அக்காலப் புலவர்கள், அறிவாளிகள் பற்றிக் குறிப்பிடுங்கள்?'

இந்தக் கேள்விக்கு விடை நான் தந்த ஆங்கிலக் குறிப்பேட்டி லேயே வெளிப்படையாகவோ, சற்று மறைவாயிருந்தும் ஊகித்துக் கொள்ளும் படியாகவோ இருக்கிறது. ஆனாலும் இதைத் தமிழில், கேட்டதற்குப் பொருத்தமாக, கீழே விவரமாய் விளக்குகிறேன். மற்ற மொழிகளிலுள்ளது போலவே, தமிழிலும் ஆசிரியர், எழுத்தாளர், பண்டிதர், புலவர் பலர் தம் வாழ்நாளிலேயே தமக்குரிய புகழைப் பெறாது, பிற்காலத்தில்தான் பெரிதும் போற்றப்பட்டிருக்கிறார்கள். இவ்விஷயத்தில் மாதவையா கொடுத்து வைத்தவர் என்றே சொல்ல வேண்டும். அவர் வாழ்நாளிலேயே பெருமளவுக்குப் பலவிதமனிதரின் மதிப்பும், கலைஞரின் புகழும், தமிழ்மொழி ரசிகரின் தொண்டும், எழுத்தாளர் புலவர்களின் பாராட்டும் அவருக்கிருந்தது. இப்போது தான், அவர் மறைந்து அவரியற்றிய நூல்களும் எளிதில் கிடைக்காது போனபின் புதிய தலைமுறைகளாகத் தோன்றிய தமிழர் அநேகருக்கே மாதவையாவைத் தெரியாது - ஆகையால் அவரை இக்காலத்தவர் மறந்துவிட்டார்கள் என்பதற்குமில்லை. சமீபகால ஆங்கிலக்கவி

ஒருவர் எழுதியது மாதவையாவுக்கு முற்றிலும் ஏற்றது: 'Fame is a thing that dead men eat. I have no stomach for such meat. But friendship is a finer thing, Of friendship it is good to sing.'

மாதவையா திடீரென்று மரணமடைந்தது 1925ஆம் வருடத்தில், அப்போது எனக்கு 13 வயது. அவர் கடைக்காலத்தில் கொண்டிருந்த பிரசித்தியையும் கலைப்புகழையுமே நான் நேரில் அறிவேன். ஆனாலும் இவைகளும் மிகப்பரவலானவை, பலவிதப்பட்டவை என்பதை என்னால் கூறமுடியும். இதை மேலும் விளக்குமுன், உங்கள் கேள்விக்குப் பொருத்தமான மற்றொன்றை உரைத்தல் நலம்.

அக்காலம் ஆங்கில அரசாங்க காலம் - ஆங்கிலமே அரசாங்க மொழியாகவும் கலாசாலைகளின் முக்கிய மொழியாகவும் இருந்தது. மாதவையாவுக்கோ தமிழில் மட்டுமின்றி ஆங்கிலத்திலும் ஆழ்ந்த பாண்டித்யமும் சொல்வன்மையும் உண்டு. ஆங்கிலத்திலும் நவீனங்கள், கதைகள், கட்டுரைகள், கவிதைகள் பல பிரசுரித்திருந்தார். இதனால், தமிழ் தெரியாத பலருங்கூட அவரிடம் பெரும் கலைமதிப்புக் கொண்டிருந்தார்கள் - இவர்களுள் ஆங்கிலேயரும் உண்டு இந்தியரு முண்டு - பலரை மாதவையாவுக்கு நன்றாகத் தெரியும். சென்னையில் பெரிய அரசாங்க உத்யோகஸ்த்தராகவிருந்த ஜே.ஸி. மலோனி (J.C. Maloney) மாதவையாவைப் புகழ்ந்து எழுதியிருக்கிறார். ஸ்ரீமதி ஸரோஜினி நாயுடுவுக்கு மாதவையாவை நேரில் தெரியும் - அவரிடமுள்ள மதிப்பிற்கறிகுறியாக தமது கவிதைத் திரட்டின் தலைப்பில் 'தில்லை கோவிந்தனின் ஆசிரியருக்குப் பணிவுடன்' என்று கையொப்பமிட்டு அனுப்பியிருந்தார் - இதை நான் பார்த்திருக்கிறேன். ஒரு சமயம் மாதவையா மைசூர் சென்றிருந்தபோது தஸராப்பண்டிகை நடந்து கொண்டிருந்தது. மஹாராஜாவின் தர்பாரைக் காண விரும்பி, தாமறிந்த ஒரு சமஸ்தான உத்யோகஸ்தர் மூலம் மஹாராஜாவின் காரியதரிசியிடம் தர்பாரில் இடமளிக்க வேண்டிக் கொண்டார். அந்தக் காரியதரிசியோ முடியாது என்று உரக்க மறுத்துவிட்டார் - அகஸ்மாத்தாக அருகிலிருந்த மஹாராஜா இதைக் கேட்டு, விஷயமென்னதென்று விசாரித்து, தர்பாரில் இடம் வேண்டுபவர் மாதவையா என்றறிந்ததும் உடனே அவருக்கு முன்னணியில் இடந்தருமாறு உத்தரவிட்டார்.

இதையெல்லாம் உங்கள் கேள்விக்கு விடையின் ஓர் அம்சத்திற்கு அத்தாட்சியாகக் குறிக்கிறேனே ஒழிய, கிடைத்த நலங்களை சந்தோஷ மாகவும் நாகரிகத்துடனும் பெற்றுக் கொண்டாரேயன்றி, மாதவையா ஒருக்காலும் அவற்றை எடுத்துக்கூறி பெருமை கொண்டதில்லை - பிறரிடமும் அவைகளைப் பாராட்டிப் பேசினதில்லை. கோழைத்

தனம், வெளிப்பகட்டு, பாசாங்கு, வஞ்சகம், கோள், எதிலும் தன் நலம் கருதல் முதலியவைகளை வெறுத்தவாறே தற்புகழ்ச்சியையும் வெறுத்தார்.

நிற்க, மாதவையாவுடன் 'தொடர்பு கொண்ட அக்காலப் புலவர்கள், அறிவாளிகள்' யார் என்று கேட்டிருக்கிறீர்கள். நீங்கள் 'அறிவாளிகள்' என்று குறித்துள்ளது யாவர்? கலை ஞானம் உள்ளவர்களா, சமூகத்தில் சிறந்து விளங்கியவர்களா? சமூகப் பிரதானிகள் அல்ல என்றே நினைக்கிறேன் - இப்படி நினைப்பதற்கு மாதவையாவின் கவிதை ஒன்றும் இடந்தருகிறது - இது உங்கள் 9வது கேள்விக்கும் பொருத்தமுள்ளதானதால் கவிதையைக் கீழே தருகிறேன்:

> 'பூமண்டலத்தில் உடன்பிறந்து, பொருளும் புகழும் பொலிந்தொளிர, தாமும் மகிழ்ந்து மற்றவரும் தம்மை மதிக்க, 'நல்லவர்' ஆம் நாமம் சிறந்து, நலங்கள் பல நாளும் பெருகி, நாடறியச் சேமம் குலவித்திகழ் மாந்தர் சிலரோ சகத்தில் - பலப்பலரே!'

ஆனால், இந்த சீமான்களுள்ளும், மாதவையா பெரிதும் பாராட்டிய வாய்மையும், நாணயமும், நடைநேர்த்தியும், மனோதிடமும், தாராள சிந்தனையும், புத்திக் கூர்மையும், இல்லை. இவற்றுள் சில குணாதிசயங் களேனும் கொண்டவர் பலர் இருந்தனர் - அவர்களுள் பலர் மாதவையாவுக்கு வேண்டியவர் - ஆனால் சிலரையே என்னால் பெயர் சொல்லிக் குறிப்பிடமுடியும். ஏனென்றால் தமது கடைகாலத்தில் தான் அவர் சென்னையில் குடியிருந்தார். அக்காலத்து சென்னை மாகாணம் பிரம்மாண்டமானது. இப்போதுள்ள ஆந்திரப் பிரதேசத்தில் முக்காலுக்கு மேலும், ஒரிஸ்ஸா, கேரளம், கர்னாடகம் இவைகளில் இன்றுள்ள பலவிடங்களும் அதில் அடங்கியிருந்தன. இந்தப் பெரும் பரப்பின் பல சிற்றூர்களில்தான் தமது வேலைவாய்ப்பின் பயனாய் மாதவையாவின் வாழ்நாள் அநேகமாய்க் கழிந்தது. இப்பல்வேறு இடங்களில் அவருக்கு எத்தனையோ நண்பர்களுண்டு. அவர் இருப்பிடம் எப்போதுமே ஒரு சாதிமதபேதமற்ற சத்திரமாய் இருந்தது. நாளெல்லாம் தமது உத்யோகப் பொறுப்புகளை சீராக நிறைவேற்று தலிலேயே கழிந்துவிடும். பிறகு, சாயங்காலமாக, பலர் அவரைக்காண வருவார்கள். சிலர் உணவருந்திய பின்னே செல்வார்கள். இவர்கள் யாரார் எப்பெயர்ப்பட்டவர் என்பது என்தாயாருக்கும் முதலிரண்டு தமக்கைகளுக்குமே நன்றாகத் தெரியும். அவர்கள் காலமாகிப் பல்லாண்டுகள் ஆகிவிட்டன. கேள்விமுறையாக எனக்குத் தெரியவந்த சில நண்பர்களை இங்குக் குறிக்கிறேன். இளமையில், திருநெல்வேலியில்,

தமக்கு மூத்தவரான லக்ஷ்ணப் போற்றிகள் என்ற பண்டிதருடன் நெருங்கிப் பழகினார். பிறகு, மாதவையா திருநெல்வேலியை விட்டு வெளியேறியபின்பும், இந்த நட்பு நீடித்திருந்தது. குற்றாலத்தின் அடவிபோர்த்த குன்றுகளும் அருவிகளும் மாதவையாவுக்கு மிகவும் பிடிக்கும். முடிந்தபோது சிலநாள் அங்குச் சென்று வருவார்: குற்றாலம் மௌன சுவாமிகள் இவருக்கு நன்கு நெடுங்காலம் தெரிந்தவர். சீடனாகவில்லை. அபிமானியாக. அக்காலத்திலேயே தளவாய் முதலியார் (இவர் முழுப்பெயர் எனக்குத் தெரியாது) மாதவையாவுக்கு சிநேகிதமானவர். பிறகு, தமது கடை வருடத்தில், 'தளவாய் முதலியாரின் குடும்ப வரலாறு' என்ற நூலை மாதவையா எழுதிப் பிரசுரித்தார். இருமுறை மாதவையா ராமநாதபுரத்தின் பக்கமுள்ள மோர்க்குளத்தில் வேலைபார்த்தார்: அக்காலத்து ராமநாதபுரம் ராஜாவையும் அங்குள்ள தமிழன்பர்களையும் அவருக்கு நன்றாகத் தெரியும். சேலத்தில், தன்னிலும் இளையவரான சக்கரவர்த்தி ராஜகோபாலாச்சாரியும், பிறகு 'ஸர்' என்ற பட்டத்தைப் பெற்ற டி.விஜயராகவாசாரியும் மாதவையாவுக்கு அறிமுகமானவர்கள். என் தகப்பனார் இறந்து 25 ஆண்டுகள் கழிந்த பின் இவ்விருவரையும் நான் சந்தித்து இருக்கிறேன். என் தந்தையிடம் தமக்கு எப்போதுமே மரியாதை கலந்த அன்பும் பேரபிமானமும் உண்டென்று 'ராஜாஜி' என்னிடம் சொன்னார்: தன்னை ஒருமுறை பெருஞ்சிக்கலினின்றும் கைதூக்கி மாதவையா உதவினார் என்று விஜயராகவாசாரி சொன்னார் - என் உதவியை அவர் நாடிய தறுவாயில் இதை அவர் சொன்னதால், அது என்ன சிக்கல் என்று நான் கேட்கவில்லை. நன்கு ஆங்கிலம் படித்தவொரு ஆங்கிலேய அரசாங்க மேம்பதவியாளருக்கும், சில முஸ்லிம் கனவான்களுக்கும் மாதவையாவிடம் நட்பும் மதிப்பும் உண்டு. இவர்கள் பெயர் நினைவில்லை. கர்நாடக சங்கீத மேதையாகவிருந்த ராமநாதபுரம் ஸ்ரீநிவாச ஐயங்காரை மாதவையாவுக்கு நன்றாகத் தெரியும். மதுரை புஷ்பவனத்தையும், அக்காலத்தில் பிரபல பாடகியாகவிருந்த ஷண்முக வடிவையும் தெரியும். தன் முதல் குழந்தையான மீனாம்பாளின் முதல் பிறந்த நாளுக்கு, ஒரு வாழ்த்துப்பா இயற்றி, அன்று அதை வீணை தனம்மாள் பாடும்படி ஏற்பாடு செய்தார்.

1922ஆம் வருடத்தில், அரசாங்க உத்யோகத்தினின்றும் ஓய்வெடுத்துக் கொண்ட பின், மயிலாப்பூரில் தமது சொந்த வீடும் அச்சகமும் மாதவையா கட்டினார். தாம் துவக்கிய 'பஞ்சாமிர்தம்' என்ற தமிழ்ப் பத்திரிகையைப் பிரசுரிப்பதற்காகவே முக்கியமாக இந்த அச்சகத்தைக் கட்டினார். பிறகு, தாமிறக்கு மட்டும், பத்திராதிபராகவும், பண்டிதராகவும், எழுத்தாளராகவும் (ஓய்வெடுத்த பின்!) இடைவிடாது, களைப்பாறாது, தமிழ்ப்பணியில் ஆழ்ந்திருந்தார். இந்த 3 வருடங்களில்,

எல்லா வேலைகளையும் தாமே செய்ய வேண்டியிருந்ததால், முன் போல் தமக்குத் தெரிந்தவரைச் சென்று கண்டுவர அவருக்குப் போதில்லை. ஆனாலும், அவர்கள் பலரும் அவரை வந்து பார்ப்பார்கள். வெளியூர்களிலிருந்தும் சிலர் வருவார்கள், சிலர் எங்கள் வீட்டில் உணவருந்திச் செல்வார்கள். இவர்களில் அநேகரை எனக்குத் தெரியும். இருந்தாலும் அவருள் சிலரே நீங்கள் குறிப்பிடும் புலவர்களாகவோ அறிவார்களாகவோ இருந்தனர். மாதவையாவின் மனிதாபிமானம் கல்விக்கும் பதவிக்கும் கட்டுப்பட்டதில்லை. பல ஏழைகளிடத்தும் எழுதப்படிக்கத் தெரியாதவர் இடத்தும் அவருக்கு நட்பும் மதிப்புமுண்டு.

புலவர், பண்டிதர், எழுத்தாளர் என்றில்லாது, அறிவாளர் என்று சொல்லக் கூடியவருள் மாதவையாவுடன் தொடர்பு கொண்ட வரை இங்குக் குறிக்கிறேன். அதாவது நெடுநாள் அவரை நன்கு தெரிந்தவர்: விஞ்ஞானவல்லவரும் 'நோபல்' பரிசு பெற்றவருமான சி.வி. ராமனின் தமையனாரும், அதேபோல அதே பரிசைப் பெற்ற சந்திரசேகரனின் தந்தையுமான சி. சுப்பிரமணிய ஐயர்; சட்ட நிபுணரான டி.ஆர்.வெங்கடராம சாஸ்திரி; வெளிநாடுகளிலும் பெயர்பெற்ற வி.எஸ். ஸ்ரீநிவாச சாஸ்திரி; காவல்துறை மேலதிகாரியாகவிருந்த பவானந்தம் பிள்ளை; ஜான் மத்தாயின் அண்ணனாக ஜேகப் மத்தாய்; சைவ சித்தாந்த நிபுணரான சுவாமிகள் என்ற துறவி இவரின் முழுப் பெயரும் ஊரும் எனக்குத் தெரியாது. அவர் பெருஞ்சடையும் தாடியும், அவர் உரக்க வாய்விட்டுச் சிரிக்கும் சிரிப்புமே நினைவில் பதிந்துள்ளது); சில அரசாங்க உத்யோகஸ்தர், ஜி.ஏ. நடேசன் என்ற புத்தகப் பதிப்பாளர்.

'புலவர்' என்ற சொல், கவிவாணர்களை மட்டுமே குறிக்காது. பலவிதக் கலைவாணர்களையும் குறிக்கும். பண்டிதர், எழுத்தாளர், கலைவிற்பன்னர் பலரும் புலவர்களே.

தமிழிலக்கியத்தில் ஈடுபட்டிருந்த அக்காலத்தவருள் மாதவையாவுடன் தொடர்புகொண்டவர் எவர் என்ற கேள்விக்கு, எவர்தான் இல்லை என்றும் விடையளிக்கலாம். நேரிலும், கடிதமூலமாகவும், பலருள் அவருடன் தொடர்புகொண்டிருந்தார்கள். சற்று நெருங்கிப் பழகினவரையும், தமது தமிழ் ஆற்றலுக்காகப் பெயர்பெற்றவரையும் மட்டுமே இங்குக் குறிக்கிறேன்.

மாதவையாவின் இளைய உறவினருள் - வெ. நாராயணன், பெ.நா.அப்புசாமி, உ.வே. சாமிநாதையர்; அவர் சீடனாகிய வைத்யநாதையர் மாதவையாவிடம் அளவற்ற மதிப்புள்ளவர் - அடிக்கடி அவரைக் காண வருவார். ஆராய்ச்சியாளராகவும் பண்டிதராகவும்

இருந்த ராமநாதபுரம் மு. ராகவையங்கார் ('ஆழ்வார்கள் காலநிலை' எழுதியவர்); கவிஞராகவும் தமிழ் இலக்கிய மேதையாகவும் இருந்த 'பெரிய' ராகவையங்கார் (ராமநாதபுரம் ரா. ராகவையங்கார்) - இவர் மாதவையாவிடம், மற்றெவரிடமும் இல்லாத கலைமதிப்புக் கொண்டிருந்தார் - காலம் கழிவதும் தெரியாமல் சாப்பாட்டையும் மறந்து இருவரும் பலநூல்களையும் தனிப்பாடல்களையும் கூடிப் படித்து அவற்றின் நயநுட்பங்களை ரஸிப்பார்கள், சேதுப்பிள்ளை, முன்சொல்லிய பவானந்தம்பிள்ளை, 'கலித்தொகை'க்கு உரை எழுதிய அனந்தராமையர்: ஓர் ஆராய்ச்சி விஷயமாய் (பிறகு, 1931ஆம் வருடத்தில் என் கலாசாலையில் தமிழ்ப் பண்டிதராக இருந்த) நமசிவாய முதலியார்; தமிழ்பயின்ற இரண்டு வெள்ளைக்காரர் - டென்மார்க்கைச் சார்ந்த லார்ஸன் ஒருவர், இங்கிலாந்தைச் சார்ந்த போப்லி மற்றொருவர்: ஆங்கில எழுத்தாளராகவிருந்த வெங்கடரமணி, இலங்கையில் தமிழறிஞராக விளங்கிய தாமோதரம் பிள்ளையின் மகனான ஃபிரான்சிஸ் கிங்க்ஸ்பெரி, மாதவையாவின் கடை வருடங்களில் அவருடன் நெருங்கிப் பழகியவர்.

கேள்வி 2:

அ. மாதவையா அவர்களின் இறுதி ஈராண்டுகளில் சொந்தமாக 'பஞ்சாமிர்தம்' என்ற மாதஇதழை நடத்திய காலத்தில் தங்களுக்கு அம்முயற்சி பற்றிய நேரடி அனுபவம் இருந்திருக்கும். 'பஞ்சாமிர்தம்' இறுதி இதழில் 'கண்ணன் பெருந்தூது' என்ற சிறந்ததொரு சிறுகதை ஆசிரியர் பெயரின்றி வெளி வந்திருக்கிறது. அதை மாதவையா தான் எழுதியிருக்கக் கூடும் என்று புதுமைப்பித்தனும் சிட்டி - சிவபாதசுந்தரமும் கருதியுள்ளார்கள். தங்களுடைய கருத்தென்ன?

'கண்ணன் பெருந்தூது' எழுதியது மாதவையாவேதான் என்பது எனக்கு நிச்சயமாகத் தெரியும். அதன் நடையிலிருந்தே, அதிலும் திருநெல்வேலியில் அக்காலத்து பிராமணப் பெண்களின் பேச்சை அப்படியே உரித்து வைத்திருப்பதில் இருந்தே, அவர்தான் இதை எழுதினார் என்பதைத் தெரிந்து கொள்ளலாம். ஆனால் இதுபோல் ஊகித்து இதைத் தீர்மானமாக நான் சொல்லவில்லை. இந்தக் கதைத்துணுக்கு, அச்சேறுவதற்குச் சில மாதங்கள் முன்பாகவே எழுதப்பட்டது. எழுதினதும், தனது மனைவிக்கும் மக்களுக்கும் அவர் இதைப்படித்துக் காட்டினார். அப்போது, அந்த வயதில், கதையினர் வம்புப் பேச்சில் புதைந்துகிடக்கும் சில ஏசல்கள் எனக்கு விளங்காதிருந்ததும் மற்றவர் அவைகளைக் கேட்டுச் சிரித்ததும் இன்றும் நினைவில் இருக்கிறது.

கேள்வி 3:

'அ. மாதவையா 1925ஆம் ஆண்டு 'பஞ்சாமிர்தத்தில்', 'பத்திராதிபர் குறிப்புக்கள்' என்ற பகுதியில், 'திருஷ்டி தோஷத்திலும், நமக்குள்ள சாதியாசாரங்கள் பலவற்றிலும் எனக்கு நம்பிக்கையில்லை. நான் அவற்றை அனுஷ்டிப்பதுமில்லை' என்றெழுதியுள்ளார். இக்கூற்றுக்குச் சான்றாக ஒன்றைத் தாங்கள் கூறுங்கள்?

அக்காலத்தில், ஏன் இன்றும் கூட, பல வர்க்கத்தினர் உள்ளும், சகுனம் பார்த்து நடத்தல், பிற கண்பட்டிருக்கக்கூடும் என நினைத்து அதற்குப் பரிகாரம் பண்ணுதல் எல்லாம் சகஜம். புறப்படும் போது எதிராக ஒரு விதவை வந்தாலோ, பூனை குறுக்கே சென்றாலோ உடனே வீடு திரும்பி வந்து மீண்டும் புறப்படுவார்; அஷ்டமி நவமி தொட்டது விளங்காது என்று எதையும் தொடங்க மாட்டார்கள். மாதவையா இத்தகையவை எவற்றையும் பொருட்படுத்துவதில்லை. ராகுகாலம் பார்க்க மாட்டார். ஆனாலும், இத்தனை பலமாக இவை எல்லாம் மூடநம்பிக்கைகள், அஞ்ஞானத்தின் அறிகுறிகள் என்று கருதியிருந்தும், அவற்றுள் நம்பிக்கையுள்ளவர் மனம் துன்புறுமாறு நடந்துகொள்ள மாட்டார்.

சாதியாசாரங்களைப் பொருத்து அக்காலத்தில் பிராமணர் மட்டுமல்ல, உயர் சாதிகள் என்ற பிள்ளைமார், முதலியார் எல்லாரும் கீழ்ச்சாதியவர் என்று கருதப்பட்டவர்களுடன் உணவருந்த மாட்டார்கள். மாதவையா வீட்டில் எல்லாரும் சமமாக விருந்தினராகவே கருதப் பட்டார்கள்.

கேள்வி 4:

'அ.மாதவையா அக்காலத்தில் படைப்பிற்குப் பெற்ற பரிசுகள் பற்றிக் கூறமுடியுமா?'

அக்காலத்தில் எழுத்தாளர்களுக்கும் புலவர்களுக்கும் பரிசு வழங்குவது சில சமஸ்தானங்களைத் தவிர்த்து தமிழ்நாட்டில் அபூர்வமாகவே இருந்தது. மாதவையாவோ ஆங்கில அரசாங்க உத்யோகஸ்தராக இருந்தவர் - சமஸ்தானங்களில் இல்லை. ஆகையால் தாம் படைப்பிற்குப் பரிசுபெறும் வாய்ப்பு அவருக்கு மற்றபடி இல்லாதது படிப்போரின் பாராட்டில் மட்டுமே இருந்தது.

எனினும், முக்கியமானதொரு பரிசு மாதவையாவுக்கு அளிக்கப் பட்டதை, என் ஆங்கிலக் குறிப்பேட்டில் விவரித்துள்ளேன் - நீங்கள் மீண்டும் கேட்டதால் இதை மீண்டும் தமிழில் விவரிக்கின்றேன்.

இந்த நூற்றாண்டின் ஆரம்பத்திலேயே ஆங்கில ஆட்சியினின்றும் விடுதலை அடைந்து நாம் சுதந்திரம் பெறவேண்டுமென்ற ஆர்வம் இந்தியாவின் பல பகுதிகளிலும் பரவி இருந்தது (உங்கள் 7வது கேள்வியும் இதை விவரிக்கிறது). அப்போது 1912-13ஆம் வருடத்தில், திருநெல்வேலியில், மஹாராஷ்டிராவைச் சார்ந்த தேசாபிமானி இரானடே என்பவர் பெயரில், தேசீயப்பாக்களுக்கென்று (தமிழ்ப் பாக்களுக்கு) ஒரு பெரும் பரிசுப் போட்டி நடத்தினார்கள். இந்தப் போட்டியில் சுப்பிரமணிய பாரதியும், வேறு கவிஞர் பலரும் கலந்து கொண்டு தங்கள் பாக்களை அனுப்பியிருந்தார்கள் - மாதவையா 51 பாடல்கள் கொண்ட 'இந்தியக் கும்மி'யை இயற்றி இதற்கு அனுப்பினார். பரிசுப்பாடலைத் தேர்ந்தெடுக்க 3 கலைஞர் கொண்ட ஒரு சிறுகுழு ஏற்படுத்தப்பட்டிருந்தது - போட்டியிடுபவர் இன்னார் என்று இந்தக் குழுவிற்குத் தெரியாதிருக்க அவர்களின் பெயர்களைத் தராது பாக்களை மட்டுமே அதன் தீர்மானத்திற்குத் தந்து இருந்தது. மாதவையாவின் 'இந்தியக் கும்மி'க்கே இந்த 'இரானடே பரிசு' அளிக்கப்பட்டது. இந்தக் கும்மியைத்தாம் 1914வது வருடத்தில் பிரசுரித்த 'பொதுதர்ம சத்கீத மஞ்சரி'யில் சேர்த்திருந்தார் - பிறகு தமது இறுதியாண்டில் (1925) தமது அச்சகத்திலேயே பிரசுரித்த 'தேசிய கீதங்கள்' என்று பாத்தொகுப்பிலும் சேர்த்து அதன் முன்னுரையில் இந்தக் கும்மி 'இரானடே பரிசு' பெற்றதையும் குறித்துள்ளார்.

கேள்வி 5:

'ஆசார சீர்திருத்தத்தில் மாதவையாவுக்கிருந்த மிகப்பெரும் ஆர்வம் பற்றித் தமிழகம் நன்கறியும். இது தொடர்பாக, பொது வாழ்வில் அவர் கலந்து கொண்ட முக்கிய நிகழ்ச்சிகள் சில பற்றிக் கூறமுடியுமா?

இந்தக் கேள்விக்கு ஆதாரமிருப்பதாக எனக்குப் புலப்படவில்லையே! ஆசாரச் சீர்திருத்தத்தைப் பற்றி அவர் எழுதியுள்ளதெல்லாம் பிரசுரிக்கப்பட்டுள்ளன. என்னைக் கேட்க வேண்டியதில்லை - தவிரவும் அவை 'நிகழ்ச்சிகள்' ஆகா. 'பொதுவாழ்வில் கலந்து கொண்ட' என்பது பலர் கூடிய கூட்டங்களில் அவர் எடுத்துரைத் தவைகளாகவே இருக்க வேண்டும். அத்தகைய கூட்டங்களில் அவரும் கலந்து பேசியிருப்பார். ஆனால் அந்தக் காலத்தில் இவற்றைப் பற்றி தினசரிகளில் செய்தி பிரசுரிப்பதில்லை. 'பொது வாழ்வில்' இல்லாது, தமது சொந்த, பிரத்யேக வாழ்வில் அவர் இந்த சீர்திருத்தங்களை மேற்கொண்டதை ஏற்கனவே (உங்கள் 3வது கேள்விக்கு விடையாய்) சொல்லியாய்விட்டது.

கேள்வி 6:

'அ. மாதவையா தம் இளமைக் காலத்தில் சிலகாலம் நாத்திகராயிருந்து பின்னர் பிரும்மஞானசபையின் கருத்துக்களில் ஈர்க்கப்பட்டு, பின்னர் கிறிஸ்தவ சமயக் கருத்துக்களில் ஆர்வம் கொண்டிருந்தார் எனக் குறிப்பிடுகிறார்கள் சில விமர்சகர்கள். இக்கருத்துக்களிலிருந்து மாதவையா அவர்கள் சமயங்களைப் பகுத்தறிவு நோக்கில் அணுகியிருப்பது தெரிகிறது. அது பற்றித் தங்களுடைய கருத்தென்ன?'

யார் இந்த விமர்சகர், இத்தகைய ஆத்மஞான சிந்தனைகளை ஆராய்வதற்கு அவர்களுக்கென்ன தகுதி, மாதவையாவைப் பற்றி அவர்க்கென்ன தெரியும் என்பதையெல்லாம் நீங்கள் விளக்கியிருந் தால் இந்தக் கேள்விக்கு விடையளிக்க அனுகூலமாக இருந்திருக்கும். ஆனாலும் பரவாயில்லை. இவ்விஷயத்தில் எங்களுக்குத் தெரிந்த அளவில் அவர்கள் அறிந்திருக்க மாட்டார்கள். எனக்குத் தெரிந்ததின் ஆதாரத்தைக் கொண்டு கேள்விக்குப் பதிலளிக்கிறேன்.

மாதவையா ஒருக்காலும் நாத்திகராக இருந்ததில்லை - அவர் அத்வைதியாகத்தான் இருந்தார். நாத்திகம் என்பது கடவுளில்லை என்ற கொள்கை மட்டும் இல்லை - மானிட அறிவுக்கும் நுகர்வுக்கும் மேலானதொரு சக்தியுமில்லை எனக் கொள்ளுதல். இப்படிப் பிடிவாதமாக மாதவையா என்றும் நினைத்ததில்லை. ஓர் உதாரணத் துடன் இதை விளக்கிய பின்பே ஏன் அவர் பல மதங்களின் போதனை களையும் நாடி மதித்துப் பார்த்தார் என்பது புலப்படும்.

ஹிந்து தர்மஸாஸ்த்திரப்படி, மாண்டவர் ஒருவருக்கு எவர் மிக நெருங்கியவர், எவர் அடுத்தவர் என்பதைத் தீர்மானிக்க, மாண்டவரின் ஆத்மசாந்திக்காக வருடாவருடம் அவர் சந்ததியார் மேற்கொள்ளும் 'ஸ்ரார்த்தம்' என்ற திதி சேவை முக்கியமானது. முறை தவறாது, ஒவ்வொரு வருடமும் தமது பெற்றோர் திதி தினத்தன்று செய்ய வேண்டியதை எல்லாம் மாதவையா செய்து வந்தார். ஆனால் எங்களிடம், தமது பெற்றோர் இதில் நம்பிக்கை கொண்டிருந்ததால் தான் தாம் இந்தச் சடங்கை முறையே செய்து வருவதாகவும், தமக்கு இதில் நம்பிக்கை இல்லாததால், தமது பிற்காலத்தில் நாங்கள் இந்தப் பொறுப்பை மேற்கொள்ள வேண்டாமென்றும் சொல்லியிருந்தார்.

இது உங்கள் 3வது கேள்விக்கும் விடையாகும்.

குலாசாரம், மதவழக்கம், முன்னோர் விதித்த விதி என்றே பலரும் பெரும்பாலும் பல பழக்க வழக்கங்களைப் பின்தொடர் கிறார்கள். அக்காலத்தில், ஹிந்து சமூகத்தில் முறையாக வழங்கியவை சில, கொடுமையான கட்டுப்பாடுகளாக இருப்பதைக் கண்டு

மாதவையா மனம் தளர்ந்தார் - இவற்றுள், 'கீழ்ச்சாதிகள்' என்று சிலருக்கு மனித உரிமைகளை மற்றச்சாதியார் மறுப்பதும், ஸ்ரீதனத்தால் விளையும் கொடுமைகளும், விதவைகள் படும் கடும்பாடும் அவர் சமூகத் தீமைகளில் பிரதானமானவையாகக் கருதினார். இந்தச் சஞ்சலத்தில், இதர மதங்களின் கொள்கைகள் இவ்விஷயங்களில் எப்படியுள்ளன என்று அவர் விசாரிப்பதில் விசித்திரம் எதுவுமில்லை. நீங்கள் குறித்த கிருத்தவ மதத்தின் போதனைகளும், பிரம்மசமாஜத்தின் கொள்கைகளும் மட்டும் இல்லை - பௌத்த ஜைன மதங்களும், அடையாற்றிலுள்ள 'தியாஸ்பிக்கல் சொசைடி'யின் கலைஞர்களும், அம்மதத்தினருள் மனித சமநிலையைப் பெரிதும் பாராட்டும் இஸ்லாமும் போதிப்பதை எல்லாம் சிந்தித்துப் பார்த்தார். என்றுமே அவர் ஹிந்து மத அத்வைதியாகத்தான் இருந்தார்.

கேள்வி 7:

'அ. மாதவையா வாழ்ந்த காலத்தில், இந்திய தேசீய காங்கிரஸ் கட்சியில் திலகர் தலைமை பூண்ட தீவிரவாதப்பிரிவு தமிழகத்தில் பாரதியார், வ.உ. சிதம்பரனார் போன்றோரால் செயல்பட்டது. வர்க்கப்பிரிவினையால் ஆர்ப்பாட்டங்கள் நடைபெற்றன. பின்னர் மகாத்மா காந்தி தலைமையில் ஒத்துழையாமை இயக்கம் நடந்தது. ஆன்னி பெஸண்டின் 'ஹோம் ரூல்' இயக்கம் பெரும் சர்ச்சைகளுக்கு உள்ளானது. ஜாலியன்வாலா பாக் படுகொலை நடந்தது. முதல் உலகப்போரின் விளைவுகள் தெரிந்தன. எம்டன் போர்க்கப்பல் சென்னை நகர் மீது குண்டு பொழிந்தது, பிராமணர் - பிராமணர் அல்லாதாரின் சச்சரவு பெருகியது. இத்தகைய தேசவிடுதலை இயக்க நிகழ்ச்சிகள் பற்றி மாதவையாவின் கருத்துக்கள் பற்றித் தாங்கள் அறிந்தவற்றைக் கூற முடியுமா?'

ஒருவாறாக, கேட்டதையும் நேரிலறிந்ததையும் நினைத்துப் பார்த்து, கூற முடியும். ஆனால், கூறுமுன், இதிகாச உண்மை சார்பாகவும், கேள்வியைத் தெளிவுபடுத்தவும், சிலவற்றை எடுத்துரைக்க வேண்டும் - கண்டனமாகவோ, விடைமறுப்பாகவோ இல்லை - விடையளிக்க ஆதாரமாகவே. 'ஸத்யம் ஏவ ஜயதே'

நீங்கள் 'இத்தகைய தேசவிடுதலை இயக்க'மாக மேற்குறித்தவை சில, எத்தகைய தேசவிடுதலைப் பொருத்தமும் கொண்டதில்லை - மேலும் மாதவையா காலத்தவை அல்ல. 'எம்டன்' ஒன்றும் சென்னை நகர் மீது குண்டு 'பொழிய'வில்லை - 30 ஆண்டுகளுக்கு மேலாகப் பின், இரண்டாவது உலக யுத்தம்போது ஜப்பானியர் செய்தது போலவே விளையாட்டாய் ஒரு குண்டு வீசியபின் போய்விட்டது - தவிரவும் இச்சம்பவத்தால் தேசவிடுதலை இயக்கம் எதுவும்

ஏற்படவில்லை. பிராமணர் - அல்லாதார் பகை மாதவையா காலத்தில் தலைதூக்கவில்லை. அக்காலத்தில் பிராமணர் பலர் (மாதவையாவைப் போல முற்றிலும் சாதிமதபேதம் இல்லாதவராய் இருக்காவிட்டாலும்) பிற வகுப்பினருடன் சமாதானமாகவே - ஏன், அன்பு பாராட்டியும் - இருந்தனர். பல்லாண்டுகள் கழிந்த பின்பே, 'பெரியார்' ராமசாமி நாயக்கர் தூண்டுதலால், இந்த 5 சதவீத - 95 சதவீதப் பகை பெருகியது எனக்கு நேரில் நன்றாகத் தெரியும். இன்றும், 1925வது வருடமிருந்த நிலையிலும் பலமடங்கு பெருகி, பிராமணர்பால் இதர வகுப்பினர் கொண்ட விரோதம் இருந்துதான் வருகிறது - மேலும், இந்தச் சச்சரவுக்கும் தேசம் விடுதலை அடைந்ததற்கும் எவ்விதமான சம்பந்தமும் இல்லை.

திலக்கையும் காந்தியையும் சொல்லிவிட்டு, அதே மூச்சில் பாரதியையும் சிதம்பரனாரையும் ஆன்னி பெஸண்ட்டையும் இந்தியா சுதந்திரமடைவதற்கு ஆதாரமாயிருந்தவராகச் சொல்வதில் இதிகாச உண்மையும் பொருத்தமுமில்லை. பாரதியின் கவிவன்மையையும் ஆர்வத்தையும் நடைநயங்களையும் நான் பெரிதும் போற்றுகிறேன் - அவர் பாடல்களிலும் கதைகளிலும் எத்தனை ஆற்றலுடன் அவர் இந்தியாவின் விடுதலையை நாடி ஏங்கினார் என்பது பிரகாசித்துப் புலப்படும் - இந்தப் பெரும் பாசத்தால் ஆங்கிலேயர் ஆட்சி காலத்தில் அவருக்குப் பல இடையூறுகள் ஏற்பட்டதும் நிஜமே. ஆனால், இந்தியா சுதந்திரமடைந்ததற்கு பாரதியோ, அயர்லாண்டில் உதித்த 'ஹோம் ரூல்' என்ற விடுதலை அவாவை நம் நாட்டிற்கு இறக்குமதி செய்த ஆன்னி பெஸண்ட்டோ ஆதாரமாகவில்லை.

இப்போது, இதையெல்லாம் சொல்லிய பின், உங்கள் கேள்விக்கு முறையே பதிலளிக்க முடியும். அதில் குறித்துள்ளவர் அனைவருமே அரசாங்கப்பணியில் ஈடுபட்டவரில்லை - மாதவையாவோ அவருக்கு மதிப்பும் உண்டு - அவர்கள் வெள்ளையராய் இருந்ததனால் இல்லை, மதிப்புக்குரிய மனிதராய் இருந்தபடியால்தான் - இத்தறுவாயில், பாரதி பெல்ஜிய நாட்டாரைப் புகழ்ந்தெழுதிய 'அறத்தினால் வீழ்ந்து விட்டாய்' என்ற முதலடி கொண்ட கவிதையை உவமை கொள்ளலாம். ஸர்க்கார் உத்யோகத்தில் இருந்ததால், அரசாங்கத்துக்கெதிராய் இருந்த கலகங்களில் (அப்படி எதுவும் இருந்ததாகவும் தெரியவில்லை) மாதவையா பங்கெடுத்துக் கொள்ளவில்லை - ஆயினும் ஒளிவு மறைவின்றி இந்தியாவின் சுதந்திரத்தை ஆற்றலுடன் அவர் நாடியதின் சான்றுகளுக்கு என்னைக் கேட்பானேன்? இவை பலவும் உங்களிடம் இருக்கின்றனவே? 'இந்திய தேசிய கீதங்கள்' என்ற கவித்திரட்டில் (இதன் பிரதி உங்களிடம் இருக்கிறது) உள்ள பாடல்கள் மாதவையா

உத்யோகத்திலிருக்கும் போதே எழுதியன - 1914ஆம் வருடத்தில் அவர் பிரசுரித்த 'பொதுதர்ம சத்கீத மஞ்சரி' என்ற திரட்டில் இவை பலவும் உள்ளன - இந்த மஞ்சரியில் வேறெவர் கவிதைகளும் கிடையாது - எல்லாம் அவர் இயற்றியவைகளே - இத்திரட்டு மேலும் உங்கள் 6வது கேள்விக்கும் விடை உதவும்.

தம் தேசியப்பாக்களுக்கென்று 1912-13ஆம் வருடம் நடத்திய இராஜேட பரிசுப் போட்டியில், மாதவையாவின் 'இந்தியக் கும்மி'யே பரிசை வென்றதை ஏற்கனவே 4வது கேள்வியின் விடையில் குறித்தாய்விட்டது. இந்தக் கும்மியும், மாதவையாவின் வேறு பல தேசியப்பாடல்களும் 1914ஆம் வருடம் அவர் பிரசுரித்த 'பொது தர்ம சங்கீத மஞ்சரி'யிலும் 1925 அச்சேறிய 'இந்திய தேசிய கீதங்கள்' என்ற திரட்டிலும் உள்ளன. இவற்றைப் படித்தால், மாதவையா தமது தாய்நாட்டில் கொண்டிருந்த பாசமும் பெருமையும், ஆங்கிலேயர் பிடியினின்றும் விலகி இந்தியா சுதந்திரம் அடைவதில் அவருக்கிருந்த பேராற்றலும் உடனே விளங்கும். என் ஆங்கிலக் குறிப்பேட்டின் 11வது பக்கத்தின் கீழ்ப்பாகத்தில் கொடுத்துள்ள 'தாய்நாட்டு வணக்க'த் திலிருந்து எடுத்த வரிகளையும் பார்க்கவும்.

அரசாங்க உத்யோகத்தினின்றும் ஓய்வெடுத்தபின் மாதவையா பிரசுரித்துவந்த 'பஞ்சாமிர்தம்' பத்திரிகையின் தொகுப்பு தற்போது என்னிடம் இல்லை. அதில் அவர் எழுதிய குறிப்புகள் - கட்டுரைகளில் உங்கள் கேள்விக்குப் பல விடைகள் உள்ளன - அவர் இந்திய தேசியக் காங்கிரஸ் கூட்டம் ஒன்றுக்குச் சென்று வந்த குறிப்புகள் உட்பட. பார்க்கவும்.

கேள்வி 8:

'தாங்கள் தயாரித்துள்ள மாதவையா பற்றிய தகவல் குறிப்பேட்டில், 15வது பக்கத்தில் அன்னாருடைய ஆங்கிலப் படைப்புகள் பற்றிய தகவல்கள் தரப்பட்டுள்ளது. அதில் சிறு விளக்கம் வேண்டும். வரிசை எண் 8 'Thillai Govindan... Fisher Unwin, England, 1916' **என்றுள்ளது. வரிசை எண் 2** 'Thillai Govindan... Short Stories... Srinivasa Varadachari & Co. 1903' **என்றுள்ளது. இவ்விரண்டு நூல்களும் ஒன்றானவையா அல்லது தனித்தனி நூல்களா? இங்கிலாந்தில்** 'Thillai Govindan" **நாவல் 1916ஆம் ஆண்டு வெளியாவதற்கு முன்பே 1903ஆம் ஆண்டில்** Srinivasa Varadachari & Co. **வெளியீடாக வந்தது என் ஊகம். தங்களுடைய கருத்தைக் கூறவும்.**

இத்தகைய விஷயத்தில் ஊகிப்பதற்கோ கருதுவதற்கோ இடமே யில்லை- சட்டநூல்களில் 'Question of fact' என்றபடி தீர்மானமாகக்

கொள்ள வேண்டியது இது. ஆனாலும் நீங்கள் ஊகித்ததே உண்மை - அதுவே உங்கள் கேள்விக்குச் சரியான விடை. என் ஆங்கிலக் குறிப்பேட்டின் 15வது பக்கமுள்ள தகவலும் சற்றுக் குழப்பமா யிருப்பதும் உண்மையே. இதை சந்தேகத்துக் கிடமின்றி கீழே விளக்குகிறேன்.

குறிப்பேட்டின் 15வது பக்கம் வரிசை எண் 2இல் கொடுத் திருப்பது நீங்கள் எழுதியவண்ணம் 'Thillai Govindan... Short stories' என்பது மட்டுமில்லை - 'Thillai Govindan: Short stories: Poems. 'Dox Vs Dox' என்றிருக்கிறது. குறிப்பேட்டின் 13வது பக்கம் விவரித்துள்ளபடி, பழுப்புநிறமடைந்து தூள்தூளாகச் சிதறிவிழுமோர்தாளில் என் தகப்பனார் கையெழுத்தில் 60 வருடமுன் இந்தத் தகவல் குறித்திருந்தது. இதிலிருந்தே ஒரு புத்தகத்தின் வெளியீட்டை அன்றி, 3 புத்தகங்கள் ஒரே ஆண்டில் (1903) ஸ்ரீநிவாஸ வரதாச்சாரி புத்தகாலயம் வெளி யிட்டதை இது காட்டுகிறது எனலாம். 'Thillai Govindan' ஆங்கிலத்தில் உள்ள ஒரு நவீனம். குட்டிக் கதைகளும் ஆங்கிலத்தில் எழுதியவையாக இருந்திருக்க வேண்டும் - ஸ்ரீநிவாச வரதாச்சாரியார் புத்தகாலயம் தமிழில் இவர் எழுதியது எதையும் பிரசுரிக்கவில்லை: 'Dox Vs Dox' என்பது ஆங்கிலத்திலுள்ள ஒரு தர்க்க கவி - இதைத் தனியான ஒரு மிகமெலிய புத்தகமாக நான் பார்த்தும் படித்தும் இருக்கிறேன். ஸ்ரீநிவாஸ வரதாச்சாரி பதிப்பகம் 1903-இல் வெளியிட்ட 'தில்லை கோவிந்தன்' தேடியும் கிடைக்கவில்லை. இதுவேதான் 1916ஆம் வருடம் இங்கிலாண்டில் வெளிவந்த புத்தகம் என்பதற்கு யதார்த்த ருசு ஏதேனும் உண்டா என்றால், உண்டு - அதைக் கீழே தருகிறேன்.

1916ஆம் வருடம் இங்கிலாண்டில் Fisher Unwin பிரசுரித்த Thillai Govindan என்னிடம் இருக்கிறது. புத்தகங்கள் பிரசுரிப்போருள் ஒரு விதி (முறை) உண்டு. அது என்னவென்றால் முன்னதாகவே அந்த நூல் அச்சேறியிருந்தால், பிறகு அதை வெளியிடும்போது, முதல் பிரதி எப்போது எவரால் பிரசுரிக்கப்பட்டது என்று குறிப்பது. முதல் வெளியீடு அயல்நாட்டில் இருந்தால் அந்த வெளியீட்டைப் பற்றிய தகவல்கள் கிடைக்காவிட்டால், 'இப்போது பிரசுரிக்கும் நாட்டில் இந்த வருடத்தில் வெளியிடப்பட்டது' என்ற குறிப்பிருக்கும். Fisher Unwin வெளியிட்ட Thillai Govindan புத்தகத்தில் Frederic Harrison என்ற அக்கால ஆங்கில மேதை எழுதிய மதிப்புரைக்கு முன்னுள்ள தாளில் 'First published in England in 1916' என்ற அச்சுக் குறிப்பிருக் கிறது.

மேலும் Thillai Govindan (Fisher Unwin) 1916ஆம் ஆண்டில் இங்கிலாந்தில் வெளிவந்த போது அதன் மதிப்புரையை Frederic

Harrison எழுதவில்லை. அவர் *Positivist Review* என்ற பத்திரிகைக்கு *1908*ஆம் வருடம் எழுதிய இந்த மதிப்புரையையே (Extracted from the Positivist Review 1908 என்ற அடிக்குறிப்புடன்) Fisher Unwin 1916 வெளியீட்டிற்கு முன்னுரை ஆகக் கொடுத்திருக்கிறது. இதுமட்டும் இல்லை.

இந்த Frederic Harrison *1908*இல் எழுதியது முதலில் இந்தியாவில் *1903*ஆம் வருடம் பிரசுரிக்கப்பட்ட புத்தகத்தின் மதிப்புரையாகத்தான் இருந்திருக்க வேண்டுமென்பது மட்டுமில்லாது இன்னுமொரு அத்தாட்சியுமிருக்கிறது.

Frederic Harrison எழுதிய உரை புத்தகத்தின் முன்னுரை என்று அதன் வெளி அட்டை மீதே Fisher Unwin விளம்பரமாய் அச்சிட்டிருக் கிறார்கள். இந்த வெளியீட்டில் ஆசிரியர் உரையாக மேலுமிரண்டு உரைகள் முன்னுரையை அடுத்துள்ளன. இவற்றுள் ‘முதலாவது’ என்ற பெயரின் மேலாக, வருடக் குறிப்பில்லாது, மாதவையாவே ‘தில்லை கோவிந்தன்’ முதல் இந்திய வெளியீட்டுக்கு எழுதிய உரை அது. இரண்டாவது, LAST WORDS என்ற தலைப்பின் கீழ் தில்லை கோவிந்தனே எழுதிய பாவனையில் உள்ளது (புத்தக வரலாறு முற்றுமே இந்த பாவனையிலேயே உள்ளது. முதல் இந்திய வெளியீட்டின் கடை அத்தியாயம் - இதை ‘Chapter the Twentieth of the original MSS’ என்ற அடிக்குறிப்புடன், *1916* Fisher Unwin வெளியீட்டின் முதல் அத்தியாயமாக மாற்றியிருக்கிறது.

கேள்வி 9:

‘பஞ்சாமிர்தம்’ இறுதி இதழில் (கார்த்திகை 1925) மாதவையா பற்றி ஃபிரான்ஸிஸ் கிங்ஸ்பெரி எழுதிய சரமகவியில்... ‘எவர் முன்னும் மெய்தன்னை மெய்யென்றும் பொய்தன்னைப் பொய்யென்றும் செய்கை மொழி தம்மிற் தெரிவித்தே - பொய்யைக் கடிந்ததனாற் சில்லோர் கனன்று பகைத்தும்’ (ப. 554) என்ற பகுதி இடம்பெற்றுள்ளது. மாதவையாவிற்கு அக்காலத்தில் தோன்றிய ‘பகை’ எத்தரப்பட்டாரிடமிருந்து எழுந்தது?’

மாதவையாவிடம் பகை பாராட்டியவர் இருதரப்பட்டவர் எனலாம். அவர் முன்கொண்டு வந்த ஆசார - சமூக சீர்திருத்தங்களை எதிர்த்தவர் ஒருவர், அரசாங்கப் பணியில் அவருடன் அவர் கீழாகவோ மேலதி காரியாகவோ வேலைபார்த்த சிலர் மற்றவர். இதை என் ஆங்கிலக் குறிப்பேட்டில் இருந்தே தெரிந்து கொள்ளலாம். நீங்கள் கேட்டதனால் முறையே கீழே விரிக்கிறேன். கிங்க்ஸ்பெரி ‘பொய்’, ‘மெய்’ என்பதை உண்மையற்றவை உண்மையானவை என நெருங்கிய அர்த்தம்

கொள்ளக் கூடாது: 'கிங்க்ஸ்பெரி, மாதவையாவைப் போல நினைத்ததும் கவிபாட வல்லவர் இல்லை: அவர் 'பொய்' என்று குறித்தது தகாதவை, தீயவை - 'மெய்' என்று சீலகுணம், வாய்மை, நெறி, அறம் எனலாம்.

மாதவையா தம் இளமையில் பெருங்குளம் என்ற ஓர் ஏரியை அடுத்த - சிறு கிராமத்தில் பரம்பரையாக வசித்து வந்த ஒரு பிராமணக் குடும்பத்தில் பிறந்து வளர்ந்தவர் - பெருங்குளத்திலும் அங்கு சிறு வயதில் பழகிய நண்பர்களிடத்தும் அவர் கொண்டிருந்த வாஞ்சனை யையும் பாசத்தையும் என்றுமே அவரால் மறக்க முடியவில்லை - இதற்கு அத்தாட்சியாக, நான் உங்களிடம் பிரதி தந்த 'Perunkulam' என்ற மாதவையாவின் ஆங்கிலக் கவியைப் பார்க்கவும். பல வருடங் களாய் விரும்பி, பிறகு தம் கடைநாளில் 1922ஆம் வருடம் கட்டிய சொந்த வீட்டுக்கும் Perunkulam House என்றே பெயர் வைத்தார். ஆனால் பெருங்குளத்திலும் திருநெல்வேலியிலுமிருந்த மாதவையாவின் பால்ய சிநேகிதரோ, இவர் ஆர்வங்கொண்டு எடுத்துரைத்த விதவை மறுமணம், பெண்கள் ஆண்களுடன் சம உரிமை கொள்ளுதல், ஹரிஜன முன்னேற்றம், பல சாதிகளுடனும் ஒன்று பழகல், ஸ்ரீதனம் என்ற பொல்லாத வழக்கத்தை ஒழித்தல் முதலிய 'அநியாயமான' முன்னறியாப் புது முறைகளை 'மூட்டிவிட்டதன்' பயனாக, அவரை வெறுத்து, நட்பை விரோதமாக்கிப் பழித்தனர். இதனால் அவர் தயங்கவில்லை - மேலும் மேலும் தாம் கைப்பிடித்த சமூகச் சீர்திருத்தங் களை நிலைநிறுத்தவே தமது எழுத்து வன்மையாலும், சொந்த நடத்தையாலும் முயன்றார். ஆனால், தமக்கு இத்தகைய தெளிவாக நியாயமுறை என்று தோன்றியவைகளைத் தமது இளமை நண்பர்களே வெறுத்துத் தம்மை பகைத்தது அவருக்குத் தீராத மனக் கசப்பளித்தது. இந்த ஏமாற்றத்தால், பெருங்குளத்தில் தமக்கிருந்த பரம்பரை வீட்டை தம் பிள்ளைகளுக்கு வரவேண்டாமென்று, ஓர் எட்டிய உறவினருக்குக் கொடுத்துவிட்டார்.

மாதவையா நிலைநிறுத்த முயன்ற சமூகச் சீர்திருத்தங்கள், ஒரு குக்கிராமத்திலும் அதைக் கொண்ட திருநெல்வேலிச் சீமையிலுமே அவருக்குப் பகை சம்பாதித்துத் தரவில்லை - ஹிந்து மதத்தவர் குடியிருந்த பரந்த நாட்டிலெங்கும், சென்னைமாநகர் உட்பட, 'அனாசாரமானவன்' என்று சிலர் அவரை வெறுத்தனர். மேலும், இந்த எதிர்ப்பு வைதீகப் பிராமணர் உள்ளே மட்டும் படர்ந்ததில்லை - அவர்களினும் பன்மடங்கு தொகை பெருகிய பிள்ளைமார், முதலியார், ரெட்டியார் போன்றவருள்ளும், 'கீழ்ச்சாதியார்' உடன்பழகாமை, ஸ்ரீதனம் பிடுங்குதல், சிறு வயதிலேயே விதவையானவரும் மீண்டும்

மணம் செய்து கொள்ளாதிருத்தல் இத்யாதி 'குலாசாரங்கள்' இல்லையா? இவர்களும்தான் மாதவையாவைப் பழித்தனர்.

'கடமை புரிவார் இன்புறுவார் என்றும், பண்டைக் கதை பேணோம்' என்றும் பாடிய பாரதிக்கு நேரெதிராய்,? மாதவையா கடமையை மிகவும் மதிப்பவர் - தமக்கு என்ன உடல்களைப் போஆபத்தோ அதிலிருந்தாலும் தமது உத்யோகக் கடமைகளை (சொந்தக் கடமைகளையும்தான்) செய்தே தீருவார் - இதில் சிறிதும் தவறமாட்டார். அக்காலத்திலும், இன்றுள்ளது போலவே, அரசாங்கப் பணியாளர் பலர், ஒரு விதத்திலும் தம் கடமையாய் இல்லாத பல பணிகளையும் பொருட்களையும் 'மரியாதை' பாவமாகத் தம் மேலதிகாரிகளுக்குச் செய்வதும் கொண்டு தருதலும் சகஜமாக இருந்தது. மாதவையாவோ இதையெல்லாம் ஒருவித லஞ்சமாகவே கருதினார் - தமக்கு மேலதிகாரிகளாயிருந்த துரைமார் தமது வட்டத்தை மேற்பார்வையிட வரும்போது கடமைப் பிரகாரம் தாம் செய்ய வேண்டியது அனைத்தையும் செய்வாறே ஒழிய, அதற்கு மேலாக உபகாரம் எதுவும் செய்யமாட்டார் - இதனால் அவர் மேலதிகாரிகளாக இருந்த சிலர் அவரை மிகவும் மதித்தனர் - சிலர் வெறுத்தனர். என் ஆங்கிலக் குறிப்பேட்டின் 5-ஆம் பக்கத்தில் இதை உதாரணத்துடன் விளக்கி, (H.A.B. Vernon) என்ற ஆங்கிலேயர் தனக்கு மாதவையா பல சீர்களையும் தராததால் அவரைக் கண்டித்து ரகசியச்சீட்டு எழுதினதும், பின் தம்முன் எவராலும் செய்யமுடியாத உத்யோகச் சாதனையை உயிர்ச்சேதத்துக்கு மஞ்சாது மாதவையா செய்து காட்டித் தமக்குக் கிடைக்க வேண்டிய பதவி உயர்வை அடைந்ததையும் விவரித்திருக்கிறது - அந்தப் பக்கத்தைப் படித்துப் பாருங்கள். ('A. Madhaviah - A Verified Factual Record', M. Krishnan, March, 1990 Page. 5)

கேள்வி 10:

'மாதவையா பற்றி வேறு ஏதாவது இன்றியமையாத செய்திகள் இருந்தால் குறிப்பிடுங்கள்'

'இன்றியமையாதது' என்பது ஒருவருடைய வரலாற்றையோ, சுபாவத்தையோ, தோற்றத்தையோ பொருத்து அந்த அம்சத்திற்கேற்ப வெவ்வேறாக இருக்கும். கேள்வியோ எந்த அம்சத்தையும் குறிக்காமல் 'ஏதேனும்' என்ற பெரும்பான்மை கொண்டிருக்கிறது. மாதவையாவை நினைத்தால் எனக்குத் தோன்றும் ஒன்றை மட்டும் இங்குக் குறிக்கிறேன்.

சளைக்காத திடமும் உடல் வன்மையும் அவருக்குண்டு. தமது வேலைவாய்ப்பில் தினமும் 20 மைல் குதிரைச் சவாரி செய்தலைந்து

மாலையில் வீடு வருவார். குளித்து உடைமாற்றியபின், இரா உணவு கொள்ளுமட்டும், தம்மைப் பார்க்க வந்தவருடனோ, எங்களிடமோ பேசிக் கொண்டிருப்பார். உண்ட பிறகு நெடுநேரம் தமிழிலோ ஆங்கிலத்திலோ உள்ள நூல்களையோ, அன்று தமக்கு வந்த கடிதங்களையோ, மண்ணெண்ணெய் விளக்கின் வெளிச்சத்தில் படிப்பார் - இல்லை, ஏதேனும் எழுதிக் கொண்டிருப்பார். காலையில் விடியுமுன் எழுந்து விடுவார். விடுமுறை நாட்களிலும் பகல்போது உறங்கமாட்டார். மனோதைரியத்திலும், உற்சாகத்துடன் எல்லா வற்றையும் நுகர்வதிலும், அபாயமானது ஒன்றைச் செய்யவேண்டு மென்றால் அதிலுள்ள ஆபத்தை அறிந்தும் அதைத் துணிந்து செய்யும் தன்மையிலும் அவருக்கு ஈடு நான் கண்டதில்லை. என் ஆங்கிலக் குறிப்பேட்டின் 2வது பக்கத்தையும், 3ஆவது பக்கத்தின் அடிப்பாகத் தையும், 5ஆவது பக்கத்தையும் படித்தால் நான் சொல்வது விளங்கும்.

8.6. மாதவையா படைப்புக்கள்: வெளியீட்டு விவரங்கள்

(மாதவையாவின் கடைசி மகன் கிருஷ்ணன் தந்தவை)

APPENDIX: CHRONOLOGICAL LIST OF MADHAVIAH'S TAMIL & ENGLISH WORKS

NOTE: On looking into my father's diaries personal papers and some of his books marked 'Library Copy' in his own hand some years ago I found them alllin the last stages of decay and mouldering. They had all been kept safe in a steel trunk, for 60 years, and whether due to getting damp when my house was twice flooded during those years, or to periodic spraying with insecticides or the poor quality of the paper they were written and printed upon they could not be kept any longer : further, many papers and all diaries were marked in bold letters 'Private'. After taking down details of publication from all available sources — diaries, 'Library Copies' and add papers in his own hand-I destroyed the lot. This list is from those notes and is authentic.

Francis Kingsbury had contributed a சரமகவி to the last issue of *Punchamirtham* published after my father's death, in which he lists all his works to the extent known to him. My list contains everyone of the books he lists and some in addition.

TAMIL WORKS

S.No.	Name of book	Publication details etc.
1.	பத்மாவதி சரித்திரம்	Part I: as per diary published... 1898 Part II: .... 1899 Part I: 2nd edition .... 1903 Both parts: 3rd edition 1911
	The author was 26-27 when he wrote the first 2 parts.	Both parts: 6th edition published posthumously in or about 1928, prescribed as text for the B.A. degree nondetailed study.

2.	உதயலன்	Liberal rendering into Tamil of Shakespeare's Othello. Diary: Published February 1903. 2nd edition published by swadesamit ran 1916.
3.	விஜய மார்த்தாண்டம்	Diary: 1903. 2nd edition Swadesa mitran 1922

TAMIL WORKS

S.No.	Name of book	Publication details etc.
4.	முத்து மீனாக்ஷி..........	Diary: .... 1903 No copy with me
5.	திருமலை சேதுபதி..........	Diary: .... 1910 No copy with me
6.	பொதுதர்ம சத்கீத மஞ்சரி..........	Diary: printed Madura Sangam Press at own cost June 1914 No copy with me
7.	ஆசார சீர்திருத்தம்..........	Swadesamitran press(?)........ 1916-17 No copy with me
8.	சித்தார்த்தன்..........	Swadesamitran press 1918 No copy with me
9.	பால வினோதக் கதைகள்..........	Indian Publishing House ... 1923 No copy with me
10.	'புதுமாதிரி கல்யாணப் பாட்டுகள்' திருத்திய இரண்டாம் பதிப்பு 'இந்து தாஸன்' பாடியன.	The first edition must have been published much earlier. Only a record of publication of the 2nd edition is available, in 1923. No copy of the book is with me, though this is an important book as evidence of the author's views on dowry.
11.	குசிகர் குட்டிக் கதைகள்... முதல் & இரண்டாம் எட்டு	Original in English. APPII*.... 1924
12.	பாரிஸ்டர் பஞ்சநாதம்....	APPH*............. 1924
13.	குறள் நானூறு...... A.M. along with Francis Kingsbury	APPH* .... 1924 400 selections from the Kural, annotated.

14.	இந்திய தேசிய கீதங்கள்...	Printed Sri Rama Press 15, Broadway, Madras......... 1925 ?
15.	தளவாய் முதலியார் குடும்ப வரலாறு - Original in English	APPH⁺ .... 1925 No copy with me
16.	தக்ஷிண சரித்திர வீரர்கள்...	Perhaps printed APPH⁺........... 1925 No copy with me

It is important to add the 2 bound volumes of பஞ்சாமிர்தம் issues of the magazine containing Madhaviah's writings - prose and poetic - over his last years. I do not have copy now.

NOTE: APPH⁺ = The Author's Press and Publishing House: Madhaviah's own press and publishing house where Panchamirtham was printed.

Vide page 15 for his English works.

MADHAVIAH'S ENGLISH WORKS: in Verified Chronological order

S.No.	Name of book or piece	Publication details etc.
1.	Poems :DOX vs BOX......	1903: No copy with me
2.	THILLAI GOVINDAN : short Stories Poems : DOX vs DOX...	Srinivasa Varadachari & Co. 1903 No copy with me.
3.	THILLAI GOVINDAN'S MISCELLANY Reprint: Christian College Mag.	1907 - No copy with me.
4.	SATYANANDA.....	Published at own cost at the office of The Mysore Review, Bangalore ... 1909
5.	THE STORY OF THE RAMAYANA....	Macmillan & Co, Madras ... 1914 2nd edition: The Indian Publishing House Madras — 1924
6.	CLARINDA........	The Cambridge Press: Tondiarpet: Madras 1915. No copy with me.
7.	Lt. PANJU........	1915-16: 2nd edition 1924-25 No copy with me.
8.	THILLAI GOVINDAN........	Fisher Unwin, England 1916 No copy with me.

9.	KUSIKA'S SHORT STORIES......	Methodist Publishing House: 1916. No copy 2nd edition: Part I (15 stories) & Part II (12 stories) : APPH: have copy.
10.	MARKANDEYA........	The Indian Publishing House: 1922
11.	NANDA........	The Indian Publishing House: 1923
12.	DALAVAI MUDALIAR........	1924. No copy with me.

13. In 1923 & 24, under the pen—name Narada, he had a series of short stories published in THE HINDU, Madras, under the general title 'Stories from Indian Life'. These, in a crumbling state, with the printed columns pasted on to the poor pages of a big notebook, are with me : they may not survive long, and I give the list in the order of publication below:

1.	THE LAST STRAW........	Friday 9-11-1923
2.	MY QUEER SAMMANDHI........	16-11-1923
3.	AN ADVERT ISEMENT AND ITS SEQUEL........	1-12-1923
4.	Ditto continued........	8-12—'23
5.	THE CUP OF INIQUITY........	22-12—'23
6.	SUNDU IN THE MILL........	27-12—'23
7.	A SOUL'S TRAGEDY........	5-1—'24
8.	ALEK BHUM! BHUM ALEK!........	16-1—'24
9.	A VANISHING TYPE........	16-2—'24
10.	IF THEY BUT KNEW!........	23-2-'24
11.	TEMPTRIARCHY IN EXCELSIS.........	15-3-'24
12.	RAMESH THE DREAMER........	22-3-'24
13.	NBDUL'S STRATAGEM........	3-5-'24
14.	A DAY TOO LATE........	17-5—'24
15.	KUPPAN'S CONFESSIONS (a set of 4).	4-6 , 14-6 , 21-6 &: 2-7-1924

8.7. பெருங்குளம் பற்றிய மாதவையாவின் ஆங்கிலக் கவிதை
(கிருஷ்ணன் தந்தது)

PERUNKULAM

Gravel range,
Red sand with serried palms upright,
Above to right.

North and left
Dammed up, a vast sheet
surging lake,

Alive, awake -

Southward, low
Rice fields, as far as could be seen,
A carpet green
Channel-striped
Studded with syboan earthen mounds,

The tiller's bounds
Further east,

Men and women

Nearer to God and Nature
Than townsfolk are;
Half - a score years

Happy I lived with them since birth, In tears and mirth. Boys and girls,

Playmates and Comrades, dark and fair Are you still there?

Grey and worn

Will you now know me if I come
Back to our home?

Time and tide

Have they changed you too, or forsooth Bide you in youth?

Once again

Shall we climb trees and noose the strike Upon the lake?

Coco and plantain gardens dense,
A grove immense
Birds and bees
Mongoose and striped squirrels fair,
A motley quire

Large-eyed kine
Grazing in lazy leisure on

The shady lawn
In such shade

Nestling she lies, the fair namesake
Of the lake —
Durty streets

Unpaved unlighted and unswept
But ever kept
Holy
Untrod. by feet of tasteless birth
Their sacred earth:

Houses small
Palm-thatched or tiled, with loggia range

To rest the strange
Here and there

Bloodstained abodes of bhuts and gods

Swim and run,
Mud castles and clay idols make
Again to break?
Or in rows
Squat on the sand floor and engrave
The letters brave?
Vain the wish!
Dead are you all or changed for worse, The mortal's curse.

Two score years
Have I since wandered far and near
... spot so dear:
Two score years
Have you too drifted far, unknown
To me alone.
Never...
May we recall the youth gone by
And we know why.
Native earth
Sold off is my small part in this
And I am free
Now my soul

Soars high and bold with flag unfurled. O'er all the world:
Not thy nook,
Not even great India's lands so wide Her castes divide:
All mankind

With men at odds

Eastern end

Ashy old Siva's ample fane

Now on the wane

Western end

Golden robed Vishnu's busy shrine

Such is my native home.

She holds as one great caste
Her love so vast !

Yet my frame

Turns longing to thy kindred clay
Dear earth, all night and day.

A. Madhaviah

★★★

ராஜ் கௌதமன்: வாழ்க்கைக் குறிப்புகள்

ராஜ் கௌதமன் (எஸ்.கௌதமன்) விருதுநகர் மாவட்டம் வ.புதுப்பட்டி என்ற கிராமத்தில் 1950 இல் பிறந்தார். அங்கேயே தொடக்கக்கல்வி பயின்றார். மதுரையில் உயர்நிலைப்பள்ளிப் படிப்பையும் பாளையங்கோட்டை புனித சேவியர் கல்லூரியில் விலங்கியல் இளங்கலைப்பட்டமும் தமிழ் முதுகலைப்பட்டமும் பெற்றார். பின்னர் அண்ணாமலைப் பல்கலைக்கழகத்தில் சமூகவியல் முதுகலைப்பட்டம் பெற்றார். 19-20 ஆம் நூற்றாண்டில் வாழ்ந்த தமிழ்ச் சமூக நாவல் முன்னோடிகளில் ஒருவரான அ.மாதவையா படைப்புகள் பற்றி உலகத்தமிழாராய்ச்சி நிறுவனத்தில் ஆய்வு செய்து முனைவர் பட்டம் பெற்றார். புதுச்சேரி யூனியன் பிரதேசத்தில் உள்ள அரசு கலைக் கல்லூரிகளில் முப்பத்தெட்டு ஆண்டுகளாகப் பணிபுரிந்துள்ளார். இறுதிப்பத்து ஆண்டுகளாகப் புதுச்சேரி அரசு பட்டமேற்படிப்பு மையத்தில் தமிழ் ஆய்வுத்துறைத் தலைவராகப் பணியாற்றி ஓய்வு பெற்றார்.

பொதுவுடைமைச் சித்தாந்தம், பெரியாரியம், தலித்தியம், பெண்ணியம், நவீன தமிழ் இலக்கிய விமரிசனம், பத்தொன்பதாம் நூற்றாண்டுத் தமிழகம், சமூக வரலாறு, சங்க இலக்கியம் ஆகியவற்றில் ஈடுபாடு கொண்டு தொடர்ந்து அவை குறித்து எழுதி வருகிறார். தற்போது இவர் திருநெல்வேலியில் வசிக்கிறார்.

மனைவி : முனைவர். க.பரிமளம்
மகள் : டாக்டர் நிவேதிதா கோபிநாத் எம்.டி (யு.கே)

ராஜ் கௌதமன் எழுத்துக்கள்

(I) ஆய்வு, திறனாய்வு நூல்கள்

1. எண்பதுகளில் தமிழ்க் கலாச்சாரம்.
2. அறம்/அதிகாரம்
3. புதுமைப்பித்தன் எனும் பிரம்மராக்ஷஸ்
4. கண்மூடி வழக்கம் எல்லாம் மண்மூடிப் போக...
5. க.அயோத்திதாசர் ஆய்வுகள்
6. பாட்டும் தொகையும் தொல்காப்பியமும் தமிழ்ச் சமூக உருவாக்கமும்
7. தமிழ்ச் சமூகத்தில் அறமும் ஆற்றலும்
8. ஆரம்பக் கட்ட முதலாளியமும் தமிழ்ச் சமூக மாற்றமும்
9. ஆகோள் பூசலும் பெருங்கற்கால நாகரிகமும்
10. பதிற்றுப்பத்து-ஐங்குறுநூறு: சில அவதானிப்புகள்
11. கலித்தொகை-பரிபாடல் (ஒரு விளிம்பு நிலை நோக்கு)
12. சுந்தர ராமசாமி - கருத்தும் கலையும்.
13. பழந்தமிழ் அகவல் பாடல்களில் பரிமாற்றங்கள்.

(II) தலித்திய திறனாய்வு நூல்கள்

1. வேதாகமக் கல்லூரியும் தலித்தும்
2. தலித் பண்பாடு, புதுச்சேரி:
3. தலித் பார்வையில் தமிழ்ப் பண்பாடு (சங்க காலம் - திறனாய்வுக் கதைகள்)
4. பொய்+அபத்தம்=உண்மை, (இதழ் கட்டுரைகள்)
5. தலித்திய விமர்சனக் கட்டுரைகள், (கட்டுரைத் தொகுப்பு)
6. தலித்திய அரசியல்

(III) படைப்பிலக்கியங்கள்:

(1) புதினம்:
1. சிலுவைராஜ் சரித்திரம்
2. காலச் சுமை

(2) பயண நூல்:
1. லண்டனில் சிலுவைராஜ்

(3) சிறுகதை:
1. பாவாடை அவதாரம்
2. ராக்கம்மா பேத்தி
3. பாம்புச் சட்டை
4. ஊமை நாய்க்கர்

மொழிபெயர்ப்புகள்

மொழிபெயர்ப்பு - ஆங்கிலம்வழி : தமிழ்

1. Charles Darwin, M.A., "The Origin of Species By means of Natural Selection" - இயற்கையின் தேர்வின் வழியாக உயிரினங்களின் தோற்றம்
2. Germaine Greer, "The Female Eunuch" - பாலற்ற பெண்பால் (பெண்பால் நபும்சகம்)
3. C.H.Thani M.A, "Katha Koca" - கதைக் கருவூலம் (சமணமதக் கதைகளின் தமிழாக்கம்)
4. Sarah Gamble - Toril Moi, "Feminism - History Of Theories" - பெண்ணியம்: வரலாறும் கோட்பாடுகளும்
5. கிளி எழுபது (புராதன வட இந்தியக் கதைகள்)
6. Erich Fromm, "The sane Society", மனவளமான சமுதாயம்
7. விளிம்புநிலை மக்களின் போராட்டங்கள்.
8. Erich Fromm, " Art of Love", அன்பு என்னும் கலை